AF881501

काठाशी उभं राहून उद्योजकतेत उतरण्यासाठी योग्य वेळ येण्याची वाट पाहत राहिलेल्या लोकांसाठी हे पथदर्शक ठरणारं पुस्तक आहे. जे पाण्यात उतरल्याशिवाय पोहता येत नाही, याची शिकवण आणि प्रेरणाही देतं.

– नेक्स्टबिगव्हॉट डॉट कॉम

कनेक्ट द डॉट्स

...उद्योजकांच्या यशोगाथा

रश्मी बन्सल

अनुवाद
आरती कदम

मेहता पब्लिशिंग हाऊस

Please contact us at **Mehta Publishing House,** Pune 411030.
✆ +91 020-24476924 / 24460313 / Mob. No. 9545000513
Email : production@mehtapublishinghouse.com
Website : www.mehtapublishinghouse.com

- *या पुस्तकातील लेखकाची मते, घटना, वर्णने ही त्या लेखकाची असून त्याच्याशी प्रकाशक सहमत असतीलच असे नाही.*

CONNECT THE DOTS by Rashmi Bansal

Translated into Marathi Language by Arati Kadam

कनेक्ट द डॉट्स / मार्गदर्शनपर

अनुवाद : आरती कदम
Email : author@mehtapublishinghouse.com

प्रकाशक : सुनील अनिल मेहता, मेहता पब्लिशिंग हाऊस,
१९४१, सदाशिव पेठ, माडीवाले कॉलनी, पुणे - ४११०३०.

मुद्रक : पार्कसन्स ग्राफिक्स

मुखपृष्ठ : मेहता पब्लिशिंग हाऊस

प्रकाशनकाल : प्रथमावृत्ती : मार्च, २०१२ /
मेहता पब्लिशिंग हाऊस यांची द्वितीय आवृत्ती : नोव्हेंबर, २०२०

किंमत : ₹ ३९५

P Book ISBN 9789353175030
E Book ISBN 9789353175047
E Books available on : amazonkindle Apple Books Google Play Books

---

माझे आई-वडील
मनोरमा व प्रल्हादचंद्र अग्रवाल
यांना
माझ्या आयुष्यातील सर्व बिंदूंसाठी

आभार

माझे शिक्षक, मार्गदर्शक, मित्र सुनील हांडा यांचे मन:पूर्वक आभार. हे पुस्तक लिहिण्यासाठी व प्रकाशित करण्यासाठी त्यांनी दिलेल्या प्रोत्साहनाबद्दल मी मनापासून कृतज्ञ आहे.

माझे मित्र पियुल मुखर्जी व दीपक गांधी. पुस्तक लिहिले जात असतानाच प्रत्येक प्रकरण वाचून या दोघांनी मोलाच्या सूचना त्वरित केल्या. स्वस्तिक निगम, ए. श्रीनिवास राव आणि आयआयएम अहमदाबादच्या एलईएममधील विद्यार्थी या सर्वांनी अक्षरश: डोळ्यांत तेल घालून पुस्तकाचे मुद्रितशोधन केले. प्रत्येक पानाचा सुंदर ले आऊट केल्याबद्दल, चेहऱ्यावर प्रसन्न हास्य ठेवत त्यामध्ये बारीकबारीक सुधारणा सतत केल्याबद्दल मदन मोहन यांचे आभार. संभाषणे अचूकपणे कागदावर उतरविल्याबद्दल निखिल सहस्रबुद्धे, अविनाश अगरवाल व सूर्या रघुनाथन यांचे आभार. आणखी एक उत्कृष्ट मुखपृष्ठ निर्माण केल्याबद्दल अमृत वत्स यांचे आभार. काम करण्यासाठी तिची खोली मोकळी करून दिल्याबद्दल कन्या निवेदिता हिचे आभार. 'अन्य लेखक कसे लिहितात,' याच्या काही मौल्यवान टिप्सही तिच्याकडून मिळाल्या. सतत प्रेरणा दिल्याबद्दल आणि जेएएम (जस्ट अनदर मॅगझिन)चे काम समर्थपणे सुरू ठेवल्याबद्दल पती यतिनचे आभार.

माझी आई व माझ्या घरातील मदतनीस लता व सोनू यांनी कौटुंबिक कामे अंगावर घेतल्याबद्दल आणि या पुस्तकातील सर्व उद्योजकांनी मनमोकळ्या गप्पा मारीत स्वत:ची कहाणी उलगडून दाखविल्याबद्दल त्यांचे मन:पूर्वक आभार.

कारण याच कहाण्या पुढील पिढीला प्रेरणा देणार आहेत. 'स्टे हंग्री, स्टे फुलीश' असा मंत्र जपत नवीन काम करण्यासाठी उभारी देणार आहेत. आणि एक चैतन्यमय जग निर्माण करणार आहेत.

आयुष्यातील अनेक बिंदू तुम्हाला कधीच पुढे बघत म्हणजेच भविष्याचा वेध घेत जोडता येत नाहीत. त्यासाठी तुम्हाला मागे बघत, भूतकाळाचाच वेध घेत ते जोडावे लागतात. म्हणूनच तुम्हाला कशावर तरी विश्वास ठेवायलाच लागतो– तुमची हिंमत, तुमची नियती, तुमचं आयुष्य, तुमचं कर्म – कशावरही! या दृष्टिकोनाने माझ्या पदरात कधीही अपयश टाकलं नाहीच उलट त्यामुळे माझं आयुष्य बदलून गेलं.

–स्टीव्ह जॉब्ज

पदवीदान समारंभ, स्टॅन्फोर्ड युनिव्हर्सिटी (२००५)

लेखिकेचे मनोगत

वयाच्या १७ व्या वर्षापर्यंत, विद्यार्थी म्हणून जे जे काही हवेसे वाटते ते मला सहजासहजी मिळत गेले. बोर्डाच्या परीक्षेत मी टॉपर होते. 'नॅशनल टॅलेन्ट सर्च' स्कॉलरशिप मला मिळाली होती. बुद्धिमत्ता चाचण्यांमध्ये अनेक बक्षिसे मिळविली होती. पण वयाच्या १७ व्या वर्षी अमेरिकेतील चार विश्वविद्यालयांमध्ये मी प्रवेशासाठी अर्ज केले. दोघांनी मला नाकारलं, एकाने वेटिंगलिस्टवर ठेवलं आणि एकात प्रवेश मिळाला असला तरी आर्थिक मदत नाकारली गेली. मी उद्ध्वस्त झाले. आई-वडिलांबरोबर मी भारतात परत आले. सेंट झेवियर्स कॉलेजमध्ये पदवीसाठी प्रवेश मिळविण्याची धडपड केली. नो लक... शेवटी सोफिया कॉलेजमध्ये अर्थशास्त्राच्या पदवी अभ्यासक्रमासाठी मी नाव नोंदवलं. नवल म्हणजे ही तीन वर्षे माझ्या आयुष्यातील सर्वोच्च वर्षांपैकी काही वर्षं ठरली. माझ्यात बदल होत गेले. मी वाढले, माझा विकास झाला, माझ्यातील उत्कृष्ट गुण प्रकट होऊ लागले. स्वतंत्र वृत्तीने काम करू लागले. आत्मविश्वास आला.

कॉलेज मासिकाची संपादक, स्टुडंट कौन्सिलची सदस्य, आंतर-महाविद्यालयीन महोत्सवाची संयोजक अशा अनेक भूमिका करू लागले. लाजरीबुजरी विद्यार्थिनी एकदम फटाका बनली... याचदरम्यान 'द इंडियन पोस्ट', 'द संडे ऑबझर्व्हर', 'मिड-डे' अशा वृत्तपत्रांतून मी लिहू लागले. कॉलेजच्या तिसऱ्या वर्षात मी टाइम्स ग्रुपच्या इंडिपेंडंट दैनिकात कामही करू लागले. या सगळ्याचा अर्थ काय? मला हव्या होत्या तशा घटना पूर्वी घडल्या नव्हत्या. देवाच्या मनात माझ्यासाठी काही वेगळेच बेत असावेत. आणि अखेरीस सारं काही सुरळीत झालं. अगदी जसं हवं तसं! नंतर पुढील शिक्षणासाठी मी आयआयएम अहमदाबादला गेले. स्वतःचं मासिक काढलं. आणि मला मनापासून आवडणारी गोष्ट, म्हणजे लेखन, मनमुराद

करू लागले. आयआयएम अहमदाबादच्या उद्योजकावर पुस्तक लिहिण्याचा प्रस्ताव आला. मी तो ताबडतोब स्वीकारला. 'स्टे हंग्री, स्टे फुलीश' हे ते पुस्तक तुमच्या परिचयाचं आहेच. आमच्या गटाच्या पुनर्भेटीच्या १५ व्या सोहळ्यासाठी मी कॉलेज कॅम्पसमध्ये गेले होते. जानेवारी २००९ मध्ये. 'स्टे हंग्री' या पुस्तकाने ५० हजार प्रतींची विक्री पार केल्याचं मला त्याच वेळी समजलं. सेलिब्रेशन सुरू झालं. डीननी मला चांदीचं तबक दिलं. वर्गात एका छोटेखानी समारंभात मला तबक देण्यात आलं. कोणे एके काळी याच वर्गात वैतागून मी स्वत:लाच विचारीत राही.. 'काय करतोय आपण इथं?' त्या प्रश्नाचं नेमकं उत्तर मला त्या दिवशी मिळालं. मागे जात जात मी घटनांचे बिंदू जोडले... 'आय कनेक्टेड द डॉट्स!'

आयुष्याचा एक आराखडा असतो हे सत्य आहे. एक विस्तृत आराखडा. आयुष्यातील प्रत्येक अनुभव, मग तो चांगला असो वा वाईट असो, तुम्हाला घडवीत असतो. आजचे तुम्ही त्या अनुभवांचा परिपाक असता. एखादी अकल्पित भेट... ऐसपैस गप्पा... मनात रुतून बसलेला एखादा लेख... आयुष्याच्या प्रवासातील ही अनपेक्षित वळणं असतात. पण तीच तुम्हाला 'ध्येया'कडे घेऊन जातात.

तेव्हा मुक्त व्हा, बाहेर पडा, अधिकाधिक व विविध गोष्टी करीत रहा, अधिक शिका, अधिक अनुभव घ्या. आयुष्याच्या कॅनव्हासवर अनुभवांचे असंख्य बिंदू निर्माण करा. धीटपणाने, चमकदार शैलीत आयुष्याचं चित्र रंगवा... रंगांची निवड तुमची स्वत:ची असू द्या. एखाद्या कलाकृतीसारखे आयुष्यही निर्माण करा. ते सुंदर असू द्या. त्यामध्ये आनंद उसळू द्या. तुमच्या मनीचे गुज त्यातून प्रकट होऊ द्या. असं ज्यांनी घडवून आणलं, अशांच्या गोष्टी या पुस्तकात सांगितल्या आहेत. बिंदू, बिंदू जोडत त्यांनी मोठी झेप घेतली आहे.

– रश्मी बन्सल

मुंबई, फेब्रुवारी २०१०

अनुक्रमणिका

– जुगाड

– जुनून

– ज़ुबान

जुगाड

या उद्योजकांनी व्यवसाय चालविण्याचं कोणतंही शास्त्रशुद्ध शिक्षण घेतलं नव्हतं. निरीक्षणातून, प्रयोगातून आणि स्वत:च्या डोक्याचा वापर करीत ते शिकले. शेवटी, व्यवसाय हे काही ‘रॉकेट सायन्स’ नाही.

पान २ स्ट्रीट स्मार्ट

प्रेम गणपती

डोसा प्लाझा

लक्षावधी भारतीयांप्रमाणेच, चांगलं भवितव्य घडविण्याच्या आशेनं त्यानं मुंबईत पाऊल ठेवलं. प्रेम गणपतीला काम मिळालं ते भांडी घासण्याचं. तेथून सुरुवात करून तो आज 'डोसा प्लाझा'या फूड चेनचा मालक आहे. भारतात त्याची २६ हॉटेल्स आहेत. प्रेम गणपती याने प्रेरणा घेतली ती 'मॅकडोनाल्ड्स' कडून.

पान १८ संशोधक

कन्वर सचदेव

सू-काम

कन्वर सचदेव याने बी. एस्सी.ची पदवी मिळवली असली तरी आज तो अनेक अभियंत्यांना भारी पडतो. शाळेत तो साधारण विद्यार्थी होता. पुढे तो भौतिकशास्त्राच्या प्रेमात पडला आणि या आवडीतून त्याने फायदेशीर व्यवसाय उभारला. आज तो 'सू-काम' ही कंपनी चालवितो. पॉवर इलेक्ट्रॉनिक्सच्या क्षेत्रात या कंपनीची उलाढाल ५०० कोटींवर पोहोचली आहे.

पान ३७ प्रिय सर, तुमच्यासाठी

गणेश राम

वेटा

एनएसएसचं काम करताना गणेश रामच्या लक्षात आलं की, त्याच्याजवळ शिकविण्याची कला आहे. १९८१ मध्ये कोचिंग सेंटर म्हणून सुरू झालेलं विवेकानंद स्टडी सर्कल आता 'वेटा' या नावानं बहरलं आहे. इंग्लिश संभाषणाच्या क्षेत्रात भारतातील सर्वांत मोठं प्रशिक्षण केंद्र म्हणून 'वेटा'ची ख्याती आहे.

पान ५८ ‘ती’ला काय हवंय?

सुनीता रामनाथकर

फेम केअर फार्मा

दुसऱ्या मुलीच्या जन्मानंतर चार महिन्यांत या धडपड्या गृहिणीने ‘फेम’ हे त्वचा गोरी करणारं ब्लीच बाजारात आणलं. एका लहानशा घरातून सुरू झालेली ही स्किन केअर कंपनी पुढील २७ वर्षे अनेक बड्या बहुराष्ट्रीय कंपन्यांबरोबरच्या स्पर्धेत टिकून राहिली. इतकंच नव्हे तर कंपनीनं स्वत:चं स्थान निर्माण केलं. अगदी अलीकडेच ती ‘डाबर’ला विकण्यात आली.

पान ७६ वैचारिक खाद्य

एम. महादेवन

ओरिएन्टल क्विझीन

मद्रास विश्वविद्यालयातील ‘प्राध्यापक’ हे प्रतिष्ठेचं पद त्याने सोडून दिलं ते एक चायनीज रेस्टॉरंट काढण्यासाठी. कॉस्ट अकौंटन्सीमधील त्याचं शिक्षण त्यासाठी पूरक ठरलं. आज एम. महादेवनने ‘फूड एम्पायर’ उभं केलं आहे. देश-विदेशांतील खाद्य पदार्थांची रेलचेल त्यामध्ये आहे आणि ते जगाच्या सर्व खंडांमध्ये पसरले आहे.

पान ९८ मानवी स्पर्श

हणमंत गायकवाड

बीव्हीजी (भारत विकास ग्रुप)

अभियांत्रिकी शिक्षणाचा खर्च सोसण्यासाठी हणमंत गायकवाड ट्यूशन घेत असे. आज ३०० कोटी रुपयांची उलाढाल असलेला ‘भारत विकास ग्रुप’ तो चालवतो. ही एक ‘फॅसिलिटीज मॅनेजमेंट फर्म’ आहे. कॉर्पोरेट विश्वातील विख्यात कंपन्या या फर्मच्या ग्राहक आहेत. इतकेच नव्हे तर राष्ट्रपती भवनही!

पान ११४ 'तंत्र'चा मंत्र

रंजीव रामचंदानी,

तंत्र- टी शर्ट्स

रंजीव रामचंदानी मायक्रोबायोलॉजी शिकला असला तरी तो विषय त्याला कधीच आवडला नव्हता. तो जाहिरात क्षेत्राकडे वळला, पण तिथल्या अधिकारीपद परंपरेचा त्याला तिटकारा आला. मग तो स्वत:चा बॉस झाला. 'तंत्र'चा– '....... आणि खास भारतीय शैलीतल्या प्रिन्टचे टी शर्ट बनविणाऱ्या कंपनीचा! आणि त्याला ते आवडूही लागलं!

पान १३० कर्मण्येवाधिकारस्ते

सुरेश कामत

लेझर सॉफ्ट इन्फोसिस्टिम्स

आयआयटीतून एम.टेक. झालेल्या माणसाने चालविलेल्या या सॉफ्टवेअर फर्ममधील प्रोग्रॅमिंगची कामं, फक्त अभियंत्यांसाठीच नव्हे, तर सर्वांसाठी खुली असतात. उत्तम व्यवसाय करतानाही सामाजिक भान जपता येतं, असा सुरेश कामत याचा ठाम विश्वास आहे. त्याची कंपनी हेच त्याचं जिवंत उदाहरण आहे.

पान १४६ पैसे देणारी कार

रघू खन्ना,

कॅश युअर ड्राइव्ह

रघू खन्ना हा २४ वर्षांचा तरुण. कॉलेजातून बाहेर पडताच त्याने स्वत:ची कंपनी सुरू केली. 'कॅश युअर ड्राइव्ह' ही त्याची साधीसुधी कल्पना. ना भांडवलाची गरज, ना ऑफिसची, ना फॅन्सी तंत्रज्ञानाची. त्याची कहाणी ऐकली की वाटतं, अनुभव या गोष्टीला आपण अवास्तव महत्त्व देतो... काम सुरू करायला 'आज'च्या सारखी उत्तम वेळ नाही.

जुनून

काही उद्योजक एका विशिष्ट कल्पनेच्या किंवा ओढीच्या प्रेरणेने काम करतात. या कल्पना, त्यांच्या मनातली ओढ ही काळाच्या पुढची असते. या उद्योजकांचे उद्योग हे त्यांची स्वप्नं जीती-जागती जिवंत करण्यासाठीच असतात.

पान १६२ पुस्तकी किडा

आर श्रीराम

क्रॉसवर्ड

व्यवसाय सुरू करावा अशी धगधगती महत्त्वाकांक्षा श्रीरामकडे नव्हती. त्याला फक्त पुस्तकांच्या दुनियेत रमायचं होतं. तरीही, कॉलेज शिक्षण अर्धवट सोडलेल्या या तरुणाने पुस्तकांच्या दुकानांची भारतातील सर्वांत मोठी साखळी उभी केली; आणि वाचनाचा 'किडा' सर्वदूर पोहोचविला.

पान १८१ मत... बदलासाठीचं!

सौरभ व्यास आणि गौरव राठोड

'पोलिटिकल एज'

हॉस्टेलची मैत्री आणि राजकारणाविषयीचं प्रेम यांनी 'पोलिटिकल एज' या असामान्य कंपनीला जन्म दिला. या दोन आदर्शवादी युवकांनी आपल्या बुद्धीला कामाला लावलं आणि सुरू केली एक संशोधन व सल्ला सेवा फक्त राजकारण्यांसाठी!

पान १९७ मखनाच्या प्रदेशात

सत्यजित सिंग

'शक्ती सुधा' इंडस्ट्रीज

सत्यजित आरामाचं आयुष्य जगत होता. ग्राहकोपयोगी वस्तू ग्राहकांना विकत होता. पण एका प्रसन्न दिवशी मखनाला व्यापारी बाजारपेठ मिळवून देण्याचं आव्हान स्वीकारण्यासाठी त्याने ते सगळं बंद केलं आणि हे करत असताना त्याच्या आयुष्याला एक ध्येय मिळालं त्याने हजारो शेतकऱ्यांना त्याचा फायदा मिळवून दिला.

पान २११ 'कष्टाचं चीज'

सुनील भू

फ्लॅन्डर्स डेअरी

तो एक शहरी मुलगा होता, पण त्याला माहीत होतं त्याला शेतात काम करायचं आहे. काही उद्योजक एका विशिष्ट कल्पनेच्या किंवा ओढीच्या प्रेरणेने काम करतात. या कल्पना, त्यांच्या मनातली ओढ ही काळाच्या पुढची असते. या उद्योजकांचे उद्योग हे त्यांची स्वप्नं जीती-जागती जिवंत करण्यासाठीच असतात. कॉलेज संपल्या संपल्या तो बेल्जियमला गेला, तिथे तो चीज तयार करण्याबद्दलचं सगळं काही शिकला आणि तेच सगळं गेली वीस वर्षे तो 'फ्लॅन्डर्स' डेअरीमध्ये करतो आहे. त्यातल्या प्रत्येक क्षणाचा आनंद घेतो आहे.

पान २२२ इलेक्ट्रिक स्वप्नं

चेतन मायनी

'रेवा' इलेक्ट्रिक कार कंपनी

चेतन मायनी, त्याला आठवतंय तेव्हापासून त्याला इलेक्ट्रॉनिक्स आणि कारबाबत प्रचंड वेड होतं. हा त्याचा ध्यासच त्याला इलेक्ट्रिक कार बनवण्याच्या त्याच्या स्वप्नपूर्तीकडे घेऊन गेला. आज 'रेवा' फक्त वाहनेच तयार करत नसून 'जनरल मोटर्स'सारख्या कंपन्यांना तंत्रज्ञानही पुरवते.

पान २३९ महिमा.... कागदाचा

महिमा मेहरा

हाथी छाप

तिला रिसायकलिंगमध्येच काम करायचं होतं, पण कुणा एनजीओबरोबर नाही. म्हणून तिने हॅन्डमेड कागद बनवायचा उद्योग बंद केला. पण या सगळ्या प्रक्रियेत तिला काही इंटरेस्टिंग गोष्टी सापडल्या, त्यात होती एक फारच अनपेक्षित गोष्ट, हत्तीचं शेण.

पान २५० अपारंपरिक लेट्यूस शेती

समर गुप्ता

'त्रिकाया ॲग्रिकल्चर'

समर गुप्ता हा एक शहरी मुलगा. आयुष्यात काहीतरी करून दाखवावं, असलं कधीही ध्येय नसलेला. पण जेव्हा आयुष्यानं त्याला आव्हान दिलं, तेव्हा मात्र ठामपणे त्याला तोंड देण्याचं त्यानं ठरवलं. गेल्या दहा वर्षांत 'त्रिकाया ॲग्रिकल्चर'चं अर्थात एका छंदाचं रूपांतर झालं एका संपन्न, सतत वाढत्या उद्योगामध्ये. भारतामध्ये कशा-कशाची पेरणी करता येऊ शकते, याच्या सीमारेषा वाढवणाऱ्या उद्योगामध्ये.

ज़ुबान

स्वत:ला व्यक्त करण्यासाठी सर्जनशील व्यक्तींना हवं असतं, एक व्यासपीठ! जेव्हा त्यांची सर्जकता ही अगदी वेगळी... एकमेवाद्वितीय असते, तेव्हा तिच्यासाठी व्यासपीठही नव्याने तयार करायला लागतं. त्या व्यासपीठाची निर्मिती करत असताना, तो कलाकारही एक 'उद्योजक' बनतो.

पान २६८ गोष्टी वेल्हाळ

अभिजित बनसोड

स्टुडिओ एबीडी

'एनआयडी' ग्रॅज्युएट असलेल्या तरुण अभिजितला नेहमीच आश्चर्य वाटायचं, देशी डिझायनर्सना पाश्चिमात्य कल्पनाच का आकर्षित करतात? भारतीय टायटनच्या 'हेरिटेज' आणि 'रागा' कलेक्शनचा तो जन्मदाता बनला आणि आता तो चालवतो आहे स्वत:ची प्रॉडक्ट डिझाइन कंपनी.

पान २८३ खणखणीत सत्य

परेश मोकाशी

'हरिश्चंद्राची फॅक्टरी'

परेश मोकाशीला अभिनेता बनायचं होतं; पण त्याच्या लक्षात आलं त्याचं सामर्थ्य आहे, मराठी रंगभूमीवर नाटक लिहिण्यात आणि दिग्दर्शित करण्यात. अचानक वाचनात आलेल्या दादासाहेब फाळके यांच्या चरित्राने त्याला एक नवीन साहस करायला भाग पाडलं. सर्वदूर लोकप्रियता मिळालेली एक फिचर फिल्म, जी ठरली २००९ च्या ऑस्करच्या नामांकनासाठीची भारताची अधिकृत एन्ट्री!

पान २९६ अवतार

कृष्णा रेड्डी

प्रिन्स डान्स ग्रुप

ओरिसामधलं एक छोटंसं गाव. कृष्णा रेड्डीनं तिथल्या रोजंदारीवर काम करणाऱ्या मजुरांना एकत्र केलं आणि तयार झाला, 'प्रिन्स डान्स ग्रुप'. पौराणिक कथेवर आधारित त्याच्या स्वतंत्र शैलीतल्या कोरिओग्राफीने लोकांना अचंबित करून टाकलं आणि त्यांनी जिंकला, प्रचंड स्पर्धा असलेला 'इंडिया गॉट टॅलेन्ट'चा किताब!

पान ३०७ जंगलाची हाक

कल्याण वर्मा

वाइल्ड लाइफ फोटोग्राफर

वयाच्या बाविसाव्या वर्षी कुणालाही हेवा वाटेल असा त्याचा जॉब होता, 'याहू'मधला. पण एका प्रसन्न सकाळी त्याने तो सोडला आणि निघाला आपल्या पॅशनकडे - वाइल्ड लाइफ फोटोग्राफीकडे. स्वत:ला मनापासून जे आवडतं तेच करणारा.. आपलं स्वप्न जगणारा आणि त्यालाच आपलं जगणं बनवणाऱ्या एका खऱ्याखुऱ्या 'इडियट'चं हे उदाहरण.

जुगाड

या उद्योजकांनी व्यवसाय चालविण्याचं कोणतंही शास्त्रशुद्ध शिक्षण घेतलं नव्हतं. निरीक्षणातून, प्रयोगातून आणि स्वत:च्या डोक्याचा वापर करीत ते शिकले. शेवटी, व्यवसाय हे काही 'रॉकेट सायन्स' नाही.

स्ट्रीट स्मार्ट

प्रेम गणपती
डोसा प्लाझा

लक्षावधी भारतीयांप्रमाणेच, चांगलं भवितव्य घडविण्याच्या आशेनं त्यानं मुंबईत पाऊल ठेवलं. प्रेम गणपतीला काम मिळालं ते भांडी घासण्याचं. तेथून सुरुवात करून तो आज 'डोसा प्लाझा' या फूड चेनचा मालक आहे. भारतात त्याची २६ हॉटेल्स आहेत. प्रेम गणपती याने प्रेरणा घेतली ती 'मॅकडोनाल्ड्स'कडून.

"मेरा इंग्लिश बहुत अच्छा नहीं है।"

मुलाखत घेण्यासाठी मी भेटले, तेव्हा प्रेम गणपतीचे हे शब्द होते.

"कहने को तो हिंदी भी परफेक्ट नहीं है," तमिळ ढंगातील त्याचं बोलणं समजून घेणं कधी-कधी थोडं जड जात होतं.

इंग्लिश, हिंदी नसेल; पण एक भाषा प्रेम गणपतीला उत्तम अवगत होती, ती म्हणजे 'व्यवसायाची भाषा'. (लॅंग्वेज ऑफ बिझनेस)

ब्रॅन्डिंग? अर्थात, मला ते हवंच!

कॉस्टिंग? मी त्यावर नेहमीच बारकाईनं लक्ष ठेवतो.

ग्राहकांचं समाधान? उससे बढकर तो कुछ है ही नहीं!

हे सर्व शिकण्यासाठी प्रेम गणपतीला (पीजी) कोणत्याही बिझनेस स्कूलची पायरी चढावी लागली नाही. हे ज्ञान त्याला मिळालं मुंबईच्या धुळीनं भरलेल्या, तापलेल्या रस्त्यांवर!

'रेस्टॉरन्ट लाइन'मध्ये भांडी धुणारा पोऱ्या म्हणून पीजीनं आपल्या करिअरची सुरुवात केली. तेथून तो वर चढत गेला. त्यानं टी-स्टॉल टाकला, मग रस्त्यावरील डोशाची गाडी आली. वाशी रेल्वे स्टेशनजवळील छोटे फूड जॉइंट ही त्यानंतरची पायरी. अनेकांसाठी इतकी कमाईही पुरेशी ठरावी; पण या माणसासाठी नाही.

नव्या मुंबईतील पहिला मॉल म्हणून ओळखल्या जाणाऱ्या 'सेन्टर वन'मध्ये प्रेम गणपतीनं काउंटर उघडला. त्यानंतर त्याने मागे वळून पाहिलंच नाही.

आज 'डोसा प्लाझा'चे देशात २६ आऊटलेट्स आहेत आणि फ्रॅन्चाईजी तर न्यूझीलंडपर्यंत पसरले आहेत.

हे सर्व सोपं नसलं तरी शक्य होतं. या देशात कुणालाही आपलं ध्येय गाठता येतं, ही आशा प्रेम गणपतीच्या कहाणीतून आपल्या मनात जागवली जाते. शंभर धीरुभाई अंबानी या देशाला हवेच आहेत, पण प्रेम गणपतीसारखे लक्षावधी तरुणही हवे आहेत.

स्ट्रीट स्मार्ट

प्रेम गणपती
डोसा प्लाझा

तामिळनाडूतील तुतिकोरीन जिल्ह्यातील नागलापुरम हे प्रेम गणपतीचं गाव. त्याचा जन्म तेथेच झाला. त्याला सहा भाऊ आणि एक बहीण. पीजी हे चौथं अपत्य.

"माझे वडील शेतीचा व्यवसाय करीत.... त्यापूर्वी ते कोळशाचा व्यवसाय करीत होते.... मी जन्माला आलो त्याच सुमारास त्यांना या व्यवसायात मोठा तोटा झाला. मग त्यांनी तो व्यवसाय बंद केला." शेतीचा व्यवसाय फारसा फायद्याचा नसला तरी कुटुंबाचा निर्वाह कसातरी होत होता.

त्यांचे वडील म्हणजे गणपती हे योग व जिम्नॅस्टिकचे शिक्षक होते. आपले वडील काहीसे 'वेगळे' होते, असं प्रेम गणपती सांगतो. "उनका जो व्यवहार था, नॉर्मल पर्सनसे थोडा अलग था।" प्रामाणिकपणा ही त्यांची जीवननिष्ठा होती. "वडिलांनी मला व्यवसाय कसा करावा हे कधीच शिकविलं नाही. त्यांना त्यामध्ये कधीच यश मिळालं नव्हतं. पण माझ्या विचारांवर त्यांचा खूप प्रभाव आहे. माझी मूल्ये मी त्यांच्याकडून घेतली. आयुष्यात मला जे काही यश मिळालं त्याचं श्रेय मी त्यांनाच देतो."

प्रेम हा नाडर समाजातला! याच समाजानं सुरू केलेल्या शाळेत त्याचं १० वी पर्यंतचं शिक्षण झालं. "माझ्यासारख्यांना शिक्षण घेणं शक्य झालं ते कामराज नाडर यांच्यामुळे!" प्रेम गणपती सांगतो. कामराज हे तामिळनाडूचे मुख्यमंत्री होते.

नाडर समाजाने गावातील देवळासाठी एक ट्रस्ट स्थापन केला होता. याच ट्रस्टतर्फे शाळा चालविली जात होती. आजूबाजूच्या १८ ते २० गावांतील मुले प्रेमच्या 'एससीएन स्कूल'मध्ये येत असत.

"आता तिथे बारावीपर्यंत शिक्षण मिळतं." प्रेम अभिमानाने सांगतो. "या वर्षी तर सर्व जिल्ह्यात आमच्या शाळेचा पहिला क्रमांक आला."

काहीतरी मोठं करून दाखविण्याची आकांक्षा एससीएन शाळेतील मुलांमध्ये आता दिसत असेल; परंतु प्रेम गणपती जेव्हा १० वी पास झाला तेव्हा त्याच्यासमोर

करिअर करण्याचा एकच मार्ग होता, तो म्हणजे शाळा सोडून नोकरी धरणं. "आमच्या समाजात आठवीपर्यंतच शिक्षण घेतलं जाई. जास्तीत जास्त दहावी. फिर प्रोव्हिजन स्टोअर में, कपडे की दुकान में, बर्तनों के दुकान में जॉब पे जाता था।"

खिशात पैसे फारसे नसायचेच. चेन्नईत प्रेमचे वडील आणि भाऊ काम करीत होते. प्रेमनंही चेन्नईची वाट पकडली. चुलत भावाच्या कॉफी शॉपमध्ये त्याला नोकरी मिळाली.

"कॉफी बीन्स कशा दळायच्या.... वो सब सिखा मैंने." मग वार्षिक पूजेला उपस्थित राहण्यासाठी तो गावात आला. परतल्यावर नवी नोकरी धरली - ती कॉफी व तांदळाच्या व्यापारात. उद्योगातल्या क्लृप्त्या तो येथे शिकू लागला. कदाचित हेच काम तो करीत राहिला असता. पण नशिबाचे फासे वेगळे पडत होते.

"मेरा मालिक का एक भाई बॉम्बे से आया था, १९९० में। उसके साथ मैं बॉम्बे चला गया।"

का? आणि का नाही? प्रेम सतरा वर्षांचा युवक होता. जग पाहण्याची उत्सुकता त्याला होती. तो 'स्वप्नभूमी'कडे निघाला. मुंबई... 'सिटी ऑफ ड्रीम्स'. एखाद्या हिंदी चित्रपटातील कथेप्रमाणे हे वाटतं ना? पण ते तसंच आहे. आणि मुंबईत उतरल्यावर जे काही घडलं ते तर आणखीनच 'फिल्मी' होतं. ज्या माणसाबरोबर तो मुंबईत आला, त्यानं त्याला वांद्रे येथे नेलं आणि तो चक्क नाहीसा झाला. प्रेमच्या ओळखीची मुंबईतील एकमेव व्यक्ती अशा रितीने गायब झाली.

"मुझे भाषा वगैरा, कुछभी मालुम नहीं था।" तो सांगतो. एका तामिळीने त्याला जवळच्या गरिअम्माच्या देवळात नेलं. तेथे काही जण पैसे जमा करू लागले - प्रेम गणपतीला चेन्नईला परत पाठविण्यासाठी!

प्रेम म्हणाला, "जमणार नाही! मैं यही पे कुछ काम करेगा।"

प्रत्येक नवीन स्थलांतरिताला मुंबई आपल्या पदराखाली घेते. प्रेमबाबत तसंच घडलं. सायनच्या दास बेकरी शॉपमध्ये त्याला नोकरी मिळाली. काम काय होतं? तर पत्थर, ट्रे व ओव्हन साफ करण्याचं. यामध्ये पिझ्झा व बर्गर बनविले जात. सहा महिन्यानंतर तो गावी परतला. पुन्हा मुंबईत आल्यावर त्याला चेंबूरच्या सद्गुरू हॉटेलच्या बेकरीमध्ये नोकरी मिळाली.

"मला सगळीकडे माझं दुकान उघडायचं होतं. मला एकदम 'फास्ट' पुढे जायचं होतं."

१९९१ मध्ये, वाशीच्या एपीएमसी मार्केटजवळ 'सद्गुरू'च्या मालकानं नवं हॉटेल सुरू केलं, 'गुरुदेव हॉटेल'. या हॉटेलच्या मोरीत (म्हणजे किचन सिंक)

प्रेमला काम मिळालं.

"भांडी घासण्याचं" तो सांगतो.

"मैं उनको काफी रिक्वेस्ट करता था... मैं टेन तक पढा हूँ.... मुझे थोडा इंग्लिश नॉलेज है। मुझे वेटर बनाओ, या तो बाहर चाय लेके जाने का काम दो। कुछ नहीं तो कमसे कम टेबल क्लीन करने का जॉब दे दो...."

पोट रिकामं असलं तर काहीतरी करण्याची जिद्द माणसात उफाळून येते. प्रेम गणपतीमध्ये ती जिद्द होती.

ऑलिव्हर ट्विस्टप्रमाणे हा तरुण अधिक कामाची मागणी करीत होता आणि मालक तशी संधी देत नव्हता. त्यांचे काही प्रांतीय ग्रह होते. वेटर्स किंवा फ्रन्ट लाइन जॉब्स् मद्राशांना देण्यास ते तयार नव्हते. मद्राशांना किचनमध्ये काम मिळे आणि स्थानिक किंवा मंगलोरच्या लोकांना प्राधान्य मिळत असे. "मी खूप दुखावला गेलो, अपसेट झालो," प्रेम सांगतो. पण त्याला काहीही करता येत नव्हतं. मोरीतील कामात काळ जात होता.

पण नशीब उघडलं. 'प्रेमसागर' नावाचं नवीन रेस्टॉरन्ट जवळच उघडलं. 'टी-बॉय' साठीची ऑफर आली. भांडी घासण्यापेक्षा 'टी-बॉय'ची नोकरी चांगली. का? कारण "बाहर चाय लेके जानेसे... तुम्हाला १० टक्के कमिशन मिळतं आणि नवे 'कॉन्टॅक्ट्स' जुळवता येतात. या नव्या ओळखी तुम्हाला कोठे घेऊन जातील सांगता येत नाही."

जनसंपर्क हा प्रेम गणपतीचा सहजस्वभाव होता. अन्य 'टी-बॉईज्' दर दिवशी साधारणपणे ३०० रुपयांचा धंदा करीत; तर प्रेम हजार रुपयांचा! यातील गुपित काय?

"हे बघा.... माझे प्रत्येकांबरोबर चांगले संबंध होते. तामिळनाडू मर्कंटाईल बँक बाजूलाच होती. तेथील कर्मचारी फोन करून मलाच बोलवायचे."

"मी प्रत्येकाशी खेळीमेळीने वागायचो, प्रत्येकाशी काही ना काही बोलायचो. माझी सर्व्हिस एकदम चांगली होती. प्रत्येकाची चहाची चव मी लक्षात ठेवली होती. कोणाला कोणत्या वेळी चहा हवा, आणि लंचबरोबर कोण, केव्हा सॉफ्ट ड्रिंक घेणार याचा मी अभ्यास केला होता."

"क्योंकि पुरे मार्केट में सबका अलग अलग टेस्ट रहता है। तो मैं उनके हिसाब से अच्छी सर्व्हिस देने की कोशिश किया ताकी मेरा नाम हो!"

तुम्ही चहा विका किंवा फॉर्च्युन-५०० कंपन्यांसाठी काम करा.... सर्वत्र एकच तत्त्व काम करतं.

लवकरच प्रेमची एक दिवसाची कमाई १०० रुपयांवर गेली. जेवण आणि राहण्याची सोय मोफत होती. पण अधिक काही घडायचं होतं. बँकेतील एका

तामिळीने प्रेमसमोर ऑफर ठेवली. वाशीच्या सेक्टर ३-४ मार्केटमध्ये त्याला चहाचं दुकान टाकायचं होतं. तो गुंतवणूक करणार होता आणि प्रेमनं रोजचा धंदा चालवायचा होता.... ५० : ५० पार्टनर म्हणून.

प्रेम गणपती आनंदानं तयार झाला. एका किराणा दुकानाच्या मागील बाजूला चहाचा स्टॉल सुरू झाला. पहिल्या दिवसापासून चांगला धंदा होऊ लागला. पण काही महिन्यांतच गुंतवणूकदाराला हाव सुटली. दर महिन्याचा नफा ८००० ते १०,०००वर गेला होता. यातील ५० टक्के काय म्हणून द्यायचे?

"मुझे निकाल दिया और सॅलरी पर किसीको रख लिया!" प्रेम गणपती -क्लिन बोल्ड. बॅक टू पॅव्हेलियन!

ते वर्ष होतं १९९२. प्रेमनं परत गावाची वाट धरली. थोडी सुट्टी घेतली. मग प्रेम पुन्हा मुंबईत परतला तो काकांकडून थोडं कर्ज घेऊनच. त्यानं लहान भावालाही बरोबर आणलं. १०,०००च्या भांडवलावर रस्त्याच्या कडेला प्रेमनं स्वत:चा स्टॉल लावला.

धंदा चांगला चालत होता; पण शेजारच्या हाउसिंग सोसायटीतून तक्रारी सुरू झाल्या. या 'डेली किटकिट'ला वैतागून प्रेमनं हातगाडी खरेदी केली आणि बस डेपोजवळ धंदा सुरू केला. हा उद्योग काही काळच चालला.

पडल्यावर पुन्हा उठणं आणि चालत राहणं याशिवाय पर्याय नाही. यालाच 'नेव्हर से डाय' म्हणतात. या वृत्तीमुळे प्रेमला लवकरच नवं ठिकाण गवसलं. हे होतं वाशीच्या सेक्टर १७ मध्ये. तेथे प्रेमनं 'साऊथ इंडियन स्टॉल' थाटला. इडली किंवा डोसा कसा बनवितात हे त्याला बिलकूल माहीत नव्हतं. शेजारी राहणाऱ्या साऊथ इंडियनकडून त्यानं तयार पीठ उसनं आणलं. पदार्थ बनविण्यास तो शिकला तो निरीक्षणातून. चुका आणि शिका पद्धतीनं!

"मी वापरत असलेला आटा हा दर्जेदार नाही, हे लक्षात येताच मी एक ग्राइंडर विकत घेतला आणि आटा तयार करू लागलो."

बॉम्बे मर्कंटाईल को-ऑपरेटिव्ह बँकेच्या जवळच असलेला प्रेम गणपतीचा डोसा स्टॉल १९९२ ते ९७ या काळात चांगलाच प्रसिद्धीस आला.

"मेरा नाम काफी अच्छा हुआ।"

आणि पैसाही चांगला मिळत होता. नफ्यापोटी दर महिना २० हजार रुपये प्रेम गणपतीच्या खिशात पडत होते.

अर्थात प्रत्येक व्यवसायाप्रमाणे यामध्येही काही कटकटी होत्या.

"उस समय स्टार्टिंग में सिडको आता था, भागना पडता था। बाद में म्युनिसिपालटी आया। म्युनिसिपालटी के लोगों ने भी काफी तकलीफ दिया है।"

अर्थात, 'सेटिंग' कसं करायचं हे तुम्हाला शिकावं लागतं.

तोपर्यंत वाशीच्या सेक्टर ११ मध्ये प्रेम गणपती भाड्याच्या घरात राहू लागला होता. याच भाड्याच्या घरात 'किचन' थाटलं गेलं. येथेच चटणी, बटाट्याची भाजी व डोशाचं पीठ तयार केलं जाऊ लागलं. दर दिवशी सकाळी हे पदार्थ तयार होत. स्टॉलवर सतत लक्ष ठेवावं लागत होतं. तोपर्यंत आणखी दोन भाऊ मदतीला आले.

लहानसा स्टॉल इतका यशस्वी का ठरला? मुंबईत सर्वत्र इडली व डोसा उडप्यांकडे मिळतात. तरीही रस्त्यावरील या स्टॉलकडे लोकांची रीघ लागण्याचे कारण काय? कारण एकच - हा स्टॉल 'वेगळा' होता.

''मी स्वच्छतेकडे, लोकांच्या आरोग्याकडे फार लक्ष देत असे. इतर डोसेवाल्यांप्रमाणे आम्ही लुंगी नेसून काम करीत नव्हतो, तर पॅन्ट-शर्ट वापरीत होतो. डोक्याला हेअरबॅन्ड घालीत होतो. आमची गाडी एकदम स्वच्छ असे. एकदम अच्छा और फ्रेश चीज बनाता था। अच्छा ढकके रखता था।''

''प्रेम गणपती साऊथ इंडियन फास्ट फूड'' निळ्या व पांढऱ्या अक्षरांतील बोर्ड लवकरच चमकू लागला. स्पष्ट अर्थ प्रकट करणारं ब्रॅन्डिंग पहिल्यापासूनच सुरू झालं.

आम जनताच नव्हे तर मोटारी फिरविणारेही स्टॉलवर थांबू लागले. काही दिवसांनी मर्सिडिस उभ्या राहू लागल्या. 'बडे लोग' स्टॉलवर येऊ लागले. तरीही पदार्थांची किंमत वाजवी राहिली. चार रुपयांत दोन इडल्या आणि १० रुपयांना मसाला डोसा. जवळच असलेल्या 'नवरत्न' या लोकप्रिय उपाहारगृहापेक्षा खूपच स्वस्त!

१९९७ पर्यंत प्रेम गणपतीकडे काही लाख रुपये जमले. यातील काही पैशातून त्यानं लहान भावाला चेन्नईत किराणा दुकान थाटून दिलं. आणखी एक-दोन वर्षे काम करून प्रेमसुद्धा पुन्हा गावाला रवाना झाला असता; पण १९९८ च्या जानेवारीत एक जुगार खेळायचा त्यानं ठरविलं.

वाशी रेल्वे स्टेशनजवळचा एक गाळा प्रेम गणपतीने भाड्यानं घेतला. त्यासाठी पन्नास हजार रुपये डिपॉझिट ठेवलं व दरमहा पाच हजार रुपये भाडं दिलं. अशा प्रकारे 'प्रेम गणपतीज् प्रेमसागर डोसा प्लाझा' अस्तित्वात आला व एका ब्रॅन्डचा प्रवास सुरू झाला.

'डोसा प्लाझा' हे नाव प्रेम गणपतीला कसं सुचलं, ही गोष्ट ऐकण्यासारखी आहे. प्रेम गणपतीबरोबर त्याच्याच खोलीत राहणारा मित्र एनआयआयटीमध्ये शिकत होता. प्रेमसाठी त्यानं ई-मेल आयडी तयार करून दिला, तसंच इंटरनेटवर सर्फिंग कसं करायचं तेही दाखवून दिलं. दुपारी तीन ते सहा या वेळेत प्रेमला थोडी उसंत असे, त्या वेळी त्यानं सायबर कॅफेत जाऊन इंटरनेटवर सर्फिंग करण्यास

सुरुवात केली.

"मैं फूड के बारे में काफी सोचता था, की कैसा क्या होता है। मॅकडोनाल्ड, पिझ्झा हट सबके बारे में आयडिया आया मुझे।"

आपण 'डोशा'साठी फेमस होत आहोत, हे प्रेमच्या लक्षात आलं होतं. हॉटेलच्या नावातून हे प्रकट होणं जरुरीचं होतं. जसं 'पिझ्झा हट' हे पिझ्झासाठी प्रसिद्ध आहे. त्यानं वेगवेगळ्या नावांवर विचार सुरू केला - डोसा पॅलेस, डोसा पार्क, डोसा इन.

कोका कोला हे ब्रॅन्डनेम कसं आलं याची माहिती याचदरम्यान प्रेम गणपतीच्या वाचनात आली. कोलाच्या आधी 'कोका' हा शब्द त्यांनी मुद्दाम टाकला. त्यातून एक नाद साधत होता व जिभेवर एक संवेदना जाणवत होती. याच प्रकारे 'डोसा' या शब्दाला झिंग देणारं काही नाव शोधलं पाहिजे, हे प्रेम गणपतीच्या लक्षात आलं.

नवी मुंबईत 'वाशी प्लाझा' ही प्रसिद्ध बिल्डिंग आहे. प्रेम गणपती तेथे अनेकदा जात असे. एक दिवस अचानक त्याला 'डोसा प्लाझा' हे नाव सुचलं. या नावात गंमत होती, नाद होता. हे नाव चांगलं वाटत होतं.

"फिर मैंने एक दिन प्लाझा का मिनिंग डिक्शनरी में देखा। तो ओपन बिल्डिंग को, ओपन स्पेस बिल्डिंग को प्लाझा बोलते हैं।"

प्रेम गणपतीचा गाळा हीसुद्धा ओपन स्पेस होती. म्हणजे नाव योग्य होतं, 'प्रेम गणपतीज् प्रेमसागर डोसा प्लाझा'.

प्रेम गणपतीने डोशाच्या या उघड्या गाळ्याची वेबसाइटही उघडली. माझ्या मते, डोशाची ही देशातील पहिलीच साइट असेल. पण ही तर फक्त सुरुवात होती.

ग्राहकांना नवनवीन प्रकार हवे होते. म्हणून तीन-चार महिन्यांतच प्रेम गणपतीने शेजारचा गाळा घेऊन 'चायनीज प्लाझा' उघडलं. हा उद्योग मात्र फसला. "चायनीज स्टॉल कसा चालवायचा हे आम्हाला माहीत नव्हतं. ते पदार्थ कसे बनवायचे याची नीट कल्पना नव्हती; विशेषत: त्यातील घटक. शिवाय ती जागाही बरोबर नव्हती. तेथे जवळच 'अलिबाबा चायनीज' हा स्टॉल होता."

हा उद्योग तोट्याचा ठरला. तीन महिन्यांतच तो बंद करावा लागला. पण पैसा वाया गेला नाही. "कुछ सिखने को तो मिला।"

प्रेम गणपतीने प्रयोग करण्यास सुरुवात केली. भारतीय डोशात त्यानं चायनीज चव आणण्याची धडपड केली.

"शेजवान डोसा"

"मान्चुरिअन डोसा"

"पनीर चिली डोसा"

एनआयआयटीचे विद्यार्थी तेथे घुटमळत असत. एखादा नवा पदार्थ कसा

लागतो हे त्यांच्याकडून पडताळून घेता येत होतं.

"या अमेरिकन चॉप्सी डोशाची चव तर बघा. इसमें खट्टा, मिठा भी है।"

हे बदल विद्यार्थ्यांच्या पसंतीस उतरले. मग डोसा मेनूमध्ये 'चायनीज डोसा'चा अंतर्भाव झाला. लोकांना ही चव आवडली. ते पुन:पुन्हा येऊ लागले. प्रेमने प्रयोग करणं सुरू ठेवलं. नवे नवे पदार्थ शोधत राहिला. नव्या रेसिपीज् पाहू लागला, बनवू लागला. निरनिराळ्या देशांतील व प्रांतांतील पदार्थ अभ्यासून त्यांच्या मिश्रणातून कोणती नवी चव येते हे पडताळून पाहू लागला. त्याला व्हरायटी हवी होती.

मात्र 'मॅकडोनाल्ड' हेच त्याचं रोल मॉडेल होतं. कधी काही प्रश्न पडला तर तो स्वत:ला विचारी, "त्यांनी हे कसं केलं असतं?"

"आपल्या पदार्थांच्या पुढे 'TM' अशी अक्षरे मॅकडोनाल्डमध्ये लिहितात हे मी पाहिलं. माझा ब्रॅन्ड व माझ्या रेसिपीज् यांचे ट्रेडमार्किंग केलं पाहिजे हे मला सुचलं. कारण अनेक जण माझी कॉपी करीत होते. 'साईसागर डोसा प्लाझा', 'उडिपी डोसा प्लाझा' इत्यादी." वकिलाची मदत घेऊन प्रेमने 'डोसा प्लाझा' ट्रेडमार्क रजिस्टर करून घेतला. आज त्यांच्याकडे २७ रेसिपीज्चे ट्रेडमार्क व स्वामित्व हक्क आहेत.

उत्तम उत्पादने निर्माण करण्यावर प्रेमने सर्वाधिक लक्ष केंद्रित केलं असलं तरी ब्रॅन्डिंग व जाहिरात याचं महत्त्व त्याच्या लक्षात आलं होतं. त्याकडे त्याने अजिबात दुर्लक्ष केलं नाही.

"पब्लिक को मेरे स्टॉल पे लेके आने के लिए मैंने काफी मेहनत किया।"

"न्यू बॉम्बे में कितना भी कॉलेज हैं, सब कॉलेज में मैंने स्टॉल लगाया; बडा बडा बॅनर के साथ।"

या धडपडीची फळं हळूहळू पण निश्चितपणे मिळू लागली. २००२ या वर्षापर्यंत 'डोसा प्लाझा' चा नावलौकिक झाला. 'सक्सेस स्टोरी' म्हणून तिची चर्चा होऊ लागली. दोन आऊटलेट्स् उघडली. १५ कर्मचाऱ्यांसह महिन्याची उलाढाल १० लाख रुपयांवर पोहोचली. तरुण वयातील ही कमाई पाहून कुणीही संतुष्ट झाला असता; पण अधिक काहीतरी करण्याची धगधगती ईर्षा प्रेम गणपतीला स्वस्थ बसू देत नव्हती.

"ॲक्चुली, मेरा प्रॉफिट जो था मैंने कभी निकाला नही। बस मेरा घर चलता था।"

प्रेम गणपतीला अधिक काहीतरी करण्याचा ध्यास होता. आजची बँकेतील बचत त्यासाठी पणाला लावण्यास तो तयार होता. ही बचत गुंतवून दुकानांची साखळी उभी करण्याची योजना त्याच्या डोक्यात घोळत होती.

''प्रत्येक ठिकाणी मी स्वत: जातीनं उभा असणं, शक्य नाही... म्हणूनच एक 'ब्रँड' बनवणं गरजेचं होतं.''

"मुझे और दुकान खोलना है, और मुझे अच्छा बनना है; अच्छा सर्व्हिस करना है। मेरा व्हिजन यही रहता था।''

व्यवसायाचं भविष्यातील भव्य स्वरूप पाहण्याची दृष्टी आणि त्यासाठी अखंड काम करण्याची तयारी हे गरजेचं असलं तरी अनेकदा योगायोग आयुष्याला नवं वळण देतात.

असाच योगायोग प्रेम गणपतीच्या बाबत घडून आला. 'सेंटर वन' हा नवी मुंबईतला पहिला मॉल उभा राहत होता. हा मॉल उभा करणारी टीम नेहमी 'डोसा प्लाझा'मध्ये येत असे. अमन हा मॉलचा प्रोजेक्ट मॅनेजर लवकरच प्रेमचा दोस्त बनला. "आमच्या फूड कोर्टमध्ये जागा घेऊन टाक," त्यानं सल्ला दिला.

प्रेमला ही आयडिया पसंत पडली. त्यानं पाऊल पुढे टाकायचं ठरवलं. भावांचा विरोध जुमानला नाही. यासाठी गोठी गुंतवणूक करणं भाग होतं. डिपॉझिटच तीन लाख रुपये होतं. शिवाय इंटिरिअर, अन्य सोयीसुविधा व साधनसामग्रीचा खर्च होताच.

बँकेकडून कर्ज मिळण्याची शक्यता होती. पण आपली फाइल तितकीशी 'मज़बूत' नाही असं प्रेमला वाटत होतं. तारण ठेवायला त्याच्याकडे मालमत्ता नव्हती, मग भांडवल कसं मिळणार?

बहुतेक नवे व्यावसायिक जे करतात तेच प्रेमनं केलं. त्यानं मित्र व नातेवाइकांकडे विचारणा केली. "काफी लोगों से मैंने फंड लिया, लोन पे। फ्रेन्ड्स सर्कल से। थोडा थोडा पैसा आता था और मैं काम करता गया।''

मॉलचं बांधकाम पुरं होत आलं असतानाच प्रेमचा काउंटर सज्ज झाला होता. ऑगस्ट २००३ मध्ये 'सेंटर वन' मॉल जनतेसाठी खुला झाला. 'डोसा प्लाझा' पहिल्या दिवसापासूनच हीट ठरलं.

पहिल्याच दिवशी ४४ हजार रुपयांची विक्री झाली. पहिल्या महिन्याची उलाढाल सहा लाख रुपयांची होती. नफ्याचं प्रमाण १५ ते २० टक्के -म्हणजे उत्तम होतं.

"तुम्ही अजून चांगलं ब्रॅन्डिंग केलं पाहिजे,'' अमनने सल्ला दिला. 'थिंक व्हाय नॉट' या जाहिरात कंपनीचं नाव प्रेमला सुचविलं.

प्रेमनं हा सल्ला मानला. डोसा बनविणारा प्रेम जाहिरात कंपनीचा 'क्लाएंट' बनला. व्यक्तिमत्त्वातील हा बदल त्याने सहज घडवून आणला.

"एक हप्ता तो मैं डेली उनको लेकर आता था। फूड खिलाता था। प्रॉडक्ट

समझने तक मैंने उनको टाइम दिया।''

मग जाहिरात कंपनी कामाला लागली. लोगो, मस्कॉट, मेनू कार्ड, पीओपी, पोस्टर्स सर्व काही तयार झाले.

हे सर्व 'डोसा प्लाझा'साठी आजही वापरलं जातं.

जाहिरातीचा नक्कीच फायदा होतो. मात्र फ्री पब्लिसिटीसारखं प्रभावी माध्यम दुसरं काहीही नाही. '१०८ डोसाज् ऑन ऑफर'ला स्थानिक वर्तमानपत्रं व चॅनेल्सवर भरपूर प्रसिद्धी मिळाली.

मला इथे एक महत्त्वाचा प्रश्न पडला. रेस्टॉरन्टच्या मेनूमध्ये डोशाचे १०८ प्रकार दिसतात, ते खरोखरच आहेत की परिणाम साधण्यासाठी केलेली क्लृप्ती आहे?

''हे मिक्स ॲन्ड मॅच आहे. आमच्याकडे ५/६ प्रकारचे सॉस व ५/१० प्रकारच्या चटण्या आहेत. डोसे सारखेच असतात, भाज्याही थोड्याफार त्याच असतात...''

व्यवसायाचं 'सिक्रेट' इथे आहे.

पदार्थांचं मिश्रण कसं साधायचं हे स्टाफला शिकविणं व या मिश्रणातून बनलेल्या पदार्थाला आकर्षक नाव देणं ही व्यवसायाची ट्रिक आहे. उदाहरणार्थ, 'सॅलड रोस्ट डोसा', 'मिक्सी रोल डोसा'. यात नावीन्य हवं, पण पदार्थ एकदम परकीय वाटता कामा नये. आपण काय खात आहोत हे लोकांना कळलं पाहिजे.

साखळी दुकाने चालवायची असतील तर सातत्याला फार महत्त्व असतं. कोणत्याही दुकानात गेलो तरी पदार्थाची चव सारखीच लागली पाहिजे. हे साधण्यासाठी सर्व सॉस व चटण्या या एकाच किचनमध्ये बनविण्याचा निर्णय घेण्यात आला. चव समान राखण्यासाठी हे आवश्यक होतं.

'सेंटर वन' मॉलमध्ये मिळालेलं यश हा टर्निंग पॉइंट होता. नवनवीन शक्यता एकदम समोर आल्या. परंतु स्टेशनवरील मूळ दुकानापासून २०० मीटरवरील मॉलचं व्यवस्थापन करणं साधत असलं, तरी दूरवर असलेल्या दुकानांचं व्यवस्थापन कसं करायचं?

या वेळी दोन गोष्टी घडल्या. 'फ्रॅन्चाईजी' ही बाब या वेळी प्रेमने समजून घेतली; ही एक गोष्ट. 'डोसा प्लाझा' ज्या कंपनीकडून बिलिंग मशीन्स घेत होती, त्याच कंपनीनं ठाण्यातील सिने वंडर मॉलमध्ये नवा काउंटर उघडण्याची उत्सुकता दर्शविली.

''हमको फ्रॅन्चाईजी चाहिए।'' मालकानं म्हटलं. ''फ्रॅन्चाईजी म्हणजे काय हेच त्या वेळी मला माहीत नव्हतं. पण मी म्हटलं, 'ओके', मला विचार करायला थोडा वेळ द्या. ये क्या है, हे मी शोधून काढलं, समजून घेतलं. मीच सर्व 'आर ॲन्ड

डी' (रिसर्च ॲन्ड डेव्हलपमेंट) केलं.''

तयार पदार्थ विकणारी जगातील मोठमोठी साखळी दुकाने ही फ्रॅन्चाईजी तत्त्वावरच चालतात हे प्रेमला कळलं होतं. मग 'डोसा प्लाझा' त्याच तत्त्वावर चालविण्यास काय हरकत आहे?

पण फ्रॅन्चाईजीला धंद्याचे सिक्रेट समजून तो स्वत:चा स्वतंत्र व्यवसाय सुरू करण्याचा धोका असतो. प्रेम गणपतीच्या लक्षात हा धोका आला होता काय, असा प्रश्न मला पडला.

''नाही. मला ती काळजी नव्हती. कारण महत्त्वाच्या गोष्टींचं नियंत्रण माझ्या हातात होतं. रेसिपी, मसाले व सॉस हे माझ्या किचनमधून जाणार होते. स्टाफही मीच देणार होतो. त्याने फक्त पगार द्यायचा होता.''

प्राथमिक गुंतवणूक करणं, कॅश काउंटर सांभाळणं व दुकान चालविण्याचा रोजचा खर्च करणं ही फ्रॅन्चाईजीची मुख्य जबाबदारी होती. विक्रीवर ६/८ टक्के स्वामित्वधन 'डोसा प्लाझा'ला मिळत होतं. दुसऱ्याच्या भांडवलावर स्वत:चा विकास करून घेण्याचा हा आकर्षक मार्ग होता.

'डोसा प्लाझा'ने स्वत:ची एक यंत्रणा उभी केली, ही दुसरी बाब महत्त्वाची आहे. रोजचे व्यवहार, बिलिंग व साधनसामग्रीची मोजदाद (इनव्हेंट्री) यासाठी एक सॉफ्टवेअर बनविण्यात आलं. सेन्ट्रल सर्व्हरशी ते जोडण्यात आलं. हे सर्व शक्य झालं, कारण प्रेम गणपतीकडे 'व्यावसायिक दृष्टी' होती.

व्यवसायाचा विकास आणि आधुनिक पद्धतीचं यांत्रिकीकरण या जबाबदाऱ्या उचलण्यासाठी ईश्वरन यांना भागीदार म्हणून घेण्यात आलं. संगणक क्षेत्रात त्यांनी पूर्वी काम केलं होतं. याच काळात 'डोसा प्लाझा'मध्ये नवे नवे विभाग निर्माण करण्यात आले.

''सुरुवातीला नवी नवी आऊटलेट्स उघडण्याची घाई आम्हाला लागली होती.... ना नफा-ना तोटा पातळीपर्यंत आम्ही ती चालवू असं वाटत होतं. मग आम्ही योजनापूर्वक कामं करण्यास सुरुवात केली, अगदी बारीकसारीक तपशील पाहू लागलो.''

खरेदी, विक्री आणि सर्वांत महत्त्वाचं म्हणजे पदार्थाची किंमत, हे कळीचे मुद्दे ठरले.

''माझा एक मित्र आहे. त्यानं एमबीए केलं. अन् आता त्याला जॉबच मिळत नाहीये. सुरुवातीला त्याला २०,००० रुपये पगार मिळायचा. आता एमबीए झाल्यानंतर मात्र फक्त १२,००० रुपये पगारावर औषधं विकण्याचं काम करतोय.''

"प्रत्येक रेसिपीचा आम्ही हिशेब करू लागलो. किती ग्रॅम आटा लागतो? भाजी किती पुरते? सबको कॉस्टिंग के हिसाब से जाना चाहिए।"

पदार्थ बनविण्यासाठी ठरवून दिल्याप्रमाणेच खर्च झाला पाहिजे याकडे लक्ष देण्यात आलं. ठरविलेल्या किमतीत पदार्थ कसा बनवायचा याचं प्रशिक्षण देण्यासाठी व्यवस्थापक नेमण्यात आले. आऊटलेट्सना भेटी देऊन ते प्रशिक्षण देऊ लागले. पण या अपरिचित कंपनीमध्ये काम करण्यासाठी व्यवस्थापक आले कोठून? डोशाचा व्यवसाय हा काही ग्लॅमरस नव्हता.

एका शब्दात प्रेम गणपती याचं उत्तर देतो, 'रिलेशनशिप', सहकारी जमविण्याची कला!

"मेरा हॉटेल इंडस्ट्रीमें सबसे रिलेशन था।" बड्या ब्रॅन्डमध्ये काम करणाऱ्या अनेकांच्या आशा-आकांक्षा पुऱ्या होत नाहीत, हे प्रेम गणपतीच्या लक्षात आलं. 'डोसा प्लाझा'मध्ये काम करणारे ऑपरेशन्स मॅनेजर मेन्डोन्सा हे याचं उत्तम उदाहरण. त्यांना 'मॅकडोनाल्ड'मधून 'डोसा प्लाझा'मध्ये आणण्यात आलं.

"मगर कैसे?"

"मैंने एक दिन मीटिंग बुलाया, ऑफर किया। उसको पाँच साल काम करने के बाद एमएनसी कंपनी में जो जगह मिलना चाहिए थी, वो नहीं मिली। मुझसे बात करके लगा की डोसा प्लाझा इज ए ग्रोईंग कंपनी।" आणि त्याने काम करण्याची तयारी दर्शविली.

"नाही, पगार जास्त नव्हता. किंबहुना थोडा कमीच होता. पण मॅन्डोन्साला आमचं स्वप्न आवडलं."

"मैंने उसको अपना व्हिजन बताया. मेरा और बाहर में फरक यह था की यहाँ इनको जादा व्हॅल्यू मिलेगा, जादा नाम मिलेगा, जादा फ्रिडम मिलेगा.... इसलिए उन्होंने मेरा कंपनी जॉइन किया।"

प्रेम गणपती आपल्या कर्मचाऱ्यांना ESOP देतो का? आत्तापर्यंत फक्त ईश्वरन यांनाच भागीदारी मिळाली आहे. मात्र, थोडा व्यापक विचार केला तर या कंपनीत काम करणाऱ्या प्रत्येकामध्ये, आपण येथील मालक असल्याची भावना दिसते. यामुळे सर्व जण जबाबदारीनं काम करतात.

केवळ व्यवस्थापकच नव्हे तर सर्व पातळ्यांवरील कर्मचाऱ्यांचा 'डोसा प्लाझा'च्या यशात वाटा आहे. किचनमधील ८०% कर्मचारी सुरुवातीच्या दिवसापासून कायम आहेत. दुसरी नोकरी त्यांनी शोधली नाही. एके काळी दरमहा १५००-२००० रुपये मिळविणारा रीतसर प्रशिक्षण घेतो. काम करीत शिकत जाण्याचा हा अनुभव असतो. अनौपचारिक पद्धतीचंच हे प्रशिक्षण असतं. यातून पुढे जात आज तोच तरुण दरमहा १५,००० रुपये कमवतो.

जात, धर्म, वंश असल्या गोष्टींचा विचार करायचा नाही हेही प्रेम गणपतीनं ठरवून टाकलं आहे. उत्तर भारतीय, दक्षिण भारतीय, इतकंच नव्हे तर पूर्व भारतातील तरुणही येथे नोकरीला आहेत.

"गुणवत्ता आणि कष्ट करण्याची तयारी यालाच इथे मूल्य आहे." आज 'डोसा प्लाझा'ची २६ आऊटलेट्स आहेत. १५० कर्मचारी काम करतात. पाच आऊटलेट्स कंपनीची स्वत:ची आहेत. बाकी फ्रॅन्चाईजी चालवितात.

उत्तर भारतातील फ्रॅन्चाईजी ठरविण्यासाठी कंपनीनं 'फ्रॅन्चाईजी इंडिया होल्डिंग लिमिटेड'' ६७ : ३३ तत्त्वावर करार केला. हा लेख तयार होत असताना आणखी १० फ्रॅन्चाईजी आऊटलेट्स उभी राहत होती. आता तर अमेरिका, जपान व ऑस्ट्रेलिया येथूनही फ्रॅन्चाईजीसाठी विचारणा होत आहे. न्यूझीलंडमध्ये 'डोसा प्लाझा'चे फ्रॅन्चाईजी सुरूही झालं आहे.

'डोसा प्लाझा'ची उलाढाल मार्च २००९ मध्ये ५ कोटींच्या पुढे गेली. फ्रॅन्चाईजींकडून मिळणारी रॉयल्टी हेच उत्पन्न असं कंपनी मानते. प्रत्यक्ष विक्रीचा विचार होत नाही, हे इथे लक्षात घ्यावं. मला वाटतं, याचा गुंतवणूक करणाऱ्यांवर थोडाफार परिणाम होत असावा. हा उद्योग फायदेशीर असला तरी त्याचं स्वरूप लहान आहे, असं गुंतवणूकदारांना वाटतं. मोठ्या वर्तुळात उडी मारण्याची क्षमता 'डोसा प्लाझा'त आहे का?

अशा क्षमतेची खात्री प्रेम गणपतीला वाटते.

"हे पहा, जिथे आम्ही धंदा करू शकत नाही, तेथेच आम्ही फ्रॅन्चाईजी आऊटलेट उघडतो. मुंबई-पुणे हायवेवर आम्ही एक 'एक्स्प्रेस' मॉडेल उघडलं आहे. अशी आणखी २० आऊटलेट्स उघडण्याची तयारी सुरू आहे."

"मी स्वत:शीच विचार करतो, VC आणि PE फंड्स कुठे आहेत?" अर्थात 'डोसा प्लाझा'ने असे फंड मिळविण्याची धडपड सुरू केली आहे; पण अजून त्यात यश आलेलं नाही. कोळशात लपलेला हिरा अद्याप त्यांना दिसलेला नाही. अर्थात प्रेम गणपती अजिबात निराश झालेले नाहीत.

"अभी भी मैं मिडल में हूँ.... इससे और फास्ट जाना चाहिए.... नहीं तो मैं प्रॉब्लेम में आ सकता हूँ....."

अर्थात समस्या येतच असतात. त्यांचा थेट सामना करायचा असतो. परिसरात नवीन मॉल्स उभे राहिल्यावर 'सेन्टर वन' मधील विक्री मंदावली. तेथील काउंटर बंद करण्याचा निर्णय गेल्या वर्षी 'डोसा प्लाझा'ला घ्यावा लागला.

दक्षिण भारतीय पदार्थ देणारे आणखी स्टॉल्स फूड कोर्टमध्ये उभे राहिले. ग्राहकांना रुचिपालटाचे नवे पर्याय मिळाले. स्पर्धा वाढली. नव्या समस्या, नवी आव्हाने आणि ती सर करण्याची जिद्द!

मी पत्नीला म्हणतो, "थोडा रुको। मैं अभी फर्स्ट जनरेशन बिझनेस में हूँ, इसलिए मुझे इसमें जादा टाइम देनाही पडेगा।"

आपल्या दोन्ही मुलांनी हॉटेल मॅनेजमेंट इंडस्ट्रीत उतरावे, अशी प्रेम गणपतीची इच्छा आहे. अगदी मुलीने सुद्धा! "पण त्यांची इच्छा वेगळी असली तर माझा काही आक्षेप नाही." असंही तो सांगतो.

प्रेम गणपती फक्त ३६ वर्षांचा आहे. या वयातील त्याच्या विचारांची परिपक्वता आपल्याला थक्क करते.

"अगर चान्स मिलता है पढने का, तो पढना चाहिए। लेकिन आदमी जॉब करके भी सिख सकता है। असली स्टुडंट को हर आदमी से, हर एक्सिपिरिअन्स से, कुछ ना कुछ सिखने को मिलता है।"

शिकत रहा, स्वत:चा विकास घडवत रहा!

शिकत रहा, चालत रहा, वाढत रहा!

◆

तरुण उद्योजकांना सल्ला

व्यवसाय कुठलाही करा. कपड्यांचा, खाद्यपदार्थांचा...! पण जे कराल, ते सगळ्यात 'हटके' हवं आणि त्याचं ब्रॅन्डिंग करायला हवं. योग्य तऱ्हेने कॉस्टिंग केलं, योग्य पद्धतीनं काम केलं, तर कोणत्याही व्यवसायात भरपूर प्रॉफिट आहे.

खाद्यपदार्थांच्या व्यवसायात पदार्थ कोणते आहेत, मी व्यवसाय कुठे करणार आहे, हे महत्त्वाचं! जसं बस स्टॅण्डवर माझा व्यवसाय असेल, तर तिथे काय विकलं जाईल, याचा विचार करायला हवा.

मग त्यात खास अशी वैशिष्ट्यं आणा. स्वच्छता व आरोग्यपूर्णतेवर लक्ष हवं. शिवाय ब्रॅन्डिंग आणि व्हिजिबिलीटी हवीच. वडा जरी विकलात तरी लोकांना कळलं पाहिजे.

प्रेझेंटेशन चांगलं असेल, तर एक रुपया निश्चित जास्त मिळणार. नशिबाची साथ आहे; पण घरात बसून राहिलात, तर ते कसं फळफळणार?

प्रयत्न केलात, तरच नशीब साथ देईल. मी मुंबईत आलो, तो एक अपघातच म्हणावा लागेल. खाद्यपदार्थांच्या व्यवसायात आलो तेही अपघातानेच! मग त्यामध्ये चांगलं काय करता येईल, त्याची मी प्रॅक्टिस केली. वर्तन नेहमी चांगलंच हवं. तुमचं प्रॉडक्ट जसं चांगलं हवं, तशीच सर्व्हिसही चांगलीच हवी. माझ्यासमोर कितीही प्रश्न असोत, मी सर्वांना समजावतो, सर्वांना मोटीव्हेट करतो आणि अडचणी दूर करतो. माझं हेच सिक्रेट आहे.

संशोधक

कन्वर सचदेव
सू-काम

कन्वर सचदेव याने बी.एस्सी.ची पदवी मिळवली असली तरी आज तो अनेक अभियंत्यांना भारी पडतो. शाळेत तो साधारण विद्यार्थी होता. पुढे तो भौतिकशास्त्राच्या प्रेमात पडला आणि या आवडीतून त्याने फायदेशीर व्यवसाय उभारला. आज तो 'सू-काम' ही कंपनी चालवतो. पॉवर इलेक्ट्रॉनिक्सच्या क्षेत्रात या कंपनीची उलाढाल ५०० कोटींवर पोहोचली आहे.

शाळेत हुशार असणारी आणि मग इंजिनिअर बनणारी अशी काही माणसे असतात.

तर काही माणसं शाळेतील काळ कसाबसा रेटून नेतात आणि एक दिवस शोधक-कल्पक-उद्योजक बनतात.

कन्वर सचदेव याने भौतिकशास्त्र व गणित यांचा एके काळी दुस्वास केला होता. पण आज तो इलेक्ट्रॉनिक्स व इनव्हर्टर्सचा सतत विचार करत असतो. 'सू-काम' च्या 'आर ॲन्ड डी सेन्टर' ला भेट द्याल, तर क्युबिकल्समध्ये काम करणाऱ्या कर्मचाऱ्यांसाठी ते बनविले आहे असं वाटेल; प्रत्यक्षात कल्पक अभियंत्यांची ती कर्मभूमी आहे.

कन्वरसारखंच त्याचं ऑफिसही आहे. त्याला पाहिल्यावर आपल्या मनात विचार येतो, 'हा लहान चणीचा, पोरगेलासा वाटणारा माणूस ५०० कोटी रुपयांच्या कंपनीचा एम.डी. असू शकतो?'

माझ्या मनातील हा विचार बहुधा कन्वरनं ओळखला असावा; कारण त्याच्या डोळ्यात मिस्कील छटा उमटली. माझं स्वागत करताना तो म्हणाला, "माझ्याबद्दल लिहावं असं तुला का वाटतं ते आधी मला सांग.... तू खरं म्हणजे रतन टाटांसारख्या प्रसिद्ध व बड्या लोकांबद्दल लिहिलं पाहिजे."

मी पुस्तकाचा हेतू स्पष्ट केला. पुढील पिढीतील व्यावसायिकांना, उद्योजकांना प्रेरणा देणं व मार्ग दाखविणं हा माझा उद्देश आहे. 'लगता है थोडा मस्का लगाना पडेगा, की आप भी फेमस हैं...' मी मनाशी विचार केला. पण तो एकदम हसू लागला. "तू माझ्यासारखीच आहेस! आपण दोघे थोडे चक्रम आहोत. जो हमें करना है, वहीं करते हैं। मला पटवून देण्यासाठी तुझ्याकडे इतके मुद्दे आहेत. काहीही झालं तरी तू तुझं पुस्तक लिहिणारच."

जशी त्याने ही कंपनी उभारली.

संशोधक

कन्वर सचदेव
सू-काम

कन्वर सचदेव हा रेल्वे कर्मचाऱ्याचा मुलगा; पण तरीही थोडा वेगळा. "माझे वडील रेल्वेत होते, पण त्यांनी उद्योजक होण्याचा ध्यास बाळगला होता. सरकारी नोकरी करीत असतानाही ते बिझनेस करीत. म्हणून रेल्वे कॉलनी ऐवजी 'पंजाबी बाग'मध्ये त्यांनी आपलं कुटुंब हलविलं. 'पंजाबी बाग' हा लहानमोठ्या व्यावसायिकांचा मोहल्ला.."

किराणा मालाच्या दुकानापासून शिंप्यापर्यंत अनेक उद्योग कन्वरच्या वडिलांनी केले. पण कोणताच उद्योग भरभराटीला आला नाही. "ते नेहमी भागीदारीत धंदा सुरू करीत. पण धंद्यात जम बसला की काहीतरी कुरबुरी सुरू होत. समस्या उद्‌भवत.... परिणामी माझ्या वडिलांना भरपूर पैसा कमविता आलाच नाही."

कुटुंबाला बरेच चटके सहन करावे लागले. रेल्वे कर्मचाऱ्याचा पगार तो किती असणार आणि त्यातील काही भाग कन्वरचे वडील धंद्यात गुंतवत असत. "आमची गणना मध्यमवर्गातही करता येत नव्हती. आम्ही मध्यमवर्गाच्याही थोडे खालच्या स्तरावर होतो -आर्थिकदृष्ट्या. वाढदिवसाला नवा शर्ट वा बूट मिळवणं हीसुद्धा मोठी चैन असायची."

कन्वर सहावीत असताना परिस्थिती फारच बिघडली. कन्वर तेव्हा हंसराज स्कूल या प्रतिष्ठित शाळेत शिकत होता. तेथून त्याला सरकारी शाळेत जावं लागलं. या बदलाचा त्याच्यावर किती परिणाम झाला? "मी खूपच लहान होतो, त्यामुळे मला सांगता येणार नाही." कन्वर सांगतो. एकूण बालपण फारसं सुखाचं नव्हतं, एवढं निश्चित.

"कुटुंबाचा विचार करायचा, तर आयुष्यात मला बऱ्याच वादळांना तोंड द्यावं लागलं. बालपणीच्या दिवसांविषयी बोलायला मला आवडत नाही. आई-वडिलांमध्ये सतत भांडणं होत आणि मध्यस्थी करायला कुणी नसे. मी एकलकोंडा होत गेलो."

त्याच्या बोलण्यात सूक्ष्म वेदना होती. दुखरी नस दाबल्यावर उमटते तशी. पण स्वत:ची कीव करून घ्यावी असा त्याचा स्वभाव नाही. किंबहुना, त्या काळ्या

कालखंडातील काही रुपेरी क्षण त्याला आजही आठवतात.

"माझ्या मागे उभं राहणारं कुणी नाही हे मला माहीत होतं. मला स्वत:वरच अवलंबून राहावं लागत होतं. मी माझे निर्णय घेऊ लागलो. मी स्वतंत्र झालो. याचा मला पुढील आयुष्यात फार फायदा झाला."

शाळेतील अभ्यास कन्वरनं कसाबसा रेटला. कोणत्याच विषयात त्याला रस नव्हता. "मला प्रेरणा देईल असा एकही शिक्षक नव्हता." आयुष्यात काही करून दाखव, असा दबाव आई-वडिलांकडूनही येत नव्हता.

"वडील आपल्या विश्वात इतके मग्न असत, की माझी काळजी करायला किंवा मला मार्गदर्शन करायला त्यांना वेळच नसे."

तरीही आपल्या 'फिर भी कुछ सिखा' स्टाईलमध्ये कन्वर सांगतो, "काही असो, वडिलांना स्वस्थ बसलेलं मी कधीच पाहिलं नाही. ते मेहनती होते." या कुटुंबाच्या तीनही मुलांमध्ये हा गुण दिसतो.

शाळेत असताना सकाळी लवकर उठून वडिलांचं किराणा स्टोअर्स उघडण्याचं काम कन्वरला करावं लागे. नोकर बहुधा उशिराच येई. अंडी व पाव लवकर खराब होतात; तुम्हाला पर्यायच नसतो! दरम्यान, त्याच्या मोठ्या भावानं एक धंदा सुरू केला. कन्वर तेथेही मदत करू लागला.

"माझा भाऊ सायकलवरून पेन विकत असे. मीही बरोबर जाई. कधी रुपयादोन रुपयांची कमाई होई. पण त्या कमाईचा आनंद अवर्णनीय असे."

बारावी झाल्यावरही कन्वर भावाबरोबर काम करीत होता. मात्र याच वेळी त्यानं हिंदू कॉलेजमध्ये प्रवेश घेतला आणि ही एक मोठी उडी होती. इथेच त्याचं व्यक्तिमत्त्व पालटलं.

"शाळेत आम्ही सर्व जण हिंदीमध्ये बोलत होतो. इथे हिंदू कॉलेजमध्ये सर्व जण इंग्रजी बोलत. पहिल्या वर्षी मी एकदम बुजलो होतो. कुणाशी बोलायचोच नाही.... मला ते जमेल की नाही हेच कळत नव्हतं."

मग कुणीतरी कन्वरला सल्ला दिला, "कादंबऱ्या वाच. त्यातून इंग्रजी सुधारेल." "मी पहिलंच पुस्तक उचललं ते आर्किटेक्चरवरील भलं मोठं पुस्तक होतं." कन्वर आठवण सांगतो. ॲन रॅन्डचं 'फाउंटनहेड' त्यानं वाचायला घेतलं होतं.

"एखादं आव्हान– मग ते माझ्यातलं किंवा बाहेरचं असेल– माझ्यासमोर उभं ठाकतं, तेव्हा मी मला प्रूव्ह करायचा प्रयत्न करतो. माझ्या व्यवसायातील अनेक जण बोलतात. आम्ही बोलणं प्रत्यक्षात उतरवण्याचा प्रयत्न करतो. अपयश आलं तर पुनः पुन्हा प्रयत्न करत राहतो... पण काम सोडून देत नाही."

''पूर्ण एक आठवडा मी त्या पुस्तकाकडे रोज पाहत होतो व हे आपल्याला जमणार नाही, असं मनात म्हणत होतो. अखेर मी वाचायला सुरुवात केली आणि आयुष्यात प्रथमच एका वर्षात जवळपास १३० इंग्रजी कादंबऱ्या वाचून काढल्या. भाषेची अडचण मी पार केली, लोकांशी बोलू लागलो, कॉलेजमध्ये मित्र मिळवू लागलो.''

प्रगती इतकी झाली, की शेवटच्या वर्षी कन्वर कॉलेजातील 'लोकप्रिय' विद्यार्थी ठरला. त्याच्याशी मैत्री करण्यास अनेक जण उत्सुक असत. विद्यार्थ्यांच्या राजकीय चळवळीत तो सहभागी होऊ लागला. हिंदू कॉलेजमध्ये 'मेक्का' (Mecca) हा सांस्कृतिक महोत्सव साजरा होत असे. त्या महोत्सवाच्या आयोजन समितीवर कन्वरची निवड झाली.

''या महोत्सवासाठी पैसा जमवावा लागे. एक लाख रुपये जमविल्याचा विक्रम जमा होता. आम्ही पाच लाख रुपये जमविले! तीन लाख रुपये खर्च केले आणि दोन लाख रुपये पुढील वर्षाच्या विद्यार्थ्यांसाठी ठेवले.'' हे सांगताना आजही कन्वर सचदेवला अभिमान वाटतो.

मात्र, अजूनही कन्वरच्या आयुष्यात अभ्यासाला अग्रक्रम नव्हता.

''मॅथेमॅटिकल स्टॅटेस्टिक हा विषय घेऊन मी बी.ए.ला प्रवेश घेतला. मी पास होत गेलो याचं एकमेव कारण म्हणजे मला नापास व्हायचं नव्हतं. पण अभ्यासात माझं मन कधीच नव्हतं. या प्रमेयांचा उपयोग काय, अशी भावना सतत मनात येत असे.'' पण वर्गाबाहेर तो जे काही शिकला तेच खरं मौलिक होतं.

''लोकांशी कसं बोलावं, हे मी शिकलो. लोकांना आपल्याकडे कसं ओढून घ्यावं, ग्रुप कसे जमवावेत हे मी शिकलो. मी आयोजन करायला शिकलो. मी बुटका होतो. ही एक समस्याच होती. हा बुटकबैंगण काय करणार, असं इतरांना वाटायचं. पण असं चॅलेंज मिळालं की स्वत:शी म्हणायचो की, याला मी कृतीनेच उत्तर देईन. म्हणून मी आयुष्यात आव्हानं स्वीकारीत गेलो. डोळ्यांसमोर नेहमी एक-दोन मोठी ध्येयं ठेवत गेलो.''

'धंद्यात मोठ्ठं व्हायचं' हे त्यातील एक ध्येय.

१९८४ मध्ये कन्वर पदवीधर झाला. भावांबरोबर काम करू लागला. पेनांसाठी त्याने 'सू-काम' हे नाव शोधलं. 'सू-काम' त्याला 'ब्रॅन्ड' बनवायचा होता.

''मी मोठमोठी स्वप्नं पाहायचो आणि कुटुंबीयांना याचीच काळजी वाटायची.... की बडी बडी बातें करता है।'' आहे ती परिस्थिती स्वीकारून थोडं पुढे सरकण्याची धडपड करावी की मोठी स्वप्नं पाहण्याचं धाडस करावं? याचा निर्णय प्रत्येकानं स्वत:शीच करायचा असतो. आपल्या लहानशा दुकानावर भाऊ समाधानी होते. रात्री शांत झोप घेत होते. तर मोठं बनण्याचं स्वप्नं कन्वरला जागवीत होतं.

"कॉलेज संपल्यावर मी भावाकडे गेलो खरा, पण मला ते फारच अडचणीचं ठरू लागलं. कारण आमचे विचारच जुळत नव्हते. त्याला आयुष्यात जे करायचं होतं, ते मला बिलकूल करायचं नव्हतं. जे कमविलं आहे, ते धरून ठेवणं इतकीच त्याची धडपड होती."

तोपर्यंत भाऊ 'सेटल' झाला होता. भावाची दोन दुकानं होती. "एक तू बघ, एक मी पाहतो" भावानं कन्वरला ऑफर दिली. पण कन्वर फारसा खूश नव्हता.

"आम्ही पैसा मिळवीत होतो हे खरं; पण मला ब्रॅन्ड बनवायचा होता. त्या वेळी 'लक्झर' (Luxor) हा ब्रॅन्ड होता. डी. के. जैन त्याचे मालक होते. मला डी. के. जैन बनायचं होतं. पण माझ्या भावाला असल्या उद्योगात रस नव्हता.... विक्री होईल याचा त्याला भरवसा नव्हता."

कन्वर दिवस रेटीत होता. पण 'यांच्याबरोबर काम करणं अशक्य आहे' हे दोन-अडीच वर्षांत त्याच्या लक्षात आलं. मग कुटुंबात समस्या उभी राहिली- हा पोरगा करणार तरी काय?

"काही दिवस घरी स्वस्थ बसलो. पेनांच्या धंद्यात पडायचं नाही, या निर्णयापर्यंत मी आलो." एखाद्याने आपल्याला माहीत असलेल्या, म्हणजे पेनांच्याच धंद्यात उतरायचं ठरविलं असतं. पण कन्वरला भावांबरोबर स्पर्धा करायची नव्हती. हा निर्णय पक्का होता.

आणखी एक नाजूक गुंता निर्माण झाला. हिंदू कॉलेजमध्येच कन्वरची गीताशी मैत्री झाली होती. ती त्याला ज्युनिअर होती. त्यांनी लग्न करायचं ठरविलं. भावी जावयांनी लवकरात लवकर 'सेटल' झालेलं बरं, असं मुलीकडच्यांचं मत होतं. म्हणून कन्वरनं नोकरी धरली. नोकरी करतानाच संध्याकाळी 'लॉ'चं शिक्षण घेण्यासही त्याने सुरुवात केली.

"कायद्याचा अभ्यास करावा असं मला नेहमीच वाटत होतं; कारण माझ्या घरातच कायम कोर्टबाजी सुरू असे. वडिलांचे अनेकांबरोबर दावे चाललेले होते.... वारंवार कोर्टात खेटे घालून आई वैतागली होती. तेव्हा 'लॉ'चा अभ्यास करायचा ही सुप्त इच्छा अनेक वर्षे मनात होती."

आणि आयुष्यात पहिल्यांदाच कन्वरनं 'गंभीरपणे' अभ्यासाला सुरुवात केली.

"तीन वर्षे मी लॉ क्लासमध्ये जात होतो. मी प्राध्यापकांचा आवडता विद्यार्थी झालो. वकिलीचा व्यवसाय करण्याची माझी मुळीच इच्छा नव्हती. मात्र मी वकिली करावी, असं माझ्या प्राध्यापकांचं मत होतं."

शिकण्याचा आनंद औरच असतो. पण त्याहून महत्त्वाचं असतं ते शिक्षकांकडून मिळणारं प्रेम आणि उत्तेजन. या दोन गोष्टी मिळाल्या तर विद्यार्थ्याचं व्यक्तिमत्त्वच पालटून जातं. त्याच्या आयुष्याला नवी 'झिंग' चढते.

याच काळात कन्वरचा विवाह झाला; तोसुद्धा नाट्यपूर्ण रितीनं! "मुलीकडील लोक विवाहाला संमती देत नव्हते. मग आम्हाला पळून जावं लागलं. विवाह झाल्यावर बायकोला घरीही नेता येत नव्हतं..... घरातील वातावरण असं होतं की तिनं तिथे न राहिलेलंच बरं, असा मी विचार केला."

मित्रांच्या उपस्थितीत विवाह पार पडला. आता या जोडप्याला स्वत:च्या पायावर उभं राहणं भाग होतं. कन्वर त्या वेळी महिना तीन-चार हजार रुपये मिळवत होता. थोडीफार बचत होती त्यातून घरासाठी लहानसं फर्निचर घेतलं. एकाच्या कमाईवर घर चालविणं शक्य नाही हे गीताच्या लवकरच लक्षात आलं. तिने नोकरी शोधली. मात्र 'नऊ ते पाच' या नोकरीच्या कचाट्यातून बाहेर पडण्याची कन्वरची आकांक्षा याच काळात तीव्र होत चालली होती.

"आयुष्यात काहीतरी बनलं पाहिजे, या इच्छेचा रेटा वाढत गेला. काय करायचं हे मात्र निश्चित होत नव्हतं. आकांक्षा सतत बदलत होत्या. कधी वकील व्हावं असं वाटे, तर कधी उद्योजक!"

विवाहाने कन्वरच्या आयुष्याला थोडी स्थिरता आली, आणि त्याबरोबर आलं नोकरी सोडण्याचं धाडस! परंतु अजूनही काय करावं हे स्पष्ट होत नव्हतं. शेवटी त्यानं केबल टीव्हीच्या व्यवसायात प्रवेश केला. त्या वेळी या व्यवसायातलं त्याला काहीही कळत नव्हतं व माहितीही नव्हती. "प्रॉडक्टचं स्पेलिंग वगळता मला त्यातील काहीही ठाऊक नव्हतं. मी प्रोजेक्ट घेतला खरा, पण तो उभारायचा कसा हे मला अजिबात माहीत नव्हतं." कन्वर हसून सांगतो.

हे वर्ष होतं १९८९. 'केबल' टीव्ही म्हणजे खरे तर 'मास्टर अँन्टेना टीव्ही सिस्टिम' (MA). दूरदर्शनची दोन चॅनेल्स आणि व्हीसीआरमार्फत प्रसारित होणारे एक चॅनेल इतकाच त्या वेळी पसारा होता. व्हीसीआरमधून येणाऱ्या चॅनेलला 'केबल' म्हटलं जाई. बहुमजली इमारतींमध्ये जाऊन तेथील सोसायटीच्या सेक्रेटरी व कमिटी सदस्यांना भेटून आपली सिस्टिम बसविण्याची गळ घालणं हे कन्वरचं काम होतं.

"लोक सोसायटीत फ्लॅट घेतात. तेथे काही सामाईक सुविधा मिळतात. टीव्हीसाठी प्रत्येक जण वेगळी अँन्टेना लावीत असत. याऐवजी आमच्या सिस्टिममुळे एकच अँन्टेना पुरेशी ठरत होती. या अँन्टेनातून प्रत्येकाच्या टीव्हीवर कार्यक्रम दिसू शकत होते. याशिवाय मनोरंजनाचं एक जादा चॅनेलही मिळत होतं."

हॉटेल्स व टेलिव्हिजन विकणारी दुकाने यांनाही ही सिस्टिम उपयोगी होती. यंत्रणेच्या एका युनिटचा खर्च एक लाख ते १० लाख रुपये इतका होता. दिल्लीत त्या वेळी एक-दोन कंपन्याच ही सेवा देत होत्या. उत्तम कंपन्यांशी स्पर्धा करावी लागली, कन्वर सांगतो; आणि कठोर प्रशिक्षणही मिळवावं लागलं.

कन्वर उत्तम सेल्समन असल्यामुळे चार-पाच ऑर्डर्स मिळविणं त्याला कठीण गेलं नाही. पण सिस्टिम कशी बसवायची याचं तंत्र त्याला माहीत नव्हतं. ती कंपनीची जबाबदारी होती आणि त्या कंपन्या 'इंडियन स्टॅन्डर्ड टाइम'च्या पद्धतीने काम करीत होत्या.

''माझे काही ग्राहक चांगलेच संतापले. पैसे देऊनही त्यांचं काम होत नव्हतं. एका हॉटेल मालकाने तर पैसे परत मागितले. त्यांना व्यवहार रद्द करायचा होता.''

कन्वर त्यांना म्हणाला, ''या माझ्या मोटरबाईकच्या किल्ल्या तुमच्याकडे ठेवा. ती वापरा वा विकून टाका आणि तुमचे पैसे मिळाले असे समजा. तुम्ही मला जी रक्कम दिली ती खर्च करून मी सिस्टिम बसविण्यासाठी लागणारी काही उपकरणे घेतली आहेत. पण मला संधी द्याल तर मी काम पूर्ण करून दाखवीन.''

कन्वरच्या आयुष्यातील हे महत्त्वाचं वळण होतं.

''हे काम कसं करायचं, हे मला शिकलंच पाहिजे हे त्या दिवशी माझ्या लक्षात आलं. लगेच मी त्या लोकांबरोबर काम करायला सुरुवात केली. मॉड्युलेटर, ॲम्प्लीफायर व अन्य उपकरणं कशी बसवायची हे शिकलो. स्वत:च्या हाताने काम करू लागलो. त्या दिवशी मी यंत्राबाबत 'शिकायला' सुरुवात केली.''

''मी लहानाचा मोठा झालो, तो पंजाबी बागमध्ये! जिथे छोट्या-छोट्या दुकानदारांप्रमाणे अनेक उद्योजक होते. मी जर रेल्वे कॉलनीत वाढलो असतो, तर मात्र आज मी जो आहे, तसा बनलो नसतो.''

'शिकायला' सुरुवात केल्यावर कन्वरनं पुन्हा नववी व दहावीची पुस्तकं उघडली.

''मी काही गोष्टी समजून घेतल्या व अन्य मूलभूत गोष्टींचा अभ्यास करू लागलो. माझ्यासाठी हे आवश्यक होतं आणि हे मला चांगलं जमतं असंही माझ्या लक्षात आलं. ज्या गोष्टींपासून मी दूर पळत होतो, ते विषय एकदम मनोरंजक वाटू लागले.''

फंडा स्पष्ट झाल्यावर कन्वर मदतनीस शोधू लागला. आजोबांच्या घरी त्याला एका तरुणाची माहिती मिळाली. कन्वरनं त्याला ऑफर दिली.

''त्याला मी प्रशिक्षण दिलं. या इंडस्ट्रीमधील अनेकांना मी भेटलो. त्यांच्याकडून मी बरंच काही शिकून घेतलं. यातून माझा व्यवसाय वाढू लागला. मी दहा मुलांना नोकरीवर ठेवलं. केबल टीव्हीमध्ये माझा जम बसू लागला.''

केबल टीव्हीचा व्यवसाय १९९२ मध्ये तेजीत होता. केबल सिस्टिम बसविण्याच्या

क्षेत्रात स्पर्धा सुरू झाली. कन्वरनं काहीतरी नवीन करायचं ठरविलं...... नेहमीप्रमाणे स्वतःच्या हिमतीवर!

"केबल बिझनेसचा पूर्ण अभ्यास केलेले माझ्यासारखे फार थोडे होते. म्हणून मी स्वतःच केबल यंत्रणेचं उत्पादन करण्याचं ठरविलं." इथेही उत्पादन क्षेत्रातील काहीही माहिती कन्वरला नव्हती. पण ती मिळविता येईल हा विश्वास होता.

"मी एक युनिट उघडलं आणि दिवस-रात्र तेथे घालवू लागलो. आजूबाजूला काय चाललं आहे, आयुष्य कसं जात आहे, याचं मला अजिबात भान नव्हतं." हा व्यवसाय बहरला. १९९६-९७ मध्ये कन्वर सचदेवच्या फॅक्टरीत ५० जण कामाला होते. पैसा चांगला मिळू लागला. "मी गाडी घेतली," तो हसून सांगतो. या व्यवसायासाठी भांडवल कसं मिळवलं? बँकेतून कर्ज मिळवलं? होय. पण बँकेतून फक्त एकदाच २ लाख रुपयांचं कर्ज मिळालं. नंतर सतत नकारघंटा. तो कसोटीचा काळ होता.

"आता सांगतो, कधीकधी खिशात रुपया पण नसायचा. मला पत्नीचा मोठा आधार होता. ती शिक्षिका होती व तिला पगारही बरा होता. पण मी तिच्याकडे कधीच पैसे मागितले नाहीत." हम्म्.... हा पुरुषी अहंकार म्हणायचा का? कन्वर सांगतो, "पैसे मागण्याचं 'धाडस' माझ्यात नव्हतं."

"पेट्रोल संपल्यामुळे कधी गाडी ५/६ किलोमीटर ढकलत न्यावी लागे. पेट्रोलसाठी पैसे नसत. तुम्ही मला अहंकारी म्हणा; पण मला स्वतःच्या अडचणी, दुःखं दुसऱ्याला सांगता येत नाहीत. एखादी गोष्ट मिळाली नाही, तर मी त्याविनाही दिवस काढेन, पण ती गोष्ट हवी म्हणून रडणार नाही. आज मी या गोष्टी बोलतो.... पण त्या वेळी पत्नी व मित्रांशीही याबाबत बोलत नव्हतो. मुझे नहीं लगता यह कोई समझदारी की बात है.... पण होतं असं कधी कधी."

कन्वरच्या नशिबामुळे परिस्थिती हळूहळू पालटू लागली. इन्व्हर्टर्सच्या क्षेत्रात शिरावं असं त्याला १९९८ मध्ये वाटू लागलं. केबल टीव्हीचा व्यवसाय चांगला चालला होता. या व्यवसायाची उलाढाल ३-४ कोटींवर गेली होती. नफाही उत्तम होत होता. परंतु बरेच बडे उद्योजक आता या क्षेत्राकडे वळले होते. कन्वर सचदेवच्या उत्पादनाची मागणीही कमी होत होती.

"हे बघ, आम्ही दर्जेदार उत्पादन बनवीत नव्हतो. मी बराच आर अँन्ड डी (संशोधन व विकास) करण्याचा प्रयत्न केला. पण माणसंच मिळत नव्हती. मी तर २० लाख रुपये खर्चून स्पेक्ट्रम अॅनालायझर घेतला." ही मोठी रक्कम होती. यातून नवं घरही बांधता आलं असतं.

परंतु कन्वरच्या जीवनात व्यवसायाला अग्रक्रम होता. व्यवसाय अधिक उंचीवर नेईल, अशा यंत्रांवर जुगार खेळण्यास तो नेहमी तयार असे. यासाठी बचतीचा पैसा

खर्च झाला तरी त्याची तक्रार नसे. असा जुगार खेळणं हे तर्कदृष्ट्या पटणार नाही. केवळ झपाटलेल्या माणसालाच त्यामागचं इंगित कळेल.

"मला जे काही मिळत होतं, ते मी व्यवसायात टाकत होतो. कारण व्यवसाय हेच माझं आयुष्य होतं. स्पेक्ट्रम ॲनालायझरच्या खरेदीबद्दल मी आईला काहीच सांगितलं नाही; कारण घरात भांडण झालं असतं. मी गुंतवणूक करीत राहिलो व शेवटी इन्व्हर्टरच्या धंद्यात शिरलो."

"माझ्या वडिलांनी नेहमीच भागीदारीत काम केलं. पण त्याचा त्यांना त्रास होत होता, हे मी बघितलं. कुठे ना कुठे माझ्या मनात ही गोष्ट पक्की बसली होती, अन् म्हणूनच मी माझ्या व्यवसायात कधीही भागीदार घेतले नाहीत."

उत्तर भारतात इन्व्हर्टर्सना खूप मागणी आहे हे कन्वरच्या लक्षात आलं होतं. मात्र प्रत्येक जण एकाच प्रकारचे इन्व्हर्टर्स बनवीत होते. काही अधिक दर्जेदार बनविता येईल का? बनविता आले. यामध्ये ठरवून केलेल्या कामाबरोबरच थोडा अपघाताचाही भाग होता.

कन्वरच्या घरी इन्व्हर्टर होता आणि तो सतत बिघडत असे. दुरुस्तीसाठी एकदा मेकॅनिक आला असताना कन्वरनं इन्व्हर्टरमध्ये लक्ष घातलं. "ते कमी दर्जाचे पीसीबी वापरत होते, असं माझ्या लक्षात आलं. केबल टीव्हीच्या धंद्यामुळे मला पीसीबीची माहिती होती."

मार्केटमध्ये एक ब्रॅन्डेड इन्व्हर्टर होता. तो दर्जेदार होता. कन्वरनं तो विकत घेतला. हा पीसीबी वापरून इन्व्हर्टरवर काम करण्यास त्यानं फॅक्टरीतील माणसांना सांगितलं. पण त्यांना पॉवर इलेक्ट्रॉनिक्सची माहिती नव्हती.

"इलेक्ट्रॉनिक्सच्या दोन शाखा आहेत. केबल टीव्हीमध्ये वापरतात त्याला आर एफ इलेक्ट्रॉनिक्स म्हणतात. इन्व्हर्टर्समध्ये पॉवर इलेक्ट्रॉनिक्स असते. पॉवर इलेक्ट्रॉनिक्सचे इंजिनिअर वेगळे व आर एफ इलेक्ट्रॉनिक्सचे वेगळे. तुम्ही यापैकी एकामध्ये प्रवीण असता."

परंतु कन्वर सचदेवला दोन्ही शाखा माहीत होत्या. स्पेक्ट्रम ॲनालायझरचा वापर करून त्याने प्रयोग सुरू केले. "या विषयाची मला मिळतील ती पुस्तकं व लेख मी वाचत सुटलो. त्या काळात इंटरनेट नव्हते. मी प्रदर्शनांना भेटी द्यायचो. पुस्तकं शोधायचो आणि घरी घेऊन यायचो."

"माझ्यात जिद्द होती. मजबूत प्रेरणाशक्ती होती. लोकांच्या ते लक्षात आलं की नाही, मला माहीत नाही. लोक काय म्हणतात याची मी पर्वा करीत नव्हतो."

ज्ञानासाठी ज्ञान हे कधी मूर्खपणाचं वाटत असलं तरी त्यातूनच पुढे मार्ग मिळत असतो.

स्पेक्ट्रम ॲनालायझरच्या खरेदीचंच उदाहरण पहा. केबल टीव्हीचा ॲम्प्लीफायर व मॉड्युलेटरची चाचणी करण्यासाठी याची खरेदी करण्यात आली. हे यंत्र घेणं अत्यावश्यक नव्हतं. कोणताही छोटा उद्योजक अशी महागडी खरेदी करीत नव्हता. पण कन्वरने ते घेतलं. कारण दर्जा व अचूकता याबाबत तो आग्रही होता. और इसमें मजा आ रहा है। एक ना एक दिन कुछ फायदा भी जरूर होगा।

"मला यातून विविध गोष्टींची माहिती नक्कीच मिळाली. अनेक व्यावहारिक गोष्टी कळल्या. त्या मी माझ्या कर्मचाऱ्यांना दाखविल्या."

शेवटी कन्वरने इन्व्हर्टर बनविला व बाजारात आणला. पण या उत्पादनाचा फार प्रभाव पडला नाही. त्याने प्रयत्न सोडला नाही. "आम्ही प्रयोग करीत राहिलो. अधिक सुधारणा करीत गेलो आणि त्यासाठी नवीन उपकरणं खरेदी करीत राहिलो." एक पॉवर ॲनालायझर आणि टेस्टिंगसाठी आणखी काही मोटर्सचा या खरेदीत समावेश होता.

पहिला इन्व्हर्टर बनविण्यासाठी कंपनीला पूर्ण एक वर्ष लागलं. तो पुन्हा सुटा करावा लागला व सुधारणा करून नवा बनवावा लागला. उत्पादनाच्या पहिल्या वर्षी कंपनीनं फक्त १०० इन्व्हर्टर्स बनविले.

"इतकं सगळं करण्याची काय गरज आहे?" बडे उत्पादक शेरेबाजी करू लागले. कन्वर 'माय वे आर द हायवे' या स्वभावाचा होता. आपल्या कल्पना प्रत्यक्षात आणण्याचा पण त्याने केला होता.

शेवटी टीमला यश आलं. लहान सर्किटचा इन्व्हर्टर बनविला गेला. दोनच्या ऐवजी एकच बॅटरी याला पुरत होती. याची क्षमताही खूप जास्त होती. हा इन्व्हर्टर मार्केटला पसंत पडला. विक्री वाढू लागली.

"आमच्या इन्व्हर्टरला कमी वीज लागत होती. अन्य इन्व्हर्टर्समध्ये जुनं तंत्रज्ञान वापरलं होतं. त्यांची बॅटरी पूर्णपणे चार्ज होतच नसे. इन्व्हर्टर लावला की बॅटरी निकामी होई. लोक वैतागून जात."

"शाळेत असताना मला फिजिक्स कधीही आवडलं नाही, तसाच इतिहासही! आज तहानभूक विसरून मी या विषयांवरची पुस्तकं वाचतो. माझं कधीच समाधान होत नाही. मी सतत शिकतच असतो."

इन्व्हर्टरच्या विक्रीपेक्षा सर्व्हिसिंग करून कंपन्या बहुधा जास्त पैसा कमवीत

होत्या का?

"मला त्यांचं गणितच समजू शकलं नाही," तो म्हणाला.

"उत्तम प्रॉडक्ट बनविण्यात तुला रस होता का?" मी विचारलं.

"मला माहीत नाही. उत्तम प्रॉडक्ट बनविण्याबरोबरच मला स्वत:ला पटेल असं काहीतरी मला निर्माण करायचं होतं. त्याबद्दल खात्री वाटली पाहिजे. असलेल्या तंत्रज्ञानाचा वापर मला करायचा आहे, इतकंच मला माहीत होतं." म्हणून कन्वरने आणखी काही जण कामाला घेतले. पॉवर व डिजिटल इलेक्ट्रॉनिक्सची माहिती असणाऱ्या व्यक्ती निवडल्या. त्याच्या कल्पना नव्या होत्या.

'खूप चांगलं उत्पादन' हाताशी असणं चांगलं, पण त्यालाही उत्तम मार्केटिंगची गरज असते. तंत्रज्ञानावर लक्ष केंद्रित करणाऱ्या कंपन्या ही बाब विसरतात. 'सू-काम'चा याला अपवाद नव्हता.

कन्वरला २००० मध्ये कुणीतरी सहज म्हणालं, "तुझ्याकडे अद्याप 'ब्रॅन्ड नेम' नाही."

"काय मूर्खासारखा बडबडतोस," कन्वरनं तडकाविलं.

'सू-काम' इतके चांगले इन्व्हर्टर्स कुणीच बनवीत नव्हतं हे त्याला माहीत होतं. उलट अन्य उत्पादक त्यांची कॉपी करीत होते.

पण तो माणूस आपल्या म्हणण्यावर ठाम होता. "दुसऱ्या कंपनीचा ब्रॅन्ड नेम है। तूच मार्केटमध्ये चौकशी कर."

मग कन्वरने माहिती जमा केली. तो माणूस खरं बोलत होता. नाव घेऊन लोक 'सू-काम'चे उत्पादनं मागत नव्हते. याबाबत काहीतरी करणं भाग होतं.

'सू-काम'च्या मजल्यावरच असलेल्या एका जाहिरात कंपनीशी कन्वरने संपर्क साधला. आपली समस्या सांगितली.

'ब्रॅन्ड नेम ठसविण्यासाठी मदत कराल काय?' त्यानं विचारलं.

जाहिरातीवर वर्षभरात २५ ते ३० लाख खर्च करावे लागतील, असं जाहिरात एजन्सीनं सांगितलं. हे बजेट कन्वरसाठी फार मोठं होतं, पण तरीही २० लाख रुपयांच्या बजेटवर त्यांनी करार केला. एकदा ही कल्पना राबवायची हे ठरल्यावर जाहिरात क्षेत्रासंबंधी अधिकाधिक माहिती जमविण्यास कन्वरने सुरुवात केली. परिणामी काही एकदम वेगळ्याच कल्पना पुढे आल्या.

"टाइम्स ऑफ इंडियामध्ये क्लासिफाइड जाहिरातींची पाने व अन्य पाने यांच्यासाठी वेगवेगळे दर होते. मी त्यांना सांगितलं क्लासिफाइड पानावर मला चार ओळी द्या आणि या विशिष्ट जागी मला जाहिरात हवी. जाहिरात स्वीकारणाऱ्यानं फार विचार केला नाही. त्यानं होकार दिला. मग मी वेगवेगळ्या ओळी लिहिल्या व त्या एकत्र करून एक जाहिरात बनली."

हे करताना कन्वरने कल्पकता वापरली आणि क्लासिफाइड जाहिरातींच्या जागेत त्याच दरात 'डिस्प्ले ॲड' छापून आणली. 'टाइम्स'च्या हे लवकरच लक्षात आलं व त्यांनी जाहिरातीचे नियम बदलले. पण तोपर्यंत 'सू-काम'कडे लोकांचं लक्ष वेधलं गेलं होतं. तेही थोड्या पैशात. तोपर्यंत कंपनीनं टीव्हीवर जाहिराती सुरू केल्या होत्या. टीव्हीवर जाहिरात करणारी इन्व्हर्टर क्षेत्रातील ही पहिलीच कंपनी होती.

थोड्या काळातच कन्वरच्या मनात मोठे बोर्ड बनविण्याची कल्पना आली. त्यावर एकच लाइन असे, 'सू-काम'.

"माझ्याकडचे दोन-तीन लोक फारसे कामाचे नव्हते. त्यांना मी या कामाला लावलं. संपूर्ण देशासाठी मी तीन टीम्स बनविल्या व देशात सर्वत्र बोर्ड उभे करण्याचं काम सोपविलं. याचा किती परिणाम होईल याची काहीच कल्पना नव्हती. पण अद्भुत परिणाम झाला. अचानक 'सू-काम' हा ब्रॅन्ड सर्वांना माहीत झाला."

ठिकठिकाणच्या धाब्यावर 'सू-काम'चे बोर्ड लावण्यासाठी या टीमने विशेष प्रयत्न केले. धाब्यावरील पदार्थांची यादी या बोर्डावर लावावी, असंही सुचविण्यात आलं.

"काही धाब्याचे मालक तयार नव्हते. मग आम्ही त्यांना लहान गिफ्ट देऊ लागलो; टी-शर्ट सारखे. मग ते तयार झाले. काही लोक समस्या उभ्या करीत, पण आम्ही त्या सोडवत असू. थोड्याच काळात माझा ब्रॅन्ड लोकप्रिय झाला."

आज व्होडाफोनपासून एअरटेलपर्यंत प्रत्येक ब्रॅन्ड याच पद्धतीनं जाहिरात करतो.

२००२ पर्यंत 'सू-काम' स्थिरावली. उलाढाल १० कोटी रुपयांच्या पुढे गेली. तरीही प्रॉडक्टमध्ये सुधारणा सुरू राहिल्या. पुढील वर्षी 'सू-काम'ने दोन नवी उत्पादनं आणली. साईन वेव्ह इन्व्हर्टर व प्लॅस्टिक बॉडी असलेला इन्व्हर्टर. हे दोन्ही प्रकार भारतात प्रथमच येत होते. यूपीएस रेंजही कंपनीनं आणली; तसंच अन्य भागात विस्तारही केला.

हैदराबादला 'सू-काम'ची पहिली शाखा निघाली; तसेच निर्यातीची पहिली ऑर्डर श्रीलंकेतून आली.

"दिल्लीतील माझ्या एका कर्मचाऱ्याला मी बांगलादेशला पाठवून काही ऑर्डर्स मिळतात का, याची चाचपणी केली. पण असे काम तो प्रथमच करीत असल्यानं त्याला ऑर्डर्स मिळाल्या नाहीत. दुसऱ्या वेळी मी त्याच्याबरोबर गेलो. अशा पद्धतीने काम सुरू केल्यावर थोड्या ऑर्डर्स मिळू लागल्या व आम्ही निर्यात करू लागलो."

आफ्रिकेतील प्रदर्शनात कंपनीनं भाग घेतला. लवकरच 'सू-काम'ला तेथे

निर्यातीची मोठी बाजारपेठ मिळाली.

कन्वरचं आयुष्य मस्त मजेत चाललं होतं. पण आयुष्याच्या वळणांवर अनपेक्षित त्रासदायक घटना घडतात.

''कॉन्ट्रॅक्ट बेसिसवर इन्व्हर्टर्स बनविण्याचा प्रस्ताव माझ्याकडे एका मोठ्या कंपनीकडून आला.''

''तुमच्या नावाने मी माझे प्रॉडक्ट का बनवू?'' त्याला प्रश्न पडला.

कन्वरने ऑफर नाकारली, पण त्याचे परिणाम भोगावे लागले. त्या कंपनीचे बरेच लागेबांधे होते. कंपनीनं ते वापरले व 'सू-काम'वर एक्साइजची धाड पडली. अनेक खटल्यांमध्ये कन्वर अडकला.

''खरं तर मी काही चुकीचं करीत आहे, हेच मला कळलं नव्हतं. मी पंजाबी बागमध्ये वाढलो. तेथील दुकानदार व अन्य व्यावसायिक हे आयकर, एक्साइज असल्या गोष्टींना कधीच महत्त्व देत नसत. मी धंदा करीत आहे, एवढंच मला माहीत होतं. त्यातच मी खूश होतो.''

हो, प्रत्येकाला जगताना स्वत:च शिकावं लागतं.....

''एकदा स्टेटस मिळाल्यावर लोक मागे लागतात हे मला कळलं नव्हतं. तू मूर्खपणा केलास, हे मला बायकोकडूनही ऐकावं लागलं. व्यवसाय करण्याची ही रीत नाही हे मला त्या दिवशी लक्षात आलं. याबद्दल तू कसं लिहिणार मला माहीत नाही. कारण हे प्रतिमा ढासळविणारं आहे.''

पण तो आता भूतकाळ आहे. याबद्दल तुम्ही बोललात तर इतरांना मदत होईल. त्यांना धडे मिळतील.

एक नवी सुरुवात करावी लागेल हे कन्वरच्या लक्षात आलं. त्याने तशी सुरुवात केलीही. मात्र हा कसोटीचा काळ होता.

''मी नेहमी भव्य स्वप्नं बघायचो आणि त्यामुळेच माझे कुटुंबीय काळजी करायचे... त्यांना वाटायचं की मी फारच बड्या बाता करतोय. माझी स्वप्नंच इतकी भव्यदिव्य आहेत, की अगदी पन्नास वर्षं जरी काम केलं, तरी ती अधुरीच राहतील.''

''माझ्यावर बऱ्याच केसेस लागल्या. तुरुंगात जाण्याचीही शक्यता होती. सरकारला देय असलेला बराच पैसा मला जमा करावा लागला. माझा माल सीलबंद झाला आणि कंपनी सरकार ताब्यात घेणार अशा वावड्या मार्केटमध्ये उठल्या.''

स्पर्धक कंपनीनं 'सू-काम'चे जवळपास ५० टक्के कर्मचारी निरनिराळी आमिषं दाखवून ओढून घेतले.

"व्यवसायाचा विचार करता तो अत्यंत वाईट काळ होता. काही दिवस मी कमालीचा निराश झालो. मी ऑफिसात जायचो व कुणाशी एक शब्दही न बोलता परत यायचो. अबकारी खात्याच्या लोकांना हाताळण्यासाठी माझ्याकडे माणूस नव्हता. मलाच सर्व धडपड करावी लागत होती. हे निस्तरताना कंपनीकडेही पाहावं लागत होतं.

बायकोचे टोमणे खात होतो, पण तिचा आधारही होता. ती माझ्याबरोबर ठामपणे उभी होती. शेवटी या चक्रातून सुटका झाली. काही कर्मचारी परतही आले. पुन्हा उत्पादन सुरू झालं. 'आर ॲन्ड डी' विभाग नव्यानं उभारला."

तोपर्यंत 'सू-काम'नं काही नवं तंत्रज्ञान निर्माण केलं होतं. त्याला कायदेशीर सुरक्षेची गरज होती. "इंडस्ट्रीत टिकायचं असेल तर पेटन्ट घेतलं पाहिजे हे माझ्या लक्षात आलं. मी प्रॉडक्टचं पेटंट घेतलं. २००४ मध्ये मी प्रथम पेटंटसाठी अर्ज केला."

दर्जेदार उत्पादन, ब्रॅन्ड नेम आणि वितरकांचे उत्तम जाळे याच्या जोरावर पुढील पाच वर्षांत 'सू-काम'चा लक्षणीय विकास झाला. २००४ मध्ये 'सू-काम'ची उलाढाल १०० कोटी रुपयांवर गेली. आज ती ५०० कोटींवर आहे, यापैकी ८० कोटी निर्यातीतून येतात.

वरकरणी गुळगुळीत दिसणाऱ्या या यशाच्या मार्गावर काही खड्डे होते....

"माझी उंची ही माझी मोठीच अडचण होती. मी बुटका होतो, त्यामुळे लोकांना वाटायचं, की हा काय करणार? पण जेव्हा जेव्हा मला आव्हान दिलं गेलं, तेव्हा तेव्हा मी ठरवायचो, 'मी हे करेन आणि त्यांना दाखवून देईन.'"

"२००६ मध्ये व्यवसाय एकदम बूमिंग होता. माझ्याबरोबर बराच काळ काम करणाऱ्या काही जणांना माझं स्वप्न नीट समजलेलं नाही. या स्वप्नपूर्तीमध्ये ते मनापासून सहभागी होत नाहीत, असं माझ्या लक्षात आलं. तेव्हा २००७ मध्ये मी काही जणांना कामावरून काढून टाकलं.... आणि माझा व्यवसाय घसरायला लागला." याचा परिणाम पुढे तीन वर्षे जाणवत होता. माजी कर्मचारी मार्केटमध्ये कंपनीबद्दल अफवा पसरवू लागले.

"ती माझी, स्वतःचीच चूक होती. पण असे चढ-उतार आयुष्यात येतातच. मी त्यातून शिकत गेलो!"

पण खरा प्रश्न काय होता?

"मार्केटमध्ये जाऊन नव्या प्रॉडक्टबद्दल, नव्या तंत्रज्ञानाबद्दल त्यांनी वातावरण

निर्मिती करावी, अशी माझी इच्छा होती. पण त्यांना गाड्या उडविण्यात अधिक रस होता..... गुड लाइफ हवं होतं..... माझी तळमळ त्यांच्या लक्षात येत नव्हती.''

पैसा हा प्रश्न नव्हता. कन्वर चांगला पगार देत होता. परंतु कंपनीतील प्रत्येकाकडे आपल्यासारखी तळमळ असावी अशी अपेक्षा उद्योजकानं ठेवणं हे जरा अतिच होतं. इतका आदर्श जपता येत नाही. 'सू-काम' ही लिस्टेड कंपनी असती तर कदाचित चित्र वेगळं असतं. शेअरला असलेल्या किमतीनं कंपनीचं स्थान दाखवून दिलं असतं.

याच काळात 'सू-काम'कडे नवी ऑफर आली. एका अमेरिकन बहुराष्ट्रीय कंपनीची ही बायआऊट ऑफर होती. इन्व्हर्टर्स तयार करणाऱ्या जगातील या बलाढ्य कंपनीला 'सू-काम' विकत घ्यायची होती.

''मागील खेपेला मी भलताच गोंधळ घातला असल्याने या वेळी मी फार जपून पावले टाकली. त्यांनी मला अमेरिकेला बोलाविले. मी गेलो; भेटलो. मग मला सिंगापूरला बोलाविले. तेथेही मी गेलो. पण कंपनी विकायची नाही, हे मी मनाशी पक्कं केलं होतं.''

रिलायन्सने 'सू-काम'कडे पीई ऑफर ठेवली आणि ती स्वीकारायची असं कन्वरने ठरवले. रिलायन्स (एडीएजी) व टीमासेक होल्डिंग्स सिंगापूर यांनी संयुक्तपणे रिलायन्स इंडिया पॉवर फंड तयार केला होता. यातून 'सू-काम' मध्ये ४५ कोटी गुंतविण्यात आले. भरधाव दौड मारण्याची तयारी होत होती.

२००६ मध्ये कंपनीचं दुबईत कार्यालय उभं राहिलं. त्याच वर्षी १०० KVA इन्व्हर्टर बनविणारी 'सू-काम' ही जगातील दुसरी कंपनी बनली. भारतातील पहिल्या एसएमएफ बॅटरी प्लॅन्टचेही उद्घाटन झाले. देखभाल कराव्या न लागणाऱ्या बंद बॅटऱ्या म्हणजे एसएमएफ बॅटऱ्या.

कंपनीकडून अमेरिकेत निर्यात सुरू झाली. तेथे ट्रेडमार्कची नोंदणीही झाली.

आणि आता पारितोषिके मिळू लागली. कौतुकाचा वर्षाव होऊ लागला.

अत्युत्तम दर्जाचे इन्व्हर्टर्स बनविल्याबद्दल राष्ट्रीय पुरस्कार, कन्झ्युमर इलेक्ट्रॉनिक्समध्ये सर्वांत जास्त निर्यात केल्याबद्दल 'सेक्टोरल ॲवॉर्ड'.

संशोधन व विकास यामध्ये काम केल्याबद्दल भारत सरकारच्या विज्ञान व तंत्रज्ञान मंत्रालयाकडून सन्मान.

मारिको इनोव्हेशन फाउंडेशनचा 'इनोव्हेशन फॉर इंडिया' हा प्रतिष्ठेचा पुरस्कार. यातील 'इनोव्हेशन' - कल्पक शोध हा शब्द महत्त्वाचा. अनेक कंपन्या याबाबत बोलतात, पण फार थोड्यांनाच ते प्रत्यक्षात आणता येतं. 'सू-काम' ही अशा कंपन्यांतील एक.

कंपनीच्या आर ॲन्ड डी मध्ये ३५ अभियंते काम करतात आणि त्यांचे काम

पाहता कल्पकता हा शब्दही अपुरा ठरतो. ते तर सतत काहीतरी नवीन शोधत असतात.

"२००६ मध्ये आम्ही तंत्रज्ञानातील ५० पेटंट्ससाठी अर्ज केला होता. आज दर महिन्याला आम्ही दोन पेटंट्ससाठी अर्ज करतो. आमच्या डोक्यात सतत नवनवीन कल्पना येत असतात." इथे एक सत्य सांगण्याची गरज आहे. यातील बऱ्याच कल्पना कन्वरलाच सुचलेल्या असतात.

"कधी रात्री ११ वाजता त्याचा फोन येतो. तुम्ही अशा पद्धतीने प्रयत्न करून का पाहत नाही, तो विचारतो," आर ॲन्ड डी मधील एक अभियंता सांगतो. 'सू-काम'ची प्रयोगशाळा अशा कल्पनांचं आगर आहे. त्यातील काही व्यापारीदृष्ट्या किफायतशीर आहेत. 'पॉवर क्वालिटी मॉनिटर' आणि 'बॅटरी इक्विलायझर' ही अलीकडील काही उदाहरणं. पण वेळेची नोंद ठेवणारा गिझर कशाला बनवायला हवा? कारण कधीतरी त्याच्यासाठी मार्केट तयार होईल आणि तोपर्यंत काहीतरी भन्नाट निर्माण केल्याचा आनंद उपभोगता येईल.

मग भविष्यकाळ कसा असेल? इन्व्हर्टर्सची मागणी भारतात व परदेशात कायम राहील का? वेल, 'सू-काम' आता स्वत:कडे वेगळ्या, अधिक व्यापक दृष्टीनं पाहते. 'पॉवर बॅक अप' कंपनी असं स्वरूप तिला आलं आहे. उदाहरणार्थ, 'सू-काम'ने टेलिकॉम टॉवर्सला इन्व्हर्टर्स जोडले आहेत. ते स्वस्त आहेत, कार्यक्षम आहेत आणि सर्वांत महत्त्वाचं म्हणजे पर्यावरणमित्र आहेत. कारण ते सौर ऊर्जेवर चालतात.

"विजेची साठवण या क्षेत्रात अमाप संधी आहेत. यात कोणीच काम करीत नाही." वीज तयार झाल्यावर ती वापरावीच लागते. ती साठवून ठेवता येत नाही. ती साठवायची कशी? हा प्रश्नच आहे, याचं उत्तर आपल्याकडे आहे, असं कन्वरला वाटतं. 'मोठे इन्व्हर्टर्स' हे त्याचं उत्तर.

"स्वप्नं पाहण्याची माझी सवय ही एक समस्याच आहे. यावर काम केलंच पाहिजे; अशी माझी खात्री पटली आहे. तीन वर्षांपूर्वी मी १०० KW चा इन्व्हर्टर बनविला. इतका मोठा इन्व्हर्टर बनविता येईल, असं त्या वेळी कुणालाही वाटलं नव्हतं....."

पण मग त्याची सर्वच साहसे इतरांना अशक्य कोटीतील वाटली होती ना?

"मला त्या वेळी लक्षात आलं नाही..... आयुष्यात सर्व काही खूप उशिरा समजू लागलं. मी ट्यूबलाईटसारखा आहे. लहान गोष्टींचा विचार करण्याची मला सवयच नाही, असं बायको नेहमी म्हणते. इतरांनी ज्याचा विचार केलेला नाही, अशा गोष्टी माझ्या पटकन लक्षात येतात."

एखादी गोष्ट कशी साध्य होणार, हे काही कन्वरला सांगता येत नाही. मात्र

साध्य होणारच हे तो खात्रीने सांगतो.

विजेची साठवण करणारे टँक आणि ५०० KW चा इन्व्हर्टर ही कन्वर सचदेवची स्वप्ने आहेत. याचाच त्याने ध्यास घेतलेला आहे.

"खरं तर वीज क्षेत्रातील या विषयावर फार काम झालेलं नाही. आजही वीज वितरणासाठी १०० वर्षांपूर्वीचं तंत्रज्ञान ते वापरतात...

माझी स्वप्नं इतकी मोठी आहेत की, पुढील ५० वर्षे मीच काय, त्यापुढील पिढीनं काम केलं तरी ती पूर्ण होणार नाहीत!"

पाच फॅक्टरीज् व १६०० कर्मचारी असलेली 'सू-काम' आता कन्वर सचदेवच्या अंगावर रोमांच उभे करीत नाही. रोजच्या उलाढालीकडे लक्ष देण्यासाठी व्यावसायिक सीईओ नेमण्यात आला आहे. आपल्याला हवं ते काम एकाग्रतेनं करण्यासाठी सचदेव आता वेळ देऊ शकतो.

नवं काहीतरी शोधून काढायचं, त्यात पुनः पुन्हा कल्पकतेनं सुधारणा करायची आणि सतत नवनवीन शक्यता पडताळून पाहायच्या. स्वत:ला सतत चार्ज करायचं आणि पुलकित राहायचं!

◆

तरुण उद्योजकांना सल्ला

लोक नोकऱ्या शोधतात आणि त्यातच समाधानी राहतात. कारण त्यांना स्वत:च्या क्षमतांची जाणीव नसते. पण जेव्हा तुम्ही काहीतरी करता, तेव्हा तुमचा आत्मविश्वास जागृत होतो.

निर्णय हे कधीच 'बरोबर' वा 'चूक' नसतात. त्याचे परिणाम हे एकतर सकारात्मक असतात किंवा नकारात्मक. पण तुम्ही कुंपणावर बसून चालत नाही. बरं-वाईट काय होईल, याचा विचार करून निर्णय घ्यावाच लागतो. निर्णय घेण्याची क्षमता हा उद्योजक होण्यासाठी लागणारा अत्यावश्यक गुण आहे.

आयुष्यात चुका घडताताच. मीही चुका केल्या व त्यातून शिकत गेलो. काही जण तुमच्या बरोबर येतात, काही जण येत नाहीत. तुम्हाला ज्यामध्ये रस वाटतो त्याने तुम्ही झपाटून गेलं पाहिजे. तीव्र तळमळ निर्माण झाली पाहिजे.

केवळ पैशाचा ध्यास धरून काही करणं योग्य नाही. पैसा येतो व जातोही; तुम्ही यशस्वी झालात तर तो वाढत जातो. इन्व्हर्टर्सनं मी झपाटलो होतो. तीच माझी प्रेरणा होती..... अन्य काहीही नाही!

प्रिय सर, तुमच्यासाठी

गणेश राम
वेटा

एनएसएसचे काम करताना गणेश रामच्या लक्षात आलं की, त्याच्याजवळ शिकविण्याची कला आहे. १९८१मध्ये कोचिंग सेन्टर म्हणून सुरू झालेलं विवेकानंद स्टडी सर्कल आता 'वेटा' या नावानं बहरलं आहे. इंग्लिश संभाषणाच्या क्षेत्रात भारतातील सर्वांत मोठं प्रशिक्षण केंद्र म्हणून 'वेटा'ची ख्याती आहे.

मुंबईतील बसच्या प्रवासी थांब्यांवर मी जेव्हा 'वेटा इंग्लिश स्पीकिंग क्लासेस'ची जाहिरात पाहिली तेव्हाच मनाशी म्हटलं, ''वा! हे अगदी आजच्या काळाला धरून आहे.''

'संगणक' हा ९० च्या दशकात सर्वत्र ऐकू येणारा शब्द होता, तर सफाईनं इंग्लिश बोलण्याची क्षमता ही सध्याची गरज आहे.

गुगलवर मी 'वेटा'चा शोध घेतला. इंग्लिश संभाषण क्षेत्रातील ही सर्वोत्तम संधी कोणाच्या लक्षात आली याचा मला शोध घ्यायचा होता. जाहिरात तर मोठी केली होती. व्हीसी फंडिंग मिळविलेला कोणी एमबीए असावा असा माझा कयास होता किंवा शिक्षणासारख्या उगवत्या उद्योग क्षेत्रात शिरणारा बडे बाप का बेटा/बेटी असेल.

मी चुकले. साफ चुकले. 'वेटा' ही संस्था १९८१ पासून या क्षेत्रात होती.

बीपीओ, केपीओ, एलपीओच्याही आधीपासून.

सीएनएन, सीएनबीसी, एचबीओच्याही पूर्वी.

इंग्रजी हे अत्यावश्यक कौशल्य आहे, हे प्रत्येकाच्या लक्षात येण्याच्याही आधीपासून.

लाखो विद्यार्थ्यांना गणेश राम यांनी इंग्रजी शिकविलं आणि त्यांचं आयुष्य सोपं केलं.

मागे वळून पाहता, तुम्ही त्याला 'द्रष्टा' म्हणू शकता. पण तो सांगतो, ''माझ्याकडे कोणतीच 'दूरदृष्टी' नव्हती. ना होता व्यावसायिक आराखडा!''

टी नगरमधील त्याच्या साध्यासुध्या कार्यालयात बसले असताना चिकाटी, विश्वास, सामान्यज्ञान अशा गुणांची चर्चा इथे अप्रस्तुत आहे असं मला जाणवलं.

तेथे एका शिक्षकाची साधीसुधी इच्छा वसत होती. आपला प्रत्येक विद्यार्थी 'उत्तीर्ण' व्हावा, ही ती इच्छा आणि ही इच्छा मात्र धगधगत होती.

प्रिय सर, तुमच्यासाठी

गणेश राम
वेटा

गणेश राम याचा जन्म सधन कुटुंबात झाला. हे कुटुंब काळाच्या पुढे होतं.

"इंजिनिअरिंगमधील पदविका मिळविण्यासाठी माझे आजोबा, त्या काळात पार बनारस हिंदू युनिव्हर्सिटीमध्ये गेले होते. डिप्लोमा घेऊन आल्यावर तंजावर येथे त्यांनी जिल्ह्यातील पहिली तांदळाची गिरणी सुरू केली आणि ते चांगलेच श्रीमंत झाले!"

'राईस मिल राम अय्यर' यांना तीन मुलगे, पण मुलांपैकी एकालाही व्यवसाय पुढे नेण्यात रस नव्हता. मग जे घडायचं तेच घडलं.

"एका खासगी बँकेला आजोबांनी गॅरेंटी दिली होती. बँक बुडाली. प्रतिष्ठेचा प्रश्न आल्यानं आजोबांनी पैसे भरले. यासाठी बराच जमीनजुमला विकावा लागला. तरीही बराच पैसा गाठीशी होता. पण तोही दुसऱ्या पिढीकडून सांभाळला गेला नाही."

यात भर म्हणजे गणेश अवघा वर्षाचा असताना वडील वारले. आईकडे थोडे पैसे होते व तिला माहेरची साथही होती. पण तरीही त्यांची गणना आता अल्प प्राप्ती असलेल्या कुटुंबात होऊ लागली. अचानक हे कुटुंब 'गरीब' झालं.

आई नातेवाइकांबरोबर कुंभकोणमहून चेन्नईला आली. "वडील गेले तेव्हा मोठा भाऊ १४ वर्षांचा होता. कुटुंबासाठी लहान वयातच तो कामाला लागला. त्याच्यामुळेच माझी मोठी बहीण व मी शिक्षण पूर्ण करू शकलो."

महापालिकेची शाळा व सरकारी महाविद्यालयात शिक्षण झालं असलं तरी तेथेही खूप काही शिकायला मिळालं. नंदनमृच्या सरकारी महाविद्यालयात असताना एनएसएसच्या प्रकल्पात गणेशला संधी मिळाली. झोपडपट्टीतील मुलांना रोज सायंकाळी शिकविण्याचं काम होतं. शिकविण्यातील आनंद त्याला त्याच वेळी प्रथम जाणवला.

"माझं गणित चांगलं होतं. हे काम मला आवडतं हे त्याच वेळी जाणवलं. झोपडपट्टीतील मुलांनाही मी काय शिकवितो ते सहज समजत असेल तर लोकांना

शिक्षित करण्याची क्षमता माझ्याकडे आहे, हे माझ्या लक्षात आलं.''

याच काळात गणेशने भौतिकशास्त्रातील पदवी मिळविली. 'इंडियन एक्स्प्रेस'मध्ये त्याला नोकरीही चालून आली. व्यवस्थापकीय प्रशिक्षकाचं पद होतं व विद्यावेतन होतं ७५० रुपये दर महिना. त्या काळात ही मोठी संधी असली तरी गणेशला त्यामध्ये रस नव्हता.

''मला स्वतंत्र काम करायचं आहे,'' मी आईला सांगितलं.

''तू भलती चूक करतो आहेस. तू काय करणार आहेस?'' तिनं विचारलं.

''मी समाजकार्य करेन किंवा स्वत:चा काही उद्योग करेन.'' गणेशनं उत्तर दिलं.

''जमणार नाही,'' ती म्हणाली. ''मी परवानगी देणार नाही. तुला चांगली नोकरी मिळाली आहे. उद्या ऑफिसर होण्याची संधी आहे. सर्व कुटुंबाचा त्यामुळे फायदा होईल.''

पण आपला हट्ट सोडण्यास गणेश तयार नव्हता. शेवटी ज्योतिष्याचा सल्ला घेण्याचं ठरलं.

कुटुंबाच्या ज्योतिष्यानं पत्रिका पाहिली. गणेशचा हातही पाहिला. ''यानं नोकरी धरली तरी तेथे तो फार काळ टिकणार नाही. त्याला जे काही करायचे आहे ते करू द्या.'' ज्योतिष्याने सल्ला दिला.

शेवटी आई तयार झाली.

''पण तू करणार आहेस तरी काय?'' तिनं पुन्हा विचारलं.

''मला शिकविणं चांगलं जमतं. मी शिक्षक होईन किंवा स्वत:चं काही उभारेन. तू माझी काळजी करू नकोस. मला दोन वेळचं जेवण व आसरा दे म्हणजे झालं. मी काहीतरी नक्की करेन!''

कित्येक वेळा आपल्याकडे निश्चित आराखडा नसतो, पण आपला कल काय आहे, हे लक्षात आलेलं असतं. तुम्ही शहाणे असाल तर आपला कल हा होकायंत्रासारखा वापरून तुम्ही आयुष्याची दिशा पकडू शकता. हीच तुमच्यासाठी योग्य दिशा असते.

'काय करावं', 'सुरुवात कुठून करावी' या संभ्रमात फिरत असताना गवती छप्पर असलेली एक बंगली गणेशला दिसली. 'नंदनम् एक्सटेन्शन'मध्ये ती होती.

''माझं गणित चांगलं होतं. हे काम मला आवडतं हे त्याच वेळी जाणवलं. झोपडपट्टीतील मुलांनाही मी काय शिकवितो ते सहज समजत असेल तर लोकांना शिक्षित करण्याची क्षमता माझ्याकडे आहे, हे माझ्या लक्षात आलं.''

गणेश थेट मालकाला जाऊन भेटला आणि जागा भाड्यानं देणार का, असं विचारलं.

"भाड्याने घेऊन तू काय करणार?" मालकानं विचारलं.

"मी येथे ट्यूशन क्लासेस चालवायचं म्हणतो."

"ठीक आहे. ५०० रुपये ॲडव्हान्स दे, तीन महिन्यांसाठी दे. दर महिना १७५ रुपये भाडे पडेल." मालकानं सांगितले.

आता ५०० रुपये मिळविण्याची समस्या होती. त्याने आईकडे हात पसरले. काही महिन्यांतच हे पैसे परत करीन, असा विश्वास दिला.

थोड्या नाखुशीनेच ती राजी झाली आणि येथून प्रवास सुरू झाला.....

गणेशनं जागा जरा ठीकठाक केली व आपण देणार असलेल्या शिक्षकी 'सेवे'चं मार्केटिंग सुरू केलं. मार्केटिंग म्हणजे काय? "तर बारावीत नापास झालेले तीन विद्यार्थी मी शोधले...." गणेश राम हसत सांगतो.

"तुमची परीक्षा एप्रिलमध्ये आहे व आत्ता जानेवारी सुरू आहे." तरुण पदवीधर बारावीच्या मुलांना सांगत होता... "तीन महिन्यांत मी तुम्हाला परीक्षेसाठी तयार करीन. तुम्ही नक्की पास होणार. माझ्या सेन्टरवर शिकायला येणार का?"

"ओ.के. आम्ही येतो." दर महिना ३० रुपये फी देण्यास ते तयार झाले.

जानेवारी १२, १९८१, विवेकानंद जयंतीच्या दिवशी गणेश राम याच्या 'कोचिंग सेन्टर'चे फित कापून उद्घाटन झाले. वर्ग सुरू झाले. मात्र महिन्याच्या अखेरीस १७५ रुपये भाड्यापोटी तयार ठेवायचे होते. सध्या तरी फक्त ९० रुपयेच मिळणार होते.

एक आठवडा उलटल्यावर गणेश राम यांनी विद्यार्थ्यांकडे विषय काढला. "मला एक प्रॉब्लेम आहे. तुम्ही मदत कराल का?"

"काय समस्या आहे, सर?"

"माझ्या शिकवणीवर तुम्ही खूश आहात का?" गणेश रामनं विचारलं.

"खूश आहोत सर. आम्ही गणितात पास होऊ असा आत्मविश्वास आला आहे." विद्यार्थी उत्तरले.

गणेशनी आपली परिस्थिती सांगितली. आईकडून अधिक उधारी घेण्याची इच्छा नाही हेही सांगितले. तुम्ही अधिक फी द्यावी असेही वाटत नाही, हे स्पष्ट केलं. मग पर्याय काय? झपाटलेल्या माणसाला काळोख्या गुहेतही आशेचा किरण सापडतोच. 'आऊट ऑफ बॉक्स सोल्यूशन' असं जे म्हटलं जातं, त्याचा तरी खरा अर्थ काय? तर 'बॉक्समधून बाहेर पडणं!'

"तुम्ही प्रत्येक जण आणखी एक नापास विद्यार्थी येथे शिकण्यासाठी आणू शकाल का?" गणेशनं तिघांना विचारलं.

"नक्कीच आणू." तिघांनी उत्तर दिलं.

मुलांचा उत्साह इतका, की प्रत्येकानं एकाच्या ऐवजी दोन विद्यार्थी आणले. पहिल्याच महिन्यात गणेश यांच्याकडे नऊ विद्यार्थी झाले. प्रत्येकाची ३० रुपये फी, म्हणजे २७० रुपये जमले.

"भाडे १७५ रुपये, विजेचे बिल १० रुपये. तेव्हा पहिल्याच महिन्यात मी नफा कमवू लागलो." गणेश सांगतात.

गणेशने हे पैसे बँकेत ठेवले. लवकरच गणेश राम यांच्या क्लासेसचा बोलबाला परिसरात होऊ लागला. मुलं येऊ लागली. तेव्हा आठवी व दहावीचे वर्ग सुरू करण्यात आले. तीन महिन्यांतच त्या लहानशा बंगलीत दिवसभर विद्यार्थ्यांची लगबग दिसू लागली.

"समोरच्या मोकळ्या अंगणात मांडव घालायचा का?" गणेशनं मालकाला विचारलं. त्याला छत वाढवायचं होतं.

मालक तयार झाला. हजार चौरस फुटांची जागा शाकारून मिळाली. गणेशला आता २-३ वर्ग घेता येऊ लागले. आता आणखी शिक्षक शोधण्याची वेळ आली.

"मी भाऊ व बहिणीला विचारलं. मला गणितात गती होती; तर तिला कॉमर्स व इकॉनॉमिक्समध्ये. भावाचं इंग्रजी चांगलं होतं."

केवळ नापासच नव्हे, तर हुशार मुलंही आता गर्दी करीत होती. "गणित उत्तम शिकविणाऱ्यास विद्यार्थी नेहमीच मिळतात," गणेश राम विनयानं सांगतो.

"ऑफिस संपल्यावर मला मदत करणार का?" मी भावाला व बहिणीला विचारलं.

दोघेही तयार झाले. गणेशला सूर मिळत आहे हे आता कुटुंबातील सर्वांच्या लक्षात येऊ लागलं होतं. कारण गणेश दर महिना बँकेत पैसे टाकत होता.

सहा महिन्यांतच या ट्यूशन सेन्टरमध्ये 'सर्व विषय' शिकविले जाऊ लागले. हिंदी शिकविणारा घरात कुणी नव्हता, म्हणून बाहेरून शिक्षक आणण्यात आला. मग जीवशास्त्राच्या शिक्षकाची भरती झाली. अशा प्रकारे व्यवसाय वाढू लागला.

आणि तो थांबला नाही. गणेशचं मन सतत पुढचा विचार करीत होतं. क्लासचं ठिकाण हा महत्त्वाचा प्रश्न आहे, हे वर्षाअखेरीस त्याच्या लक्षात आलं. "आमचा क्लास निवासी क्षेत्रात होता. बसची सोय नव्हती. चेन्नई शहराच्या अन्य भागांतील विद्यार्थ्यांना तेथे येणं सोयीचं नव्हतं. तेव्हा औद्योगिक परिसरात क्लास का हलवू नये? असा विचार मी केला."

तोपर्यंत गणेशजवळ २०-२५ हजार रुपये जमा झाले होते. या पैशांमुळे काहीतरी मोठं करण्याचं धैर्य आलं.

"चेन्नईतील सर्वोत्कृष्ट औद्योगिक जागा कोणती, याचा विचार करता टी नगर

ही योग्य वाटली. बस आणि लोकल ट्रेन या दोन्ही सोयी तेथे होत्या. रेल्वे स्टेशन जवळच होतं.''

''टी नगरमध्ये मी जागा शोधू लागलो. पण माझ्याकडे कोणताही व्यावसायिक आराखडा किंवा 'व्हिजन' नव्हतं. आज इथे, पुढील वर्षी या ठिकाणी, त्यानंतर हा टप्पा असा कोणताही आराखडा नव्हता. व्यवस्थापकीय कामाचा अनुभव नव्हता, औपचारिक शिक्षणही नव्हतं.''

त्यानं कॉलेजमधून थेट व्यवसायात उडी मारली. मात्र त्याची अंत:प्रेरणा जागृत होती व त्याला व्यावहारिक विचारांची जोड होती. या प्रेरणेच्या प्रकाशातच तो काम करत होता.

टी नगरमधील मिडले रोडवर शेवटी जागा मिळाली. इथेही मोकळी गच्ची होती. ('आजही आमचे तेथील सेन्टर सुरू आहे', गणेश माहिती देतो.)

''गच्चीवर छत घालून द्याल का?'' गणेशनं इथेही मालकाला विचारलं. 'ओके', तो म्हणाला.

पाच हजार ॲडव्हान्स आणि ५५० रुपये महिना भाडे असा व्यवहार झाला. आता महत्त्वाचा निर्णय घ्यायचा होता- बोर्डावर नाव काय घालायचं?

''त्यांना उत्तीर्ण करणं हे माझे उद्दिष्ट होतं. 'तुमचा वर्ग संपला, आता मी अधिक नाही शिकविणार' असं मी कधीच म्हणणार नाही. माझ्याकडील शिक्षकांना मी स्पष्टपणे सांगितलं होतं, की प्रत्येक मुलगा परीक्षेत पास होईल हे आपण पाहिलं पाहिजे.''

''नंदनम्‌मध्ये मी माझ्या केंद्राला 'विवेकानंद स्टडी सेन्टर' म्हणत असे. 'विवेकानंद' का? कारण कॉलेजच्या दिवसापासून ते माझे रोल मॉडेल होते.''

पण या नावामुळे अनेकांची दिशाभूल होई. ते या केंद्राला ग्रंथालय समजत. इथे ट्यूशन सेन्टर आहे, हे कुणाच्या लक्षात येत नसे. म्हणून गणेशनं नाव बदललं. ''विवेकानंद कलवी नीलायम' असं नामकरण झालं. 'कलवी' म्हणजे शिक्षण, 'नीलायम' म्हणजे सेन्टर, म्हणून 'विवेकानंद कलवी नीलायम', 'विवेकानंद शिक्षण केंद्र'.... ट्यूशन सेन्टर व ट्यूटोरिअल सेन्टर, अशी केंद्राची ओळख नावातून झाली. मी जाहिराती करण्यासही सुरुवात केली.

पोस्टर्स, बॅनर्स व भिंती रंगविणं असंच पहिल्या प्रथम जाहिरातींचं स्वरूप होतं. एका एजन्सीकडे हे काम देण्यात आलं असलं तरी रोज रात्री गणेश स्वत: कामाची पाहणी करीत असे. व्यक्तिगत लक्ष सर्व ठिकाणी असे. 'पर्सनल टच!'

''जे काही कराल ते नीट करावं, यावर माझा विश्वास होता. माझं तत्त्व होतं : जे

काही करेन ते मनापासून आणि मला समाधान मिळेल असंच करेन.''

उदाहरणार्थ, कमी हुशार मुलांसाठी जादा वर्ग घेतले जातील याकडे गणेश लक्ष देत असे.

''त्यांना उत्तीर्ण करणं हे माझं उद्दिष्ट होतं. 'तुमचा वर्ग संपला, आता मी अधिक नाही शिकविणार' असं मी कधीच म्हणणार नाही. माझ्याकडील शिक्षकांना मी स्पष्टपणे सांगितलं होतं, की प्रत्येक मुलगा परीक्षेत पास होईल हे आपण पाहिलं पाहिजे.''

दोन वर्षांतच 'विवेकानंद कलवी नीलायम' हे चेन्नईतील सर्वांत मोठं ट्यूटोरिअल सेन्टर बनलं. जवळपास ८०० विद्यार्थी तेथे येत होते.

एक दिवस गणेशचा भाऊ राजगोपालन म्हणाला, ''इंग्रजी संभाषणात ही मुले फार कच्ची आहेत. यांना प्रशिक्षण देण्यास काय हरकत आहे?''

गणेश म्हणाला, ''का नाही? तुझं इंग्लिश चांगलं आहे. तुझी इच्छा असेल तर अन्य विषय बाजूला ठेव आणि फक्त याच विषयावर लक्ष केंद्रित कर.''

इतक्या सहजपणे सुरुवात झाली. राजगोपालननं इंग्रजीचा एक वर्ग घेतला. या वर्गाचा अभ्यासक्रम पूर्ण झाला तेव्हा विद्यार्थी सफाईने इंग्रजी बोलू लागले होते. पण कसं काय? - हे सर्व खरोखरच इतकं सोपं होतं काय?

''राजगोपालनची शिकविण्याची पद्धत अनौपचारिक असे. तो विनोदाचा आधार घेई, छोट्या मनोरंजक गोष्टी सांगे, जोक्स सांगे. यामुळे मठ्ठ मुलगाही विषयात रस घेऊ लागे. त्याला संकल्पना बरोबर कळत.''

विद्यार्थ्यांना गुंग करीत शिकविण्याची राजगोपालनची स्वत:ची स्टाईल होती.

''त्याचं शिकविणं इतकं प्रॅक्टिकल होतं की 'नाऊन' असं न म्हणता तो 'नेमिंग वर्ड' असं म्हणत असे. 'व्हर्ब' म्हणजे 'अॅक्शन वर्ड' इत्यादी.''

मातृभाषा शिकताना आपलं व्याकरणाकडे कुठे लक्ष होतं, याकडे राजगोपालन लक्ष वेधीत असे. निरीक्षण करीतच आपण मातृभाषा शिकलो. मग इंग्लिशही त्याचप्रमाणे का शिकवू नये?

तशी ती शिकता येते व शिकविता येते. कशी ते राजगोपालननं शोधलं. क्लासकडे वळलेली मुलांची गर्दी याची साक्ष पटवीत होती. गणेशला मग हॉल भाड्यानं घ्यावा लागला. कॉलर माईकचा वापर करून क्लास सुरू करावा लागला. एका वेळी १०० विद्यार्थ्यांचा वर्ग भरू लागला.

''मग १०१ वा विद्यार्थी येई आणि मला जागा मिळेल का, अशी विनंती करीत असे. बसायला खुर्ची नाही मिळाली तरी चालेल. मी कोपऱ्यात उभे राहून लेक्चर ऐकेन....''

यशाचा मंत्र आपल्या हातात आला आहे, हे गणेशच्या लक्षात आलं. इंग्रजीचं

प्रशिक्षण हीच आपली मुख्य ऑफर असू शकते, याचा प्रत्यय आला. अन्य विषयांबरोबरचा एक विषय असं त्याचं स्वरूप नव्हतं.

मग अडचण काय होती? राजगोपालन फक्त सायंकाळी वर्ग घेऊ शकत होते. दिवसभर ते सरकारी नोकरी करीत. मात्र, आता काहीतरी निर्णय घेण्याची वेळ आली होती....

तोपर्यंत 'विवेकानंद कलवी नीलायम'मध्ये दर महिना चार लाख रुपये जमा होऊ लागले होते. यातील नफ्याचे प्रमाण जवळपास ८०%.... पहिले ५०० रुपये वगळता गुंतवणूक काहीही नाही. हे ५०० रुपये कधीच फेडून टाकले होते.

''जे काही कराल ते नीट करावं, यावर माझा विश्वास होता. माझं तत्त्व होतं : जे काही करेन ते मनापासून आणि मला समाधान मिळेल असंच करेन.''

"तू नोकरी का सोडत नाहीस?" गणेशनं एका दिवस भावाला विचारलं.

राजगोपालन यांना पटलं, पण त्याच्या मनाची खात्री होत नव्हती. पुन्हा एकदा कुटुंबाच्या ज्योतिष्याचा सल्ला घेतला गेला. त्याने यशाची खात्री दिली.

"हा धाडसी निर्णय होता.... मी फक्त २४ वर्षांचा होतो. तो आमच्यामध्ये येताच, त्याच्या ज्येष्ठपणाची मला जाणीव झाली. त्याच्या अनुभवाचा मान राखला पाहिजे या भावनेनं मी त्याला लगेचच 'प्रिन्सिपल' पदावर बसविलं."

भागीदाराच्या, कधीकधी कुटुंबीयांच्या, आशा-आकांक्षा समजून घेऊन त्यानुसार निर्णय घेणं ही एक कला असते. कॅन्व्हास मोठा असेल तर प्रत्येकाला आपला ब्रश चालविण्याची संधी मिळते आणि यातूनच भव्य चित्र उभं राहतं. 'बिग पिक्चर!'

अशा मोठ्या कॅन्व्हासच्या शोधात राहणं हे गणेशचं मुख्य काम होतं. त्यानं आता स्वत: शिकविणं थांबविलं व प्रशासनाकडे अधिक लक्ष देण्यास सुरुवात केली. याचबरोबर व्यवसाय अधिकाधिक कसा वाढविता येईल याचा ध्यास घेतला.

राजगोपालन यांनी आता नोकरी सोडली असल्यानं सकाळी, दुपारी व सायंकाळी इंग्रजीचे वर्ग घेणं शक्य होतं. परंतु गणेशच्या मनात वेगळी योजना होती, वेगळी आकांक्षा होती.

त्यानं राजगोपालनना सांगितलं, "तू जे काही शिकविणार आहेस, त्याचे स्क्रिप्ट मला दे. मी त्याची कॉपी काढणार आहे."

'दूरस्थ शिक्षण विभाग' सुरू करण्याची ही कल्पना होती.

गणेशनं एक तमिळ भाषेतला टाइपरायटर विकत घेतला व एक इंग्रजी टाइपरायटर घेतला.

एक तमिळ व एक इंग्लिश टायपिस्टला बोलाविलं. स्टेन्सिल्स तयार करून नकला करण्याचं काम एकावर सोपविलं.

या नकला पुस्तकाच्या रूपात एकत्र करण्यात आल्या.

"'कलकंडू' नावाचं मासिक तामिळनाडूत तरुणांमध्ये लोकप्रिय होतं. व्यक्तिमत्त्व विकासाबद्दलचे लेख त्यामध्ये असत. त्या मासिकात मी पाव पान जाहिरात दिली."

ही जाहिरात तमिळ भाषेत होती. "तुम्हाला इंग्रजी बोलायला शिकायचं आहे का? आम्हाला पत्र पाठवा आणि अभ्यासक्रम साहित्य मिळवा."

या जाहिरातीला उत्तम प्रतिसाद मिळाला. त्यानंतरच्या प्रत्येक अंकात गणेश जाहिरात देऊ लागला. "लोक पत्र लिहीत. मग आम्ही माहिती पुस्तिका पाठवायचो. त्यातील अर्ज ते भरून पाठवीत. सोबत मनीऑर्डरने पैसे येत. मग आम्ही त्यांना अभ्यासक्रम साहित्य पाठवीत असू."

या अभ्यासक्रमाचं शुल्क ९० रुपये होतं. दर महिना २००-३०० विद्यार्थ्यांनी नावे नोंदविण्यास सुरुवात केली. आता अन्य लोकप्रिय मासिकांमध्येही जाहिराती देण्याचा निर्णय गणेशनं घेतला.

"प्रतिसाद प्रचंड होता. संपूर्ण तामिळनाडूत 'विवेकानंद कलवी नीलायम'चा अभ्यासक्रम लोकप्रिय झाला. १९८६ च्या मध्यापर्यंत दर दिवशी ३०० विद्यार्थी नावे नोंदवू लागले."

घरी अभ्यास करण्यासाठी वाचन साहित्य पुरविण्याबरोबरच महत्त्वाच्या ठिकाणी संपर्क केंद्रे सुरू करण्यात आली. या अभ्यासक्रमात कोणतीही परीक्षा नसे. श्रीखंडाची चव ते चाखून पाहिल्यावरच कळते. तोच त्याचा पुरावा. त्याचप्रमाणे येथेही इंग्रजी बोलता येतं, हाच पुरावा होता. वेगळ्या परीक्षेची गरज काय?

तामिळनाडूमध्ये लोकप्रिय होणं ही अनेकांसाठी समाधानाची बाब असते. मात्र राईस मिल राम अय्यर यांचा नातू इतक्यातच समाधान पावणारा नव्हता. त्यानं पुढचा विचार सुरू केला.

"तमिळ भाषेतील आपला अभ्यासक्रम तेलुगूमध्ये भाषांतरित करणारी व्यक्ती शोधून काढू या," त्यानं भावाला सुचविलं. "मग आंध्र प्रदेशातही आपल्याला काम करता येईल."

भाषांतरकार मिळाला आणि तेलुगू-इंग्लिश अभ्यासक्रम सुरू झाला.

आता विद्यार्थ्यांची संख्या खूपच वाढली होती. स्टेन्सिलचा वापर करून अभ्यासाचं साहित्य पुरविणं फार कटकटीचं होऊ लागलं.

आता अभ्यासाच्या साहित्याची छपाई करण्याची वेळ आली होती.

प्रिंटिंग त्या काळात सहजसुलभ नव्हतं. शिसे वापरून बनविलेल्या अक्षरांची कम्पोझिटरकडून जुळणी करून घ्यावी लागे. मग चुका शोधण्यासाठी त्याचं

बारकाईने मुद्रितशोधन करावं लागे. या चुका दुरुस्त झाल्यानंतर मजकूर छपाईला जात असे.

"ही फार वेळ खाणारी पद्धत होती. ऑफसेट प्रिंटिंग तेव्हा नव्हते. मुद्रितशोधन महत्त्वाचं होतं व ते करावंच लागत असे!"

तरीही स्टेन्सिलच्या वापरापेक्षा श्रम कमी होते आणि हे श्रम कारणीही लागणार होते.

एका वेळी ३००० प्रती काढण्यात येत. एक-दोन महिन्यांत त्या संपल्या की पुन्हा एकदा जुळणी, मुद्रितशोधन आणि पुनर्मुद्रण हे चक्र सुरू होई.

"या कामाचा व्याप खूप होता; पण आम्ही ते जमवीत होतो." गणेश सांगतो.

एक प्रश्न उभा राहिला. 'विवेकानंद कलवी नीलायम' हे नाव तेलुगू भाषिकांना आपलंसं वाटणारं नव्हतं. त्याचा अर्थही आंध्र प्रदेशात लक्षात येत नसे. म्हणून १९८८ मध्ये गणेशनं नवं नाव निवडलं, 'विवेकानंद इन्स्टिट्यूट'.

सर्व काही व्यवस्थित सुरू होतं. पण एक दिवस आयकर विभागाकडून विचारणा झाली, "तुम्ही इन्कम टॅक्स रिटर्नस् भरता का?"

उत्तर होतं, "नाही!"

"मला टॅक्सची काहीच माहिती नव्हती. मी व्यवसायात मग्न होतो. प्रथम मला बरीच काळजी वाटली. पण ही नोटीस नव्हती. फक्त विचारणा केली गेली होती."

प्रायव्हेट लिमिटेड कंपनी स्थापन कर, असा सल्ला मित्राने दिला; म्हणून 'विवेकानंद कलवी नीलायम प्रायव्हेट लिमिटेड' ही कंपनी अस्तित्वात आली. याचबरोबर आणखीही काही बदल होत गेले.

इंग्रजी संभाषणाचे वर्ग वाढत होतेच, पण ट्यूटोरिअल्सचा व्यवसाय खूपच विस्तारला होता. आता फक्त चौथा मजला पुरेसा ठरत नव्हता. मग तिसरा मजला, दुसरा मजला असे करत शेवटी संपूर्ण इमारतच विवेकानंद सेन्टरच्या वर्गांनी भरून गेली.

इंग्रजी संभाषण शिकविण्यातून मिळणारं उत्पन्न भरपूर असल्याचं १९८८ पर्यंत गणेशच्या लक्षात आलं. ट्यूटोरिअल सेन्टर चालविण्याचा व्याप मोठा होता. त्यासाठी बरेच कर्मचारी लागत होते. म्हणून ट्यूटोरिअल्सचा व्यवसाय बंद करण्याचं गणेशनं ठरविलं.

यानंतर 'विवेकानंद इन्स्टिट्यूट' ही फक्त इंग्रजीचं प्रशिक्षण देणारी कंपनी ठरली.

मात्र इंग्रजीचं उत्तम प्रशिक्षण देता येणं हा यशस्वी उद्योजक होण्यातला फार छोटा अंश होता. अन्य अनेक बाबींची गरज होती आणि इथे तपशिलाला, लहान लहान गोष्टींना फार महत्त्व असतं. लहान, क्षुल्लक वाटणाऱ्या गोष्टीही तुम्ही किती

प्रमाणात अधिक चांगल्या करू शकता, हे महत्त्वाचं असतं.

मुद्रितशोधन नीट होत नसल्यानं चुका राहत असत. गणेशला या गोष्टीचा बराच त्रास होत असे.

दरम्यान फोटोटाइपसेटिंग बाजारात आलं. यामुळं छपाईचं तंत्र थोडं अधिक सोपं झालं. संगणकावर मजकुराची जुळणी करून ब्रोमाइडवर प्रिंटिंग होत असे. ब्रोमाइड कागदावर चिकटवून त्याच्या निगेटिव्ह काढल्या जात आणि मग छपाई होई.

हे प्रिंटिंग अजूनही कटकटीचं असलं तरी एक मोठा फायदा होता. आता सतत मुद्रितशोधन करण्याची गरज नव्हती.

छपाईचं नवं तंत्र अवगत करून घेत असतानाच व्यवसायाचा विचार सुरू राहिला. आता आणखी भाषांतरं सुरू झाली. मल्याळम, कन्नड, हिंदी भाषांत अभ्यासक्रम भाषांतरित झाला. विद्यार्थी वाढले, त्याबरोबर मार्केटही!

प्रत्येक नव्या उपक्रमाबरोबर संपर्क सभांचं कामही वाढलं.

"दर दोन महिन्यांनी आम्ही शाळेमध्ये जाऊन मुलांशी थेट संपर्क साधायचो. त्याच्या शंका विचारायचो, उत्तरं द्यायचो. त्यांच्याकडून 'रिस्पॉन्स शीट' भरून घेतली जाई. शिक्षकांचा गट त्यावर काम करीत असे..... हा सर्व कार्यक्रम मोठा व्यापाचा होता."

हे सर्व सांभाळण्यासाठी 'विवेकानंद इन्स्टिट्यूट'मधील कर्मचाऱ्यांची संख्या आता ४०-४५ वर पोहोचली.

मनीऑर्डर व विद्यार्थ्यांचे फॉर्म यांचा मेळ घालणं हे मोठं काम होतं. अर्जांचा ढीग पडत असल्यानं प्रत्येक अर्ज ताडून पाहणं मोठं जिकिरीचं झालं.

"पैसे पाठविले, पण अभ्यासाचं साहित्य मिळालंच नाही, अशा तक्रारी विद्यार्थ्यांकडून येत. तर काही जण मनीऑर्डर न पाठविता फक्त अर्ज भरून पाठवीत. या समस्या वाढत चालल्या."

मग एका चार्टर्ड अकौंटन्ट मित्राने साधा उपाय सुचविला- "संगणक विकत घ्या."

अशा रीतीने 'विवेकानंद इन्स्टिट्यूट'मध्ये पहिला संगणक आला. त्या काळातील XT हे अद्ययावत मॉडेल घेण्यात आलं. एका तज्ज्ञाला बोलावून विद्यार्थ्यांचे अर्ज व मनीऑर्डर यांचा ताळमेळ घालण्याचं काम संगणकावर सुरू झालं. आता हे काम व्यवस्थित होऊ लागलं.

१९९० पर्यंत 'बिझनेस मॉडेल' स्थिर झालं. पाच भाषांतून इंग्रजीच्या प्रशिक्षणाबरोबर आता 'इफेक्टिव्ह इंग्लिश' हा नवा उपक्रम सुरू झाला.

"तुम्ही 'कॉम्पिटिशन सक्सेस रिव्ह्यू'चे ९० मधील अंक पाहाल तर आमची

जाहिरात दिसेल. आम्ही थोडं वरच्या दर्जाचं इंग्लिश शिकविण्यास सुरुवात केली. इंग्रजीतूनच इंग्रजी शिकण्याचा हा उपक्रम होता.''

१९९५ पर्यंत 'विवेकानंद इन्स्टिट्यूट'ची उलाढाल ७०-८० लाख रुपयांपर्यंत गेली. तेच ४५ कर्मचारी सर्व कारभार पाहत होते. या प्रोग्रॅमची हीच खरी गंमत होती.

''माझा मुख्य खर्च जाहिरांतीवर होत होता. दक्षिण भारतातील सर्व लोकप्रिय मासिकांसह हिंदीमध्येही मी जाहिराती देत होतो.''

'विवेकानंद इन्स्टिट्यूट' आता १० लाख विद्यार्थ्यांपर्यंत पोहोचली होती.

''कामाचं लहानसं शिखर गाठलं की आम्ही एखाद्या लोकप्रिय व्यक्तीला बोलावून अभ्यासाच्या साहित्याचं वाटप करीत असू. कधी कमल हसन तर कधी रजनीकांत.''

१९९५ मध्ये दोन गोष्टी घडल्या. डेस्कटॉप पब्लिशिंग आल्यामुळे छपाईचं काम बरंच सुलभ झालं. कॉरस्पॉन्डन्स कोर्सचा व्यवसाय या काळात अगदी शिखरावर पोहोचला. परिस्थितीनुसार आता 'विवेकानंद इन्स्टिट्यूट'लाही बदलणं भाग होतं.

''आमच्याकडे बाहेरचे सल्लागार नेमलेले नव्हते. त्यामुळे नवा मार्ग शोधण्यासाठी मलाच डोकं चालवावं लागे. सर्व जाहिरातीही आम्ही स्वत:च करीत होतो आणि विविध प्रकाशकांना त्या वेळेत पाठविण्याचं कामही आमचेच कर्मचारी करीत होते.

टीव्हीची लोकप्रियता वाढत आहे हे १९९३-९४ साली माझ्या लक्षात आलं. खासगी वाहिन्यांचा प्रभाव वाढला होता. विशेषत: 'सन टीव्ही'चा.''

'आपला टार्गेट ग्रुप कोणता आणि त्याच्यापर्यंत कसं पोहोचता येईल,' या प्रश्नावर गणेश सतत विचार करीत असे.

''आम्ही दैनिकांमध्ये कधीच जाहिराती केल्या नाहीत. मासिके व साप्ताहिके यावरच आमचा भर असे. याचं कारण म्हणजे हाताशी वेळ असेल तरच माणूस पत्राने अभ्यास करण्यासाठी नाव नोंदवतो. मात्र गेल्या काही वर्षांत मासिकं व साप्ताहिकांचा खप उतरणीला लागल्याचं लक्षात येत होतं.''

'कुमुदम' हे तामिळ मासिक खूप लोकप्रिय होतं. सहा लाख प्रतींचं हे साप्ताहिक तामिळमधील क्रमांक एकचं होतं. परंतु हळूहळू साप्ताहिकाचा खप कमी होऊ लागला आणि त्यांचे जाहिरातीचे दरही वाढत गेले.

''कुमुदममध्ये आम्ही भरपूर जाहिराती करत होतो; तेव्हा पूर्ण पानाचा दर सहा हजार रुपये होता. मात्र १९९५ पर्यंत तो ३५,००० रुपयांवर गेला. 'मल्याळम मनोरमा'चे दरही असेच वाढले.''

गणेशनं टीव्हीवर जाहिराती करण्यास सुरुवात केली. यामुळे ब्रॅन्डची ओळख

सर्वत्र होऊ लागली असली तरी विद्यार्थ्यांची संख्या म्हणावी तशी वाढत नव्हती. गणेशला जे सांगायचे होतं त्याला हे माध्यम जुळत नव्हतं.

खरी समस्या वेगळी होती. टीव्हीमुळे लोकांमधील वाचनाची गोडी कमी होत चालली होती. याचा परिणाम पत्राद्वारे अभ्यासाची मागणी कमी होण्यात होत होता.

"पूर्वी रोज २ हजार विद्यार्थी नाव नोंदवत. ती संख्या कमी होऊ लागली. मला काळजी पडली. माझं काही चुकत आहे..... की मार्केट बदलत आहे?"

विविध भाषांमधील सुमारे १५ लाख विद्यार्थ्यांना शिकविल्यानंतर पुन्हा एकदा सर्व काही तपासून पाहण्याची वेळ आली होती.

'एनआयआयटी' व 'ॲप्टेक' यांनी फ्रॅन्चाईजीसाठी दिलेल्या जाहिराती याच वेळी गणेशच्या पाहण्यात आल्या. पुढचा बिझनेस हा आहे, हे त्याच्या लक्षात आलं. पत्राद्वारे अभ्यासापेक्षा 'थेट प्रशिक्षण देणारी केंद्रे' काढण्याकडे वळण्याचं त्यांनी ठरविलं.

त्या धर्तीवर, फ्रॅन्चाईजी बिझनेसकडे लक्ष देण्यासाठी मेजर राजन यांची नेमणूक करण्यात आली. चेन्नई, बंगलोर, हैदराबाद येथे केंद्रे स्थापन झाली. अभ्यासाचं साहित्य, शिक्षकांचे प्रशिक्षण आणि ब्रॅन्ड नेम याच्या बदल्यात काही टक्क्यांचं स्वामित्वधन (रॉयल्टी) असा व्यवहार ठरला. केंद्रे सुरू करण्याचा खर्च फ्रॅन्चाईजींनी करायचा होता.

"आमच्याकडे बाहेरचे सल्लागार नेमलेले नव्हते. त्यामुळे नवा मार्ग शोधण्यासाठी मलाच डोकं चालवावं लागे. सर्व जाहिरातीही आम्ही स्वतःच करीत होतो आणि विविध प्रकाशकांना त्या वेळेत पाठविण्याचं कामही आमचेच कर्मचारी करीत होते."

२००३ पर्यंत दक्षिण भारतात 'विवेकानंद इन्स्टिट्यूट'ची ६० केंद्रे अशा रीतीने सुरू झाली. १०० कर्मचाऱ्यांसह उलाढाल १४ कोटींवर पोहोचली. परंतु, आता एक नवीनच समस्या उभी राहिली.

"बनावट लक्स साबण किंवा बनावट कॅडबरी चॉकलेटप्रमाणे बनावट 'विवेकानंद इन्स्टिट्यूट्स' उभ्या राहू लागल्या. 'विवेकानंद इन्स्टिट्यूट' हा ट्रेडमार्क नोंदवता येत नव्हता; कारण विवेकानंद हे सर्वांचे आहेत. अनेकांनी त्यांचं नाव वापरलं आहे."

'स्वामी विवेकानंद इन्स्टिट्यूट', 'श्री विवेकानंद इन्स्टिट्यूट', 'विवेकानंद अकादमी', 'विवेकानंद विद्यालय' -अशी गणेश रामच्या 'विवेकानंद इन्स्टिट्यूट'शी साधर्म्य दाखविणारी केंद्रे उभी राहताना दिसत होती.

"माझे काही फ्रॅन्चाईजीही वेगळा विचार करू लागलेले आढळले. इंग्रजी संभाषण शिकवायचं कसं हे त्यांना आता कळलं होतं. मग 'रॉयल्टी' कशाला द्या? असा विचार ते करू लागले. ते 'श्री विवेकानंद इन्स्टिट्यूट' अशासारखी नावे घेऊन स्वत:च अभ्यासक्रम विकू लागले."

शेवटी न्यायालयाचे दरवाजे ठोठवावे लागले. अजूनही 'सालेम विवेकानंद इन्स्टिट्यूट'च्या विरुद्धचा खटला उच्च न्यायालयात सुरू आहे.

"लोकांना वाटलं, ती आमचीच सालेममधील शाखा आहे आणि मला काहीच करता येत नव्हतं!"

या सर्व घडामोडींचा कंपनीवर परिणाम होऊ लागला. कंपनीची वाढ होत नव्हती.

"मग मी विचार केला..... लहान वयात आपण हे सर्व सुरू केलं. ना आपल्याकडे व्यवसायाचं ज्ञान होतं ना कौशल्य..... यातून जे काही व्हायचं ते झालं. आता यापुढे व्यावसायिक सल्ला घेऊन काम करू या.

"पूर्वी रोज २ हजार विद्यार्थी नाव नोंदवत. ती संख्या कमी होऊ लागली. मला काळजी पडली. माझं काही चुकत आहे..... की मार्केट बदलत आहे?"

मग 'ओ ॲन्ड एम', 'जेडब्ल्यूटी' आणि 'लिंटास' अशा मोठ्या जाहिरात कंपन्यांकडे विचारणा करण्यात आली. शेवटी जानेवारी २००४ मध्ये 'जेडब्ल्यूटीकडे' काम सोपविण्यात आलं."

"मी त्यांना माझ्या सर्व समस्या सांगितल्या."

ते म्हणाले, "काळ बदलत आहे, लोकांचे दृष्टिकोन बदलले आहेत; आपण आता तुमच्या संस्थेचं नाव बदलून 'वेटा' (VETA) हे नाव घेऊ या. VETA - विवेकानंद इंग्लिश ट्रेनिंग ॲकॅडमी."

गणेशला धक्का बसला.

"विवेकानंद या नावावर मला तडजोड करायची नव्हती." पण त्यांनी आग्रह कायम ठेवला. बराच युक्तिवाद केला. लोगो बनवून दाखविले.

गणेशनं निर्णय घेतला, "आता आपण डोकं चालवायचं नाही. नवा विचार करणं सध्या मला सुचणार नाही. तुम्ही जे सांगाल ते मी अमलात आणीन." मी डोळे मिटून त्याच्या सूचनांनुसार काम करू लागलो. अशा रीतीने 'विवेकानंद इन्स्टिट्यूट' ही 'वेटा' बनली.

एप्रिल २००४ मध्ये जाहिरातीच्या कॅम्पेनला सुरुवात झाली.

नावातील बदलाचा काय परिणाम होतो हे प्रथम कर्नाटकमध्ये पडताळून पाहू या, असे गणेशनं सुचविलं. फ्रॅन्चाईजींचा प्रतिसाद त्यांना जाणून घ्यायचा होता. प्रतिसाद चांगला मिळाला. मग ही कॅम्पेन राष्ट्रीय स्तरावर नेण्याचं गणेशनं ठरविलं.

गेले काही दिवस सताविणाऱ्या एका समस्येवरही तोडगा काढण्याचं गणेशनं ठरविलं. नाव बदलण्याचा निर्णय त्यासाठी उपयोगी ठरला. आधी ठरलेल्या करारानुसार स्थानिक जाहिरातींकडे फ्रॅन्चाईजींनी लक्ष द्यायचं होतं, तर ब्रॅन्ड ॲडव्हरटायझिंग हे गणेशकडून होणार होतं. दुर्दैवाने फ्रॅन्चाईजी त्यांची जबाबदारी पार पाडत नव्हते.

म्हणून गणेशनं फॉर्म्युला बदलला.

त्यानं सांगितलं, "लोकल प्रमोशनकडेही मीच लक्ष देतो. आत्ता तुम्ही मला २० टक्के रॉयल्टी व स्टडी मटेरिअल्सची किंमत देता. आता यापुढे आपण समान भागीदार होऊ या."

आता फ्रॅन्चाईजींकडे जागेचं भाडं व कर्मचाऱ्यांचे पगार देणं या जबाबदाऱ्या आल्या. त्यांनी प्रशिक्षणाचा काही विशिष्ट दर्जा राखावा, अशीही अपेक्षा होती. स्थानिक जाहिराती तसेच ब्रॅन्ड बिल्डिंग ही 'वेटा'ची जबाबदारी ठरली. अभ्यासाची सामग्रीही फ्रॅन्चाईजींना मोफत मिळणार होती.

व्यवसायाच्या या नव्या स्वरूपाचं कर्नाटकात स्वागत झालं, पण चेन्नईत विरोध झाला. तेथील सर्व १३ फ्रॅन्चाईजी एकत्र आले व त्यांनी सहकार्य करण्यास नकार दिला. अडचणीत आणखी भर म्हणजे 'वेटा' हे नाव स्वीकारण्यासही ते तयार नव्हते.

फ्रॅन्चाईजी मॅनेजर काळजीत पडला. पण गणेश म्हणाला, "आजपर्यंत कोणतंही व्हिजन समोर ठेवून मी काम करीत नव्हतो. आता मला नेमकं काय करायचं माहीत आहे व त्यानुसारच मला वाटचाल करायची आहे.

आजपर्यंत घटना घडत होत्या. मी काहीच ठरवीत नव्हतो. कसलंही रेव्हेन्यू मॉडेल समोर ठेवलं नव्हतं. आपल्याला काय साध्य करायचं आहे, किती लांब उडी मारायची आहे, असा कोणताच आराखडा आजपर्यंत माझ्याकडे नव्हता....."

गणेशनं ठाम भूमिका घेण्याचं ठरविलं. फ्रॅन्चाईजी तयार झाले तर उत्तम. अन्यथा एकट्यानं पुढे जाण्याचा निर्णय घेतला.

एकूण १३ फ्रॅन्चाईजींपैकी फक्त एक जण 'वेटा'बरोबर काम करण्यास तयार झाला. "काही हरकत नाही," गणेश म्हणाला.

"मिडले रोड व मिलापोरे येथील बोर्ड बदलले. तेथे 'वेटा'चे नवे बोर्ड झळकले. 'विवेकानंद इन्स्टिट्यूट' आता 'वेटा' म्हणून ओळखली जाईल, असं आम्ही जाहीर केलं. 'वेटा' फक्त या दोन ठिकाणांहून काम करेल, हेही स्पष्ट केलं."

नाव बदलण्याची कॅम्पेन उत्तम चालली. 'सीएनबीसी'च्या 'स्टोरीबोर्ड' या कार्यक्रमातही त्याची दखल घेतली गेली.

कॅम्पेनला सुरुवात करण्यापूर्वी, एकदा शेवटचा विचार करण्याची संधी जेडब्ल्यूटीनं गणेशला दिली.

ते म्हणाले, "आम्ही लहानसा सर्व्हे घेतला. दक्षिण भारतात हे नाव लोकप्रिय आहे. 'विवेकानंद इन्स्टिट्यूट' या नावाला वजन आहे. हे नाव बदलण्यास तुम्ही मनापासून तयार आहात ना?"

"नाव बदलणं हा फार कटकटीचा मामला असतो."

"मला एकदाच काय ते नाव बदलू द्या. मग नाही," मी त्यांना सांगितलं.

एका अर्थाने व्यावसायिक जीवन-मरणाचा हा सवाल होता. तो हसत हसत सांगतो, "विवेकानंद स्टडी सर्कलपासून मी सुरुवात केली. मग 'विवेकानंद कलवी नीलायम' आले, त्यानंतर विवेकानंद इन्स्टिट्यूट..... आता नाव बदल शेवटचा असू दे. मी कधी योजना समोर ठेवून काम केलं नाही. हे बदल आपोआप होत गेले व संस्था विस्तारत गेली. आता मला जाणीवपूर्वक निर्णय घेऊ द्या; असं मी म्हटलं आणि हा निर्णय योग्य ठरला."

गणेशबरोबर न येणाऱ्या १२ शाखांचं काय झालं?

"दंगामस्ती करून, निषेध करून मला वाकवता येईल अशी त्यांची समजूत होती..... पण पहिल्यापासून मी स्वतंत्र वृत्तीनं काम करणारा आहे..... मी दबावाखाली येणारा नाही."

'विवेकानंद' हे नाव घेऊन फ्रॅन्चाईजींनी काम सुरू ठेवल्यामुळं गणेशला पुन्हा कोर्टाचे दरवाजे ठोठवावे लागले.

"या वेळी माझ्याजवळ उत्तम महिला वकील होती. ती हुशार होती. इन्जेक्शन कसं टोचायचं हे तिला बरोबर माहीत होतं."

फ्रॅन्चाईजींमध्येही २/३ गट बनले. एका गटाने 'व्हीएलसी' नाव घेतलं, तर दुसऱ्याने 'ई-स्क्वेअर'! मात्र 'वेटा कॅम्पेन' ही इतकी प्रभावी आणि जोरकस होती की मूळची विवेकानंद इन्स्टिट्यूट हीच 'वेटा' आहे हे लोकांच्या मनावर लवकरच ठसलं.

जेडब्ल्यूटीच्या चेन्नई विभागाच्या प्रमुख अनिता गुप्ता यांनी एकदा गणेश रामला विचारलं, "नाव बदलल्याबद्दल कधी खंत वाटते का? तुम्ही या कॅम्पेनवर जवळपास साडेचार कोटी रुपये खर्च केले आहेत."

"नो मॅडम. आय ॲम हॅपी." गणेशनं उत्तर दिलं.

"का?" तिनं विचारलं.

"नशीब, मी दक्षिण भारतातील चार राज्यांमध्येच लोकप्रिय आहे. म्हणून चार

कोटींत खर्च आटोपला. माझा व्यवसाय देशभर पसरला असता तर ४० कोटी खर्च करावे लागले असते.''

खर्चाकडे पाहण्याची ही सकारात्मक दृष्टी होती.

'वेटा' हे नाव गणेशला आवडलं होतं. स्वीट ॲन्ड ट्रेन्डी. यामुळे लोकांनी ते चटकन आपलंसं केलं. नाव बदलल्यानंतर आता पुन्हा कंपनीच्या विस्ताराकडे लक्ष देण्यास सुरुवात झाली. दूरस्थ शिक्षणापेक्षा प्रत्यक्ष केंद्रे उभारण्यावर आता भर देण्यात आला.

क्लासरूम सेशनची फी वाढविण्यात आली. पत्राद्वारे मिळणाऱ्या अभ्यासक्रमाची फी ९७५ रुपये होती तर 'वेटा' केंद्रातील सर्वांत स्वस्त अभ्यासक्रमाचे शुल्क १६०० रुपये होतं. विद्यार्थ्यांच्या गरजेनुसार सिल्व्हर, गोल्ड व डायमंड अशी पॅकेजेस तयार करण्यात आली.

''आम्ही ॲसेसमेन्ट टेस्ट सुरू केल्या. विद्यार्थ्याने कोणता अभ्यासक्रम स्वीकारायचा? १२० तासांचा, ८० तासांचा की ४० तासांचा? हे या क्षमता चाचण्यांतून ठरविता येत असे.''

गणेशनं आता 'बिझनेस प्लॅन' आखावा, असा सल्ला 'जेडब्ल्यूटीने' दिला.

''२००५ पर्यंत ७० केंद्रे... २००६ मध्ये १०० केंद्रे, असा प्लॅन आखायचा होता. आता आधी प्लॅन करूनच काम करायचं होतं.''

मग रेव्हेन्यू पॅरामीटर्स व टार्गेट निश्चित करण्यात आलं.

२००४ मध्ये 'वेटा'ने आपला ऑडिटर बदलला. ही नवी नेमणूक फक्त हिशेब ठेवण्यापुरती नव्हती. आर्थिक व्यवहाराचं मार्गदर्शनही त्यांच्याकडून अपेक्षित होते.

''तुम्ही आजपर्यंत बँकेकडे कधीही गेला नाहीत?'' ऑडिटरनं पहिलाच प्रश्न केला.

''कशाला जायचं?'' गणेशनं प्रतिप्रश्न केला. ''मी बँकेत फक्त पैसे जमा करायला जातो. कर्ज घेण्यासाठी नाही. माझ्या बिझनेस मॉडेलमध्ये बँकेची गरज नाही.''

विस्तार वेगाने करायचा असेल आणि ठरविलेल्या प्लॅनप्रमाणे जायचं असेल तर बदललं पाहिजे, हे नव्या 'सीए'ने समजावून दिले. कार्यशैली बदलण्याचा सल्ला गणेशलाही पटला.

''मी ब्रॅन्ड बिल्डिंगमध्ये भरपूर पैसा ओतत होतो. पण २००४ मध्ये माझ्याकडे ६९ फ्रॅन्चाईजी होते आणि कंपनीच्या मालकीचे फक्त एकच सेन्टर होतं.''

चेन्नईतील फ्रॅन्चाईजींनी गणेशला वेगळा अनुभव दिला होता. आता ब्रॅन्ड प्रभावी झाल्यावर पुन्हा काही फ्रॅन्चाईजी एकत्र येऊन चेन्नईप्रमाणे उद्योग करू लागले तर? हा धोका लक्षात घेऊन कंपनीच्या मालकीची अधिकाधिक केंद्रे उभारण्यावर

आता लक्ष देण्याची गरज होती.

तेव्हा २००४ साली प्रथमच 'वेटा'नं बँकेकडून कर्ज घेतलं. (हे सांगताना तो मनापासून हसत होता.) प्रथम चार कोटी रुपये, मग आणखी सहा कोटी रुपये. 'वेटा'चं मुख्य कार्यालय असलेली इमारत तारण ठेवण्यात आली.

आता भांडवल जमा झालं. 'वेटा'चा विस्तार होऊ लागला. दिल्ली, कोलकाता, मुंबईसह अन्य मेट्रोमध्ये केंद्रे सुरू करण्यात आली. लवकरच प्रायव्हेट इक्विटी इन्व्हेस्टर्स, खासगी गुंतवणूकदारांचे लक्ष 'वेटा'कडे वळलं.

२००७ मध्ये, SAIF (सेफ) या प्रायव्हेट इक्विटी फर्मला गणेशनं कंपनीतील काही स्टेक विकले. इतक्या वर्षांचा 'रोकड' मोबदला मिळविण्याचा हा प्रयत्न होता का? 'नाही,' गणेश ठामपणे सांगतो. स्टेक विकून आलेला सर्व पैसा पुन्हा कंपनीतच गुंतविला गेला..... विस्तार अधिक वेगाने करण्यासाठी.

आजचा, म्हणजे जानेवारी २०१० चा विचार केला तर 'वेटा'ची २५० केंद्रे आहेत. यापैकी ७० कंपनीच्या मालकीची आहेत. ठरविलेल्या आराखड्यानुसार सर्व काम सुरू आहे.

''आमच्या क्षेत्रात स्पर्धा येते ती असंघटित क्षेत्रातील छोट्या व्यावसायिकांकडून. इंग्रजी प्रशिक्षणाचा विचार केला तर दुसरा 'नॅशनल ब्रॅन्ड' सध्या नाही.''

दूरस्थ शिक्षण पद्धतीचं काय? ते आता संपल्यातच जमा आहे का?

''आम्ही ते नव्याने सुरू करीत आहोत. एका व्यावसायिक तज्ज्ञाकडून आम्ही सल्ला घेत आहोत. त्याने काही बदल सुचविले आहेत. होम शॉपिंगच्या माध्यमातून हा अभ्यासक्रम विद्यार्थ्यांपर्यंत नेता येतो का, हे आम्ही पाहत आहोत.''

'ई-लर्निंग'चं मॉडेल तयार करण्याचाही विचार सुरू आहे. 'वेटा'च्या देशातील विविध केंद्रांत आज २ लाख विद्यार्थी शिकत आहेत. 'एनआयआयटी'सारख्यांशी तुलना केली तर काय चित्र दिसतं?

''एनआयआयटीचं शुल्क खूपच जास्त आहे. आमचा 'मास ब्रॅन्ड' आहे... प्रत्येकाला इंग्रजी शिकायचं आहे! आमचं उत्पन्न विद्यार्थ्यांच्या संख्येशी निगडित आहे!''

२०११ पर्यंत 'वेटा'ची ५०० केंद्रे निर्माण करण्याची गणेश रामची मनीषा आहे. सिंगापूरमध्ये १००टक्के अनुदानात उभी राहिली आहे तर श्रीलंका, थायलंड व इंडोनेशिया येथे मास्टर फ्रॅन्चाईजी देण्यात आले. तामिळनाडूतील मॉडेल कर्नाटक, आंध्र प्रदेशात चालत असेल तर अखिल भारतात चालणारं मॉडेल आशियात चाललंच पाहिजे.

दरम्यान, कॉर्पोरेट ट्रेनिंगसारख्या आणखी नव्या क्षेत्रांकडे 'वेटा'चे लक्ष गेले आहे.

आज २८ वर्षांनंतर गणेशला काम करण्याची प्रेरणा कोठून मिळते?

"समाधानातून.... असंख्य तरुणांचं आयुष्य समृद्ध करण्याच्या व्यवसायात आपण आहोत, यातून येणारं समाधान."

हे खरं असलं तरी सुरुवातीच्या काळात नापास मुलांकडे लक्ष देऊन गणेशनं स्टडी सर्कल सुरू केलं, तेव्हा त्याच्यासमोर 'समाजसेवे'चा विचार नव्हता. या कामात त्याला 'व्यावसायिक क्षमता' दिसली होती.

गेल्या तीन दशकांतील गणेश रामचं आयुष्य समाधानी आहे, संतुलित आहे. त्यामध्ये आव्हानांबरोबर आनंदही आहे.

नियतीनंच हे ठरविलं होतं असं ज्योतिषी म्हणू शकेल, पण तेथे जिद्द व मेहनतीचीही गरज होती,

आणि धगधगत्या इच्छाशक्तीची,

आणि धाडसाची!

◆

तरुण उद्योजकांना सल्ला

फक्त कॉपी मारून व्यवसाय सुरू करणारे अनेक जण मी बघितले आहेत. कोणीतरी यशस्वी झालेली व्यक्ती बघून हे लोक तीच गोष्ट सुरू करतात असं नको. तुम्ही कल्पक होणं गरजेचं आहे.

१९८० मध्ये बाकी सर्व क्लासेस बंद करून फक्त इंग्लिशवर लक्ष केंद्रित करण्याचा मी निर्णय घेतला. भारत एक दिवस BPO आणि IT चं केंद्र बनेल, आणि इंग्लिश भाषेला एवढं महत्त्व येईल, हे माझ्या ध्यानीमनीही नव्हतं.

तुम्ही काहीतरी आगळंवेगळं करायलाच हवं. तुमच्या मनातल्या कल्पनेवर विश्वास ठेवा आणि तिला चिकटून रहा.

मी कधीही, कशाच्या पाठीमागे धावलो नाही; पण मागणीनुसार मी स्वत: आणि त्याचबरोबर माझं बिझनेस मॉडेल बदलत गेलो व नवनव्या गोष्टी आजमावत गेलो.

आणि अखेरीस एक सांगतो, व्यवसाय म्हणजे तरी काय? व्यवसाय म्हणजे 'कॉमनसेन्स.'

तो मनात असतोच. आजच्या तरुणामध्ये १०० टक्के बांधिलकी, सेवेची प्रेरणा आणि सर्वोत्कृष्टतेचा ध्यास असेल तर यश हमखास आहे.

‘ती’ला काय हवंय?

सुनीता रामनाथकर
फेम केअर फार्मा

दुसऱ्या मुलीच्या जन्मानंतर चार महिन्यांत या धडपड्या गृहिणीने ‘फेम’ हे त्वचा गोरी करणारं ब्लीच बाजारात आणलं. एका लहानशा घरातून सुरू झालेली ही स्किन केअर कंपनी पुढील २७ वर्षे अनेक बड्या बहुराष्ट्रीय कंपन्यांबरोबरच्या स्पर्धेत टिकून राहिली. इतकंच नव्हे तर कंपनीनं स्वत:चं स्थान निर्माण केलं. अगदी अलीकडेच ती ‘डाबर’ला विकण्यात आली.

आरामदायी आयुष्य, सुंदर घर, नोकरचाकर, मोटारी अशा गोष्टी मिळविण्यासाठी तुम्ही मेहनत करता. पण या सर्व गोष्टी तुम्हाला आधीच मिळालेल्या असतील तर - तर काय? थोडा वेगळा, काहीसा चक्रम विचार करणारी गृहिणी असाल आणि आयुष्यात काहीतरी करण्याची प्रेरणा असेल तर तुम्ही बिझनेस सुरू करता. तुम्ही नशीबवान असाल आणि तुमच्यासारखाच थोडा चक्रम विचार करणारा भाऊ साथीला असेल तर २५ वर्षांतच १०० कोटी रुपयांची उलाढाल करणारी एक कंपनी तुम्ही उभी करता. 'फेम'ची घडण अशी झाली आहे. भारतासाठी भारतातच सौंदर्याची उत्पादनं बनविणारी कंपनी. बहुराष्ट्रीय कंपन्यांच्या ब्रॅन्डसमोर समर्थपणे टिकून राहिलेली. हे सर्व कसं काय जमलं? हे समजून घेण्यासाठी मी सुनीता रामनाथकरला नरिमन पॉइंटच्या ऑफिसमध्ये भेटले. ऑफिस तसं साधंच, गरजेनुरूप होतं. तिला भेटताच जाणवतो तो तिचा उत्साह. सळसळतं व्यक्तिमत्त्व! ती मनमुराद हसते. बोलताना तिचे डोळे चमकतात. 'फेम' ब्लीच प्रथमच बाजारात आणलं, त्या वेळच्या आठवणी सांगताना तिचा चेहरा उजळून निघतो. कालच घडून गेल्यासारखा तो अनुभव जणू ती पुन्हा जगत असते. सुनीताच्या उत्साहाचा स्पर्श कोणालाही चटकन होतो. स्त्रियांना काय हवं आणि काय खपेल याची अगदी स्पष्ट जाण तिला आहे. सुनील पोफळे हा तिचा भाऊ. आयआयटीचा एरोनॉटिकल इंजिनिअर. त्याच्या तांत्रिक व बौद्धिक क्षमतेची जोड मिळाली. बहीण-भावाचं हे समीकरण लक्षात घेतलं की बड्या बड्या ब्रॅन्डना 'फेम'ने कसं नामोहरम केलं, याचं उत्तर मिळतं. एक गृहिणी आपलं करिअर कसं घडविते याचीही ही गोष्ट आहे. करिअर करणं हे गृहिणीचं काम नव्हे असं समजलं जात होतं, त्या काळात सुनीतानं 'फेम' उभी केली. 'फेम' ही कंपनी व मुलगी या दोघांनाही सुनीतानं जवळपास एकदमच जन्म दिला आणि या दोन्ही अपत्यांचं उत्तम पालनपोषण करण्याची विलक्षण कामगिरी यशस्वीपणे पार पाडली. हे घडू शकलं, कारण 'मी फक्त एक गृहिणी आहे' असं ती कधीच म्हणाली नाही. 'मी संसारात अडकून पडले आहे' असंही ती म्हणाली नाही. उलट, 'मी स्वप्नं पाहू शकते आणि ती प्रत्यक्षातही आणू शकते' असं तिनं सांगितलं. म्हणून हे घडू शकलं. आणि कुणासाठी,कुठेही, कोणत्याही काळात हे घडू शकतं... जर मनापासून ठरविलं तर!

'ती'ला काय हवंय?

सुनीता रामनाथकर
फेम केअर फार्मा

सुनीता ही दक्षिण मुंबईतील मुलगी.

"माझ्या वडिलांची बदलीची नोकरी होती. त्यामुळे मी बऱ्याच ठिकाणी फिरले. परंतु दुसरीपासून मात्र मी मुंबईतच राहू लागले."

सुनीताचे वडील सरकारी डॉक्टर होते. सेंट जॉर्ज इस्पितळाच्या सुपरिंटेंडेंट पदावरून ते निवृत्त झाले. शिक्षण हे त्यांच्या दृष्टीने अत्यंत महत्त्वाचं होतं. अर्थातच सुनीताला उत्तम शिक्षण मिळालं.

"मी कॅथेड्रलमध्ये शिकले. पुढे एल्फिन्स्टन कॉलेजमधून रसायनशास्त्रात पदवी घेतली. एल्फिन्स्टन कॉलेजचा त्या काळी बराच दबदबा होता."

पदवी मिळाल्यावर सुनीताने मास कम्युनिकेशनचा कोर्स केला. 'Pfizer'मध्ये जनसंपर्क विभागात काम केल्यावर ७० च्या दशकातील सर्व मुली जे करीत होत्या तेच सुनीतानं केलं... तिचं लग्न झालं.

"३१ डिसेंबर १९७६ ला माझं लग्न झालं आणि रिसेप्शन १९७७ साली." सुनीता हसत हसत सांगते. "मी फक्त बावीस वर्षांची होते. खरं तर साडेएकवीस वर्षांची."

सासर श्रीमंत होतं. मरीन ड्राईव्हवर मोठा, हवेशीर फ्लॅट होता. घरात नोकर होते, कुक होता. दिमतीला ड्रायव्हरसह गाडी होती. काही करायची गरजच नव्हती. आपलं स्वप्न प्रत्यक्षात आलं असंच कोणत्याही तरुणीला वाटलं असतं... पण सुनीता त्यातली नव्हती.

"मला एकदम निरुपयोगी वाटू लागलं. कारण प्रत्येक गोष्टीची काळजी घेण्यास कोणी ना कोणी हजर होतं. मी अस्वस्थ होऊ लागले - मला काहीतरी करायचं होतं."

१९७९ ला सुनीताने एका सुंदर मुलीला जन्म दिला. पण तरीही काहीतरी करून पाहण्याची तगमग शांत होईना. नोकरी करणं हा पर्याय तिला आकर्षक वाटत नव्हता. भारतातील स्त्रियांसाठी काहीतरी करावं असं तिला अस्पष्टपणे जाणवत

होतं. हे काहीतरी म्हणजेच 'क्रीम ब्लीच.'

"बाजारात तेव्हा क्रीम ब्लीच मिळत नव्हतं. लिक्विड हायड्रोजन पेरॉक्साईड, लिक्विड अमोनिया आणि ब्लीचिंग पावडर यांचं मिश्रण अनेक जण वापरत असत. मात्र यामुळे त्वचेची हानी होत असे. चेहरा भाजायचा."

पण तरीही हे मिश्रण वापरलं जाई, कारण चेहऱ्यावरील केसांमुळे येणारी कुरूपता नकोशी वाटे.

बाजारातील ही संधी सुनीताच्या कशी लक्षात आली?

"जे मला वापरायला आवडलं असतं आणि जे उपलब्ध नव्हतं असं काय आहे, याचा मी शोध घेतला."

ब्लीचशिवाय अन्य कोणत्या उत्पादनाचा विचार केला होता का?

"फक्त ब्लीच! आणखी काहीही नाही" ती हसून सांगते. "आणि मी अक्षरशः हात धुऊन या उत्पादनाच्या मागे लागले."

पॉकेटमनी व थोडी गंमत यासाठी केलेला उद्योग इतकंच या व्यवसायाचं स्वरूप कदाचित राहिलं असतं. पण नियतीच्या मनात वेगळंच होतं.

"माझा भाऊ पवई आयआयटीतून नुकताच पदवी घेऊन आला होता. तो एरोनॉटिकल इंजिनिअर होता. सौंदर्य प्रसाधनांमधील त्याला काहीच माहीत नव्हतं. ब्लीच तर दूरच राहिलं. पण मी त्याला सांगितलं - ही कल्पना आहे– थोडा विचार करायला काय हरकत आहे?"

एअर इंडियाच्या सीओडी डिपार्टमेंटमध्ये सुनील काम करीत होता. सहा महिन्यांतच त्याचा पुरता अपेक्षाभंग झाला. नोकरी त्याला कमालीची कंटाळवाणी वाटू लागली. एअर इंडियाच नव्हे तर एकूण विमान क्षेत्राबद्दल त्याला उदासीनता वाटू लागली.

"विमान उद्योग हा जितका रोमहर्षक वाटतो तितका तो वस्तुतः नाही हे पदवीचा अभ्यास पूर्ण करतानाच माझ्या लक्षात आलं होतं. उदाहरणार्थ, बोईंगचे स्वतःचं मेटेनन्स मॅन्युअल होतं. इंजिनिअर म्हणून माझ्याकडे टेस्टिंगचं काम होतं. अनुभव वाढला की विमानाला प्रमाणपत्र देण्याचे तुमचे अधिकार वाढत जातात. याच पद्धतीने तेथे करिअर होत असे."

"मार्केटिंग करताना भरपूर कॉमनसेन्स हवा, तशीच भरपूर संवेदनशीलताही हवी. चेहऱ्यावरच्या केसांमुळे संकोच तर वाटतोच म्हणूनच केसांमुळे चेहरा काळवंडलेला दिसतो, असं आपण म्हणतो."

यामध्ये ना सर्जकता होती, ना कसलं आव्हान. आयआयटीतील ज्येष्ठ तंत्रज्ञसुद्धा वैफल्यग्रस्त झाले होते.

"मलाही बोईंगकडून ऑफर आली होती. परंतु मी लगेचच तिकडे यावं व व्हिजिटर्स व्हिसावर काम करावं, अशी कंपनीची अपेक्षा होती. मी नकार दिला."

सुनील 'काहीतरी वेगळं' करण्याच्या शोधात होता.

"त्या वेळी धातू शुद्ध करण्याच्या शास्त्राकडे माझं लक्ष गेलं. यामध्ये पुढे बरंच काही घडेल असं माझ्या ध्यानात येऊ लागलं होतं. या क्षेत्रातील मागणी वाढणार होती."

एका आयआयटी पदवीधराकडे असणाऱ्या तांत्रिक कौशल्याचा विचार करता क्रीम ब्लीचपेक्षा त्याने धातुविद्येकडे वळणं अधिक योग्य होतं. पण सुनील अशा वैचारिक मर्यादांना पार करणारा होता. सुनीताने आपली कल्पना समोर ठेवताच तो म्हणाला, "का नाही?"

धातुशास्त्रातील प्रकल्प बराच गुंतागुंतीचा होता. मोटार क्षेत्राची वाढ कशी होते यावर त्याचं भवितव्य अवलंबून होतं. त्यासाठी गुंतवणूकही बरीच लागली असती. ब्लीच प्रकल्प तसा साधा होता. त्यासाठी मोठ्या भांडवलाची गरज नव्हती आणि ग्राहकांच्या गरजांना प्राधान्य देणारा होता.

"ब्लीच प्रकल्पाची कल्पना मी त्याच्या गळी उतरवली," सुनीता सांगते. सुनीलसाठी मात्र हा तर्कशुद्ध घेतलेला निर्णय होता. हा प्रकल्प त्याला व्यवहार्य वाटत होता.

आयआयटी अभियंत्याने पुढची दोन वर्षे क्रीम ब्लीच बनविण्यासाठी खर्च करावीत, हे कोणालाच पटलं नसतं. सुनीलच्या कुटुंबीयांनाही ते पटलं नव्हतं. पण त्याला मात्र हा व्यवसाय व्यवहार्य वाटत होता.

"वडिलांनी माझी टर उडविली. कसलं मलम बनवीत आहात?" ते गमतीने विचारत.

मात्र त्यांनी कधीही हस्तक्षेप केला नाही वा विरोधही केला नाही. हीसुद्धा एक प्रकारे मदतच होती.

"मला काहीतरी वेगळं करून पाहायचं आहे, असं सुनीलनं म्हटलं; तेव्हा माझ्या वडिलांनी थोडी गंमत केली असली तरी विरोध केला नाही. तू नोकरी करायला हवीस किंवा आयआयटी शिक्षित असून हे काय करतोस, असे नकारात्मक प्रश्न विचारले नाहीत."

फार लक्ष देण्याइतका वेळही त्यांच्याकडे नव्हता म्हणा; पण त्याहून महत्त्वाचं म्हणजे मुलांवर त्यांचा विश्वास होता. "तुम्ही काहीतरी विचारपूर्वक करीत आहात, याची मला खात्री वाटते. तेव्हा पुढे चालत रहा!"

काय करायचं आहे, हे बहीण-भावाला खरोखरच माहीत होतं. पण कसं करायचं याचा पत्ता नव्हता.

मार्केटमध्ये तेव्हा जोलन (Jolen) नावाचं क्रीम ब्लीच मिळत असे. ते इंपोर्टेड होतं व स्मगलिंग करून आणलं जाई. ते ४०० रुपये किमतीचं म्हणजे कमालीचं महाग होतं. मात्र त्याच दर्जाचं स्थानिक प्रॉडक्ट, तेही कमी किमतीत उपलब्ध झालं असतं तर ग्राहकांना निश्चितच आवडलं असतं.

हे क्रीम कसं तयार करावं हा प्रश्न होता.

सुनीलकडे रसायनशास्त्राचं पदवीपर्यंतचं ज्ञान होतं शिवाय त्यानं आयआयटीमध्ये पहिली दोन वर्षे रसायनशास्त्र शिकवलं होतं. सुनीता स्वत: रसायनशास्त्राची पदवीधर होतीच. परंतु कॉलेजच्या प्रयोगशाळेत रसायनशास्त्राचे प्रयोग करणं निराळं व सौंदर्यप्रसाधनं बनविणं निराळं.

"आपल्याकडे औषधं तयार करणारे होते, पण सौंदर्य प्रसाधनं तयार करणारे नव्हते," सुनील सांगतो. आणि परदेशातून काही उचलून आणून त्याची कॉपी करणंही शक्य नव्हतं.

"परदेशात काम करणाऱ्या काही ज्येष्ठ व्यक्तींकडून आम्हाला नमुने मिळाले होते. पण त्या नमुन्यांमध्ये लागणारी २० घटक द्रव्ये इथल्या बाजारात मिळाली तरच उपयोग. ती इथे मिळत नव्हती."

कच्चा माल हा प्रश्नच होता. निश्चित दर्जा राखून मालाचा पुरवठा होईल याचीही खात्री नव्हती आणि माल आयात करणं अतिशय त्रासदायक होतं. तेव्हा स्थानिक ठिकाणातूनच काहीतरी उत्तर शोधायला हवं होतं. त्यासाठी बरेच प्रयोग करायला हवे होते आणि प्रयोग म्हटलं की चुका आल्याच. चुका करीत करीतच नवं काहीतरी शोधायचं होतं. सुनीताचं स्वयंपाकघर हीच प्रयोगशाळा! स्वयंपाकघरातील मिक्सरमध्ये मिश्रणे बनविली जायची. त्या मिश्रणांचे प्रयोग होत ते कुटुंबीय, मित्र व शेजाऱ्यांवर. अशा प्रयोगातूनच हवं ते मिश्रण सापडलं.

"वडिलांनी अंधेरीच्या एमआयडीसीमध्ये एक लहान गाळा घेतला आणि तेथे आमचं उत्पादन सुरू झालं. सुरुवातीच्या काळात मिश्रणाची एक बॅच बनविण्यासाठी आम्ही दोन आठवड्यांतून एकदा कामगारांना बोलवीत होतो. बॅच तयार झाली की ती विकण्यासाठी मी सगळीकडे फिरत असे."

प्रात्यक्षिक दाखविणं इतकीच त्या वेळची विक्रीची योजना होती. ब्लीचचा उपयोग काय व ते कसं वापरायचं याबद्दल तेव्हा फार माहिती नसल्यानं प्रात्यक्षिक दाखविणं हाच सर्वोत्तम मार्ग होता.

महिलांचा गट करून प्रात्यक्षिकं दिली जात असत. प्रत्येकीच्या हातावर मलमाचा लहानसा पॅच लावला जाई आणि दोघींचे चेहरे ब्लीच केले जात. गोरेपणा

हवा असणाऱ्या मुलींना हे प्रात्यक्षिक आवडत असे.

'फेम इन्स्टो ब्लीच' ही नवी कल्पना होती. पण त्याचा परिणाम चेहऱ्यावर लगेच दिसत असल्याने ती उचलली गेली.

"पहिलंच प्रात्यक्षिक गृहिणींना पसंत पडलं. ब्लीच केलेली त्वचा उठून दिसायची. लोकांना लगेचच फरक जाणवायचा. त्वचेवरील केस झाकले जात. त्वचेची छटा बदलायची, ती अधिक गोरी दिसायची. त्वचा मऊही होत होती."

उत्तम उत्पादन तयार करणं म्हणजे अर्धी लढाई जिंकणं. लढाईचा दुसरा भाग म्हणजे हे प्रॉडक्ट दुकानांच्या शेल्फवर सर्व ठिकाणी दिसणं. हा दुसरा भाग अधिक अवघड असतो. पण इथेही सुनीताने बुद्धीचा वापर केला.

"समजा मी वाळकेश्वर भागात प्रात्यक्षिकं दिली तर मग तेथील ४-५ दुकानांत मी प्रॉडक्ट ठेवीत असे. ग्राहकांना दुकानांची नावं देणारी झेरॉक्स मी प्रात्यक्षिकांनंतर वाटीत असे. नवीन खरेदीच्या वेळी ग्राहकांना ती उपयोगी पडे."

आणि अशा रीतीने म्हणजे प्रात्यक्षिकं देत देत, नवनवीन भागात व तेथील दुकानांमध्ये 'फेम'ने प्रवेश केला. मुंबई काबीज करायला एक वर्ष लागलं. भारतात इतरत्र संचार होण्यास आणखी वर्ष लागलं. मात्र या काळात जास्तीत जास्त ग्राहकांना प्रात्यक्षिक दाखविलं जात होतं. अधिकाधिक लोकांना या क्रीमची माहिती होईल याकडे लक्ष दिलं जात होतं.

"या क्रीमचा परिणाम लगेचच जाणवतो हे ग्राहकांच्या लक्षात यावं म्हणून 'इन्स्टो-ब्लीच' असं जोडनाव आम्ही दिलं. मिश्रण कसं बनवायचं, त्वचेवर कसं लावायचं आणि १५ मिनिटांनंतर धुऊन टाकायचं याचं प्रात्यक्षिक आम्ही दाखवीत असू. परिणामासाठी १५ मिनिटे पुरेशी होती."

ग्राहकांना येणारा प्रत्यक्ष अनुभव हाच मोलाचा होता. मग हा अनुभव सर्वत्र पसरविण्यासाठी देशभर प्रात्यक्षिककार नेमण्यात आले.

"लिव्हिंग इन स्टाईल, होम वेल, हाउस ब्युटीफुल अशा प्रदर्शनांतूनही आम्ही भाग घेऊ लागलो. महिलांची गर्दी जेथे होई तेथे आम्ही हजर असायचोच." सुनीता हसत हसत सांगते.

'जोश' आणि 'जुनून'चा संगम झाला होता. आपली निर्मिती लोकांपर्यंत नेण्यात एक वेगळाच आनंद, सकाळपासून संध्याकाळपर्यंत अनुभवता येत होता.

"कधीकधी एकाच दिवशी सहा वेगवेगळ्या वसाहतींमध्ये प्रात्यक्षिकं असायची. महिला मंडळे, राउंड टेबल्स मिटिंग्ज जेथे व जसे शक्य आहे तेथे आम्ही जात होतो. प्रात्यक्षिक देण्यासाठी मुलींना मी सतत प्रशिक्षण देत होते.

आज तुम्ही मला विचारलंत, की त्या वेळी इतकं झपाटून काम कसं केलं? तर मला उत्तर देता येणार नाही. ते घडत गेलं आणि मी काम करीत गेले."

पहिल्याच प्रात्यक्षिकाने ग्राहकांचं लक्ष वेधून घेतलं होतं आणि क्रीमची किंमत होती अवघी १९ रुपये. साहजिकच मागे फिरण्याचा प्रसंगच आला नाही.

"१२ जानेवारी १९८२ ला पहिला इनव्हाइस बनला. तो १३,५०० रुपयांचा होता." सुनील आठवण सांगतो. "त्याच दिवशी अंतुलेंनी महाराष्ट्राच्या मुख्यमंत्रिपदाचा राजीनामा दिला. म्हणून मला तो दिवस पक्का आठवतो."

पहिल्या वर्षाची उलाढाल १.१ लाख रुपयांची होती. पुढील वर्षी ती ११ लाख रुपयांवर गेली. मागणीबरोबर उत्पादन वाढलं. आठवड्यातून एकदाच होणारं उत्पादन मग दोनदा, तीनदा असं करता करता प्रत्येक दिवशी नवीन निर्मिती करावी लागत होती.

यशस्वी उत्पादनाची नक्कल करणारे लगेचच उगवतात. बाजारात एकदम अनेक इन्स्टो ब्लीचेस आली. म्हणून 'फेम'ने 'इन्स्टो ब्लीच' हे जोडनाम देणं थांबविलं व 'फेअरनेस ब्लीच' असं नाव घेतलं. पॅकेजिंगही बदललं. ट्यूबबरोबर लहान बाटली आली. त्याचबरोबर हाती आलेला नफा जाहिरातींवर खर्च करण्यास सुरुवात केली.

पण पैसा काही वारेमाप नव्हता. म्हणून जाहिराती साध्याच कराव्या लागत होत्या. मात्र त्या लक्षात राहतील हे पाहिलं जात होतं. जाहिरातीमध्ये ठसकेबाज वाक्य लागतं. ते सुनीतालाच सुचलं. 'बस पंधरा मिनिट में गोरी गोरी, फेम फेम से.'

"मी चेहऱ्यावरील, ओठांवरील केसांबद्दल काहीही बोलत नव्हते. त्वचेवरील केस कसे लपवा, हेही सांगत नव्हते. आपण पुरुषांप्रमाणे दिसता कामा नये असं प्रत्येकीला वाटत असतं."

काही बाबींबद्दल बोलणं वा ऐकणं सर्वांनाच अवघड जातं.

"तुमचा गोरेपणा २-३ शेड्समध्ये वाढतो हा ब्लीचिंगचा परिणाम होता. मी त्यावरच भर दिला."

याशिवाय जाहिरात फक्त १० सेकंदाची होती.

"एक मुलगी आरशासमोर उभी राहते आणि म्हणते, "फेम ब्लीचने माझी कांती सुंदर झाली" ती वळून पाहत असतानाच जाहिरात संपते." ती मुलगी सोनाली बेंद्रे होती.

हे ८० चं दशक होतं. टीव्हीवर फारच थोडे कार्यक्रम होत. त्यामध्ये 'छायागीत', 'ये जो है जिंदगी', 'हम लोग' हे तुफान लोकप्रिय होते. कार्यक्रम कमी असल्याने प्रत्येक जाहिरातीकडे लक्ष जात असे. "त्या वेळी फार सर्फिंग होत नसल्यानं ब्रॅन्ड निर्माण करणं तुलनेनं सोपं होतं. 'गोरी गोरी' हे वाक्य लोकांच्या मनावर ठसलं. आजही काही जण त्याची आठवण काढतात. पण आमच्याकडे आणखी पैसा

असता तर...'' किंचित उसासा टाकत सुनीता बोलते.

''फेम फेअरनेस ब्लीच'ने मार्केटमध्ये ठसा उमटविल्यावर आता पुढे काय? प्रॉडक्ट जे मार्केटमध्ये प्रथम आलं असावं, ते 'मी-सुद्धा' प्रकारातलं नसावं म्हणून लिक्विड सोप तयार करण्याचं ठरलं.

''त्या वेळी 'होमोकोल' वगळता लिक्विड सोप बाजारात नव्हता. थिएटरमध्ये बेसिनवरील धातूच्या भांड्यातून तो ठेवलेला असे. ही भांडी उलट सुलट फिरविता येत.''

''फेमचं तत्त्व होतं, ते स्त्रियांना जे हवंय आणि जे उपलब्ध नाही, ते तयार करून देण्याचं! आमच्या लॅबमध्ये आम्ही जे तयार करू शकू ते देणं हा उद्देश नव्हताच.''

''घरात सर्व कामांसाठी माणसं होती. पण माझा काहीच उपयोग नाही, असं मला वाटत होतं. इतकं उत्तम शिकून मी काहीच करत नाही, ही खंत होती म्हणूनच मी सुनीलच्या पाठी लागून म्हटलं, 'चल, काहीतरी करू या.''

'फेम सॉफ्ट अ‍ॅन्ड जेन्टल सोप' हा भारतातील पहिला लिक्विड हॅन्डवॉश १९८७ मध्ये बाजारात आला. यामध्ये नारळाचं तेल वापरण्यात आलं होतं. मुख्य म्हणजे यामध्ये 'रिफिल'ची सोय होती. हेसुद्धा भारतात प्रथमच घडत होतं.

'पंधरा मिनिटांत गोरेपण' यासारखंच या लिक्विड सोपचंही साधंसुधं वैशिष्ट्य होतं. एकच स्पर्श, एकच थेंब साबण!

''तुम्ही मासे कापता. हातांना वास येतो. त्याच हाताने तुम्ही साबण उचलून हात धुता. मग साबणाला वास येतो. आम्ही हे ग्राहकांना दाखवून द्यायचो. पण फेमचा एक थेंब हातावर घेतला आणि हात धुतला की वास गायब!''

सर्व काही ठीक चाललं होतं. पण पुढे काय? हा प्रश्न पुन्हा मनात उमटू लागला. तोपर्यंत 'फेम'ला एफडीएची मान्यता मिळाली होती. आता शाम्पू, सोप, क्रीम काहीही उत्पादित करण्यास हरकत नव्हती. पण यातून मनाची तगमग थांबणार नव्हती. सुनीताचा विचार सुरू झाला.

''आम्ही काय बनवू शकतो यापेक्षा स्त्रियांना काय हवं आहे, हा महत्त्वाचा प्रश्न होता. आम्ही त्यांच्यासमोर सतत प्रात्यक्षिकं देत असल्यानं त्यांच्या मनात काय आहे, याची कल्पना करू शकत होतो. त्यांच्याकडून अनेक कल्पना सुचविल्या जात होत्या. मात्र एक सूचना सातत्याने समोर येत होती आणि ती म्हणजे हेअर रिमूव्हर क्रीमची.''

'ॲन फ्रेंच' हे क्रीम त्या काळी बरंच लोकप्रिय होतं. पण त्याचा वास अतिशय तीव्र होता.

"एका खोलीत कुणी हेअर रिमूव्हर लावलं तर संपूर्ण घराला त्याचा पत्ता लागतो, अशी तक्रार सर्व जणी करीत होत्या. मग आम्ही काही नवी घटकद्रव्ये विकसित केली आणि त्यांचा वापर करून वास कमी करण्याचा प्रयत्न केला."

या घटकद्रव्यांचं एक वैशिष्ट्य म्हणजे केसांच्या मुळापर्यंत पोचून तेथून त्यांचं उच्चाटन करण्यासाठी या द्रव्यांचा उपयोग होत असे.

"केस पुन्हा उगविण्याचा काळ आमच्या क्रीममुळे लांबला. 'ॲन फ्रेंच'पेक्षा तो अधिक होता आणि त्याचा गंधही चांगला होता. साहजिकच १९८६ मध्ये बाजारात येताच या क्रीमने ग्राहकांचं लक्ष वेधून घेतलं."

सुरुवातीच्या काळातच निर्माण केलेली ही तीनही प्रॉडक्ट्स त्यांच्या क्षेत्रातील अग्रणी ठरली. किंबहुना त्यांनी स्वत:चं स्थान निर्माण केलं.

लवकरच मुक्त अर्थव्यवस्थेचा कालखंड सुरू झाला. बहुराष्ट्रीय कंपन्या आल्या आणि त्याबरोबरच खेळाचे नियम बदलले.

लिक्विड सोपच्या निर्मितीसाठी 'डेटॉल'कडून फेमकडे प्रस्ताव आला. त्यांना नारळाच्या तेलाचा फॉर्म्युला हवा होता. नारळाचं तेल न वापरल्यास त्यांचं उत्पादन शाम्पू म्हणून नोंदलं जाणार होतं. यामुळे जकात कर भरावा लागणार होता.

"डेटॉलकडे नारळाच्या तेलाची प्रक्रिया नव्हती. जगात कुठेच त्यांनी हा प्रयोग केला नव्हता. मग आम्ही त्यांच्यासाठी नारळाच्या तेलाच्या साबणाचं उत्पादन १९९०-९१ मध्ये सुरू केलं."

स्वत:च्या तीनही उत्पादनांत आता 'डेटॉल'ची भर पडल्यामुळे जागेचा प्रश्न निर्माण झाला. एमआयडीसीमध्ये एका गाळ्यामध्ये सुरू झालेली 'फेम' आता पाच गाळ्यांपर्यंत विस्तारली होती. शेवटी १९९३ मध्ये नाशिकजवळ २५ हजार चौरस फुटांच्या विस्तृत जागेत कंपनीचं स्थलांतर करण्यात आलं.

आणि आता हिमाचल प्रदेशातील बद्दी येथे ५० हजार चौरस फुटांच्या आणखी एका जागेत कंपनीचा कारभार विस्तारला आहे. सरकारने अबकारी करात मोठी सूट दिल्यानं येथे ही कंपनी सुरू झाली.

तीनही कारखाने हे कंपनीच्या इतिहासातील उल्लेखनीय टप्पे आहेत. पहिली १० वर्षे -मुंबई, दुसरी १० वर्षे -नाशिक आणि आता बद्दीकडे स्थलांतर. या प्रत्येक टप्प्यावर आव्हाने होती. कच्च्या रस्त्यांवरून स्वत:चा प्रशस्त मार्ग आखायचा होता.

अगदी खेळत्या भांडवलासारखा प्रश्न घ्या.

"कारखान्यासाठी गाळा घेण्यास वडिलांनी मदत केली असली तरी भांडवल

आम्ही स्टेट बँकेकडून मिळविलं. पुढेही काही काळ म्हणजे आमची मागणी मर्यादित असेपर्यंत बँकेकडून भांडवल मिळत राहिलं. आमची गरज वाढत जाताच मात्र काही अडचणी येऊ लागल्या. मग आम्ही नॉर्थ कॅनरा गौड सारस्वत बँकेकडे गेलो. माझ्या नवऱ्याचे ते बँकर होते.

या कुटुंबाचे सुमारे १० वर्षे नॉर्थ कॅनरा बँकेबरोबर चांगले संबंध होते. बँकेशी उत्तम संबंध असल्यामुळे त्यांनी आमचे खाते उघडले. १९९७ पर्यंत आमचा व्यवहार अगदी चांगला चालला. मग आम्ही कॉर्पोरेशन बँकेमध्ये खाते उघडले.''

१९९४ मध्ये 'फेम'ने पब्लिक इश्यूचा मार्गही निवडला. भागीदारीचा थोडा भाग विकून ६ कोटी रुपये उभे केले. ही आयुष्यातील 'सर्वांत मोठी चूक होती' असं सुनीलला वाटतं. का?

''याचं कारण काहीही काम न करणाऱ्या ३४ टक्के लोकांबरोबर आम्हाला आमचा फायदा वाटून टाकायला लागत होता; आणि तोही फक्त ६ कोटी रुपयांसाठी.''

पुरेसं भांडवल हाती नसणं, हे सत्य वाढणाऱ्या कंपनीला नेहमीच स्वीकारावं लागतं. सुरुवातीला पगार कमी घेतला जातो व जो काही नफा मिळेल तो धंदा वाढविण्यासाठी खर्च केला जातो. तो कधीच पुरेसा नसतो.

हे असंच चालत होतं. शेवटी एक दिवस 'फेम'ने खेळाचे नियम बदलायचे ठरविले.

''आमची कोंडी फुटली ती २००१-०२ मध्ये. आम्ही 'पैसे द्या आणि माल उचला' ही पद्धत सुरू केली. तेव्हापासून खेळत्या भांडवलाची समस्या सुटली.''

ही साधी पद्धत होती. ''आम्ही साठा करणाऱ्यांकडून चेक वा डिमांड ड्राफ्ट मिळाल्यानंतरच माल पाठवायला लागलो. परिणामी कोणत्याही वेळी आमच्याकडील जमा ही आमच्या विक्रीपेक्षा जास्त राहू लागली.''

विक्रीपेक्षा अधिक पैसा हाती असणं ही कोणत्याही व्यवसायातील समाधानकारक परिस्थिती. 'पैसे द्या आणि माल उचला'ने ते समाधान मिळत असलं तरी ही पद्धत राबविणं सोपं नव्हतं. बिझनेसच्या इको सिस्टीममध्ये क्रेडीटचं स्थान हे ऑक्सिजनसारखं असतं. 'कॅश ॲन्ड कॅरी' म्हणजे हा ऑक्सिजनच संपविणं. रिटेलर्स कसे तयार होतील वा का तयार होतील? ते तयार झाले कारण 'फेम' हा ब्रॅन्ड होता. मार्केटमधील त्याचं स्थान किरकोळ विक्रेत्यांना नाकारता येत नव्हतं.

''हेअर रिमूव्हिंग क्रीम, लिक्विड सोप आणि ब्लीच या तीन कॅटेगरीजमध्ये आम्ही सर्वोच्च स्थानी होतो. आमच्या उत्पादनांशिवाय सौंदर्य प्रसाधनांची फळी उभीच राहू शकत नव्हती. यामुळे आम्हाला ताकद मिळाली आणि आम्ही आधी पैसे मागू लागलो.''

‘कॅश अ‍ॅन्ड कॅरी’चा मार्ग ‘फेम’ला सुचला तो ‘प्रॉक्टर अ‍ॅन्ड गॅम्बल’कडून. या कंपनीने २००१ मध्ये ही पद्धत सुरू केली होती. “अर्थात ‘लिव्हर’ने फार पूर्वीपासून ही पद्धत सुरू केली असली तरी ‘पी अ‍ॅन्ड जी’ नंतर अनेक लहान कंपन्याही ती अमलात आणू लागल्या.”

अर्थातच सुरुवातीला अडचणी आल्या. बाजारपेठ गमवाल, तुमची विक्री घटेल, असा इशारा साठा कर्त्यांनी दिला.

“तुमचं उत्पादन ठेवायला पैसे कोणाकडे आहेत? कम ऑर्डर करेंगे.” त्यांनी सांगितलं.

‘ओके,’ कंपनी म्हणाली. ‘जितकी विक्री होईल तेवढ्याच उत्पादनाची मागणी नोंदवा.’

“पहिल्या महिन्यात आमची विक्री एकदम घसरली. तो धक्काच होता. शेल्फ भरून ठेवण्यासाठी कुणीही जादा खरेदी करीत नव्हते. फक्त विक्रीपुरती खरेदी होत होती. पण २-३ महिन्यांनंतर पुन्हा ऑर्डर्स वाढू लागल्या.”

यामागचं तर्कशास्त्र सोपं होतं. आधी पैसे देऊन खरेदी केली असल्यामुळे त्या उत्पादनाची विक्री तातडीने करण्यातच विक्रेत्यांचा फायदा होता. नाहीतर त्यांचे पैसे अडकले असते.

“यामुळे आमच्या उत्पादनाची विक्री होण्यासाठी ते अधिक प्रयत्न करू लागले व आमचा सेल वाढला,” सुनीता सांगते.

यातून जो जादा पैसा आला त्यातील पै-न-पै ही जाहिरात व मागणी वाढविण्यासाठी खर्च केली गेली. यामध्ये थोडा धोका होता; पण तो जाणीवपूर्वक स्वीकारण्यात आला. मात्र त्याचा फायदाच झाला.

या वेळी म्हणजे २००१ मध्ये ‘फेम’च्या विक्रीने २५ कोटी रुपयांची मजल गाठली. पुढील आठ वर्षांत १०० कोटींवर झेप घेतली. बहुराष्ट्रीय कंपन्या, त्यांच्या प्रॉडक्टच्या जाहिरातींवर अफाट खर्च करीत असूनही ‘फेम’ने स्थान कायम राखलं.

“आजही आम्ही एकतर प्रमुख आहोत किंवा दुसऱ्या वा तिसऱ्या स्थानावर आहोत. ब्लीचमध्ये आम्ही पहिल्या क्रमांकावर आहोत. ९० टक्के मार्केट आमच्याकडे आहे. लिक्विड सोपमध्ये आम्ही दुसऱ्या क्रमांकावर आहोत. डेटॉल, फेम आणि लाईफबॉय अशी तेथे क्रमवारी आहे. हेअर रिमूव्हरमध्ये आमचं तिसरं स्थान आहे. ‘वीट’ने आम्हाला मागे टाकलं. आता ॲन फ्रेंच, वीट आणि मग फेम असा क्रम लागतो.”

डेटॉलसाठी साबण बनवून, त्यांना पहिल्या क्रमांकावर जाऊ दिल्याबद्दल आता खंत वाटते का?

“अजिबात नाही. ते आम्हाला मागे टाकणार हे माहीतच होतं. दर पाच

मिनिटाला प्रत्येक चॅनेलवर जाहिरात करण्यासाठी लागणारा अफाट पैसा त्यांच्याकडे आहे.''

हेअर रिमूव्हरच्या मार्केटमध्ये 'वीट' उतरलं तेव्हाही असंच झालं.

''आज बहुराष्ट्रीय कंपन्या सर्वत्र पसरल्या आहेत. पण या तीन कॅटेगरीजमध्ये आम्ही स्थान टिकवून आहोत. कारण दर्जा व व्यक्तिगत लक्ष यांना आम्ही महत्त्व दिलं. यामुळेच आम्ही टॉप-३ मध्ये आहोत.''

'फेम'ला बहुराष्ट्रीय कंपन्यांची कधीच भीती वाटली नाही का?

''ओह, नेहमीच वाटली.'' सुनीता हसत सांगते. ''चिनी लोकांना केस कमी असतात ही देवाची कृपा. नाहीतर त्यांनी आम्हाला कधीच संपविलं असतं.''

मात्र बहुराष्ट्रीय कंपन्यांचीही काही मर्मस्थाने होती. तिचा 'फेम'ने उपयोग करून घेतला. बहुराष्ट्रीय कंपन्यांची उत्पादने ही 'अगदी खास उत्पादने' होती.

''मल्टीनॅशनल्स येथे उत्पादनं विकसित करीत नाहीत. परदेशात जे खपते तेच इथे विक्रीला आणतात. ते ब्लीच विकत नाहीत. तेव्हा लिक्विड सोप व हेअर रिमूव्हिंग क्रीम या आमच्या उत्पादनांना धोका निर्माण झाला तरी ब्लीच सुरक्षित राहिलं. तोच आमचा मुकुटमणी आहे.''

अमेरिकी व युरोपीय हे गोरे असल्याने तेथे ब्लीचची आवश्यकता नसावी. किंवा बड्या कंपन्यांना इतक्या छोट्या मार्केटमध्ये उतरण्याची गरज वाटत नसावी. ''वर्षातून एकदा वा सहा महिन्यांतून एकदा ब्लीच वापरले जाते. बहुधा विवाह वा अन्य विशेष समारंभापूर्वी बायका ब्लीच करून घेतात. साबण किंवा टूथपेस्ट यांसारखं ते रोजच्या वापरातील उत्पादन नव्हे. ते अतिखास उत्पादन आहे.''

'फेम' हे असं अतिखास उत्पादन असलं तरी ते वाढविण्यासाठी बरेच कष्ट घ्यावे लागले.

''आम्हाला कधीही तोटा सहन करावा लागला नाही, पण व्यवसायात सुरळीतपणा येण्यास १९८२ ते १९९२ असा तब्बल १० वर्षांचा कालावधी जावा लागला आणि त्यानंतरची १० वर्षं आम्ही कर्जमुक्त आणि चिंतामुक्त होण्यासाठी जावी लागली.''

''आजही आम्ही प्रात्यक्षिकं देतो. मात्र मोठी शहरं किंवा अ वर्गातील शहरं आम्ही वगळतो. तेथे प्रात्यक्षिकांची गरज नाही. मात्र ब-दर्जाची शहरं आणि अन्य प्रदेश यामध्ये ब्लीचची माहिती देण्याची गरज आहे. तेथील ग्राहकांचा विश्वास कमविला पाहिजे.''

यासाठी बराच खर्च करावा लागतो. अडचणीही आहेत. परंतु उत्पादनाची

बाजारपेठ वाढविण्यासाठी ते आवश्यक आहे.

'फेम'ने १९८९ पासून कोणतंही नवं उत्पादन बाजारात आणलं नसलं तरी ब्लीचमध्ये खूपच सुधारणा केली जाते आहे.

"आम्ही 'ऑक्झी' (Oxy) विकसित केलं. हे अतिशय उच्च दर्जाचं ब्लीच आहे. पहिली दोन वर्षे फक्त ब्युटी पार्लर्समध्ये ऑक्झी वितरित करण्यात आलं. त्यानंतर ते मार्केटमध्ये आलं."

ही वेगळी स्ट्रॅटेजी होती. पण ती कामाला आली. 'फेम'ने निर्यात करण्यासही सुरुवात केली. मध्य पूर्व, अति पूर्व, काही आफ्रिकी देश तसेच पार त्रिनिदादपर्यंत मजल मारली.

"या देशातील बाजारपेठांमध्ये फार जाहिरात करण्याची गरज नव्हती. शेल्फ स्ट्रीप्स, पत्रकं यावरच आम्ही खर्च केला. जोलनप्रमाणेच सॅली हॅन्सेन यांचंही ब्लीच आहे. पण ते खूपच सौम्य आहे. आपल्या त्वचेवर त्याचा परिणाम होत नाही."

अन्य कंपन्यांनी बनविलेल्या उत्पादनांच्या स्पर्धेत उतरण्याची 'मी-सुद्धा' धडपड 'फेम'ने एका उत्पादनाबाबत केली. 'बोटानिका' हे वृद्धत्वावर मात करणारं (त्वचेवरील सुरकुत्या नाहीसं करणारे) क्रीम फेमने बनविलं. पण हा उद्योग फसला.

"बरोबर... आमचं अॅन्टी एजिंग क्रीम गार्निअरपेक्षा सरस होतं यात शंकाच नाही. पण गार्निअरसारखी जाहिरात करणं आम्हाला जमलं नाही. म्हण आहे ना, ओरडणाऱ्याची मातीही विकली जाते नि गप्प बसणाऱ्याचं सोनंही तसंच राहतं."

हाती पैसा नसल्यानं जाहिरात करता आली नाही, असे अनेक प्रसंग सुनीताला आठवतात.

"पुढच्या सिझनसाठी थांबून पैसे हाती आल्यावर जाहिरात प्रसारित करण्याची वेळ अनेक वेळा आली. जाहिरात निर्मितीवर नेहमी काटकसरीनं खर्च करावा लागला. छोट्या मोठ्या एजन्सीकडून किंवा कधी बड्या एजन्सीच्या कॉपीरायटर्सकडून फ्री लान्स पद्धतीने काम करून घ्यावं लागलं."

अशी धडपड किती काळ चालू ठेवायची होती? १-२-३ क्रमांकावर भक्कमपणे आणखी किती काळ पाय रोवून राहणार?

अनेक प्रमोटर्स शेवटी हा नाद सोडून देतात आणि वर्षानुवर्षं रक्त, घाम (आणि इथे ब्लीच) गाळून उभा केलेला उद्योग विकून टाकतात. २५ वर्षांचे श्रम पैशांत बदलण्याचा पर्याय 'फेम'समोरही वारंवार आला.

एखाद्या सुस्वरूप तरुणीप्रमाणे 'फेम'कडेही अनेक बड्या कंपन्यांकडून वारंवार ऑफर्स येत राहिल्या. 'फेम'ने त्या नाकारल्या. तथापि, नोव्हेंबर २००८ मध्ये संस्थापक भागीदारांनी निर्णय घेतला व 'डाबर'कडून आलेली बायआऊट ऑफर स्वीकारली. "ही कंपनी १०० कोटींवरून ५०० कोटींवर नेण्यासाठी जी गुंतवणूक

करावी लागेल ती क्षमता आमच्याकडे नाही, हे आमच्या लक्षात आलं. यासाठी लागणारी साधनं आमच्या आवाक्याबाहेर होती.''

१५ टक्के इक्विटी विकून नवं भांडवल आणावं, अशी प्रथम कल्पना होती. पण 'डाबर'ने जोर लावला आणि 'नाकारता येणार नाही' अशी ऑफर समोर ठेवली.

''डाबर हे च्यवनप्राश व हाजमोलामध्ये आघाडीवर होतं. त्यांना स्किन केअरच्या क्षेत्रात शिरायचं होतं. या क्षेत्रातील गुलाबरी (गुलाबपाणी) हे एकच उत्पादन त्यांच्याकडे होतं. फेममुळे त्यांना 'क्लास' मिळत होता. शेल्फवर जागा मिळणार होती. पॅकेजिंग मिळणार होतं.''

डाबरकडे पैशांची शक्ती होती, तर 'फेम'ही नामवंत कंपनी होती. ईश्वरानेच जोडी जमवावी इतके ते एकमेकांना अनुरूप होते.

''ते आमची नक्कल करणार नव्हते... आमचे कर्मचारी अत्यंत कुशल होते... आमच्यासारखे अनेक बुद्धिमंत त्यांच्याकडे नव्हते'' सुनील म्हणाला.

'फेम' ही तशी लहान कंपनी होती. तरीही अतिशय कार्यकुशल माणसं कंपनीनं स्वत:कडे आकर्षित केली. या माणसांचं कौशल्य वादातीत होतं.

''फार्मा क्षेत्रात अनेक 'एम ॲन्ड ए' होते. लवकर निवृत्ती पत्करलेले, व्हीआरएस घेतलेले लोक होते. त्यांना पुन्हा नोकरी करायची होती. त्यांची पगाराची अपेक्षाही फार नसायची. यातून आम्हाला अत्यंत अनुभवी, पण रास्त पगारावर काम करणाऱ्यांची टीम उभी करता आली. त्यांच्या मदतीने कंपनीला आघाडी घेता आली.''

उत्पादनाचे निकष आणि व्यवस्था ही बहुराष्ट्रीय कंपन्यांप्रमाणे ठेवणं हे 'फेम'ला जमलं ते यामुळेच.

''फार्मा क्षेत्रातून आमच्याकडे आलेल्यांनी या कंपनीला कॉस्मॅटिक कंपनी न म्हणता ती फार्मा कंपनी म्हणून विकसित केली. यामुळे आमची उत्पादन प्रक्रिया उत्कृष्ट झाली. आमची फॅक्टरी सर्वोत्कृष्ट ठरली. उत्पादनं दर्जेदार झाली. आमच्या व बहुराष्ट्रीय कंपनीच्या उत्पादनात फरक करणं कठीण होऊन बसलं.''

गुणवत्ता नियंत्रण आलं. अत्याधुनिक संशोधन व विकास विभाग आला. त्वचेचं परीक्षण करणारी अत्याधुनिक यंत्रणा आली. 'फेम'कडे सर्व काही होतं. एकच गोष्ट कंपनीकडे नव्हती. पुढील नेतृत्वाचा आराखडा नव्हता. तसा प्लॅन तयार नव्हता. कारण एकच- घरातील पुढच्या पिढीला व्यवसाय करण्यात रुची वाटत नव्हती.

''माझ्या दोन्ही मुली मोठ्या झाल्या होत्या. एक लग्न होऊन वॉशिंग्टनला स्थायिक झाली होती. दुसरीने फायनान्स ॲन्ड सिस्टिममध्ये एमबीए केलं आणि ती रिसर्च ॲनालिस्ट आहे. दोन्ही अगदी स्वतंत्र विचाराच्या आहेत...''

अगदी आईप्रमाणे.

पण हे सर्व सोपं नव्हतं. मुली वाढत होत्या आणि त्याच वेळी बिझनेसही वाढत होता. दोघांच्या वाढीकडे एकाच वेळी लक्ष देणे सोपं नव्हतं. सुनीता एकाच वेळी अनेक भूमिका निभावत होती. हे तिला कसं काय जमलं?

"ब्लीच तयार करण्याच्या कल्पनेवर आम्ही काम करीत होतो, तेव्हा मी गरोदर होते. माझ्या दुसऱ्या मुलीचा, तेजलचा जन्म सप्टेंबर १९८१ मध्ये झाला आणि जानेवारी १९८२ मध्ये 'फेम' बाजारात आलं. म्हणजे मी जवळपास एकाच वेळी दोन मुलांना जन्म दिला असं म्हटलं तरी चालेल."

एकत्र कुटुंबात राहत असल्यामुळे खूप मदत होऊ शकली. शिवाय नरिमन पॉईंट येथील ऑफिस हे खूपच जवळ असल्यानं फायदा झाला.

"मी रोज दुपारी एक ते तीन ब्रेक घेत असे. काहीही झाले तरी हा ब्रेक ठरलेला. या वेळी मुली शाळेतून यायच्या. मग त्यांचं जेवण, त्यांना झोपवणं हे आटपून मी पुन्हा कामाला हजर होत असे. सायंकाळी त्या खेळायला जात. त्या घरी परतेपर्यंत मीही घरी पोहोचत असे. यामुळे एकूण सर्व ठीकठीक राहत असे."

प्रदर्शनाच्या वेळी मुले येत. त्यात सामील होत. घरातील अविवाहित दिराला मुलांचा फार लळा होता. तो जणू त्यांचा दुसरा पालक बनला. अर्थात सर्वत्र गुलाबसडा पसरलेला नव्हता. 'तुला काम करण्याची गरजच काय' या प्रश्नाचे काटे अधूनमधून सलत असत.

"काम करायची मोकळीक देण्याची मोठी 'मेहेरबानी' तुमच्यावर नातेवाईक करतात, अशी काहीशी भावना त्या काळात होती. पण माझा नवरा अजय कायम माझ्यापाठी उभा राहिला आणि तेच खूप महत्त्वाचं होतं."

अजय सुरुवातीला प्रिंटिंग बिझनेसमध्ये होता. पण नंतर लिक्विड सोपच्या निर्मितीमध्ये तो गुंतत गेला. तेव्हा एका अर्थाने हे सर्व 'ऑल इन फॅमिली' चाललं होतं. मात्र प्रत्येक जण आपल्याला जे चांगलं जमतं त्यातच लक्ष घालीत होता.

"उत्पादन, खरेदी, कामगार, सेल्स टॅक्स, अबकारी कर, फलाणा फलाणा अशा असंख्य बाबींमध्ये सुनील लक्ष घालीत असे. वितरण, विक्री, सेल्स प्रमोशन, जाहिरात, निर्यात, कॅन्टीन स्टोअर्स (सीएसडी), मार्केटिंग व विक्रीमधील प्रत्येक बाबीत मी लक्ष घालीत असे."

२७ वर्षे ही व्यवस्था उत्तम रीतीने काम करीत राहिली. ३० जून २००९ रोजी हा अध्याय संपला. नवा सुरू झाला.

सर्वांत आवडत्या कामाला सुनीता पुन्हा लागणार होती. नवा ब्रॅन्ड बनविणं हे ते काम तिच्या अत्यंत आवडीचं.

"फ्लोरिडा येथील मिशेल ग्रुपमध्ये 'फेम'चे २५ टक्के स्टेक होते. आफ्रिकी -अमेरिकींसाठी तयार केलेली गोरेपण वाढविणारी काही उत्पादनं त्यांच्याकडे

आहेत. 'डाबर'ला त्यात रस नसल्यानं मी ते स्टेक खरेदी केले.''

मिशेलसाठी दुबई, इंग्लंड व आफ्रिकेत बाजारपेठ निर्माण करण्याची जबाबदारी सुनीताने उचलली आहे. दरम्यान, पुढील पाच वर्षे तिचे पती साबण बनविण्यात गर्क असणार आहेत.

रासायनिक विभागाची जबाबदारी सुनीलने उचलली आहे. 'डाबर'ला त्यामध्ये रस नाही.

धैर्य दाखविणारी गृहिणी आणि तिचा तितकाच धाडसी आयआयटीतला भाऊ यांचा हा लक्षवेधी प्रवास! पुढे काय होणार, याची काहीही कल्पना नसताना अवघड वळणे घेत दोघांनी केलेला हा प्रवास.

''हा व्यवसाय मला इतका बिझी करेल असं वाटलं नव्हतं. व्यवसाय इतका वाढेल असंही वाटलं नव्हतं. पॉकेटमनी मिळविण्यापुरता छोटासा व्यवसाय उभारणं इतकंच माझं लक्ष्य होतं. पण आम्हाला नवनवीन अनुभव येत गेले. त्यातून आम्ही शिकत गेलो आणि त्यातूनच वाढत गेलो.''

आणि कधीकधी हाच उत्तम मार्ग असतो. एकमेव मार्ग. तुम्ही जेथे असायला पाहिजे तेथे घेऊन जाणारा.

◆

तरुण उद्योजकांना सल्ला

सुनीता रामनाथकर

व्यवसाय सुरू करायचा असेल तर लोकांना काय हवं आहे आणि काय उपलब्ध नाही, याचा आधी शोध घ्या. लोकांना कोणत्या उत्पादनाची वा सेवेची भूक लागली आहे? गरज निर्माण झाली आहे? ते तपासून पहा. मग ही गरज उत्तम तऱ्हेने भागविण्याच्या कामाला लागा.

या गरजेबद्दल तुम्ही नीट माहिती करून घेतली पाहिजे. अगदी सर्व बाजूंनी. मग बाहेर पडा आणि आपली गरज पूर्ण झाल्याचं समाधान लोकांना मिळवून द्या. ती वाढवा. मग जेव्हा पैसा हाती येईल, तेव्हा जग तुमच्या पायाशी लोळण घेईल. मग त्या विशिष्ट क्षेत्रात वा अन्य कोणत्याही क्षेत्रात तुम्ही काहीही करून पाहू शकता.

मी तशी सर्वसाधारण व्यक्ती आहे. मी जर हे करू शकते तर माझी खात्री आहे की, प्रत्येक व्यक्ती हे करू शकते. माझ्या वेळी बऱ्याच अडचणी असायच्या. कौटुंबिक अडचणी असत, नातेवाइकांच्या कटकटी असत. मात्र आत्ताच्या पिढीला खूप समजूतदार पालक मिळत आहेत. नातेवाईकही मदत करणारे आहेत. समाज बदलत आहे. स्त्री-पुरुष भेद कमी होत आहे. निदान दोघांना सारखेपणाने वागविण्यास सुरुवात झाली आहे. त्याचा फायदा घ्या. तुम्ही नव्या क्षितिजाकडे झेप घेऊ शकता. लांबच्या सीमारेषा गाठू शकता. उंच उड्डाण करू शकता.

सुनील पोफळे

व्यावसायिक होण्यातील उत्तम गोष्ट म्हणजे कामाचं स्वरूप रोज बदलत असतं. एका साचेबद्ध नोकरीमध्ये राहण्याची कल्पनाच मी करू शकत नाही. ठरावीक काम करीत राहताना आजूबाजूचं वातावरण कधीच बदलत नाही. व्यावसायिक क्षेत्रात असं नसतं. या अर्थाने मी नशीबवान आहे.

नशीबवान होण्याकडे मी जागरूकतेने लक्ष दिलं, हेही मला आवर्जून सांगावंसं वाटतं. असंच लक्ष तुम्ही दिलं पाहिजे.

वैचारिक खाद्य

एम. महादेवन
ओरिएन्टल क्विझीन

मद्रास विश्वविद्यालयातील 'प्राध्यापक' हे प्रतिष्ठेचं पद त्याने सोडून दिलं ते एक चायनीज रेस्टॉरन्ट काढण्यासाठी. कॉस्ट अकौंटन्सीमधील त्याचं शिक्षण त्यासाठी पूरक ठरलं. आज एम. महादेवनने 'फूड एम्पायर' उभं केलं आहे. देश-विदेशांतील खाद्यपदार्थांची रेलचेल त्यामध्ये आहे आणि ते जगाच्या सर्व खंडांमध्ये पसरलं आहे.

रेस्टॉरन्टचा व्यवसाय म्हणजे खाद्यपदार्थांचा व्यवसाय असंच तुमचं मत असणार. पण महादेवनचं मत वेगळं आहे. हा खरं म्हणजे 'माणसां'चा व्यवसाय आहे हे तो पक्कं जाणून आहे. लोकांबद्दलचा आहे!

चेन्नईतील 'ला मेरिडिअन' हॉटेलमध्ये आम्ही भेटत आहोत. संडे का दिन है, कॉफी शॉप एकदम मोकळं आहे. पण इंटरव्ह्यू घेण्यासाठी हे काही योग्य ठिकाण वाटत नाही.

मी माझा हँडिकॅम सतत ॲडजस्ट करीत आहे. पण टेबल खूपच छोटं असल्यानं मला महादेवनची छबी नीट पकडता येत नाहीए. कितीही ॲडजस्ट केलं तरी त्याच्या डोक्याचा वरचा भाग फ्रेमच्या बाहेरच जातोय.

आमची अडचण एका तरुण स्टुअर्डच्या लक्षात आली. तो जवळ आला आणि त्यानं बार एरियाकडे चलण्यास सुचविलं. हा विभाग शांत व जास्त आरामदायी होता. आम्ही त्याची सूचना आनंदानं स्वीकारली.

व्हिजिटिंग कार्डची देवाणघेवाण झाली. कार्ड पाहताच स्टुअर्डचे डोळे चमकले.

"ओह, तुम्ही 'झारा'चे मालक!" तो चकित होऊन उद्गारला.

'कॉल मी समटाइम' महादेवन स्मित करीत म्हणाला.

न बोलता, नकळत एक जॉब ऑफर दिली गेली.

आम्ही महादेवनच्या यशोगाथेत रमलो. पण माझ्या मनात सतत येत होतं, की आजचा तो तरुण स्टुअर्ड म्हणजे ३० वर्षांपूर्वीचा महादेवन. ग्राहकाला खूश करण्यासाठी स्वत:हून अधिक धडपड करणारा.

आणि ही काहीतरी अधिक करण्याची धडपडच एक अपरिचित स्वप्न वास्तवात आणू शकली. हे स्वप्न आर्थर हेलीच्या एका कादंबरीतून जन्माला आलं होतं.

वैचारिक खाद्य

एम. महादेवन
ओरिएन्टल क्विझीन

एम. महादेवन आला दक्षिणेच्या अंतर्भागातून. ''कोईमतूर जिल्ह्यातील उडूलमपेट या लहानशा गावात मी वाढलो. माझे वडील केरळमधील पलक्कडमधून डॉक्टर झाले. मग आम्ही तामिळनाडूत आलो.''

मोठे भाऊ डॉक्टरीचे शिक्षण घेऊ लागल्यावर महादेवनही त्याच मार्गाने जाईल अशी अपेक्षा होती. पण या तरुणाच्या मनात काही वेगळ्या कल्पना होत्या. बी. कॉम व एम. कॉम पूर्ण केल्यावर महादेवन चेन्नईला आला. मद्रास विश्वविद्यालयात त्याला साहाय्यक प्राध्यापकाची नोकरी मिळाली.

आयुष्यातील 'टर्निंग पॉईंट' आला तो आर्थर हेलीची 'हॉटेल' कादंबरी वाचल्यावर. ''मी त्या कथेच्या प्रेमातच पडलो. मनाशी म्हटलं, वावऽ! मला हॉटेलचा मालक बनायचं आहे!'' यातील महत्त्वाची बाब म्हणजे ही प्रेरणा पुसली गेली नाही. ही प्रेरणा प्रत्यक्षात आणण्यासाठी काहीतरी 'करायचंच' असा निर्णय महादेवननं स्वत:शी घेतला.

पण या तरुण प्राध्यापकाने आपलं स्वप्न जिवंत ठेवलं कसं? महादेवननं रात्रीचा वेळ कामाला लावण्यास सुरुवात केली. ॲम्बॅसिडर ग्रुपने नुकतंच हॉटेल सुदर्शन चालविण्यास घेतलं होतं. तेथे व्यवस्थापकीय प्रशिक्षक म्हणून काम करण्यासाठी महादेवनने अर्ज केला. दिवसा शिकविण्याचं काम सुरू ठेवून सायंकाळनंतर 'नाईट मॅनेजर' म्हणून महादेवन काम करू लागला.

''मला हे काम आवडलं. तेथे लोकांच्या भेटीगाठी होत. ते मला आवडत होतं.'' तो उत्साहाने सांगत होता. आतिथ्यशीलता त्याच्या रक्तात होती व ही नोकरी तो एन्जॉय करीत होता. मात्र त्याचे कुटुंबीय खूश नव्हते.

''मी घरातील सर्वांत लहान. साहजिकच आईचं माझ्यावर अधिक प्रेम. तिची परवानगी घेतल्याशिवाय मी कधीच काही करीत नसे. मला हॉटेल इंडस्ट्रीमध्ये काम करायचं आहे हे तिला पटवून देणं बरंच अवघड होतं. शिकविणं हे जगातील सर्वोत्तम कार्य आहे आणि शिक्षकाला समाजात मान मिळतो असं ती मानत होती.''

ती म्हणाली, ‘‘प्राध्यापक असताना हॉटेल काढायची बुद्धी होणं हा वेडेपणा नाही का?’’

त्या काळात हॉटेलमधील काम हे अजिबात प्रतिष्ठेचं मानलं जात नव्हतं. अगदी फाईव्ह स्टार हॉटेलमधील नोकरीही. याशिवाय रोज दोन ठिकाणी नोकरी करणं हेही सोपं नव्हतं.

‘‘सकाळी व रात्री अशा दोन्ही वेळा तू काम करीत होतास?’’ मी विचारलं.

‘‘होय. सकाळी व रात्री’’

‘‘हे थकविणारं नव्हतं?’’

‘‘निश्चितच थकविणारं होतं. पण आजही मी १४-१८ तास सलग काम करू शकतो. पाच किंवा सहा तासांची झोप मला पुरेशी असते.’’

महादेवनचं त्या वेळचं रुटीन असं होतं : सकाळी ९ ते दुपारी ४.३० महाविद्यालयात शिकविणे.

घरी येऊन झटपट शॉवर घेणं.

सायंकाळी सहा ते मध्यरात्रीपर्यंत हॉटेलमध्ये नोकरी. सकाळी नऊ वाजता पुन्हा कॉलेज.

याशिवाय रात्री घरी आल्यावर दुसऱ्या दिवशीच्या लेक्चर्सच्या तयारीसाठी काही तास घालवावे लागत.

‘‘पदव्युत्तर अभ्यासक्रमासाठी मी अकौंट्स व मॅनेजमेंट हे विषय शिकवीत होतो. विद्यार्थ्यांसमोर पूर्ण तयारीने जाण्यात मी कधीही कसूर केली नाही.’’

महादेवनला हॉटेलमधील नोकरी कधीच ताणतणावाची वाटली नाही. व्यवसायात उतरण्यापूर्वी आवश्यक असलेलं प्रशिक्षण घेण्यासाठी आपण येथे आलो आहोत, हे तो पक्के जाणून होता. एका वर्षातच नाईट मॅनेजर पदावर त्याला बढती मिळाली. देखरेख ठेवणं व पुढील प्लॅनिंग करणं असं या कामाचं स्वरूप होतं.

‘‘काम करण्यात आनंद वाटत असला की कधीच ताण वाटत नाही. मात्र आवडत नसलेलं काम करण्याची सक्ती झाली की ताण वाढत जातो. आज मागे वळून पाहता, त्या वेळची दगदग ही ‘केक वॉक’ वाटते!’’

१९८० ते १९८३ अशी तीन वर्षे काम सुरू होतं. तीन वर्षे उलटल्यावर मात्र महादेवननं स्वत:चा धंदा सुरू करायचं ठरविलं. हा निर्णय का घेतला? जग बदलण्याचा ध्यास घेऊन वा फार मोठे स्वप्न समोर ठेवून हा निर्णय घेतला नव्हता. एकाच गोष्टीनं त्याला प्रेरित केलं होतं - ‘भरपूर पैसे’ मिळविण्याच्या आकांक्षेनं!

‘‘हॉटेलात येऊन भरपूर पैसे खर्च करणारे मी पाहत होतो. चिकन टिक्का व शिवास रिगलवर एका रात्रीत दोन हजार रुपये खर्च करणारे उद्योगपती मी पाहत होतो.’’ दोन वेळा नोकरी करून महादेवनला महिन्याला जितके पैसे मिळत त्याहूनही

ही रक्कम जास्त होती.

"तेव्हा मी स्वत:शी म्हटलं, मी उद्योजक होणार." अधिक चांगलं जगण्याची ईर्षा निर्माण झाली होती. ही ईर्षा तो मोकळेपणे मान्य करीत होता, हे पाहून बरं वाटत होतं.

"आपण उद्योजक का झालो याची अन्य लोक बरीच वेगवेगळी कारणे देतात. पण माझं उद्दिष्ट साधं होतं, मला आयुष्यात पुढे जायचं होतं! आहे त्या परिस्थितीत जखडून राहणं मला रुचत नव्हतं."

सुरक्षित, स्थिर नोकरीपेक्षा व्यवसाय सुरू करणं हे धोकादायक असलं तरी नोकरी करीत राहून माणूस सहसा कुठेच पोचत नाही हेही खरं. दर तीन वर्षांनी पगारवाढ आणि दहा वर्षांनी बढती, महादेवनसाठी हे पुरेसं नव्हतं.

१९८३ मध्ये या तरुण प्राध्यापकाने रात्रीची नोकरी सोडली आणि ६० हजार रुपयांच्या भांडवलावर एक चायनीज रेस्टॉरन्ट सुरू केलं. यातील अर्धं भांडवल त्यानं प्रॉव्हिडंट फंडातून उभं केलं तर अर्धं भागीदारानं दिलं. परंतु त्याने आपलं दुकान कसं थाटलं ते समजून घ्या. 'वेगळा विचार' करण्याची वृत्ती पाहून ठेवा.

ताजच्या समोर मुख्य रस्त्यावरच एक लोकप्रिय इंडियन रेस्टॉरन्ट होतं. महादेवन त्याच्या मालकांना भेटला.

त्यानं प्रस्ताव ठेवला, "हे पहा माझ्याकडे फार पैसे नाहीत, पण मी माझे किचन उभं करीन. तुमच्याकडे चायनीज पदार्थ मिळत नाहीत. ते मी तयार करीन. मी तुम्हाला भाडे देऊ शकत नसलो तरी माझ्या रोजच्या कमाईतील २० टक्के रक्कम तुम्हाला दररोज मिळेल. ८० टक्के मिळकत माझी."

मालकानं विचार केला की, हे ठीक वाटतंय. तो एका कोपऱ्यात चायनीज स्टॉल टाकणार आहे. इंडियन फूडमध्ये माझा रोजचा नफा २०-२२ टक्के असतो, इथे काहीही न करता मला आयते २० टक्के जादा मिळणार असतील तर चांगलंच. तो तयार झाला.

अशा प्रकारे ६० हजार रुपये हे किचन बिलबोर्डसाठी खर्च झाले आणि हॉटेलसाठी अत्यंत योग्य अशी जागा जवळपास फुकटात पदरात पडली.

'ॲम्बॅसिडर'मधील तीन वर्षांच्या नोकरीत महादेवनने व्यवसायातील बऱ्याच खुब्या टिपून ठेवल्या होत्या. आता तो त्यांचा वापर करू लागला.

"दोन गोष्टींवर आम्ही भर दिला. उत्तम पदार्थ आणि रास्त भाव. बाऊलभर सूप ९-१० रुपयांत आम्ही देत होतो. पार्सल नेल्यास पदार्थ नीट बांधून दिले जात. त्यामुळे ते गरम राहत."

अत्यंत महत्त्वाची बाब म्हणजे 'चायना प्लेस'चे किचन हे काचेचं होतं. तेथील स्वच्छता लोकांना सहज पाहता येई. त्यातील शेफ हॅट व ग्लोव्हज घालून काम

करताना लोकांना दिसत. स्वच्छतेचा ठसा ग्राहकांवर उमटे.

"ही पंचतारांकित हॉटेलमधील कार्यशैली होती. आम्ही वाटेल तसं काम करणारे नाही, हे मला दाखवायचं होतं. अवघ्या दहा रुपयांत मी तुम्हाला स्वच्छ, ताजे व दर्जेदार पदार्थ देत आहे हे मला दाखवायचं होतं. ग्राहकांना त्यांच्या पैशाचं मोल मिळालं पाहिजे, यावर माझा कटाक्ष होता."

हॉस्पिटॅलिटी बिझनेसमध्ये महादेवनला रस असला तरी किचनमधील कामाचा थेट अनुभव नव्हता. मात्र त्याची निरीक्षणशक्ती तीव्र होती. त्याने अनेक गोष्टी निरीक्षणानं स्वत:शी नोंदल्या होत्या.

"मी नाईट मॅनेजर असलो तरी पदार्थ कसे बनविले जातात, यात मला रस असे. आजही मी पदार्थ बनवू शकत नाही, पण स्वाद जोखू शकतो. फ्राइड राईसच्या डीशकडे नुसता कटाक्ष टाकून मी शेफला म्हणू शकतो, 'काय राव, आज सोया सॉस जास्त पडला काय?' मी काय म्हणतो ते त्याला बरोबर कळतं व तो मला वचकून राहतो."

शेवटी प्रत्येक गोष्ट तुम्हाला करता आलीच पाहिजे असे नव्हे. कोण काय करीत आहे याची नेमकी जाण असली तरी पुरेसं असतं. महादेवननं हे तत्त्व फार यशस्वीपणे राबविलं.

सुरुवातीच्या काळात सकाळची प्राध्यापकाची नोकरी सुरू असल्यानं 'चायना प्लेस' फक्त सायंकाळी उघडत असे. तरीही व्यवसाय उत्तम जमला. पदार्थांचे भाव १०-१२ रुपये असल्यानं गर्दी वाढली. दिवसाचा गल्ला पाच हजार रुपयांवर गेला. महिना दीड लाख रुपये.

यातील २० टक्के हॉटेलच्या मालकाला द्यावे लागत असले तरी भाडे व वीज यावर खर्च नव्हता. अन्नपदार्थ, पॅकेजिंगचं सामान व चार आचाऱ्यांचा पगार इतकाच खर्च महादेवनला करावा लागत होता. मात्र खर्च होणाऱ्या प्रत्येक पैशावर महादेवनचं बारीक लक्ष असे.

"मी 'कॉस्ट मॅन' होतो," तो अभिमानाने सांगतो. "अहो, मी कॉलेजात कॉस्ट अकौंटन्सी शिकवीत होतो ना!"

हॉटेलच्या व्यवसायातील यश एका साध्या तत्त्वाभोवती गुंफलेलं असतं असं महादेवनचं मत आहे. हे तत्त्व ऐकण्यास मी आतूर झाले...

"उत्पन्न वजा खर्च = नफा"

मी वरमले.

"बस, इतकंच!"

खरं आहे. हे तत्त्व इतकं साधंच आहे आणि त्यासाठी तुम्हाला एमबीए करण्याचीही जरूर नाही.

“अगदी बरोबर!” महादेवन म्हणाला. “काही काळ जोडधंदा म्हणून मी ‘नेस्ले’साठी काम केलं. त्या वेळी माझा नाडर समाजाशी परिचय झाला. दक्षिण भारतातील हा मोठा उद्योगी समाज आहे.”

महादेवन लहानशा दुकानदारांना तेव्हा भेटत असे. “या दुकानदाराकडे गेलं की तो एक लहानशी वही काढायचा. यामध्ये अक्षरशः प्रत्येक गोष्टीची नोंद असायची. आजपर्यंत किती माल आला, त्याचा भाव, त्यावर मिळालेली सूट इत्यादी सर्व तपशील. एका पैचाही फेरफार आम्हाला करता यायचा नाही.”

“त्या दुकानदारांचा हा ‘आकड्यांचा मंत्र’ मला मोलाचा वाटला. मी तो कायम लक्षात ठेवला आणि आजही महादेवनच्या कंपनीच्या रोमारोमात हाच मंत्र भिनलेला आपल्याला आढळतो.

‘चायना प्लेस’ची भरभराट होऊ लागली. एक दिवस रेड्डी नावाचा ग्राहक येऊन म्हणाला, “महादेवन, याच रस्त्यावर थोडे पुढे आम्ही बिल्डिंग बांधत आहोत. तेथे बेसमेंटमध्ये व्यवसाय थाटता का?”

इतक्या सहजपणे?

“हो, तो मला रोज सायंकाळी काम करताना पाहत होता. मी ग्राहकांशी बोलत असायचो” महादेवनचा उत्साह आणि कामातून मिळवीत असलेला आनंद सर्वांवर प्रभाव टाकीत असे.

“मी दर महिना ८०० रुपये मिळवीत होतो. साहजिकच प्रत्येक रुपयाला किंमत होती. पण माझ्या महिन्याच्या पगाराइतकी रक्कम अवघ्या एका दिवसात उधळणाऱ्या व्यक्ती मी पाहत होतो. “हे हास्यापद आहे!” मी स्वतःशी म्हटलं. या वास्तवाने माझ्यात आग पेटविली...”

रेड्डींनी ७० टक्के भांडवल देण्याची तयारी दाखविली. महादेवन उर्वरित रक्कम उभारणार होता. यातील थोडी रक्कम बचतीतून येणार होती, तर थोडं कर्ज घेतलं गेलं. ‘चायना प्लेस’कडून आता या नव्या आव्हानावर लक्ष केंद्रित करण्याचा निर्णय त्यांनी घेतला.

‘टीक टॅक’ या इंडियन रेस्टॉरन्टच्या मालकाला महादेवन म्हणाला, “किचन तुमचं आहे. मी गुंतवीत असलेल्या पैशातून ते उभारावं का?”

मालक तयार झाला आणि महादेवननं या नव्या जागेतही भांडवल ओतण्यास सुरुवात केली.

आपण काहीतरी वेगळं केलं पाहिजे, ही बाब याच वेळी त्याच्या लक्षात आली.

लाल, हिरव्या रंगातील नेहमीच्या पठडीतील चायनीज रेस्टॉरन्ट त्याला नको होतं.

रेस्टॉरन्टची अंतर्गत सजावट करण्यासाठी परमेश्वर गोदरेज यांना विचारायचं, असं महादेवननं ठरविलं. पण त्यांच्यापर्यंत पोचायचं कसं? त्या सेलिब्रेटी होत्या. त्यांच्या ऑफिसातही सहजासहजी जाता येत नव्हतं.

पण! नशीब साथ देतं. 'चायना प्लेस'मध्ये महादेवनचे एक ग्राहक होते, चित्रकार एम. एफ. हुसेन!

"त्या काळात हुसेन चेन्नईत राहत असत. मी त्यांच्याकडे गेलो आणि परमेश्वर गोदरेज यांची भेट घालून देण्याची विनंती केली. ते आनंदाने तयार झाले."

त्या म्हणाल्या, "नीट लक्षात घ्या, मी फारसा प्रवास करीत नाही. मी फक्त दोनदा येईन आणि माझी फी इतकी असेल."

फीची रक्कम चांगलीच मोठी होती. पण महादेवन तयार झाला. "माझं फूड उत्तम आहे हे मला पक्कं माहीत होतं. आता मला सजावटही पदार्थाइतकीच उत्तम करायची होती."

डिझाइन कसं 'स्वच्छ व दर्जेदार' हवं, महादेवननं गोदरेज यांना सांगितलं. त्यानुसार परमेश्वर गोदरेज यांनी निळ्या व पांढऱ्या रंगाच्या शेड्स वापरल्या.

"त्यांनी केलेली सोफ्याची रचना अजूनही आठवते. लोकांना ती एकदम पसंत पडली." तो स्मित करतो.

'कॅस्केड' हे रेस्टॉरन्टचं नाव होतं. जेवण घेण्यासाठी उत्तम ठिकाण. ११ लाख रुपयांच्या गुंतवणुकीवर हे सुरू झालं. यातील दहा लाख रुपये हे फिक्स ॲसेट व डेकोरेशनसाठी खर्च झाले. एक लाखाचं खेळतं भांडवल होतं. ते पुरेसं होतं.

"आम्ही क्रेडीटवर खरेदी करीत होतो, मात्र विक्री रोखीत होत होती. 'चायना प्लेस'पासूनचे माझे पुरवठादार कायम होते. त्यांनी माझं नवीन रेस्टॉरन्ट पाहिलं व माझ्याबरोबर काम करण्याची तयारी दाखविली. मी त्यांचे पैसे कधीही थकवीत नसे. त्यामुळे त्यांचा माझ्यावर विश्वास होता."

दुसऱ्याच्या पैशांवर व्यवसाय करता येतो हे या व्यवसायाचं एक वैशिष्ट्य. ही चांगली बाब असली तरी परवाना पद्धतीची कटकट या व्यवसायात फार असते. सर्व प्रकारचे परवाने मिळविण्यात दीड वर्ष गेलं.

मात्र 'कॅस्केड'चं उद्घाटन हा संस्मरणीय क्षण ठरला. त्यानंतर कधीही मागे वळून पाहावं लागलं नाही.

"ते १९८७ वर्ष होतं. चार माणसांना घेऊन मी कामाला सुरुवात केली. आज माझ्याकडे ३००० लोक काम करतात. भारतात आणि १६ अन्य देशांमध्ये. मला हे जमलं कारण मी नेहमी संधी शोधत गेलो आणि मिळालेल्या संधींचं पैशात रूपांतर करीत गेलो."

उदाहरणार्थ–

"विकल्या जातील अशाच संकल्पना मी स्वीकारल्या. कॅस्केड हे फक्त चायनीज रेस्टॉरन्ट नव्हतं. चेन्नईतील ते पहिलं पॅन एशियन रेस्टॉरन्ट होतं."

यातही महत्त्वाचं म्हणजे सहज विकले जातील असे पदार्थ निवडण्याची खासियत महादेवनकडे होती. म्हणून तेथे मलेशियन नूडल्सबरोबर चिकन करी मिळायची (ही डीश अतिशय लोकप्रिय होती). येथील सूप थोडं तिखट असायचं आणि भारतीयांना ते खास आवडायचं.

टेबलवर काहीतरी नवीन वाटलं पाहिजे ही कल्पना यामागे होती. "आपल्या भारतीयांना कबाब आवडतात म्हणून मी याकिटोरी मेनूमध्ये ठेवले."

'कॅस्केड' सुरू होताच महादेवननं नोकरी सोडली. शिकविण्याचे तास त्यापूर्वीच कमी केले होते. आता ते काम पूर्ण थांबविण्याची वेळ आली होती. हा निर्णय घेणं अजिबात अवघड गेलं नाही.

" 'कॅस्केड' मस्त चालत होतं. पहिल्याच महिन्यात नफ्या-तोट्याचा ताळमेळ जमला. दुसऱ्या महिन्यापासून नफा मिळू लागला. भागीदार खूश झाले."

रेस्टॉरन्ट हा जोखमीचा व्यवसाय आहे हे खरं; पण जमला तर हा व्यवसाय त्वरित फायदा देऊन जातो. तुम्ही दोन वर्षांच्या आतच भांडवल बाहेर काढू शकता.

"पदार्थांच्या किमतीकडे लक्ष द्यावं लागतं. पंचतारांकित हॉटेलमध्ये कॉफीची किंमत १८-२० टक्के असते. साध्या रेस्टॉरन्ट मध्ये इतकी किंमत पडत नाही. मी तुम्हाला १०० रुपयांत नूडल्सचा बाऊल देतो तेव्हा त्यामध्ये माझा खर्च ३५ रुपयांचा असतो. यामध्ये चिकन, नूडल्स, इंधन हे सर्व आलं."

भाडे, पगार हे खर्च स्थिर असतात. पदार्थाचा खर्च बदलत राहतो. इथेही महादेवनच्या मते, "पदार्थ बनविण्यासाठी लागणाऱ्या साधनसामग्रीवर किती खर्च होतो, याकडे बारकाईने लक्ष द्यावं लागतं. 'लक्ष्मणरेखा' ओलांडता कामा नये."

'कॅस्केड'च्या यशानंतर त्याच धर्तीवर एखादं नवं 'फाईन डायनिंग रेस्टॉरन्ट' काढणं सहज शक्य होतं. चेन्नईच्या अन्य भागांत त्याचं स्वागतही झालं असतं. पण महादेवनच्या मनातील कल्पना वेगळ्या होत्या. दक्ष मन संधी तत्परतेनं शोधतं. सोन्यासारखी संधी कुठूनही हाती लागू शकते.

"हॉटेलातील डीश बनविण्यासाठी लागणारे पूरक पदार्थ तेव्हा सहज उपलब्ध होत नसत. उदाहरणार्थ, किकोमान सोया सॉस किंवा अजिनोमोटो. हे पदार्थ मी स्वत: सिंगापूरहून खरेदी करीत होतो. त्याच वेळी 'सी-थ्रू बेकरी'ची संकल्पना माझ्या मनावर ठसली."

भारतात ही गोष्ट लवकरच यशस्वी ठरणार, हे महादेवननं ताडलं आणि यातूनच १९८९ साली 'हॉट ब्रेड' उभं राहिलं.

यातील वेगळेपण असं होतं : पूर्वीच्या पद्धतीनुसार एका ठिकाणी ब्रेड वा अन्य कुकीज तयार करून त्या विविध केंद्रांवर विक्रीसाठी पाठविण्यात येत. 'हॉट ब्रेड'मध्ये गिऱ्हाइकांच्या समोरच पदार्थ तयार होत. ब्रेड व अन्य पदार्थांचा खमंग दरवळ अनुभवीत ग्राहकांना खरेदी करता येई.

"आम्ही फ्रान्समधून उत्तम मशिनरी आणली व आमच्या शेफना प्रशिक्षणासाठी सिंगापूरला पाठविलं." महादेवन सांगतो. प्रोजेक्टचा एकूण खर्च १४ लाख रुपये होता. हे पैसे कोठून उभे केले?

"तुमचा प्रतिसाद समंजस असेल तर लोकांना तुम्ही आवडता. ते तुमचा आदर करतात. तुम्हाला नेता मानतात. काम काय आहे हे तुम्हाला कळणं महत्त्वाचं आहे. ते काम तुम्हाला करता आलंच पाहिजे असं नाही."

"हो, 'कॅस्केड'मधून ३-४ लाखांची बचत हाताशी होती. सजावटीवरील खर्च पुढील वर्षाच्या विक्रीतून निघाला असता." उरलेल्या ८ लाख रुपयांसाठी त्यानं 'तामिळनाडू इंडस्ट्रीयल इन्व्हेस्टमेंट कॉर्पोरेशन'कडे जाण्याचं ठरविलं.

"पाच जणांच्या पॅनेलने मला प्रश्न विचारले. मी सुशिक्षित, प्राध्यापक आहे हे त्यांच्या लक्षात आलं."

पण थोडी अडचण होती. आजही दक्षिण भारतात कुणी ब्रेड खाताना दिसला की विचारतात, तू आजारी आहेस का? इथे सकाळच्या नाष्ट्यासाठी इडली व डोसा आणला जातो.

म्हणून पॅनेलवरील एकाने प्रश्न केला, "मि. महादेवन, तुम्ही हॉस्पिटलला ब्रेडचा पुरवठा करणार का?"

महादेवन म्हणाला, "सर, मी मॉडर्न ब्रेड बनविणार नाही. मला स्नॅक्स बनवायचे आहेत. पिझ्झा आणि बर्गरप्रमाणे आम्ही करी पफ किंवा ब्लॅक फॉरेस्ट केक बनवून विकणार आहोत."

तथापि, केक विकण्यापूर्वी महादेवनला ही आयडिया पॅनेलच्या सदस्यांकडे विकावी लागली. त्याने ते केलं एका वेगळ्या पद्धतीनं. पॅनेलला चित्रमय पद्धतीने प्रकल्प समजावून देण्यात आला. 'पेस्ट्रीज अॅन्ड पफ्स' चविष्ट खाद्य पदार्थ!

"हे काहीतरी निराळं आहे, याची त्यांना खात्री पटली. चेन्नईतील नव्या पिढीला असं काहीतरी हवं होतं आणि ते म्हणाले, आठ लाख ही काही फार मोठी रक्कम नव्हे."

मशिनरीची किंमतही नेमकी आठ लाखच होती.

"तुम्ही मशिनरी गहाण ठेवणार का?" त्यांनी विचारलं.

"येस सर," मी आश्वासन दिलं.

आता आयात परवाना मिळवायचा होता. यात साडेचार महिने गेले. ते १९८८ चं वर्ष होतं. वाणिज्य मंत्रालयात जाऊन हे काम करून घ्यावं लागे.

"८०० चौरस फुटांच्या जागेत तुम्ही बेकरी कशी काय उभी करणार?" मंत्रालयातून विचारणा झाली. "ही काही इंडस्ट्री नाही. हा फसवाफसवीचा व्यवहार वाटतो."

महादेवन म्हणाला, "हा माझा प्लॅन. एकाच ठिकाणी उत्पादन व विक्री होईल. कॉम्पॅक्ट असेल तो." जपानमधील अशाच एका बेकरीचं महादेवननं चित्रीकरण केलं होतं. ते त्यांनी मंत्रालयात दाखविलं.

लहानशा जागेत जपान्यांना जे जमू शकतं ते भारतीयांना का जमणार नाही?

महादेवनला आपली केस तीन वेळा मांडावी लागली. तेव्हा कुठे मंत्रालयाचा विश्वास बसला. अधिकाऱ्यांनाही काळजी करावी लागली नाही. 'हॉट ब्रेड्स' हे पहिल्यापासून 'सेल आऊट' प्रॉडक्ट ठरलं.

बेकरीच्या या साखळीने बरेच नवे पदार्थ बाजारात आणले. 'करी बन्स' हे त्यातील एक स्नॅक. चिकनसह तयार केलेलं. मागणी उत्तम असल्यानं बेकरीने विस्ताराची योजना हाती घेतली. अवघ्या सहा महिन्यांत शहरात तीन आऊटलेट्स उभी राहिली. पहिली दोन वर्षे फॅन्टॅस्टिक म्हणावी अशी होती.

"दिल्ली, कोलकाता, मुंबई अशा ठिकाणी मी बेकऱ्या उघडल्या."

'हॉट ब्रेड्स'च्या सात शाखा १९९१ पर्यंत काम करू लागल्या. याशिवाय काठमांडूमध्येही दुकान उघडलं. बेकरीच्या या साखळीतून दरवर्षीचा व्यवसाय दोन कोटींवर पोचला.

त्यानंतर दुबईहून विचारणा केली गेल्यामुळे तेथे काही संधी मिळतात का, याची चाचपणी करण्यास महादेवन गेला. हाही एक टर्निंग पॉईंट ठरला.

"मी परदेशातील व्यवसायावर लक्ष केंद्रित केलं व भारतातील व्यवसायाकडे दुर्लक्ष झालं. दुबई वेगाने जात होती. तेथे इतक्या संधी होत्या, इतकी मागणी होती!"

'फ्रॅन्चाईजी कम ओनरशिप' पद्धतीने महादेवनने दुबईत नवी नवी हॉटेल्स उघडली. त्याची स्वत:ची गुंतवणूक २० टक्के इतकी मर्यादित असे. दुबईतून तो पॅरिसला गेला आणि मग अमेरिकेत.

पण भारतातील 'हॉट ब्रेड्स'मध्ये काय घडत होतं? ते ऑटो-पायलटवर सुरू होतं. फ्रॅन्चाईजीच्या मार्गाने त्याचा विस्तार होत होता. बंगळुरु, कोचीन, हैदराबाद... शहरे वाढत होती.

"पण फ्रॅन्चाईजी ही चूक होती... फार मोठी चूक."

"का?" मी विचारलं.

"फ्रॅन्चाईजीच्या तत्त्वाचा लोक आदर करीत नाहीत. व्यवसायाच्या खाचाखोचा समजल्या की ते रॉयल्टी देत नाहीत."

शिवाय काही वेळा ते व्यवसायाच्या मूळ स्वरूपापासून दूर जातात. हे बरोबर नाही. चंडीगढमध्ये 'हॉट ब्रेड्स'मध्ये डोसे विकले जाऊ लागले.

फ्रॅन्चाईजी मला म्हणाला, "अहो महादेवन, डोसा हासुद्धा ब्रेडच. दक्षिण भारतातील ब्रेड."

महादेवन म्हणाला, "हे जमणार नाही." पण नियंत्रण ठेवण्याची यंत्रणा त्यांच्याकडे नव्हती. भारतील कायदेही फ्रॅन्चाईजी मालकांच्या बाजूने नव्हते.

" 'हॉट ब्रेड्स' हे नाव माझ्या परवानगीशिवाय कुणी वापरीत असेल तर मला दिवाणी दावा दाखल करावा लागत होता. त्यासाठी वकिलांची फौज हवी... आणि खटला वर्षानुवर्षे चालणार."

अडचणीच अडचणी! फ्रॅन्चाईजी हा चांगला पर्याय नव्हता. पण एकट्यानं धडपड करून फार मोठी झेप घेता येणार नाही, हेही आत्तापर्यंत महादेवनला समजून चुकलं होतं. म्हणून आपल्याबरोबर काम करू शकणाऱ्या भागीदाराच्या तो शोधात असे. मात्र या भागीदाराचा स्वभाव कसा हवा, तर 'दिल मांगे मोर!'

मग १९९३ मध्ये 'ब्ल्यू फूड्स'च्या सुनील कपूरबरोबर महादेवननं 'कॉपर चिमणी' चेन्नईत सुरू केलं. "त्यांनी ५० टक्के गुंतवणूक केली. मी अजूनही त्यांना चार टक्के रॉयल्टी देतो," तो सांगतो.

रॉयल्टीला चाट मारून स्वत:चा 'फाईन डाइन इंडियन फूड ब्रॅन्ड' उभा करण्याची संधी एखाद्या मतलबी माणसानं साधली असती. पण जीवनात नाती अधिक महत्त्वाची असतात. हाव धरली तर शेवटी गरिबी पदरी पडते.

सर्वच भागीदाऱ्या टिकत नाहीत. महादेवननं २००० मध्ये 'हॉट ब्रेड्स'मधील आपले ५० टक्के स्टेक शामीत भारतीय यांना विकले. 'हिंदुस्थान टाइम्स'च्या मालक शोभना भारतीय यांचा शामीत हा मुलगा. 'बी ॲन्ड एम'- 'भारतीय ॲन्ड महादेवन' या नावाची नवी कंपनी स्थापन करण्यात आली. खेळतं भांडवल म्हणून प्रत्येकाने दीड कोटी रुपये गुंतवले.

शामीत नुकताच भारतात परतला होता. फूड बिझनेसमध्ये त्याला काहीतरी भव्य करायचं होतं. 'डॉमिनोज'ची फ्रॅन्चाईजी त्यानं घेतली होती. दिल्लीत 'हॉट ब्रेड्स' खूप लोकप्रिय झाल्याचं त्याच्या लक्षात आलं होतं. 'डॉमिनोज्' पुढील काळात विस्तारत गेलं; पण 'हॉट ब्रेड्स'चं तसं झालं नाही. उलट दुकानांची संख्या कमी झाली. काय बिनसलं?

"हो, काही छोट्या गोष्टी तर काही मोठ्या गोष्टी अडचणीच्या ठरू लागल्या. काही बेदरकार फ्रॅन्चाईजींना वठणीवर आणणं व्यवस्थापनाला जमलं नाही. दिल्लीत कंपनीनं स्वत: उघडलेली आऊटलेट्स चुकीच्या जागी होती. तेथील व्यवस्थापनही ढिसाळ होतं. वर्षभरातच ती बंद करावी लागली."

हे संयुक्त व्यवसाय असल्यामुळं 'हॉट ब्रेड्स'कडे कुणीच लक्ष देईना. यातील स्वत:चा ५० टक्के वाटा परत विकत घेण्याचा निर्णय महादेवननं २००९ मध्ये घेतला. कारण 'अभी भी आयडिया में दम है'.

महादेवन चेन्नई व पॉन्डेचरीमध्ये 'हॉट ब्रेड्स'ची १३ आऊटलेट्स चालवीत होता. तेथे दर महिना ११ लाखांची विक्री होत होती. 'करीबन'ची जादू पुन्हा एकदा भारतभर देण्याचा प्लॅन तयार होऊ लागला.

महादेवनचा आजपर्यंतचा प्रवासच थक्क करणारा होता. पण गेल्या दोन दशकांत महादेवननं खाद्यपदार्थांच्या क्षेत्रात जो हिमनग उभा केला होता, त्याचं लहानसं टोकच अजून मला दिसलं होतं.

'कॅस्केड'मध्ये यश मिळालं. मध्यम दराच्या चायनीज रेस्टॉरन्टची साखळी भारतात उभी राहू शकते असं महादेवनच्या लक्षात आलं. म्हणून 'वँग्ज किचन' सुरू केलं. चेन्नई, दुबई व टोरांटो येथे याची नऊ आऊटलेट्स आहेत.

स्थानिक भागीदाराला घेऊन एकतर नफा वाटून घेण्याच्या बोलीवर वा रॉयल्टीच्या तत्त्वावर परदेशात आऊटलेट्स सुरू झाली.

"माझ्या बहुतेक सर्व रेस्टॉरन्ट्समध्ये मी किचनच्या भिंती काचेच्या ठेवतो. ग्राहक आपल्याकडे पाहात आहे, ही जाणीव ग्लास किचनमुळे शेफच्या मनात सतत जागी असते. मग तो किचन अगदी चकचकीत ठेवतो व कधीही नाकात बोटे घालीत नाही."

महादेवनकडील कल्पनांचा साठा संपला नव्हता. कोलकाता व बंगळुरु येथे २००० मध्ये थाई खाद्यपदार्थ देणारी 'बेन्जारोंग' ही हॉटेल्स काढण्यात आली. 'इन्टे केरलम्' ही खास केरळी खाद्यपदार्थांची हॉटेल्स त्यापाठोपाठ आली. यामध्येच पुढे आंध्र व चेटोनाडचे पदार्थ देण्यात येऊ लागले. मेनू विस्तारल्यावर रेस्टॉरन्टचं नाव 'कोकम' ठेवण्यात आलं. सध्या चेन्नई व पुण्यासह या नावाची तीन आऊटलेट्स आहेत.

२००२ मध्ये 'फूड कोर्ट' हे नवं बिझनेस मॉडेल पुढे आलं. 'ओरिएन्टल'चा यातील पहिला उपक्रम म्हणजे चेन्नई रेल्वे स्थानकावर उभारलेलं 'प्लॅनेट यम्म.' "प्लॅनेट यम्म (Planet Yumm) हे १४०० चौरस फुटांचं होतं व दिवसाची विक्री

साडेपाच ते सहा लाखांची होती. एका चौरस फुटामागे दर दिवशी सर्वांत जास्त उलाढाल होणारं देशातील ते एकमेव केंद्र होतं.'' महादेवन अभिमानानं सांगतो.

फूड कोर्ट हा खाद्यपदार्थांपेक्षा रिअल इस्टेटचाच प्रकार म्हटला पाहिजे. तुम्ही ४० हजार चौरस फुटांची जागा घेता आणि दहा काउंटर्स उभारता. 'ओरिएन्टल'ने कॉफी शॉप, चायनीज, साऊथ इंडियन असे काउंटर घेतले व अन्य काउंटर मॅकडोनाल्ड, केएफसी, पिझ्झा हट यांना दिले.

''फाईन डायनिंगमध्ये नफ्याचं प्रमाण खूप जास्त असतं. मात्र रोजच्या उलाढालीचा विचार केला तर कॉफी शॉप व फूड कोर्टमध्ये तो खूपच जास्त असतो.''

विस्तार मोठा असतो, पैसाही झटकन व भरपूर मिळतो. तरीही एकाच ठिकाणी सर्व गुंतवणूक ठेवणं महादेवनला कधीच मान्य नव्हतं. 'डायनिंगला स्वत:चा चार्म आहे,' असं तो म्हणतो.

महादेवन इथे, त्याच्या स्वत:च्या आणखी एका साखळी उद्योगाकडे लक्ष वेधतो. 'न्यूडल हाउस' असं त्याचं नाव. छोट्या बाकड्यांचं हे रेस्टॉरन्ट. 'वन बाऊल मिल' ही त्याची खासियत. हाँगकाँगमध्ये अशी रेस्टॉरन्ट्स आहेत. याशिवाय 'फ्रेंच लोफ' हे कॉफी शॉपही २००८ मध्ये सुरू करण्यात आलं.

''हे 'हॉट ब्रेड्स'प्रमाणेच असलं तरी श्रीमंत ग्राहकांसाठी होतं. येथील पदार्थ ३० ते ४० टक्के महाग आहेत.''

नव्या नव्या माहितीच्या माऱ्यामुळे मी आता बेजार होऊ लागले. असंख्य चवदार पदार्थांची रेलचेल असलेल्या प्रचंड बुफे टेबलप्रमाणे मला महादेवनचं 'फूड एम्पायर' दिसू लागलं. त्याच्या उद्योगांची गणतीच होत नव्हती.

'इतके विविध ब्रॅन्ड कशासाठी?' मला विचारल्याशिवाय राहवेना. बहुतेक उद्योजक एक वा दोन ब्रॅन्डवर लक्ष केंद्रित करून त्याला वाढवीत नेतात. महादेवनचं मत वेगळं आहे. आपली कंपनी ही 'मोत्यांची माळ' आहे असं तो मानतो. अझीम प्रेमजींच्या व्यवसायाचं निरीक्षण करून त्यानं हे मत बनविलं आहे आणि या वेडेपणातही एक व्यवस्था आहे. ती कशी तेही तो सांगतो.

''आमच्याकडे फक्त तीनच व्हर्टिकल्स आहेत,'' तो सांगू लागतो. ''फूड कोर्ट्स हे पहिलं व्हर्टिकल. आमच्याकडे अशी नऊ आहेत. आणखी दोन लवकरच निघणार आहेत. याकडे पाहणारे अनुभवी व्यावसायिक मी नेमले आहेत.

याशिवाय चायनीज व ओरिएन्टल फूड ही दुसरी शाखा आहे. केरळी खाद्यपदार्थ मात्र यात नाहीत. त्यांचं स्वतंत्र स्थान आहे. माझी आई केरळची असल्यानं केरळी खाद्यपदार्थांबाबत मला विशेष आस्था आहे.''

तिसरी शाखा बेकरीची. यामध्ये अनेक ब्रॅन्ड आहेत. प्रत्येक ब्रॅन्डचा ग्राहक वेगळा. चवही वेगळी.

'फ्रेंच लोफ' हा हाय एन्ड म्हणजे अति श्रीमंतांचा ब्रॅन्ड. ओमेगा-३ सह अनेक धान्यांचं मिश्रण असणारा विशेष ब्रेड इथे मिळतो. त्यासाठी लागणारं पीठ जर्मनीतून आणण्यात येतं. पावाचा एक 'लोफ' ७० ते ८० रुपयांना विकला जातो. 'हॉट ब्रेड्स'मध्ये नावाचे अनेक प्रकार आहेत आणि १२ ते २० रुपये इतकीच त्यांची किंमत असते. याशिवाय 'ब्रेड लाईट' हा आणखी एक पावाचा स्वस्त प्रकार आहे. तो सुपर मार्केटमध्ये विक्रीला ठेवतात.

ही सर्व रचना अशी व्यवस्थित विचार करून केलेली आहे आणि 'लक्ष्मण रेखा' ही कधीकधी ओलांडली जाते. कधी व्यवहार साधण्यासाठी तर कधी निव्वळ भावनिक कारणांसाठी.

''मी नेहमी माझ्याकडच्या मुलांना सांगतो, ''मला तुमच्या चेहऱ्यावर हसू दिसायलाच हवं. ज्या क्षणी तुम्ही जॅकेट घालता, त्याक्षणी तुमचं व्यक्तिगत आयुष्य संपतं. भले, तुम्ही याला 'प्लास्टिक स्माईल' म्हणा... पण तुम्हाला हसतमुख राहून लोकांचं स्वागत करावंच लागेल.''

'झारा' हे याचं उत्तम उदाहरण. 'ओरिएन्टलचे हाय प्रोफाईल व्हेंचर. चेन्नईच्या 'नाईट लाईफ'कडे संकेत करणारे हे नाव. 'झारा'ची निर्मिती झाली ती अचानक अडचणीत सापडल्यामुळे. ती काही जाणीवपूर्वक झालेली नाही.

''माझ्या ' कॉपर चिमणी' व 'चायना टाऊन' या रेस्टॉरन्ट्ससमोर सरकारने एक मोठा पूल बांधला. धंदा बसला. ८०-८२ टक्क्यांनी उत्पन्न कमी झालं. मग मी विचार करू लागलो. व्यवसाय परत मार्गावर आणायचा असेल तर बिअरशिवाय पर्याय नाही या मतावर आलो.''

पण कसं होणार? त्या वेळी चेन्नईमध्ये फक्त हॉटेल्समध्ये पब उभारून दारू विकण्यास परवानगी होती. पण त्याच वेळी रेस्टॉरंटच्या मागचा प्लॉट विकायला निघाला. महादेवननं तो तत्परतेने विकत घेतला. तेथे वीस खोल्या व ४० बेड्सचं हॉटेल उभं केलं. अशा रीतीने २००२ मध्ये 'झारा' अस्तित्वात आलं. या एका बदलाने उलाढालीचा उच्चांक गाठला.

प्रयत्न करीत राहायचं हे महादेवनचं तत्त्व आहे. काहीतरी नवीन, आजपर्यंत कधीही न केलेलं. स्वस्थ बसून पैसा खुळखुळत ठेवता येत नाही. म्हणून 'ओरिएन्टल' आता दुबईमध्ये चॉकलेट शॉप उघडीत आहे 'मापेल लीफ' नावाचं.

''पण त्याच्या ट्रायल इथे चेन्नईत सुरू आहेत. हे माझं घर आहे. इथे चुकांची फार किंमत मोजावी लागत नाही.'' व्यवसायात सतत सतर्क राहावं लागतं. कान,

डोळे उघडे ठेवून जिथून जे काही शिकता येईल ते शिकत राहण्याची दक्षता ठेवावी लागते.

"गेल्याच आठवड्यात मी कॅलिफोर्नियामध्ये एक बेकरी घेतली." हे सांगताना त्याचे डोळे लकाकतात. "तेथे ते यीस्ट नसलेला एक ब्रेड तयार करीत आहेत, 'आंबटपिठाचा ब्रेड'. अमेरिकेतील माझे सहकारी ते तंत्र शिकतील आणि मग येथे येऊन शिकवतील."

'सारं उत्तम यात शंकाच नाही. पण या प्राध्यापकांनी कुठे ना कुठे काही चुका केल्या असणारच.'

"होय, चुका केल्या." महादेवन कबूल करतो. पण त्याच्याकडे एक पद्धती आहे. ती व्यवस्थित वापरली, परिस्थितीशी जुळवून घेतलं तर उत्तम काम करता येतं.

"क्रमांक एक -व्यवसायाची जागा, क्रमांक दोन -खाद्यपदार्थांचं मिश्रण, क्रमांक तीन - ग्राहकांची स्वीकारार्हता."

"७० टक्के रेस्टॉरन्ट्स पहिल्या वर्षीच बंद पडतात. ती दुसऱ्या वर्षी सुरू राहिली आणि तिसऱ्या वर्षीही टिकून राहिली, तर मग तुम्ही स्थिर झालात. जगात सगळीकडे हेच ध्येय ठेवून आम्ही काम करीत असतो."

शेवटी, चव हीच महत्त्वाची.

"अगदी बरोबर. मी दुबईत भारतीय पद्धतीच्या पेस्ट्रीज बनवीत नाही. मी अरेबिक पेस्ट्रीज बनवितो. सॅन फ्रान्सिस्कोच्या 'हॉट ब्रेड्स'मध्ये आम्ही भारतीयांसाठी वडा-पाव बनवतो. भरपूर खपतो तो. आम्ही बनविलेलं चटणी-काकडीचं सॅन्डवीच अमेरिकन्सनाही भारी आवडतं."

पण ग्राहकांना कोणती चव आवडते ते कसं ठरवायचं?

"सोपं आहे. फ्री ट्रायल देऊन."

पॅरिसमध्ये महादेवन भारतीय खाद्यपदार्थांचे दोन रेस्टॉरन्ट चालवितो. ते फ्रेंच लोकांसाठी असल्यामुळे पदार्थात मसाल्यांचं प्रमाण अतिशय कमी ठेवलं जातं. पण इतकंच करून भागत नाही.

"मला किचनमध्ये दोन मोठे एक्झॉस्ट फॅन वापरावे लागतात. करीचा थोडा जरी वास कपड्यावर रेंगाळला तर फ्रेंच माणूस आमच्या रेस्टॉरन्टकडे फिरकणार नाही. तो विविध कार्यालयांचा विभाग आहे व लोक दुपारच्या जेवणासाठी तेथे येतात."

एकच माणूस एका वेळी इतक्या गोष्टी करू शकतो का, हा नेहमी उद्‌भविणारा प्रश्न. याचं होय व नाही अशी दोन्ही उत्तरं आहेत. 'कॅस्केड' रेस्टॉरन्टमधून महादेवननं मग अंग काढून घेतलं. आयुष्यात काही पर्याय स्वीकारावे लागतात. काही सोडावे लागतात. महादेवननं परदेशात राहायचं ठरविलं.

"१९९४ पासून मी परदेशस्थ भारतीय आहे. माझे परदेशातील व भारतातील व्यवहार पूर्णपणे स्वतंत्र आहेत. तेथे मिळविलेला पैसा मी इथे आणीत नाही व येथील तेथे नेत नाही."

'आंतरराष्ट्रीय कामकाजावर दुबईतून नियंत्रण ठेवलं जातं. कारण तेथून काम करणं सोपं आहे,' असं महादेवन म्हणतो. पण आयुष्य चक्राकार असतं, असं म्हणतात. आता भारत श्रीमंत होत चालला आहे व महादेवन पुन्हा येथील व्यवसाय वाढविण्याकडे लक्ष देत आहे. यासाठी त्यानं मदत घेतली आहे ती 'पीपुल कॅपिटल' या प्रायव्हेट इक्विटी फर्मची.

२००७ मध्ये पीपुल कॅपिटलने ओरिएन्टल क्विझीनचे ५० टक्के स्टेक २० दशलक्ष डॉलर्सना खरेदी केले. पण महादेवनला पैशाची गरज होती का? शेवटी खाद्यपदार्थांचा व्यवसाय तर रोख विक्रीतूनच होतो.

तुमच्या रेस्टॉरन्टमध्ये गर्दी होत असेल तर खेळतं भांडवल उभं करण्याची गरजच पडत नाही. पण तुम्हाला वेगानं विकास करायचा असेल तर जितका मिळेल तितका पैसा घेतला पाहिजे. महादेवनच्या मनात नेमकं काय आहे हे सांगता येत नाही. त्याच्या मनात परस्परविरोधी भावना असाव्यात, असं मला वाटलं.

"कधीकधी मला नैराश्य येतं. गुंतवणूकदारांना मी मंडळावर का घेतलं हा प्रश्न मला सतावतो. कारण जेव्हा कुणी पैसा गुंतवतो, तेव्हा कंपनी सतत वाढत राहावी असाच धोषा लावतो."

२००८ मध्ये 'ओरिएन्टल'ची उलाढाल २० कोटींची होती. मार्च २०१० पर्यंत ७० कोटींची अपेक्षा होती तर २०११-१२ चं लक्ष्य १०० कोटींचं आहे. "ही गती माझ्या रक्तात नाही" महादेवन म्हणतो. म्हणून शहाण्या संस्थापकांप्रमाणे त्यानं स्वतः बाजूला होऊन व्यावसायिकांच्या हातात आता सूत्रे दिली आहेत. 'ओरिएन्टल क्विझीन'चा नवा सीईओ आहे, विश्वदीप कुईला. अहमदाबाद आयआयएमचा १९८९ सालचा विद्यार्थी. त्याच्याकडेच आता सर्व सूत्रे आहेत.

"मी आता बाहेरून सर्व पाहत असतो. सीईओने मागितली तरच मदत वा सूचना करतो. कारण माझ्या मते कप्तान एकच असला पाहिजे."

एखाद्या उद्योगाची सूत्रे जेव्हा उद्योजकाकडून व्यावसायिकाकडे जातात, तेव्हा हा बदल थोडा त्रासदायकही ठरतो. जवळपास एकतृतीयांश कर्मचारी कंपनीबरोबर वाढत आले आहेत. त्यांना आता नव्या बॉसशी, नव्या कार्यशैलीशी जुळवून घ्यावं

लागतं. हा बदल तसा नाजूक असतो. कंपनीतील संतुलन कायम ठेवीत तो घडवून आणावा लागतो.

महादेवननं आता बहुतेक सर्व व्यवहारांतून लक्ष काढून घेतलं असलं तरी कॉस्टिंगच्या कामात तो अजूनही बारकाईने लक्ष घालतो. ई-मेल व एसएमएसच्या माध्यमातून ते विक्रीवर रोज बारीक लक्ष ठेवतो. व्याप वाढल्यामुळे ओरिएन्टल आता सॅप (SAP) प्रणालीही वापरते.

''लोकांना हवं आहे ते द्याल तर ते तुमच्याकडे पुनः पुन्हा येतात. आवडणारं चविष्ट पान खाण्यासाठी बांद्र्याहून नरिमन पॉईंटला ड्राइव्ह करत येणाऱ्या ग्राहकांबद्दल मी ऐकलं आहे.''

''खाद्यपदार्थांची किंमत ही ३०-३५ टक्केच्या आत राहिली पाहिजे हा माझा आग्रह असतो. तशी ती राहिली नाही तर भांडवल कधी संपेल सांगता येणार नाही.''

तथापि, विस्तार होत असतानाच आता प्रथमच ओरिएन्टला 'तोटा'ही सहन करावा लागत आहे. हुशार प्रोफेसरला जरा हे पचविणं जडच जातं. रोज सकाळी मी विचारतो, ''अरे विश्वदीप, 'ओरिएन्टल'चं तोंड नफ्याकडे कधी वळणार?'' तो चेष्टेच्या सुरात सांगतो.

मात्र विस्तार होत असताना कंपनीला कोणत्या अडचणींचा सामना करावा लागतो, याची पूर्ण कल्पना त्याला आहे. म्हणून याकडे तो गांभीर्याने पाहू शकतो.

''व्यवसायाचा विस्तार होऊ लागल्यावर आम्ही अधिक पगार देऊन नवीन लोकांना घेतलं. यामुळे पगारावरील खर्च ११ ते १४ टक्क्यांवरून २२ टक्क्यांवर गेला आणि अद्याप विक्री त्या प्रमाणात वाढलेली नाही...''

भांडवल, हुशार माणसं हे सर्व हाताशी असलं तरी व्यवसायाची वाढ करणं सोपं नसतं, याची पूर्ण कल्पना महादेवनला आहे.

''एखाद्या झंझावाताप्रमाणे वाढत असताना काही चुका होणारच. एखाद्या भव्य कॅन्व्हासवर चित्र रंगविण्यासारखं हे असतं. थोडा रंग इकडेतिकडे सांडणारच!''

गुंतवणूकदारांचा दबाव असतो हे खरं; पण अधिक पैसा मिळविणं ही काही आता महादेवनची मुख्य प्रेरणा नाही. आपला ब्रॅन्ड अधिकाधिक प्रसिद्ध होत राहावा असंही त्याला वाटत नाही.

''मी नवं युनिट उघडलं की ६० माणसांना रोजगार मिळतो. मी राजकीय नेत्याप्रमाणे बोलत नाही. पण यामुळेच मी आता काम करीत राहतो असं मला वाटतं.''

आज ओरिएन्टल क्विझीन चालवीत असलेल्या भारतातील उपाहारगृहांत

सुमारे दोन हजार कर्मचारी काम करतात. १२०० कर्मचारी परदेशात काम करतात आणि महादेवन कायम नवनवीन लोकांच्या शोधात असतो.

''मला चांगला माणूस कुठेही आढळला की मी त्याला कंपनीशी जोडायचा विचार करतो.''

कर्मचाऱ्यांना आपल्याकडे कायम ठेवणंही आज कठीण झालं आहे. पण कर्मचाऱ्यांना बांधून ठेवण्यासाठी, कार्यप्रवृत्त करण्यासाठी महादेवननं मार्ग शोधले आहेत.

''आमच्या डायनिंग रेस्टॉरन्टच्या उत्पन्नापैकी १० टक्के वाटा उपाहारगृह चालविणाऱ्यांकडे जातो. मी उत्पन्नापैकी १० टक्के म्हणतोय, नफ्यातील नव्हे, हे लक्षात घ्या.'' आणि या वाट्यात सर्वांना हिस्सा मिळतो, अगदी भांडी घासणाऱ्यापर्यंत सर्वांना!

उपाहारगृहाचे व्यवस्थापक अशा योजना आखतात व त्याची अंमलबजावणी करतात. मग एम. महादेवन रोज काय काम करतो? आपल्या व्यवसायाशी त्याचं भावनिक नातं कायम असलं आणि व्यवसायाची नैतिक जबाबदारीही त्याच्यावरच असली तरी आता बहुतांश वेळ तो सामाजिक ऋण फेडण्याच्या कामी लावतो.

उदाहरणार्थ, चेन्नईच्या लॉयला कॉलेजमध्ये ओरिएन्टलतर्फे एनजीओच्या धर्तीवर 'विनर्स बेकरी' चालविण्यात येते. बेकरी व्यावसायिक पद्धतीनं चालविण्यात येत असली तरी यातील नफा पालिका शाळांसाठी वापरण्यात येतो. बेकरीसाठी इमारत पालिकेकडून मिळाली आहे. गेल्या वर्षात या बेकरीने पालिका शाळांसाठी ३० लाख रुपये मिळवून दिले. यातून मुलींसाठी स्वच्छतागृहे बांधण्यात आली. गरीब मुलांना चश्म्यांचं वाटप करण्यात आलं. तसंच मॉन्टेसरीच्या शिक्षकांना प्रशिक्षित करण्यात आलं.

आणि 'विनर्स' हा स्वस्त ब्रॅन्ड नाही. उलट पार्क हॉटेलसारखी बडी हॉटेल्स तेथून ब्रेड खरेदी करतात.

''आकडे माझ्यासाठी फारच महत्त्वाचे आहेत. मी १६ देशांमध्ये व्यवहार करतो आणि प्रत्येक महिन्यातील माझे ई-मेल विक्री किती झाली व त्यासाठी खर्च किती झाला, याच बाबी ठळकपणे दाखवितात.''

दुसरा महत्त्वाचा प्रकल्प म्हणजे बेकरी स्कूल. ग्रामीण भागातून आलेल्या तरुणांना येथे प्रशिक्षण देऊन व्यवसायासाठी तयार केलं जातं.

''दक्षिण भारताच्या ग्रामीण भागातील कित्येक तरुण संधीच्या शोधात असतात.

त्यांना मी येथे आणतो. त्यांच्या राहण्या - जेवणाची सोय करतो. १५०० रुपये स्टायपेंड देतो आणि बेकरी चालविण्याचं प्रशिक्षणही देतो.''

आजपर्यंत ३०० विद्यार्थ्यांनी प्रशिक्षण घेतलं आहे. काही जणांना 'ओरिएन्टल'ने सामावून घेतलं तर बाकीच्यांना अन्य हॉटेल्समध्ये नोकऱ्या मिळाल्या.

'बरिस्ता ट्रेनिंग सेंटर' हे महादेवनचं पुढील आव्हान आहे. लॉयला कॉलेजमध्येच त्यानं एक कॉफी शॉप उघडलं आहे. आयात केलेलं मशीन तेथे बसविण्यात आलं. येथे इटलीतून आलेले दोन बरिस्ता, झोपडपट्टीतील मुलांना कॅप्युचिनो, कॅफे लॅटे, फ्रेंच प्रेस कॉफी तयार करण्यास शिकवितात.

रोजगार, उत्पन्न आणि त्यातून सामाजिक मदत असे हे महादेवनचं मॉडेल असून आता त्यानं चेन्नई सेन्ट्रल जेलमध्ये काम सुरू केलं आहे. तुरुंगातील काही जागा मिळावी, यासाठी महादेवननं तुरुंग महासंचालकांना विनंती केली. ती त्यांनी मान्य केली. वीज व मनुष्यबळ हे विनामूल्य मिळणार आहे, तुरुंगातील जागेचं थोडं भाडं ओरिएन्टल देणार आहे.

''माझ्याकडील २२ लाखांची परदेशी मशिनरी मी तेथे बसविली आहे. दर महिन्याला लागणारे पीठ मला रोटरी क्लबकडून पुरविलं जाणार आहे. कैदी तेथे पाव तयार करतील. हे पाव अनाथालये, पालिका शाळा आणि 'बनयान'सारख्या एनजीओमार्फत अन्यत्र वाटले जातील. हे सर्व कोणतंही शुल्क न घेता.''

सध्या ही तुरुंगातील बेकरी दोन पाळ्यांमध्ये काम करते. प्रत्येक पाळीमध्ये १० कामगार काम करतात. सुमारे ३०० कैद्यांनी काम करण्याची इच्छा दाखविली आहे. याचा अर्थ हे काम वाढविण्यास बराच वाव आहे.

समाजाला मदत होत असेल तर महादेवन कोणत्याही पक्षाबरोबर वा संघटनेबरोबर काम करतो. मात्र मदतीबाबत त्याचं निश्चित मत आहे, 'मासे आयते देऊ नका, मासेमारी करण्यास शिकवा.'

आणि एखाद्या सच्च्या कोळ्याप्रमाणे महादेवनची श्रद्धा आहे, की प्रत्येकापुढे संधीचा सागर पसरलेला आहे. बरोबरच्या उद्योजकांसाठी दीपगृहाप्रमाणे काम करण्यात महादेवनला आनंद वाटतो. हे उद्योजक त्याला स्पर्धक वाटत नाहीत.

''मी अनेक हॉटेल व्यावसायिकांना परदेशात नेलं. उदाहरणार्थ- चेट्टीनाडच्या पाककृतींबद्दल प्रसिद्ध असलेला 'अंजापेर' हा ब्रॅन्ड घ्या. कालिकतच्या एका जोडप्याला मी दुबईत उपाहारगृह चालविण्यास मदत केली. या उपाहारगृहात प्रवेश मिळविण्यासाठी रोज किमान ४५ मिनिटे वाट पाहावी लागते. गिऱ्हाइकांची मोठी रांगच असते तेथे.''

हे सर्व उद्योग म्हणजे व्यवसायाचे विविध करार आहेत, की एक प्रकारची गुंतवणूक आहे? की तसं काही नाही.

महादेवनचा जनसंपर्क फार मोठा आहे आणि इतरांना मदत करण्यासाठी याचा उपयोग करायला त्याला फार आवडतं. अनेक परदेशस्थ भारतीय विचारतात, "मि. महादेवन, मला थोडी गुंतवणूक करायची आहे. एखादं रेस्टॉरन्ट सुचविता का?" आणि मग महादेवन जोडी जमवून देतो. दोन अधिक दोन यातून पाच कसे निर्माण करायचे हे त्याला माहीत आहे. कोणत्या शहरातील कोणती जागा योग्य आहे हेही तो सांगतो आणि त्या नव्या साहसाला स्पर्धेची संधी देणं महादेवनला आवडतं.

यासाठी मनाची फार मोठी उदारता असावी लागते. "दुबईमध्ये ज्या क्षणी नवं भारतीय उपाहारगृह उभं राहतं त्या क्षणी ३०-४० माणसांचं जीवन अधिक सुस्थिर होण्यास मदत होते. ही माणसं आज येथे आठ हजार कमवीत असतील तर ती तेथे १८ हजार कमवितात." महादेवनसाठी ही बाब मोलाची आहे.

आणि इतके व्याप असूनही महादेवन काम आणि कुटुंब यातील संतुलन बरोबर साधतो. "दरवर्षी एक महिना मी पूर्णपणे कुटुंबाबरोबर असतो. या काळात कुणीही माझ्याशी संपर्क करू शकत नाही. कितीही आणीबाणीची परिस्थिती असली तरी!"

शाळेत जाणारा त्याचा मुलगा व महाविद्यालयात शिकणारी मुलगी या व्यवसायात येतील की नाही, हे आत्ताच सांगता येत नाही. महादेवनला याचा अद्याप अंदाज आलेला नाही आणि त्याला चिंताही वाटत नाही. आपल्याला हवं तसं त्यानं स्वत:चं आयुष्य घडविलं आहे, आपल्याला हवं तसा तो जगला आहे. तेच स्वातंत्र्य तो मुलांनाही खात्रीनं देणारच.

"मी प्रवास करतो- लोकांना भेटतो- मला आवडणाऱ्या गोष्टी जास्तीत जास्त करतो. हे सुख किती जणांच्या वाट्याला आलं आहे, मला सांगा."

अनेकांच्या वाट्याला असं सुख यावं, ही माझी आशा.

◆

तरुण उद्योजकांना सल्ला

उत्पन्न वजा खर्च = नफा. हे साधं समीकरण कायम लक्षात ठेवा. गृहपाठ अत्यंत महत्त्वाचा असं मी नेहमी सांगतो. आमचं एक धोरण आहे : नीट मोजमाप घ्याल, तर एकदाच कात्री चालवावी लागेल. पण मोजमापच घेतलं नाही तर वाटेल तसं कापत बसाल.

समजा टेप्पानयाकी मला परवडणाऱ्या दरात बनवायची असेल तर राईस वाईनवर किती आयात कर बसतो हे मला माहीत पाहिजे. आपण काय करीत आहोत हे तुम्हाला कळलं पाहिजे. कळत नसेल तर ज्याला कळतं त्याच्याबरोबर काम करा. प्रेरणेची ज्वाला मनात धगधगत राहिली पाहिजे. मी पराभव कधीच मान्य करीत नाही.

फूड बिझनेसमध्ये शिरायचं असेल तर आरोग्य व स्वच्छता याकडे अजिबात दुर्लक्ष होता कामा नंये. याबाबत तडजोड होऊच शकत नाही. आज १६ देशांतील ११६ उपाहारगृहांच्या आचाऱ्यांशी माझा संबंध येतो. मी त्यांना सांगतो : ही उपाहारगृहे ही काही माझी मालमत्ता नव्हे. माझा मुलगा व मुलगी ही माझी मालमत्ता. ती तेथे येऊन आनंदाने खाणार असतील तर मिसेस अंबानीपण तेथे येऊन आरामात खाऊ शकतात.

दिवसा खरेदी करा व रात्री विक्री करा. जास्त साठवण करू नका व शिळे अन्न विकू नका. 'मी पैसा योग्य जागी खर्च केला' असं ग्राहकाला वाटलं की तो आपोआप पुन्हा तुमच्याकडे येतो. त्याच्याशी नातं निर्माण केलं पाहिजे आणि लक्षात ठेवा, कधीही आत्मसंतुष्ट होऊ नका. ग्राहकाला १० वेळा उत्तम जेवण मिळालं; पण अकराव्या वेळी कबाब ठीक नसतील, तर आधीच्या उत्तम भोजनाच्या १० आठवणी विसरून तुम्ही फक्त ११ व्या बेचव कबाबाची आठवण ठेवाल. मानवी स्वभाव हा असा आहे.

तेव्हा सदैव सावधानता हवी. तडजोड नको.

मानवी स्पर्श

हणमंत गायकवाड
बीव्हीजी (भारत विकास ग्रुप)

अभियांत्रिकी शिक्षणाचा खर्च सोसण्यासाठी हणमंत गायकवाड ट्यूशन घेत असे. आज ३०० कोटी रुपयांची उलाढाल असलेला 'भारत विकास ग्रुप' तो चालवतो. ही एक 'फॅसिलिटीज मॅनेजमेंट फर्म' आहे. कॉर्पोरेट विश्वातील विख्यात कंपन्या या फर्मच्या ग्राहक आहेत. इतकेच नव्हे तर राष्ट्रपती भवनही!

भव्य ऑफिसमधील लांबरुंद टेबलामागे हणमंत गायकवाड बसला होता. त्याच्या मागे विवेकानंदांचं मोठं चित्र होतं. स्वामीजींची एकाग्र दृष्टी जणू त्याच्यावर खिळली होती. समोरच लिहिलेलं होतं : 'काम तडीस नेणारी माणसे मला आवडतात.'

हणमंत गायकवाड मला आवडला. कारण हे वचन त्याला पूर्णत: लागू पडतं.

कोट्यवधी भारतीयांप्रमाणेच त्याच्या आयुष्याची सुरुवात झाली. त्याच्याकडे बँक बॅलन्स नव्हता, कुणी गॉडफादर नव्हता, उच्च वर्गांना मिळणारे फायदे नव्हते. पण तरीही त्याने सर्वत्र संधी शोधल्या. व्यवसाय करण्याची बीजे त्यानं महाविद्यालयीन जीवनातच रोवली. खर्च भागविण्यासाठी त्याला तसं करावं लागलं. पण त्याच बीजांचा आज वटवृक्ष झाला आहे. त्याच्या अनेक शाखा आहेत व उलाढाल ३०० कोटी रुपयांवर पोचली आहे. तरीही तो अत्यंत विनयशील आहे. अगदी लाजाळू वाटावा इतका! आयुष्याच्या सुरुवातीच्या काळातील संघर्ष सांगताना तो माझी नजर टाळत होता. मात्र, त्याची कहाणी जशी पुढे सरकत गेली तसतसा तो पूर्ण आत्मविश्वासाने व कणखरपणे बोलू लागला.

माझ्या डोळ्यांसमोर एक कहाणी उलगडत होती. म्हशींच्या गोठ्यापासून सुरू होऊन आज बीव्हीजी हाउसपर्यंत पोचलेली! भारत विकास ग्रुप ही व्यावसायिक यशाची कहाणी आहेच, पण ती काही मौलिक तत्त्वांचीही कहाणी आहे.

रोजगाराचं महत्त्व

श्रमांचं महत्त्व

मानवी नातेसंबंधांचं महत्त्व

शेवटी चिवट मुळंच भव्य वृक्षाला तोलून धरतात.

मानवी स्पर्श

हणमंत गायकवाड
बीव्हीजी (भारत विकास ग्रुप)

सातारा जिल्ह्यातील कोरेगाव येथे हणमंत गायकवाडचा जन्म झाला. "कोरेगावपासून १० कि.मी.वर असलेलं रहिमतपूर हे माझं गाव. माझे वडील कोर्टात कर्मचारी होते. एका भाड्याच्या लहानशा घरात आम्ही राहत होतो." हणमंत शाळेत हुशार विद्यार्थी होता. गणितात त्याला चांगली गती होती.

"पहिलीपासूनच मी गणिताची बक्षिसं पटकावीत असे. चौथीत मला शिष्यवृत्ती मिळाली - दरमहा पंधरा रुपये!"

तो सहावीत असताना कुटुंब पुण्याला आलं. दापोडीजवळील फुगेवाडीत एका लहानशा घरात राहू लागलं. १०×१० ची एक खोली. याच वेळी हणमंतला आपण व पैसेवाले लोक यांतील फरक समजून आला. "उनके पास बहुत पैसा हैं, अमीर लोग हैं. मी मनाशी विचार करू लागलो. आम्ही फारच गरीब होतो."

हणमंतचे वडील गंभीर आजारी झाल्याने परिस्थिती अधिकच बिकट झाली. वर्षातील दोन-तीन महिने त्यांना रुग्णालयात काढावे लागत. "त्यांच्या औषधोपचारासाठी आईला दागिने विकावे लागले. आई पालिकेच्या शाळेत शिक्षिकेची नोकरी करू लागली. याशिवाय ती शिवणकाम करीत असे. हणमंत तेव्हा मॉडर्न हायस्कूलमध्ये शिकत होता. शाळेत जाण्या-येण्यासाठी रोज एक रुपयाचं बस तिकीट घ्यावं लागे. हा एक रुपयाही त्या वेळी हणमंतला फार महाग वाटत असे. शिवलेले कपडे घेऊन जाण्यासाठी येणाऱ्यांना आई म्हणायची, 'आज हणमंतला शाळेत जाण्यासाठी रुपया हवा आहे.' इस तरह से हमने दिन निकालें."

कठीण परिस्थिती असूनही हणमंत उत्तम मार्क मिळवीत राहिला. दहावीत ८८ टक्के. फक्त आईच्या शाळेतील मुख्याध्यापकांचं मार्गदर्शन त्याला मिळालं होतं. "तुझ्या मुलाला चांगले मार्क मिळाले आहेत. त्याला पदविका मिळवू दे."

पदविका पूर्ण करणारी बहुतेक सर्व हुशार मुलं इलेक्ट्रॉनिक्स घेतात. हणमंतनेही तेच केलं. पुण्याच्या सरकारी पॉलिटेक्निकमध्ये तो दाखल झाला. "पहिल्या वर्षी मला ७४ टक्के मार्क्स मिळाले. दुसऱ्या वर्षी ७२, तिसऱ्या वर्षी पुन्हा ७४ टक्के.

मी दुसऱ्या वर्षात असताना वडिलांचा हृदयविकारानं मृत्यू झाला.'' ते १९९० वर्ष होतं.

पदविका मिळवून हणमंत फिलिप्समध्ये प्रशिक्षक म्हणून दाखल झाला. पण तेथील कामानं त्याला समाधान दिलं नाही. ''हे तपास ते तपास, ते माझ्यावर काम फेकायचे. मुझे जमा नही.''

मग काय?

''मी आयएएस अधिकारी व्हावं असं वडिलांना वाटायचं. मी प्रयत्न करायचं ठरविलं. पण त्यासाठी पदवी मिळविण्याची गरज होती. पदवीचं शिक्षण आवश्यक होतं.''

सर्वसाधारणपणे पदविकेचे विद्यार्थी बी.टेककडे वळतात. पण इंजिनिअरिंग कॉलेजचं शुल्क खूप जास्त होतं. त्या वेळी कुटुंबाचं उत्पन्न अवघं २३०० रुपये होतं. आईला शिक्षक म्हणून मिळणारा पगार.

हणमंतच्या आईने पुणे म्युनिसिपल को-ऑप. बँकेकडून १५,००० रुपयांचं कर्ज घेऊन विश्वकर्मा इन्स्टिट्यूट ऑफ टेक्नॉलॉजी या संस्थेत त्याला दाखल केलं. ''आणि मग मीसुद्धा काही कमाई करण्याचं ठरविलं. खुद का कमाना चालू किया.''

योगेश अत्रे या मित्राबरोबर हणमंत पदविकेच्या विद्यार्थ्यांची शिकवणी घेऊ लागला. पहिल्याच महिन्यात त्यांनी ३२०० रुपये मिळविले. ते दोघांनी अर्धे अर्धे वाटून घेतले.

''मी आणखी काही क्लासेस सुरू केले व ५००० रुपये मिळवू लागलो. लेकिन बहुत झमेले चलते थे.''

शिक्षक व विद्यार्थी दोघे तयार असले तरी जागेचा प्रश्न होता. शेवटी एका गॅरेजमध्ये फुकट जागा मिळाली. दरम्यान, हणमंतने रंगकामाचं कंत्राट घेण्यास सुरुवात केली. हा उत्तम धंदा आहे हे त्याच्या लवकरच लक्षात आलं.

अगदी कमी भांडवलात ४-५ रंगाऱ्यांना घेऊन हा व्यवसाय करता येत असे. दोन बीएचकेच्या फ्लॅटला ऑइलबॉण्ड रंग लावण्याचं बिल ७-८ हजार रुपये येई. अधिक उत्तम दर्जाचा रंग वापरला तर बिल १५ हजारांपर्यंत जाई.

नफ्याचं प्रमाण ४० टक्के म्हणजे उत्तमच होतं.

हणमंतनं गावाकडून रंगारी आणले. चार जणांचा गट १०-१२ दिवसांत एक फ्लॅट पूर्ण करीत असे. सर्व खर्च वजा जाता एका फ्लॅटमागे ५ हजार रुपये हातात पडत. एकदम कूल. ''ऐसे दो फ्लॅट तो महिने में हो जाते थे. तेव्हा महिन्याला मी साधारणपणे १० हजार कमविण्यास सुरुवात केली. त्यानंतर मी आईकडे कधीही पैसे मागितले नाहीत.'' तो आठवण सांगतो.

तिसऱ्या वर्षापासून हा तरुण अभियंता स्वत:ची फी स्वत:च्या कमाईतून भरू

लागला. पण राहणीमान काटकसरीचंच राहिलं.

''माझ्या घरापासून कॉलेज २१ कि.मी.वर होतं. मी रोज सायकलवरून जा-ये करीत असे. रोज ४२ किमी.''

यादरम्यान, वडिलांच्या ग्रॅच्युईटीचे ८० हजार रुपये हाती आले. त्यातून सांगवीमध्ये २००० चौ. फूट जागा घेतली आणि नातेवाइकांच्या मदतीने पुण्यातही आणखी दोन खोल्या बांधल्या. आयुष्य आता थोडं सुखाचं होत होतं. परंतु हणमंतच्या आकांक्षा मोठ्या होत्या. अभियांत्रिकीच्या शेवटच्या वर्षाला असताना स्वामी विवेकानंदांच्या लिखाणाकडे तो आकर्षित झाला. ''कुछ अलग करना है, असं मला सतत वाटू लागलं. काय करावं, हे काही कळत नव्हतं. निश्चित दिशा नव्हती. पण तरीही १९९३ मध्ये मी 'भारत विकास प्रतिष्ठान' ही संस्था सुरू केली.''

'भारत विकास प्रतिष्ठान' लोकांकडून लहान लहान देणग्या जमा करून २-३ मुलांना शिक्षणासाठी दर महिना काही पैसे देत असे. या देणग्या १०, २०, ५० रुपये अशा छोट्या असत.

''ज्यांना माझ्यासारखी काही कमाई करण्याची संधी मिळत नाही अशाच मुलांची आम्ही निवड करीत होतो.''

हणमंत अभियांत्रिकीच्या शेवटच्या वर्षाला असताना एक मोठी संधी समोर आली; आणि ती संधी साधण्यासाठी हणमंत सज्ज होता.

त्या वेळी राष्ट्रीय स्पर्धांसाठी बालेवाडी स्टेडिअम सज्ज होत होतं. लामा एजन्सी या स्टेडिअमचे लॅन्डस्केप अॅन्ड गार्डन कन्सल्टंट होते. हणमंत या एजन्सीकडे गेला आणि स्टेडिअम परिसरातील लहान लहान रस्त्याच्या क्रॉंक्रिटीकरणाचं काम त्यानं मिळविलं. हे काम ३ लाख रुपयांचं होतं.

''सिव्हिल इंजिनिअरिंगची मला थोडी फार माहिती होती. आमचं घरही मी नुकतंच बांधलं होतं. एक सिमेंटवाला, रेतीवाला माझ्या ओळखीचा होता.''

> **''स्वामी रामदेवजी कहते हैं, 'कर्म ही धर्म है, कर्म ही पूजा है... आराम हराम है।' जिस आदमी ने ये समझ लिया, वो आदमी बडा बन जाएगा.''**

या कामाबद्दल हणमंतला आत्मविश्वास वाटत होता. ''मी सतत हिशेब करायचो. पाच लोगों की टीम कितना काम करती है दिन में? किती सिमेंट लागतं? रेती किती? मी सगळं समजून घेतलं.''

हे काम सात दिवसांत पूर्ण करायचं होतं. १५ दिवसांत पैसे मिळणार होते.

नफ्याचं प्रमाण ५० टक्के होतं. अगदी सरळ व्यवहार होता. हणमंतने कंत्राट घेतलं व सात दिवसांत पुरंही करून दाखविलं. कामकऱ्यांमध्ये उत्साह वाढवून त्यानं हे करून घेतलं. त्या काळात म्हणजे १९९३ मध्ये पुरुषांना रोज १०० रुपये तर महिलांना रोज ५० रुपये मजुरी दिली जात असे.

हणमंतनं विचार केला, "हे काम सात दिवसांत पूर्ण करायचं आहे. मला दीड लाख रुपये नफा मिळणार आहे. मग थोडं अधिक वेतन का देऊ नये? ते अधिक जोमानं काम करतील."

प्रत्येक जोडीला १५० रुपयांऐवजी रोज २५० रुपये देण्यास हणमंतने सुरुवात केली. याशिवाय सकाळी वडा पाव आणि सायंकाळी देशी दारूही मिळवून दिली. इथपर्यंत सर्व ठीक झालं. पण काम पूर्ण झाल्यावर समस्या सुरू झाल्या.

लातूरला मोठा भूकंप झाल्यामुळे राष्ट्रीय स्पर्धा सहा महिने पुढे ढकलण्यात आल्या. त्यातच पाऊस आला व हणमंतने बांधलेल्या पायवाटा वाहून गेल्या.

"कॉंक्रिटीकरण करण्यापूर्वी जमीन समान पातळीची करण्याची दक्षता आम्ही घेतली नव्हती. इसलिए जगह जगह पर चार इंच पानी खडा हो गया."

हणमंतचे पैसे थांबविण्यात आले.

ताण वाढला.

या झमेल्यात का पडलास, म्हणून घरी काका टोचून बोलू लागले.

मार्ग काढण्याची धडपड करीत हणमंत सकाळी सातपासून रात्री उशिरापर्यंत बालेवाडीमध्ये ठाण मांडून बसला होता. आणि मार्ग मिळाला. हणमंतकडे २५० रुपये रोजंदारीवर काम करणारे मजूर परत येऊन म्हणाले, "तुम्ही आम्हाला फार चांगलं वागविलंत. आता तुम्ही अडचणीत आहात, तर आम्ही मदत करतो. आपका काम हो जाएगा."

"मुझे लगा की लेबर को खूश रखेंगे तो वो और अच्छा काम करेंगे."

त्यांनीच साहित्यसामग्री आणली. त्यांनीच स्वत: वेळ काढला. मूळ काम अवघ्या सात दिवसांत आटोपलं होतं. पण दुरुस्तीच्या कामाला दोन महिने लागले. शेवटी दुरुस्ती झाली आणि पैसेही मिळाले.

"पहिल्या सेमिस्टरच्या परीक्षेला मी बसूच शकलो नाही. दुसऱ्या सेमिस्टरमध्ये मला दोन्हींचा अभ्यास करावा लागला. पण मी काम पूर्ण करू शकलो आणि एक लाख रुपये नफाही कमविला."

या अनुभवातून खूपच शिकता आलं. हणमंतने १९९४ मध्ये बी.टेक पूर्ण

केलं. टेल्को म्हणजे सध्याची टाटा मोटर्स या कंपनीत प्रशिक्षक म्हणून त्याची निवड झाली. "वहाँ भी बहुत मेहनत किया"

सर्व लहान-सहान कामंही तो तत्परतेनं करीत होता. त्याच्याकडून अपेक्षा होती त्यापेक्षा कितीतरी जास्त काम तो करीत असे.

अॅन्सिलरी डेव्हलपमेंट डिपार्टमेंटमधील गणेश लिमये याच्याशी त्याची दोस्ती झाली. कंपनीतील भंगारात तारांची भेंडोळी कित्येक वर्षे पडली होती. या दोघांनी त्या तारांचा पुनर्वापर करून दाखविला. यातून कंपनीची २ कोटी रुपयांची बचत झाली.

इतकी कल्पकता, इतका उत्साह स्वत:जवळ असताना दुसऱ्यासाठी कशाला काम करायचं? आणि कंत्राटी कामं करून भरपूर पैसे मिळण्याची शक्यता असताना सात हजार रुपयांची नोकरी कशाला? नोकरी करण्याचं कारण एकच -समाजातील स्थान.

"टेल्कोमधील नोकरी अतिशय प्रतिष्ठेची मानली जात होती. या नोकरीमुळे तुझं लग्न लवकर होईल, असे लोक म्हणत." हणमंत हा कंपनीत कुणी बडा माणूस आहे, असं गावच्या लोकांना वाटे. त्याच्या शब्दावर कंपनीत नोकरी मिळेल अशीही त्यांची समजूत होती.

हणमंत पदवीधर प्रशिक्षक होता. कंपनीच्या भाषेत एम१- व्यवस्थापक दर्जातील पहिली पायरी. येथून पुढे वरिष्ठ अभियंता, साहाय्यक व्यवस्थापक, उपव्यवस्थापक या पायऱ्या. त्यानंतर व्यवस्थापक, ज्येष्ठ व्यवस्थापक, विभागीय व्यवस्थापक, साहाय्यक सरव्यवस्थापक, उपसरव्यवस्थापक, सरव्यवस्थापक, उपाध्यक्ष....

विविध पदांची एक लांबलचक पण मजबूत उतरंड! आपल्या गावकऱ्यांना टेल्कोमध्ये नोकरी मिळवून देणं हणमंतला शक्य नसलं तरी तो त्यांना काही रोजगार मिळवून देऊ शकत होता. "मेरा पेंटिंग का काम तो चलता ही था। माझ्याकडे चार जणांची टीम होती. यातून दरमहा १० ते १५ हजार रुपये मी जादा कमवीत होतो."

गावकऱ्यांची अशीच टीम अन्य कामासाठी का वापरू नये, असं त्याच्या मनात आलं. पण त्यासाठी काम हाती असण्याची गरज होती. काम मिळविण्यासाठी हणमंतने टेल्कोच्या व्यवस्थापकांची भेट घेतली. "माझ्याकडे गावाकडून आलेले ७-८ लोक आहेत. त्यांना काम पाहिजे. तुम्ही मला काही काम द्याल तर मी त्यांना रोजगार देऊ शकतो." त्यानं व्यवस्थापकांकडे प्रस्ताव ठेवला. व्यवस्थापक म्हणाले, "तू आमचा कर्मचारी आहेस. तुला काम देता येणार नाही. त्यासाठी तुला एखादी संघटना, विश्वस्त संस्था स्थापन करावी लागेल. सामाजिक काम करणारी संस्था."

हणमंत म्हणाला, 'भारत विकास प्रतिष्ठान' ही विश्वस्त संस्था आम्ही स्थापन केलीच आहे. 'भारत विकास संस्थे'ला २२ मे १९९७ रोजी हाउस कीपिंगचं पहिलं कंत्राट मिळालं. आठ जण कामाला लागले. इंडिका गाडीचा प्लॅन्ट तेव्हा उभा राहत

होता. तो स्वच्छ ठेवण्याचं हे काम होतं. पेन्टशॉपमध्ये चार, सफारीमध्ये दोन आणि एच ब्लॉकमध्ये दोन, अशी कामाची वाटणी झाली."

आणि या कामावर देखरेख करण्याची जबाबदारी हणमंतची नव्हती. ती जबाबदारी घेतली होती उमेश माने यानं. उमेशने चार महिन्यांपूर्वी नोकरी सोडली होती. 'भारत विकास संस्थे'चं पूर्ण वेळ काम करण्यासाठी.

"उमेशच्या कुटुंबाशी आमचे तीन पिढ्यांपासून संबंध होते. बीव्हीजीच्या यशात उमेशचा खूप मोठा सहभाग आहे."

एकदा उमेशशी गप्पा मारताना हणमंतने टेल्कोकडून हाउस कीपिंगचं काम मिळण्याची शक्यता व्यक्त केली होती. तो १९९७ चा जानेवारी महिना होता.

त्याच दिवशी उमेशने नोकरी सोडली.

"मैंने रेसिग्नेशन दिया बँक में" त्यानं जाहीर केलं. हणमंतला धक्काच बसला. "राजीनामा का दिलास ?" त्यानं आश्चर्यानं विचारलं, "अरे, काम मिलनेवाला है, मिला नही है अबतक."

"बस... आपने बोल दिया, गैंने रेसिग्नेशन दे दिया"

हणमंतच्या कर्तृत्वावर विश्वास असणारा उमेश पहिला. 'भारत विकास'मधून हणमंत जे स्वप्न पाहत होता, त्याची जाणीव उमेशलाच प्रथम झाली. दोघांनी आपापली कार्यपद्धती व कार्यक्षेत्र ठरवून टाकलं. "मैं काम लेके आऊंगा, पैसे का मैं देखूंगा. काम उमेश संभालेगा. आजही आम्ही तसंच काम करतो. मी मार्केटिंग पाहतो. फायनान्सची जुळवाजुळव मीच करतो. उमेश ऑपरेशन्सकडे पाहतो. तो उपाध्यक्ष आहे."

पहिल्याच वर्षी 'भारत विकास'ची उलाढाल आठ लाख रुपयांची झाली. दुसऱ्या वर्षी त्यांनी ५६ लाखांवर उडी मारली. अजूनही हणमंत 'टाटा मोटर्स'मध्ये काम करीत होता.

"मी १९९९ मध्ये लग्न केलं. नोकरी सोडण्याचं मी त्याच वेळी ठरविलं. बीव्हीजी हे माझं आता पूर्ण वेळचं काम झालं."

त्यांनी पहिला निर्णय घेतला तो संस्थेचं नाव बदलण्याचा. भारत विकास प्रतिष्ठान आता 'भारत विकास सर्व्हिसेस' म्हणून ओळखली जाणार होती. त्यानंतर यंत्रानं सफाई करण्याचं पहिलं कंत्राट 'भारत विकास'ला मिळालं. पुन्हा एकदा इंडिका प्लॅन्टसाठीच.

"आम्ही आधुनिक स्वच्छता यंत्रं घेतली. त्यावर बसून काम करता येत असे. आणखी काही सामग्री घेतली. यावर ६० लाख रुपये खर्च केले. टाटा फायनान्सकडून यासाठी कर्ज मिळालं."

आता हणमंत गायकवाडनं यांत्रिक साफसफाईचं मार्केटिंग सुरू केलं. आणि

लवकरच एक गोष्ट त्याच्या लक्षात आली. ''कंपन्यांना पूर्ण प्रस्ताव हवा असतो. मशीन वापरणारी माणसं कंत्राटदार पुरवीत असेल, तरच मशीन घेण्याची कंपन्यांची तयारी असते. त्यांना एकाच गोष्टीत रस असतो... पूर्ण स्वच्छता.''

जीई या विख्यात कंपनीच्या बंगळुरुच्या कार्यालयातून गायकवाडकडे विचारणा झाली. 'येथे येऊन काम करणार का?'

''करेंगे, कोई दिक्कत नही है'' उत्तर मिळालं.

''बचपन से आदत है, मैं किसीके साथ कॉम्पिटिशन नहीं करता। जितना मेहनत किया, उतना मुझे आना चाहिए। कंपनी के लिए मैं जितना मेहनत करता हूँ, उतना आना चाहिए।''

''मी, उमेश आणि आठ मजूर असे एका सुमो गाडीतून निघालो. टपावर मशीन बांधून घेतलं होतं.'' शुक्रवारी सर्व जण पुण्याहून निघाले. शनिवारी बंगळुरुला पोचलो. सोमवारी फॅक्टरीचं उद्घाटन असल्यानं वेळ फारच कमी होता. तातडीनं कामाला सुरुवात झाली. दरम्यान, गायकवाड निवासाच्या व्यवस्थेला लागला. सायंकाळी एक जागा भाड्याने मिळाली.

सोमवारी सकाळी संपूर्ण प्लॅन्ट एकदम चकाचक झाला होता. दर्जेदार काम पाहून व्यवस्थापक खूश झाला. पुण्यातून आलेल्या या लहानशा कंपनीचं नाव त्यानं मित्राला सुचविलं. यातून 'भारत विकास'ला हिंमतसिंग ग्रुपचं काम मिळालं. या ग्रुपचं सर्व उत्पादन निर्यात होत होतं. थोड्या काळातच बंगळुरुमध्ये ७-८ कंपन्यांची कामं 'भारत विकास'ला मिळाली.

आता चेन्नई, हैदराबाद येथून विचारणा होऊ लागली. ''छत्रपती शिवाजी महाराज हे आमचं दैवत व आदर्श. आम्हाला दक्षिण भारतात कामं मिळू लागल्यावर मनात आलं, 'अरे, ही तर दक्षिणेवर स्वारी,''

'भारत विकास'ने हळूहळू दक्षिणेवर वर्चस्व मिळविलं.

प्रत्येक नव्या ठिकाणी कंपनी एका ठरावीक पद्धतीने काम करीत आहे.

''प्रत्येक शहरात आमचा एक विश्वासू पर्यवेक्षक असे. हा बहुधा माझ्या गावातील असे. ३० टक्के मजूर पुण्यातून जात तर ७० टक्के स्थानिक मजूर घेतले जात.''

महाराष्ट्रातील मजुराला तिकडे पाठविणं, त्याची एक वेळची जेवणाची सोय करणं यामुळे थोडा खर्च वाढत असला तरी 'बीव्हीजी'चा त्यातून फायदा होई. कामात संतुलन राखण्यात मदत होई. ''पाच सौ, हजार रुपया एक लडके का खर्चा पडता है... पण संप होण्याची, काम थांबण्याची शक्यता कमी असते. संघटना होत

नाही. झमेला नसतो.''

स्थानिक मजूर 'बीव्हीजी'ला वेठीस धरू शकत नाहीत. 'बीव्हीजी'चं काम हे २४ तास चालणारं असल्यानं ही बाब महत्त्वाची ठरते.

''रेल्वे स्टेशन, विमानतळं येथील स्वच्छतेच्या कामांना सुटी नसते. ना दसरा, ना दिवाळी. अशी कामे करण्यासाठी माणसांची व्यवस्था काटेकोरपणे करावी लागते. वो सिस्टिम हमने डेव्हलप किया है.'' आणि या सर्व वाढत्या व्यापाचं नियोजन, म्हशीच्या गोठ्यात तात्पुरत्या उभारलेल्या ऑफिसातून होत होतं. ऑफिसचं भाडं किती.. दरमहा २०० रुपये.

'भारत विकास'ने २००३ पर्यंत चार कोटी रुपयांची उलाढाल करण्याचा टप्पा गाठला. कर वजा जाता हाती पडणाऱ्या नफ्याचं प्रमाण तसं कमी म्हणजे १०-१२ टक्केच होतं. पण याच वेळी कंपनीला जबरदस्त संधी मिळाली. नवी दिल्लीत संसद ग्रंथालयाच्या देखरेखीचं काम कंपनीला मिळालं.

''श्रीनिवासन हे तेथे मुख्य अभियंता होते. हे काम नामवंत कंपनीकडून करून घेण्याचं त्यांच्या मनात होतं. या कामासाठी सुमारे ४० लाख रुपयांची मशिनरी विकत घ्यावी लागणार होती.''

कुणी नामवंत कंपनी पुढे येत नव्हती. कारण श्रीनिवासन फक्त सहा महिन्यांचं कंत्राट देत होते.

''उत्तम काम झालं तर कंत्राट वाढवून मिळेल. अन्यथा मी हाकलून देईन.'' श्रीनिवासन यांनी सांगितलं.

'भारत विकास'ने तयारी दाखविली. ''हम करेंगे.''

''आम्ही करू शकलो कारण आम्हाला आत्मविश्वास होता.'' आत्मविश्वास सार्थ होता. कंत्राट आणखी सहा महिन्यांसाठी वाढवून मिळालं.

२००४ मध्ये 'बीव्हीजी'ला आणखी एक प्रतिष्ठेचं काम मिळालं. पूर्ण संसद भवनाची यांत्रिक सफाई करण्याचं काम. ''आमचं टेंडर मंजूर झालं. पण सुरक्षा व्यवस्थेनं थोडी अडचण निर्माण केली. लोकसभा व राज्यसभेच्या चेंबर्समध्ये बाहेरच्या लोकांना कसा प्रवेश द्यायचा, असा प्रश्न त्यांनी उपस्थित केला.''

म्हणून पुढील महिनाभर 'बीव्हीजी'ने फक्त बाहेरचा म्हणजे सर्व नागरिकांना खुला असणारा भाग स्वच्छतेसाठी हाती घेतला. हे काम इतकं उत्तम झालं की आतमध्ये अशी स्वच्छता का नाही, असा सवाल खासदारांकडून होऊ लागला. मग माननीय सभापतींनी यामध्ये लक्ष घातलं. ''याच कंत्राटदाराला सर्व बिल्डिंगचं काम द्यावं'' त्यांनी सूचना केली. अशा रीतीने भारतीय लोकशाहीच्या गाभाऱ्यामध्ये 'बीव्हीजी'चा प्रवेश झाला. तोही खास आमंत्रित होऊन!

पुढील पायरी म्हणजे पंतप्रधानांचे निवासस्थान. याच्या देखभालीचं कामही

'बीव्हीजी'कडे आलं.

"तेथे २००-३०० मीटर लांबीची पायवाट होती- लाल दगडांची. पंतप्रधान तेथे मॉर्निंग वॉक घेत. वो पूरा काला हो गया था."

"ही वाट स्वच्छ करणार का?" 'बीव्हीजी'ला विचारण्यात आलं.

"आम्ही म्हटलं 'यस!' आणि एकदम चकाचक करून टाकली."

अर्थातच पंतप्रधानांच्या संपूर्ण निवासस्थानाची देखभाल बीव्हीजीकडे आली. यापुढचं मानाचं काम म्हणजे राष्ट्रपती भवन. 'बीव्हीजी'च्या कामातील शिरपेच.

याचदरम्यान, खासगी क्षेत्रातील व्यवसायही विस्तारत होता.

"जमशेटपूरमध्ये काम करणार?" टाटा मोटर्सने विचारलं.

हणमंत म्हणाला, "करेंगे"

"रुद्रपूर"

"करेंगे"

या पहिल्या ग्राहकाचा विश्वास 'बीव्हीजी'ला फार मोठा लाभ देऊन गेला. "टाटा मोटर्सकडील आमचं पहिलं बिल १२ हजार रुपयांचं होतं. आता फक्त पुणे युनिटचं महिन्याचं बिल १ कोटी रुपयांवर गेलं आहे -वेगवेगळ्या सर्व्हिसेससाठी."

बजाज, महिंद्रा, अशोक लेलॅन्ड, ह्युंडाई, फोक्सवॅगन, फियाट... ऑटो सेक्टरमधील सर्व मान्यवर 'बीव्हीजी'चे ग्राहक झाले.

यांत्रिक स्वच्छतेबरोबरच हाउस कीपिंग, लॅन्ड स्केपिंग, गार्डनिंग यांचीही कामे घेण्यास 'बीव्हीजी'ने सुरुवात केली. इलेक्ट्रीकल ते सिव्हिल मेन्टेनन्स -ग्राहकाला जी काही सेवा हवी असेल ती पुरविण्यास बीव्हीजी तत्पर असे.

ओएनजीसी, आयटीसी, हिंदुस्थान लिव्हर, ॲसेंच्युर, भारतीय रेल्वे ही बीव्हीजीच्या यादीतील बडी नावे. अधिकाधिक कामे मिळविण्याचा बीव्हीजीचा मार्ग साधा होता. एका ग्राहकाचे पूर्ण समाधान केले की तोच अनेक ग्राहक मिळवून देतो. "आम्ही मार्केटिंगसाठी कधीच जास्त माणसं नेमली नाहीत. काम उत्तम करणं, हेच आमचं तत्त्व. जब काम अच्छा करोगे तो कस्मटर खुद आपकी मार्केटिंग करेगा."

आणि 'बीव्हीजी'ची ही पद्धती सरकारी व खासगी क्षेत्र अशा दोन्ही ठिकाणी उपयोगी पडली.

एके काळी १०-१२ हजार रुपयांचं कंत्राटही 'बीव्हीजी'साठी फार मोठी गोष्ट होती. आता दर महिना किमान १ कोटी रुपयांचं काम असेल तरच कंपनी पुढे येते. "महाराष्ट्रातील सर्व सरकारी इस्पितळांच्या स्वच्छतेचं मोठं काम नुकतंच आम्हाला राज्य सरकारकडून मिळालं. दर महिना ४ कोटी म्हणजे वर्षाला ४८ कोटींचं हे कंत्राट आहे. अशा रीतीने काम वाढत आहे. बीव्हीजीची वार्षिक उलाढाल आता ३०० कोटींवर पोहोचली आहे. आता आमची गुवाहाटीत ब्रँच आहे, चेन्नईत

आहे आणि बाड्डी (हिमाचल प्रदेश) येथेही शाखा आहे. १२ राज्यांतील २२ ठिकाणी आमच्या शाखा काम करतात.'' कंपनीचा ६० टक्के व्यवसाय खासगी क्षेत्रातून होतो तर उरलेला सरकारी क्षेत्रातून. 'बीव्हीजी' जवळपास ३०० संस्थांबरोबर काम करते. यातील काही पूर्णपणे 'ना नफा-ना तोटा' तत्त्वावर चालतात.

''बाबा रामदेव यांच्या पतंजली योगपीठाची देखभाल आम्ही करतो. श्री श्री रविशंकर यांच्या आश्रमाचे काम पाहतो. महाराष्ट्रातील सहा मंदिरांची रोजची स्वच्छता आम्ही काहीही पैसे न घेता करतो. सामाजिक बांधिलकीच्या भावनेतून!'' आळंदी, पंढरपूर व तुळजापूरच्या मंदिरांचा यामध्ये समावेश आहे. येथे नेहमीच भाविकांची गर्दी असते.

'बीव्हीजी'चा चढता आलेख ऐकताना मन थक्क होत होतं. पण इतकी गुंतागुंतीची व्यवस्था हणमंत गायकवाड कशी सांभाळतो? शेकडो ठिकाणी कामाचा दर्जा कसा टिकवून ठेवतो? योग्य कार्यपद्धती लावून देणं हे याचं एक उत्तर आहे.

''प्रत्येक पायरीवर आम्ही नियंत्रण ठेवतो, देखरेख करतो. गुणवत्ता व्यवस्था बसविल्या आहेत. याशिवाय असंख्य चेक लिस्ट आम्ही जवळ ठेवतो. कोणतंही काम सुरू करण्यापूर्वी आम्ही तपशीलवार आराखडा तयार करतो. अगदी बारीकसारीक बाबीही, क्षुल्लक म्हणाव्यात अशा, त्याही सोडत नाही.''

काम करण्याच्या या पद्धतीमुळे फियाट वा टाटा मोटर्सचे संपूर्ण प्लॅन्ट हलविण्याची अवघड कामगिरी 'बीव्हीजी'ने सहज पार पाडली. सिंगूरच्या नॅनो प्लॅन्टचा काही भाग हलविण्याचीही जबाबदारी त्यांच्यावर होती.

''अच्छा काम करेंगे तो और भी काम मिलता है. हे एक चक्र आहे. तुम्ही ते फिरतं ठेवलं पाहिजे.''

'भारत विकास ग्रुप'मध्ये आज १६ हजार कर्मचारी आहेत. ''सातवी वा दहावी नापासांना आम्ही मजूर म्हणून घेतो. सुरुवातीला ४ ते ५ हजार रुपये दरमहा पगार देतो. ईएसआय, पीएफ, बोनस हेही दिले जातात.''

पदवीधरांना पर्यवेक्षक म्हणून घेतलं जातं. यांना १२-१५ हजार वेतन मिळतं. यापुढे साहाय्यक व्यवस्थापक, व्यवस्थापक, उपसरव्यवस्थापक, डीजीएम -भारत विकासकडे आता व्यावसायिकांची फळी आहे. परदेशात गेलेली काही मंडळी कंपनीकडे आहेत.

''पूर्वी एखाद्याला ५० हजार रुपये पगार देऊ करताना आम्ही शंभरदा विचार करायचो. आज योग्य व्यक्ती आढळली तर क्षणभरही थांबत नाही. पगार मान्य करतो.''

कुशल व उत्तम मनुष्यबळ हीच कोणत्याही कंपनीची खरी 'मालमत्ता' असते. पण आपल्या कर्मचाऱ्यांना व्यक्ती म्हणून तुम्ही किती मूल्यवान मानता, या प्रश्नाचं उत्तर देताना अनेक सीईओ चाचरतात.

हणमंत गायकवाडच्या मते, "जितकं मला देता येईल तितकं" जास्तीत जास्त.

चिंचवडमध्ये १३ हजार स्वस्त घरांची योजना सरकारने मंजूर केली आहे. त्यामागे हणमंतराव गायकवाडचे प्रयत्न आहेत. या घरांपैकी ६०० घरे 'बीव्हीजी'च्या मजुरांना मिळणार आहेत. "आमच्या कर्मचाऱ्यांप्रमाणे सर्वसामान्य माणसांसाठी घरांची योजना देशात प्रथमच राबविली जात आहे. त्यांना ३०० रुपये प्रति चौरस फूट दराने ५०० चौरस फुटांची जागा मिळेल. अवघ्या दीड लाख रुपयांत त्यांचं घर होईल." याच घरांची बाजारपेठेतील किंमत १२ ते १५ लाख आहे.

"आता १२ लाखांचं घर अवघ्या दीड लाखात मिळविणारे हे ६०० लोक 'बीव्हीजी'साठी मनापासून व पुढाकार घेऊन काम करतील. कठीण परिस्थितीत वो कुछ भी करेंगे."

"माझ्या हाती जी काही मर्यादित साधनसामग्री आहे किंवा ज्या काही ओळखी आहेत, त्याचा वापर करून माझ्या वर्कर्सना जास्तीत जास्त चांगल्या गोष्टी देण्याचा मी प्रयत्न करतो आणि मग घटना घडत जातात."

गेल्या वर्षापर्यंत 'बीव्हीजी' फारशी कोणाला माहीतही नव्हती. "कोई जादा पुछता नहीं था." आता पत्रकारांना मुलाखत हवी असते. ते हणमंतला विचारतात, "व्यवस्थापन शास्त्रातील कोणत्या पुस्तकाचा अभ्यास केलात?" तो उत्तर देतो.

"दो रुपया खर्च किया तो तीन रुपया माँग के लेने का कस्टमर से।"

"मी व्यवस्थापनशास्त्र ना वाचलं, ना त्याचा अभ्यास केला. ते माझ्या रक्तातच आहे."

त्याचे फंडाज् एकदम साधे आहेत.

"जर मी दोन रुपये खर्च केले असतील तर ग्राहकाकडून तीन रुपये मिळविलेच पाहिजेत."

"जितकं म्हणून शक्य आहे तितकं तुमचं काम सर्वोत्तम करा."

आणि अर्थातच, नशीब म्हणून काही चीज असतेच.

"१९९१ मध्ये मी 'भारत विकास' या नावाचा विचार केला. आज कंपनी त्याच नावानं व व्यावसायिकदृष्ट्या योग्य मार्गाने चालली आहे याचं समाधान

वाटतं.'' म्हणूनच आज पैसा घेऊन बँका दाराशी रांग लावीत आहेत. "टेल्कोमध्ये नोकरी मिळाली तेव्हाची एक आठवण आहे. आईला फ्रीज व वॉशिंग मशीन घेऊन द्यायचं मी ठरविलं. मला त्यासाठी ३० हजार रुपये कर्ज हवं होतं. पण कोणतीही बँक कर्ज देण्यास तयार नव्हती.'' पण आज १३० कोटी रुपयेसुद्धा 'बीव्हीजी'ला देण्यास बँका तत्पर असतात.

"ते ५० टक्के तारणही मागत नाहीत. १० कोटी रुपये पुरतात.''

मात्र सुरुवातीच्या काळात हणमंत गायकवाड या तरुणाच्या क्षमतेवर काही व्यक्तींनी विश्वास दाखविला म्हणूनच हे सर्व शक्य झालं. यातील एक व्यक्ती म्हणजे सारस्वत को-ऑपरेटिव्ह बँकेचे अध्यक्ष एकनाथ ठाकूर.

"एकनाथ ठाकूर हे द्रष्टे आहेत. त्यांनी मला एकदा सांगितलं, की मी तारणाबिरणावर विश्वास ठेवीत नाही. ती सावकारी आहे. मी बँकिंग करतो.''

२००२ मध्ये काही यंत्र खरेदी करण्यासाठी 'बीव्हीजी'ला १ कोटी रुपयांची गरज होती. ती रक्कम 'सारस्वत बँके'ने पुढे केली. कोणत्याही तारण वा हमीशिवाय.

"मला माझं घरही तारण ठेवता येत नव्हतं. कारण ते अनधिकृत बांधकाम होतं. तरीही माझ्यावर विश्वास ठेवून एकनाथजींनी कर्ज मिळवून दिलं.''

'बँक ऑफ महाराष्ट्र'चे श्री. वझे आणि 'आयडीबीआय'चे श्री. बोंगीरवार यांचाही तो कृतज्ञतेनं उल्लेख करतो. सुरुवातीच्या अनिश्चिततेच्या काळात यांची मदत मोलाची होती. स्वप्न आता प्रत्यक्षात उतरलं आहे, पण 'बीव्हीजी'साठी ही तर सुरुवात आहे.

"मी आत्ता कुठे ३६ वर्षांचा झालो आहे. सध्या ३७ वं सुरू आहे. तेव्हा बराच पल्ला बाकी आहे आणि लोक मदतीला तयार आहेत. गुंतवणूकदारांचा आधार आहे.''

कधी कधी मौल्यवान सल्ला हासुद्धा मोठा आधार असतो.

"२००५ मध्ये मी अनिश झवेरींना भेटलो. (एचएसबीसी सिक्युरिटीजचे त्या वेळचे एक संचालक) त्यांनी 'व्हॅल्युएशन' व 'पी इ मल्टीस्पायर' या संकल्पना मला समजावून दिल्या. अनिशनी सल्ला दिला, 'कंपनीतून पैसा बाहेर काढून कर वाचविण्यावर भर देऊ नका. कर भरा आणि मग पहा, तुमच्याबरोबर गुंतवणूक करण्यास लोक कसे पुढे येतात ते. यातून नफा काही पटीत वाढविता येतो. यातून कंपनीचा विकास वेगाने होतो.' ''

आणि तसंच झालं. अनिशनी काही गुंतवणूकदारांशी* ओळख करून दिली.

---

* कीर्ती दोशी आणि गगन चतुर्वेदी (ॲन्टिक सिक्युरिटीज्), गिरीश कुलकर्णी (टीडीए कॅपिटल), राज मिश्रा (इंडिया कॅपिटल)

त्यांनी 'बीव्हीजी'मध्ये साडेसहा कोटी गुंतवले. गेल्या वर्षी 'कोटक'ने ३० कोटी रुपयांना काही स्टेक घेतले. हणमंत गायकवाडच्या पुढील योजना बऱ्याच मोठ्या असल्यानं कंपनी काही भागीदारी काढून घेण्याची शक्यता आहे.

"पुढील पाच वर्षांत तीन हजार कोटी रुपयांवर उलाढाल नेण्याचा माझा संकल्प आहे. रामदेवजी म्हणतात, 'बडी सोच, कडी मेहनत, पक्का इरादा' हे तीन गुण असतील तर जगात अशक्य काहीच नाही."

'बीव्हीजी'च्या एकूण व्यवसायातील ६० टक्के व्यवसाय हाउस किपिंगमधून येतो. पण वीज, इलेक्ट्रीक इन्फ्रास्ट्रक्चर, कचरा व्यवस्थापन अशा क्षेत्रांत त्याला या कंपनीला घेऊन जायचे आहे. "निरुपयोगी प्लॅस्टिकपासून इंधन तयार करण्याचा एक प्लॅन्ट मी टाकला आहे. या प्रक्रियेचा खर्च १२-१५ रुपये आहे, तर हे इंधन बाजारात ३० रुपयांना विकलं जातं. म्हणजे नफ्याचं प्रमाण चांगलं आहे."

नवे व्यवसाय, नवी क्षेत्रं, नव्या संधी यांच्या शोधात हणमंत गायकवाड नेहमी असतो. याचा अर्थ भरपूर काम. अगदी रविवारी, सुटीच्या दिवशी, दसरा, दिवाळीतसुद्धा. "आता हळूहळू उमेश आणि मी आठवड्यातून एखादा दिवस सुटी घेतो. पण निश्चित नसतं." त्याची पत्नी व मुली आदिता (वय ९) व आर्या (वय ५) समजून घेतात.

"कुछ करके दिखाना है... मला वाडवडिलांकडून काही मिळालं नाही. मी टाटा वा बिर्ला नाही."

पण टाटा व बिर्ला असेच तर घडत गेले– माझ्या मनात आलं.

'भारत विकास'समोर व्यवसायाबरोबरच सामाजिक ध्येयेही आहेत. पुढील वर्षी ५० कोटी रुपयांचा विश्वस्त निधी गायकवाड उभारीत आहे. याचं व्याज ७०-७५ लाख रुपये येईल. यातून सातवी ते पदवीपर्यंत शिक्षण घेणाऱ्या तीन हजार मुलांना मासिक स्कॉलरशिप देण्याचा त्याचा विचार आहे.

"माझ्या स्वतःच्या पैशातून मी हे कार्य हाती घेणार आहे. भागिदारी विकून मी पैसे उभे करीन. पुढील वर्षी आम्ही आयपीओचाही विचार करीत आहोत." पुढचे अनेक टप्पे गाठायचे आहेत, अनेक संकल्प पुरे करायचे आहेत.

ॲण्ड माइल्स टू गो बिफोर आय स्लिप; माइल्स टू गो बिफोर आय स्लिप.

◆

तरुण उद्योजकांना सल्ला

बेसिकली क्या है की.. मेहनत, स्वत:ला झोकून देऊन काम करण्याची वृत्ती, दर्जेदार काम याबाबत काहीही तडजोड होऊच शकत नाही.

तुम्ही म्हणाल, ''मी घरी बसून काम करतो. मी सकाळी ११ वाजता उठेन...'' तर काहीच जमणार नाही.

कुछ करना है, तो मरना पडता है...

पण तुम्ही काम उत्तम केलं, तर अधिक काम मिळतं. मी हे खात्रीनं सांगतो. भरपूर संधी असलेले कित्येक व्यवसाय आहेत. उदाहरणार्थ, घरांचं रंगकाम.

पुण्यात ४० लाख लोक राहतात. यातील समजा २० लाख चांगल्या वसाहतींमध्ये राहतात. एका घरात पाच माणसं धरली तर ४ लाख घरं होतात. पाच वर्षांतून एकदा घराला रंगकाम करावं लागतं. म्हणजे दरवर्षी ८० हजार घरांना रंगकामाची गरज पडते. घरं रंगविण्याच्या कामाचं क्षेत्र किती मोठे आहे पहा; आणि हे काम करताना मालक तुम्हाला ॲडव्हान्स देतो व फायदाही ४० टक्क्यांपर्यंत असतो.

धंदा करने के लिए बहुत पैसे की जरूरत नहीं है! सच्चे दिल से, इमानदारीसे काम करो। मग यश अजिबात दूर नाही.

'तंत्र'चा मंत्र

रंजीव रामचंदानी,
तंत्र - टी शर्ट्स

रंजीव रामचंदानी मायक्रोबायोलॉजी शिकला असला तरी तो विषय त्याला कधीच आवडला नव्हता. तो जाहिरात क्षेत्राकडे वळला, पण तिथल्या अधिकारीपद परंपरेचा त्याला तिटकारा आला. मग तो स्वतःचा बॉस झाला. 'तंत्र'चा - काहीसे विचित्र, पण खास भारतीय शैलीतल्या प्रिंटचे टी शर्ट बनविणाऱ्या कंपनीचा! आणि त्याला ते आवडूही लागलं!

रंजीव रामचंदानी बरोबरच्या भेटीत लक्षात आलेली पहिलीच गोष्ट म्हणजे त्यानं 'तंत्र'चा टी शर्ट घातला नव्हता.

त्यानं खांदे उडविले, 'नो बिग डील'! आपण बनविलेल्या टी शर्टची जाहिरात करण्याची रंजीवला गरज नाही, तुम्ही कोठेही जा, त्याचे टी शर्ट्स दिसतील. 'ओम' ची प्रिंटअभिमानाने छातीवर झळकविणारे तरुण दिसतील वा ताज महालदिसेल, 'व्हाया आग्रा' या ओळीसह.

तरुण-तरुणींच्या रोमान्सला करण जोहरने जशी वेगळी नजर दिली तेच 'तंत्र'ने टी शर्टबाबत केलं.

मेड इंडिया देसी देसी कूल कूल! ही वेडी कल्पना प्रत्यक्षात आणणाऱ्यांची सुरुवात एक सर्वसाधारण माणूस म्हणूनच झाली. त्याची स्वप्नंही साधीसुधी होती.

कागदावर काहीतरी खरडत राहिला.

पण तो शोध घेत राहिला, धडपड करीत राहिला, चमकदार कल्पनेच्या शोधात राहिला शोध घेण्याच्या या वृत्तीतूनच तो जाहिरात क्षेत्राकडे वळला आणि तेथून खूप वेगळ्या वाटेने पुढे गेला. आपल्या कल्पना प्रत्यक्षात आणण्याचा मुक्काम त्याला या वाटेवर गवसला. तो म्हणजे 'टीशर्ट्स'.

'तंत्र'चे टी शर्ट्स संदेश देतात.

आयुष्याबद्दल रंजीवचाही एक संदेश आहे. "यू कॅन हॅव युवर केक अॅन्ड एट इट टू!" कल्पक व्हा आणि चांगले पैसे कमवा चक्रम बना आणि यशस्वी व्हा. स्वप्नं पहा आणि ती प्रत्यक्षात आणा. मस्त मजेत राहा. आयुष्य मस्त आहे... ते तसंच असावं ही माझी शुभेच्छा आहे तुम्हा सर्वांना, जिथे कुठं असाल तिथे!

‘तंत्र’चा मंत्र

रंजीव रामचंदानी,
तंत्र - टी शर्ट्स

मुंबइचं ‘स्पिरिच्युअल हब’ म्हणून ओळखल्या जाणाऱ्या कुलाब्यामध्ये रंजीवचा जन्म झाला.

“धोबी तलावाच्या येथील सेन्ट झेविअर्स शाळेत मी शिकलो. मी एसएससी झालो, आयसीएस नाही. माझे आई-वडील सरकारी नोकरीत होते. आमचं मध्यमवर्गीय कुटुंब होतं.”

रंजीव हा सामान्य विद्यार्थी होता. पहिल्या दहांमध्ये तो कधीच नव्हता आणि शेवटच्या दहांमध्येही नाही. वर्गात अनोळखी मुलांचा मधला पट्टा असतो. रंजीव त्यातील एक होता व तेथे आरामात दिवस काढीत होता. “मला दहावीत फारसे मार्क्स मिळाले नाहीत. दक्षिण मुंबईतील बड्या महाविद्यालयात प्रवेश मिळणं शक्यच नव्हतं. पण वडिलांचं ‘सिंधी कनेक्शन’ उपयोगी पडलं व मला ‘जय हिंद’ कॉलेजला प्रवेश मिळाला.”

कॉलेजमध्ये पाच वर्षे ढकलीत रंजीवने डिग्री मिळविली. पण मायक्रोबायोलॉजीचा अभ्यास करताना, प्राटोझोला किंवा बॅक्टेरिया यांत काही त्याचं मन रमलं नाही.

“कॉलेजमध्ये माझ्या मनाची कवाडे थोडी उघडली, याचं एक कारण म्हणजे माझं मित्रांचं वर्तुळ थोडं वेगळं होतं. इतरांप्रमाणे आम्ही नव्हतो. आम्ही जे संगीत ऐकायचो उदा.- फ्रॅन्क झाप्पा- किंवा ‘हिचहायकर्स गाइड’ अशी जी पुस्तकं वाचायचो ती इतर विद्यार्थ्यांपेक्षा वेगळी होती.”

रंजीवला ‘मॅड’ मॅगझिन आवडायचं. त्यातून प्रेरणा घेऊन त्यानं कार्टून काढायला सुरुवात केली. एका सकाळी तो कार्टून घेऊन ‘मिड-डे’ दैनिकाच्या ऑफिसात शिरला. दोनच दिवसांनी, संपादक अनिल धारकर यांनी रंजीवला बोलाविलं व म्हणाले “यू आर ऑन!”

संडे मिड-डे मध्ये रंजीवची कार्टून स्ट्रीप सुरू झाली. ‘ट्विस्ट अँड शॉर्ट’ हे या मालिकेचं नाव. रंजीवनं यासाठी ‘जोरन’ हे टोपणनाव वापरलं.

एकातून जशी दुसरी गोष्ट सुरू होते तशी रंजीवची दुसरी व्यंगचित्र मालिका

सुरू झाली ती 'बिझनेस इंडिया' या मासिकात. 'लाईक फादर, अनलाईक सन' असं तिचं नाव होतं. फॅमिली बिझनेस चालविणाऱ्या बाप-लेकांवर यामध्ये मिश्कील शेरेबाजी केली जायची. कल्पकतेची छटा अशी उलगडत असली तरी मायक्रोबायोलॉजीपासून अजून सुटका झाली नव्हती. सोफिया पॉलीटेक्निकमध्ये क्लिनिकल पॅथॉलॉजीचा अभ्यास पूर्ण करण्यासाठी रंजीव धडपडत होता. ''हा काळ प्रचंड दडपण आणणारा होता. कॅम्पसमध्ये या अभ्यासक्रमाचे आम्ही फक्त पाच जण होतो. एक पारशी मॅडम आमची मुख्याध्यापिका होती. हिटलर आणि स्टॅलिन तिच्यामध्ये एकत्र नांदत होते, असं म्हटलं तरी चालेल. आम्हाला तिची फार दहशत वाटायची.''

या अभ्यासाचा रंजीवला तिटकारा आला. जगण्यासाठी दुसऱ्याचं मल-मूत्र तपासण्याची कल्पना त्याला सहन होत नव्हती. तरीही तो का शिकत राहिला?

''कारण मला पराभूत व्हायचं नव्हतं. मी तीन वर्षे मायक्रोबायोलॉजी शिकलो होतो. आता हेच शिकणं भाग होतं.''

दुसरं काय करायचं हे सुचत नव्हतं, हेही एक कारण होतं.

''आपण कोण आहोत व आपल्याला काय करायचं आहे हे काही जणांना वयाच्या १८ व्या वर्षीच कळतं. काहींना पंचविशीत; तर काहींना आयुष्यभर कळत नाही. वेगवेगळ्या काळात आपल्यातील अंकुर फुटतो (किंवा फुटतच नाही).'' जगायचं कसं याची दिशा सापडलेली नाही याबाबत रंजीव प्रामाणिक होता. जगाची फारशी माहिती नव्हती. ब्रिटिश एअरवेजच्या 'स्टुअर्डेस रिक्वायर्ड' ही जाहिरात पाहून अर्ज करण्याचा मूर्खपणाही त्यानं केला. ''स्टुअर्डेस या शब्दाचा अर्थच मला माहीत नव्हता. माझा पूर्ण कलर फोटोही पाठवला. त्यांचं मला उत्तरही आलं. 'अर्ज केल्याबद्दल धन्यवाद. पण ही जागा मुलींसाठी आहे.' माझी फजितीच झाली.''

मग त्यानं हॉटेल मॅनेजमेंटमध्ये शिरायचा प्रयत्न केला. ओबेरॉयचे दरवाजे ठोठावले. अंतिम मुलाखतीसाठी दिल्लीत गेला. पण काही जमलं नाही. मग रंजीवनं पॅथॉलॉजीचा अभ्यासक्रम पूर्ण केला आणि भाटिया रुग्णालयात लॅब असिस्टंटची नोकरी मिळविली. इस्पितळाच्या बेसमेंटमध्ये तो रुग्णांची युरीन सॅम्पल्स तपासू लागला. ''एक दिवस मी स्वत:ला आरशात पाहिलं. अंगावर लॅबचा ॲप्रन होता. स्वत:लाच प्रश्न केला 'मी हे काय करतो आहे?' ज्यात गंमत वाटेल, आनंद मिळेल असं काही तरी करण्याऐवजी हे मी काय चालवलंय? त्याच क्षणी जाहिरात क्षेत्राकडे वळण्याची प्रेरणा मला मिळाली.'

"माझ्या आई-वडिलांचा एक गुण एकदम मस्त आहे. ते उगाच लुडबुड करीत नाहीत. रिलॅक्स असतात. ते स्वत: फार महत्त्वाकांक्षी नव्हते. मला माझ्या पद्धतीनं त्यांनी वागू दिलं... हेच त्यांचे माझ्यावर खूप मोठे उपकार आहेत."

जाहिरात क्षेत्र का? कारण त्या जागी चक्रम लोक गोळा होतात. ते छान चमकदार ओळी लिहितात. चित्रं काढतात. कलाकार, कार्टुनिस्ट, कवी, मनोरंजन करणारे अशांची ती दुनिया असते. तेथे मजा असते..

रंजीवनं इस्पितळातील नोकरी सोडली. केसी कॉलेजातील क्रिएटिव्ह राइटिंगच्या कोर्सला त्यानं नाव घातलं. हा अर्धवेळचा अभ्यास होता. नरिमन पॉईंट येथील एका एजन्सीमध्ये काम करणाऱ्या एकाशी इथे त्याची ओळख झाली.

हा माणूस म्हणाला, "मी तुला नोकरी देतो" रंजीव म्हणाला, "ओके! मी येतो." नोकरी कॉपीराइटिंगची नव्हे तर ग्राहक सेवेची होती. तरीही रंजीवने ती स्वीकारली. "मला १९०० रुपये पगार मिळत होता. एक मारवाडी माझा बॉस होता. तो सफारी घालीत असे व सतत पान खात असे. मला वाटलं होतं तसं सर्जनशील वातावरण इथे अजिबात नव्हतं. उलट एखाद्या सरकारी कार्यालयाप्रमाणे काम चाले." या तरुण माणसाकडे भन्नाट कल्पना होत्या. त्याला जग बदलायचं होतं. पण इथे ग्राहकांच्या सेवेसारखं फडतूस काम करीत राहण्याची वेळ त्याच्यावर आली होती. हे अपमानास्पद होतं, पण आयुष्यात असेही प्रसंग सहन करावे लागतातच.

एक वर्ष उलटलं. १०० रुपये पगारवाढही मिळाली. पण आता व्यावसायिक ॲड एजन्सीचं दार ठोठावण्याचा निर्णय रंजीवनं घेतला व 'कॉपी टेस्ट' देण्यास सुरुवात केली. "मी एकाच वेळी दोन एजन्सीजमध्ये अर्ज केला. त्यातील 'करिश्मा' इथेच नरिमन पॉईंटला होती. तर 'द एज' वरळीला होती. वरळी हे माझ्या दृष्टीनं जगाचं दुसरं टोक होतं."

अंतिम निर्णय घेण्यापूर्वी दोन्ही ॲड एजन्सीजच्या बॉसना भेटण्याचं रंजीवनं ठरविलं.

"शीला सईद मला एकदम आवडली. ती उत्स्फूर्त होती. मजा उपभोगणारी! छान मनाची! वरळीला जाण्यासाठी मला दोन वेळा बस बदलाव्या लागणार होत्या. तरीही मी 'द एज' निवडली." रंजीवनं कॉपी टेस्ट इतकी उत्तम दिली की चुकीने त्याची सिनिअर कॉपीराइटर म्हणून नेमणूक झाली. त्याच वेळी 'बिझनेस इंडिया' मासिकाच्या मुखपृष्ठावर रंजीवची व्यंगचित्रं झळकली. साहजिकच रंजीव एजन्सीमधील 'कूल यंग पंक' झाला.

बुद्धिमान मुलगा!

"मला २५०० रुपये देत होते. पण त्याला फार महत्त्व नव्हतं. मी खऱ्याखुऱ्या ॲड एजन्सीत आलो हे महत्त्वाचं होतं."

बॉस शीला सईद हिनं एक दिवस मोठी पार्टी आयोजित केली. सर्वांना बोलाविलं. पार्टीत तिने जाहीर केलं की ती 'एज' सोडते आहे. मुन्वर सईद हा तिचा नवरा. 'एव्हरेस्ट ॲडव्हर्टायसिंग'मध्ये तो एमडी होता. ती दोघे जण नवीन जाहिरात एजन्सी सुरू करीत होते. 'ट्रीटॉन' हे तिचं नाव. आणि, 'एज'च्या अन्य अनेक सहकाऱ्यांबरोबर रंजीवही 'ट्रीटॉन' मध्ये रुजू झाला. "ट्रीटॉनमध्ये मी १९९१ ते ९७ या काळात काम केलं. फोर्टमधील प्रख्यात फिरोजशहा मेहता रोडवर आमचं ऑफिस होतं."

'ट्रिटॉन' ही रॉकस्टार एजन्सी नव्हती. ॲवॉर्ड्सच्या यादीत तिचं नाव क्वचितच असे. पण तिथे शांत व सुरक्षित माहोल होता. व्यावसायिक कामाची सक्ती होती, तसंच ग्राहकसेवेला बरंच महत्त्व होतं. उत्तम कल्पना क्वचितच मार्गी लागत..

"अर्थात त्यांनी मला 'कान्स' ला पाठविलं. कॉन्फरन्ससाठी मी सिंगापूर, पॅरिसलाही जाऊन आलो. मला पैसेही बरे मिळत होते. दिमतीला गाडी दिली होती. आयुष्य आरामशीर होतं."

पण 'ट्रबलमेकर' हा रंजीवचा स्वभाव होता. यंत्रणेला मार्मिक प्रश्न विचारण्याची सवय त्याला स्वस्थ बसू देत नव्हती.

"एजन्सीच्या कार्यालयीन छोटेखानी पुस्तकासाठी काही लिहिण्यास मला सांगण्यात आलं. मी नकार दिला. 'मला तुम्ही जे लिहायला सांगत आहात, ते मला अजिबात पटत नाही. मी बघणार नाही!' मी तडकावलं. यामुळे बॉसबरोबर पंगा घ्यावा लागला. आमचे संबंध ताणले गेले."

व्यवस्थेमध्ये जखडून काम करणं हे रंजीवच्या स्वभावात नव्हतं. त्याला 'क्रिएटिव्ह कीक' हवी होती. यासाठी त्यानं 'आठवडाअखेर' चा प्रयोग सुरू केला.

"आम्ही चार मित्र एका दुपारी बारमध्ये बसलो होतो. ड्रिंक्स घेत होतो, व जग जिंकण्याची भाषाही सुरू होती. आम्ही स्वत:च्या स्वप्नांच्या पूर्तीसाठी काही तरी करायचं ठरविलं. किती दिवस दुसऱ्यासाठी काम करणार?"

'इंडिया ऑन अ टी शर्ट्स' ही ती कल्पना. रंजीवच्या डोक्यात ती १९९१ पासून इंग्लडच्या दौऱ्यापासून घोळत होती व तेथे स्कॉटलंडची चित्रं असलेले टी शर्ट्स त्यानं पाहिले होते. स्कॉटलंडच्या संस्कृतीचे विविध पैलू दाखविणारी चित्रे या टी शर्ट्स वर होती.

"अरे, हे तर अंगात वापरण्याजोगं पोस्टर निर्माण करणं आहे, असं माझ्या मनात आलं. तुम्हाला स्वत:बद्दल काही म्हणायचं असेल वा जगाला सांगायचं

असेल तर टी शर्ट्स हे उत्तम माध्यम आहे, हे माझ्या लक्षात आलं...''

या कल्पनेच्या जवळपासही जाऊ शकेल, असं काही भारतात नाही हेही रंजीवला आढळलं. तरीही ही कल्पना प्रत्यक्षात आणायला सहा वर्षे जावी लागली. ''‘तंत्र’ हे नाव आम्ही निवडलं. हा शब्द छोटा होता, जोरकस होता, भारताबद्दल काही सांगणारा होता. यामध्ये एक लुप्त आकर्षण होतं.''

योजनाही आकर्षक होती.

कार्यपद्धती साधी होती. हे चार कॉम्रेड्स काही डिझाइन बनविणार होते आणि मग ती कधी प्रिंट करायची ते ठरविणार होते.

''सनत नावाचा आर्ट खात्यातील दादा माणूस आमच्याबरोबर होता. त्यानं पहिल्या तीन प्रिंट्स बनविल्या- ‘खादी’, ‘काली’ आणि ‘गोवा’ ही त्यांची नावं.''

पण कागदावर स्केच करणं आणि ते तसेच टी शर्टवर उतरविणं हे फार वेगळं काम होतं.

''मला फॅब्रिक्स, प्रिंटिंग यातील काहीच कळत नव्हतं. पहिल्या सप्लायरकडे मी गेलो तेव्हा त्याने कल्पनाच उडवून लावली. हे जमण्यातलं नाही. सहा रंगी, आठ रंगी छपाई शक्य नाही.''

मी म्हटलं, ‘हरकत नाही. प्रयत्न तर कर.’

जाहिरातीच्या क्षेत्रात ‘लाल’ रंगाच्या १८ शेड्स असतात.

‘मला हवी ती शेड न मिळाल्यामुळे मी जाम वैतागलो. अक्षरशः थयथयाट केला.''

तो बावरला. म्हणाला, ''घेऊन जा, फुकट घेऊन जा!'' ‘डॉन’ कंपनीकडे रंजीव गेला. पण तेथेही जमलं नाही. ‘डॉन’ ही बनियन बनविणारी कंपनी होती. त्यांची सॅम्पल्स तशाच ठशाची होती.

''जाहिरातींच्या जगातून आल्यामुळे तुम्ही कसंही वागू शकता. कारण तुम्ही कोणासाठी तरी काम करत असता, पण तेथे एजन्सीचं संरक्षक कवच असतं. पण स्वतःच्या कंपनीसाठी असं काहीही नसल्यानं तुम्हाला स्वतःच्या हुशारीने, अकलेनेच पुढे जावं लागतं.''

शेवटी पहिल्या २-३ प्रिंट्सवरून साधारण ५०० टी शर्ट्स तयार झाले. ओळखीच्या लोकांतून त्याची विक्रीही झाली. टी शर्ट्सचा हा उद्योग वीकएन्ड बिझिनेस म्हणूनच राहिला असता. पण एजन्सीत खटका उडाला व चित्र बदललं. ''शनिवार व रविवार हे दोन दिवस माझ्यासाठी मौल्यवान होते. याचा अर्थ शनिवारी महत्त्वाचं काम निघाल्यास मी टाळीत नव्हतो. पण अर्धवट माहिती घेऊन सोमवार सकाळपर्यंत जाहिरात तयार करा असं कोणी सांगितलं तर माझं डोकं तडकायचं. ग्राहक सेवा करणारा माझा सहकारी नेमकं हेच करू लागला. मी म्हटलं, हे शक्य

नाही. नीट माहिती द्या मग काम करतो. तर हा सडक्या डोक्याचा पठ्ठ्या बॉसकडे जाऊन माझ्या 'ॲटीट्यूड' बद्दल तक्रार करू लागला."

सोमवारी सकाळी बॉसकडून तुसडी नोट आली "इथे राहायची तुझी इच्छा आहे की नाही?" हे जरा फारच झालं. रंजीवनं मोठी रजा घेतली आणि तो कधी परतलाच नाही! पुढील पाऊल : कुर्ला स्टेशन. तेथून तिरूपूरला जाणारी रेल्वे. तिरूपूर ही टी शर्ट्स ची राजधानी मानली जाते.

"माझ्या तिथे काही ओळखी झाल्या होत्या. तेव्हा तेथे जाऊन मोठी ऑर्डर देण्याचं मी ठरविलं. मोठी म्हणजे २ हजार टी शर्ट्सची. ४-५ प्रिंट्स वापरायच्या होत्या. एकूण गुंतवणूक होती, एक लाख २० हजार रुपयांची."

हे सर्व ठीक जमलं. पण इतके टी शर्ट्स विकणार कसे? ग्राहक पहिल्या दिवसापासून खरेदीला सुरुवात करतील याबद्दल रंजीवला शंका नव्हती. शंका होती ती रिटेलर्सच्या डोक्यात. कारण 'तंत्र' हा एक प्रयोग होता. यापूर्वी असे टी शर्ट्स निघाले नव्हते.

"जाहिरातीच्या क्षेत्रात याला 'त्रासदायक काळ' असं म्हणतात. 'तंत्र' हा काही फक्त टी शर्ट नव्हता. तो एक संवाद होता. अगदी आमचं घोषवाक्य 'तंत्र'ही ग्राहकांशी बोललं."

"तुम्ही काहीतरी चुकीचं खाल्लं की शरीर त्रास देऊ लागतं. तसंच काहीसं, तुम्ही चुकीचा मार्ग निवडता तेव्हा होतं. म्हणून तुम्ही स्वत:शी संवाद साधला पाहिजे. असं का होत आहे, हे विचारलं पाहिजे, अंतरंग जागृत केलं पाहिजे."

नव्या उत्पादनाची ताकद ओळखणारा कुणीतरी लागतो. तंत्रवर विश्वास बसलेली अशी पहिली व्यक्ती म्हणजे हाथीरामानी. सरळ नाकाचा, भेदक डोळ्यांचा हा सिंधी दुकानदार कुलाबा कॉजवेमध्ये व्यवसाय करीत असे.

"आमचं पहिलं उत्पादन हे पर्यटकांसाठीचं होतं. त्यामुळे या दुकानाची जागा अशा उत्पादनासाठी योग्य होती. १०-२० टी शर्ट्स ठेवण्याचं त्यानं मान्य केलं. रातोरात ते खपले." दुसऱ्या दिवशी सकाळीच त्याचा फोन आला. "और पाँच सौ पिसेस भेज दो!"

ही जादू कोणती? दुकान योग्य ठिकाणी होतं हे तर खरंच, पण रंजीवच्या मते हाथीरामानींना प्रॉडक्ट बरोबर कळलं. त्यांचं मन त्यात गुंतलं. त्या व्यवसायात आत्मा लक्षात आला. थोड्याच काळात अन्य दुकानदारांच्या लक्षात ही बाब आली. 'माल बिक रहा है? चर्चा सुरू झाली. ऑर्डर्स येऊ लागल्या.

"सुरुवातीच्या काळात मुंबईतील अन्य ठिकाणांहून लोक कुलाब्याला येत. केवळ टी शर्ट्स घेण्यासाठी. मग बांद्रा व लोखंडवाला येथील दुकानेही टी शर्ट्स ठेवू लागली. केवळ पर्यटक नव्हे तर स्थानिकांना बॅन्ड आवडला. कॉलेज तरुणांना तर विशेषच!"

तिरूपूरमधून शर्ट्स येत होते. तेथे संख्येला महत्त्व असतं. यामुळे मागणी वाढली तरी पुरवठ्याचा प्रश्न नव्हता. 'तिरूपूरमधून मुख्यत: निर्यात होत असे. लोकल खरेदीदारांना तेथे तुच्छतेची वागणूक मिळायची. त्यांची एक गमतीदार पद्धत होती. तुम्ही फॅक्टरीत गेलात की तुमचं हार घालून स्वागत होई, मग आरती करत. मग ते विचारत, कोणत्या कंपनीसाठी तुम्ही टी शर्ट्स घेणार? अमेरिकन? जर्मन? फ्रेंच? 'लोकल' असं उत्तर दिलंत की ते हार चक्क काढून घेत.

धंद्यातील काही युक्त्या रंजीवच्या झटकन लक्षात आल्या. उदाहरणार्थ; योग्य त्या हॉटेलात उतरणं.

"तिरूपूरमध्ये एकच फाईव्ह स्टार हॉटेल होतं. आपल्याकडील प्रवाशांची यादी ते सर्व सप्लायर्सना पाठवायचे. मग आम्ही तेथेच मुक्काम ठोकला. आपोआप ऑर्डर्ससाठी फोन येऊ लागले."

अर्थात पहिल्या टप्प्यात दर महिना फक्त ३ ते ४ हजार टी शर्ट्सचीच मागणी असे. पण रंजीव दर महिन्याला १० हजारांची ऑर्डर मिळण्याचं स्वप्न पाहत होता.

"आम्हाला 'मार्जिन' म्हणजे काय हेच त्या वेळी माहीत नव्हतं. एक टी शर्ट मागे ३० ते ४० रुपये कमवायचे. क्रिएटीव्ह डायरेक्टर म्हणून जितका पगार मिळत होता तितकं उत्पन्न मिळविण्याची आमची धडपड होती."

सर्जकता, ग्राहकाची आवड तसंच कल्पना प्रत्यक्षात आणणं अशी सर्व कामे एकाच वेळी रंजीवला करावी लागत होती. तयार कपड्यांच्या व्यवसायातील सर्व गोष्टी अगदी मुळापासून शिकाव्या लागत होत्या.

"१९९७ मधील एका डिपार्टमेन्ट स्टोअरमधील भेट मला आठवते. तेथे एक महिला प्रमुखपदी होती. 'शर्ट किती आटतात?' तिनं विचारलं. प्रयोग शाळेत तपासणी करून आटण्याची टक्केवारी काढायची असते हे आम्हाला माहीतच नव्हतं." रंजीवनं भलतंच केलं. रात्रभर एक टी शर्ट भिजवून ठेवला व ते पाणी बाटलीत भरून दुसऱ्या दिवशी घेऊन गेला.

"त्या प्रमुख महिलेची भेट झाली नाही, पण तिच्या हाताखालील मुलींनी आम्हाला पाण्याच्या बाटल्या घेऊन येताना पाहिलं. 'मूर्खांची मांदियाळी' त्यांनी मनाशी म्हटलं असावं."

"१९९१ त मी न्यूयॉर्कमध्ये 'मॅड' मॅगझिनच्या मुख्य कार्यालयात गेलो. अगदी सहज गेलो आणि त्यांनी मला ऑफिसमध्ये सर्वत्र

फिरवून आणलं. विल्यम गेन्स, ॲन्डोलो टोरेस यांना मी भेटलो. अल् जाफीच्या काही मूळ कलाकृती मला पाहायला मिळाल्या. तो विलक्षण अनुभव होता.''

या डिपार्टमेन्ट स्टोअरमध्ये तंत्रला स्थान मिळालं खरं, पण त्यासाठी वर्षभर मेहनत करावी लागली. अर्थात त्यातून शिकताही खूप आलं. दुसऱ्या रिटेल आऊटलेट बरोबर रंजीवनं वेगळीच कल्पना लढविली. 'मॅजिक सेन्टर' हे तिचं नाव. ''व्यक्तीचा ठाव घेण्याची तीव्र इच्छा मनाशी धरून आणि आश्वासक आध्यात्मिक शक्ती आधार घेऊन मी काही पत्रं पाठवीत असे. आणि १० पैकी ९ वेळा या पत्रांचा उत्तम उपयोग होई!''

'तंत्र' टी शर्ट्स विक्रीला ठेवल्यानं काय फायदा होईल याची दहा कारणं मी किरकोळ विक्रेत्याला सांगितली. प्रत्येक कारण पटण्याजोगं होतं.

विक्री व्यवस्थापकाचा फोन आला. ''ओके- चर्चेला येणार का?''

''हा एक ग्राहक होता. त्याचे साहाय्यक तसेच होते. करड्या नजरेनं ते पाहत होते. आमच्यासारख्या लहान व्यावसायिकांवर दबाव आणून त्यांची हकालपट्टी करण्यासाठी कॉर्पोरेट असा पवित्रा घेत असावेत.''

रंजीववर त्याने 'मार्जिन्स' व 'नंबर्स' ची फैर झाडली ''मी गणितात मुळात कच्चा. मला काही समजेना. शेवटी कसातरी सौदा पटविला. पुढे शॉपर्स स्टॉप, ग्लोबल, पिरॅमिड अशा ठिकाणी शिरकाव झाल्यावर तेथेही आम्हाला तीच 'मार्जिन्स' द्यावी लागली. ती 'वेफर थीन' म्हणावी इतकी कमी होती...''

फायदा कमी असला तरी ब्रॅन्ड सर्व ठिकाणी दिसू लागला. टी शर्ट्स सर्वत्र 'दिसणं' महत्त्वाचं होतं; याचा पुढे खूप उपयोग झाला.

अन्य उत्पादनांप्रमाणे तयार कपड्यातही 'होलसेल' ची संकल्पना राबविली जाते. पण इथे थेट किरकोळ विक्रेत्याशी संपर्क होता. तंत्रचा सुरुवातीच्या काळात त्याचा खूप फायदा झाला.

''आम्ही मुंबईत एक वितरक नेमला असला तरी बरेच दुकानदार थेट आमच्या कडूनच माल घेत. तो आळशी वितरक काहीही भर घालीत नव्हता.''

रंजीवच्या बोलण्यात 'आम्ही' असा उल्लेख येत होता. बारमध्ये जमलेल्या या 'आम्ही'तील अन्य जण काम करीत होते? व्हिजिटिंग कार्ड्सवर तर सर्वांची नावे होती.

''चार जणांपैकी एकाला 'ट्रिटॉन'ची आरामशीर नोकरी सोडायची नव्हती. त्याला मोठी पगारवाढ मिळाली व तो तिथेच चिकटला. पहिले काही टी शर्ट्स बनविणाऱ्या सनतला फ्रीलान्सर म्हणूनच काम करायचं होतं. तिसरा माझ्याबरोबर काम करू लागला. पण...''

''नोकरी करताना तुम्ही नेहमी दुसऱ्याच्या स्वप्नपूर्तीसाठी काम करीत असता, आणि फक्त पैसा मिळविणं हेच त्या व्यक्तीचं स्वप्न असू शकतं. आणखी काही तरी हवं आहे ही भावना तुमच्या मनात दाटत राहते.''

ही भागीदारी जमली नाही. वर्षातच ती मोडली. त्यानं स्वत:चा टी शर्ट ब्रॅन्ड सुरू केला.

स्पर्धा सुरू झाली. ''नैतिकदृष्ट्या हे बरोबर नाही असं प्रथम मला वाटलं. त्याच दुकानात आमच्यासारखेच प्रॉडक्ट घेऊन तो जात होता. दॅट्स लाइफ!'' खांदे उडवीत रंजीव म्हणाला. ''पण 'तंत्र'च्या विक्रीवर याचा काहीही परिणाम झाला नाही.''

कुलाब्यातील स्ट्रॅन्ड सिनेमाच्या मागे एका लहानशा ऑफिसातून रंजीव काम करीत होता. अगदी जरुरीपुरता स्टाफ ठेवण्यात आला होता.

''जय हिंद कॉलेजमधील एक मुलगा अचानक आला व म्हणाला, मला तुमच्या सोबत काम करायचं आहे. मी लगेच संमती दिली. ज्युनिअर अकौंटन्ट म्हणून एका मुलीला घेतलं होतं. पण मी परदेशी गेलो असताना तिने फसवेगिरी केली. सहा महिन्यानंतर ते माझ्या लक्षात आलं, तिला काढून टाकावं लागलं.''

''२०००-२००१ पर्यंत व्यवसायाला निश्चित दिशा नव्हती. व्यवस्था नव्हती. गोवा, दिल्ली अशा ठिकाणांहून दुकानदार येत असत. 'आम्हाला टी शर्ट्स हवेत' असे म्हणत. आणि आमचे लहानसे ऑफिस पाहून चक्रावून जात. तोपर्यंत दर महिना 'तंत्र'चे साधारण १० हजार टी शर्ट्स विकले जाऊ लागले होते.''

हे सर्व ठीक असलं तरी यातील 'सर्जनशील' भाग कोणता होता. व्यवसायाचा आत्मा कशात होता? एखादं चमकदार, गमतीदार वाक्य टी शर्ट्सवर प्रिंट करणं तसं कोणालाही जमलं असतं. पण 'तंत्र'चं तसं नव्हतं. त्यामध्ये काहीतरी विशेष होतं. काहीतरी वेगळं!''

पहिली गोष्ट म्हणजे बुद्धीची चमक! शर्ट्सच्या डिझाइनसाठी अनेक हुशार मंडळींनी हातभार लावला. नामवंत व्यंगचित्रकार हेमंत मोरपारिया हे उदाहरणादाखल एक नाव. अशा नामवंताबरोबरच 'तंत्र'चे फॅन असलेले काही सर्वसामान्य ग्राहकही चमकदार कल्पना सुचवून जात. ''एअर इंडियाच्या पायलटने एकदा ई-मेलवरून काही आयडिया पाठविल्या. त्यातील एक उचलून आम्ही 'ऑटो रिक्षा' टी शर्ट्स बनविले. ते अजूनही खपतात.''

खरं तर कल्पना सुचणं, हे फारसं अवघड नाही. या कल्पनांतील कोणती कल्पना लोकांच्या पसंतीला उतरेल आणि कोणती कल्पना जास्त नफा मिळवून

देईल हे ओळखण्यातच खरं कौशल्य आहे. यासाठी तुमचं मन फक्त सर्जनशील असून चालत नाही त्याकडे व्यावसायिक निपुणताही लागते.

"१०० टक्के गट फिलिंग लागतं!"

विविध पर्यायांची चाचपणी करण्यावर रंजीवचा विश्वास नव्हता.

"जाहिरात कंपनीमध्ये एखादी गोष्ट ठरविली जाते. मग त्याच्या पर्यायाचा विचार सुरू होतो. या पर्यायांच्या पर्यायाचा आणखी विचार सुरू होतो. मला ते कधीच आवडलं नाही. हा अप्रामाणिकपणा आहे! कशाबद्दल तरी तुम्हाला ठाम विश्वास वाटला पाहिजे. त्या विश्वासाच्या जोरावर तुम्ही काम सुरू केलं पाहिजे"

मूळ संकल्पना योग्य असेल तर आणखी चमकदार करता येतं. रंजीव तसं करायचा. मूळ कल्पनेत डिझाइन, चित्र यात फेरफार करून ती खुलवण्याचा प्रयत्न करायचा.

"वस्तू चांगली असेल तर लोक ती विकत घेणारच...तशी ती नसेल तर विकत घेणार नाहीत...ही सर्वमान्य, स्वीकारार्ह वस्तुस्थिती आहे." तो सांगतो.

मात्र, 'तंत्र'मध्ये फक्त 'विक्री' लाच सर्वाधिक महत्त्व नव्हतं.

"कमी विक्री होणाऱ्या प्रिंट्स वरही आम्ही खूश होतो. शेवटी ती आमची निर्मिती होती. आमची बाळं!" कुलाबा येथील 'नारीसन' या दुकानाची एक दर्शनी बाजू पूर्णपणे 'तंत्र' टी शर्ट्ससाठी दिलेली होती. रंजीव तेथे जाऊन उभा राहायचा व ग्राहकांच्या प्रतिक्रिया अजमावायचा.

"आमचं एखादं प्रिंट अगदी दुर्बोध असतं. ९९ टक्के लोकांना ते समजतही नाही. पण एखादा केवळ, त्या प्रिंटवर खूश होऊन विकत घेत असेल तरी माझी किंमत वसूल झाली असं मी मानतो."

"'मला वाटतं, एमबीए ने माझं मन द्विधा केलं असतं. 'हे शक्य नाही,' असं मला सांगितलं असतं.''"

ब्रॅन्ड सुस्त, मंद होता कामा नये. त्यामध्ये चमक हवी, उपरोधिकता हवी, हाच मुख्य मुद्दा आहे.

"१२ वर्षात 'तंत्र'ने २००० हून अधिक डिझाईन्स बाजारात आणली. सर्व एकाच वेळी विक्रीला कधीच नव्हती. याशिवाय 'तंत्र'ने काही पूरक तसेच समांतर ब्रॅन्डही बाजारात आणले. उदाहरणार्थ, 'बार्किंग डॉग्ज' किंवा 'लाइन मारो' या ब्रॅन्डचा रोख मुख्यत: स्थानिक बाजारावर होता. 'इंडिया'वर नाही. एका दुकानात सर्व 'तंत्र' ब्रॅन्ड असतील तर मग बाजूच्या दुकानाने ठेवायचं काय? मग स्वत:ची कॉपी करणारे ब्रॅन्ड आपणच बाजारात आणायचे आणि विक्री दुप्पट करायची. मला कधी

कधी वाटतं, की आपलीच बनावट कॉपी करून तीही रस्त्यावर विक्रीला ठेवायची. नकली ब्रॅन्ड. पण ही फारच क्रांतिकारी कल्पना होईल!''

टी शर्ट्‌सचा दर्जा हे 'तंत्र'चं आणखी एक वैशिष्ट्य. प्रत्येक धुलाईनंतर 'तंत्र'चा टी शर्ट आणखी चमकदार दिसतो. अन्य ब्रॅन्डचं तसं नाही. आमच्या कपड्यात एक इंचाच्या चौकटीत जास्त धागे असतात.

''म्हणजे उगाच नको त्या ठिकाणी बचत करायची नाही हे तू आधीपासूनच ठरविलंस,'' मी विचारलं.

''अजिबात नाही,'' तो उत्तरला. ''आम्ही अडाणी होतो!''

''हो, अडाणीपणातूनच काही चांगलं निर्माण झालं. आधी संशय व्यक्त करणारे पुढे कौतुक करू लागले.'' 'या 'इडियटकडे इतकी क्षमता आहे याची कल्पनाच नव्हती. बघा, त्याची कशी भरभराट होते आहे!'

निर्मिती व विक्रीची जबाबदारी उचलण्यासाठी रंजीवने आपला मेहुणा विमल मारिवाला याला २००१ मध्ये आपल्याबरोबर घेतलं. विमलला नोकरीचा कंटाळा आला होता. त्यानं आनंदानं ही ऑफर स्वीकारली.

''विमल उंच, देखणा आहे'', रंजीव हसून सांगतो.

खरी गोष्ट अशी होती, की या धंद्याच्या धडपडीत त्याची सर्जनशीलता मारली जात होती. मॉल्सना दर आठवड्याला भेट द्यावी लागे. शहरात फिरावं लागे. 'इन-हाउस' टी शर्ट्‌सची मागणी 'वेस्टसाईड' व 'प्रोव्होग' सारख्यांकडून येत होती. त्यासाठी वेळ हवा होता. शिवाय दारोदारी स्वत:ची आयडिया विकण्याची धडपड रंजीवला नकोशी वाटत होती.

''प्रत्येकालाच एक ना एक दिवस सांगावंसं वाटतं – बघा, मी हा असा आहे.''

''मला माझ्या ग्राहकाला समाधान द्यायचं होतं. जाहिरातीमधून बाहेर पडण्यामागचं मुख्य कारण हेच तर होतं. म्हणून विमल आणि मी कामाचं वाटप करून घेतलं. कल्पकतेच्या बाजूमध्ये त्यानं लक्ष घालायचं नाही आणि रोजच्या कामामध्ये मी गुंतवून घ्यायचं नाही असं ठरलं.''

उत्पादन करणं हे विमलचं क्षेत्र ठरलं. हे खूप मेहनतीचं काम होतं. एकाच फॅक्टरीतून ४/५ वेगवेगळ्या ऑर्डर्सचं काम पूर्ण करावं लागे. टप्याटप्यात हे काम होई. एका यार्नची शिलाई चालू असली तर दुसऱ्यावर रंगकाम सुरू असे तर तिसऱ्यावर प्रिंटींग केलं जाई. एका बॅचमध्ये ३०-४० हजार टी शर्ट्‌स तयार होत. यामध्ये रंग, आकार, डिझाइन याची मागणीनुसार संख्या ठरविण्याचं काम विमलकडे असे.

'तंत्र'ची स्वत:ची फॅक्टरी नव्हती. दोन-तीन ठिकाणांहून काम केलं जात असे. मात्र गुणवत्ता नियंत्रण 'तंत्र'च्या कर्मचारी वर्गाकडेच असे.

"मूळ कापडाचा दर्जा आधी तपासलेला असे. त्यातून तयार झालेल्या मालाच्या निरनिराळ्या चाचण्या घेऊन मग तो विक्रीला जाई."

दरवर्षी 'तंत्र' किती टी शर्ट्स बनवीत असेल? माझा अंदाज साधारण एक लाख शर्ट्सचा होता. इतकी संख्या धरली तर वार्षिक उलाढाल २५ कोटींपर्यंत जायला काहीच हरकत नव्हती.

हा कारभार तसा मोठा होता. तुलनेनं 'तंत्र'कडे कर्मचारी कमी होते. नरिमन पॉईंटच्या लहानशा ऑफिसात २५ कर्मचारी होते. गोदामातील काम पाहणारे आणखी २५ व तिरूपूर येथे २० जण.

दरम्यान 'तंत्र'ने राष्ट्रीय स्तरावर जम बसविला. ३० ते ४० टक्के विक्री ही मॉल्समधून होऊ लागली. वेगवेगळ्या मार्गाने विक्री होत होती. मॉल्समध्ये इतका प्रतिसाद मिळेल याची रंजीवला सुरुवातीच्या काळात कल्पना नव्हती.

"मॉलमध्ये गेलो तर ब्रॅन्ड म्हणून ठसठशीतपणे पुढे येता येणार नाही, असं मला वाटत होतं. पण मॉल्समधून विक्री मोठी होते हे माझ्या लक्षात आलं, आणि मी पुढे आलो नाही तर अन्य ब्रॅन्ड ती जागा भरून काढतील हेही लक्षात आलं."

त्याच्या व्यक्तिमत्त्वातील 'सिंधी' शेवटी शिरजोर झालाच. मात्र 'तंत्र'ने स्वत:ची 'एक्सक्लुजिव्ह ब्रॅन्ड आऊटलेट्स' अर्थात ईबीओ सुद्धा उघडली. दिल्ली, जयपूर, मुंबई अशा शहरांबरोबर गोहत्ती, शिलाँग, सिमला अशा शहरांतही आता 'तंत्र'ची एकूण २० ईबीओ आहेत. 'तंत्र'चे वितरक ती चालवितात.

"आमच्यासारख्या ब्रॅन्डसाठी ईबीओ अत्यावश्यक आहेत. अशा दुकानात ग्राहकांशी संवाद होतो. ग्राहक दुकानात शिरला की त्याला आमच्या उत्पादनाच्या सर्व छटा दिसतात. त्याचा वेगळा अनुभव येतो. काही तरी खरेदी केल्याशिवाय तो बाहेर पडतच नाही!"

म्हणून तर 'तंत्र'च्या विक्रीपैकी २५-३० टक्के विक्री ईबीओ मधून होते.

याशिवाय नेहमीच्या गळाबंद टी शर्टहून वेगळ्या टी शर्ट्सकडेही 'तंत्र'ने लक्ष वळविलं.

"हिवाळ्यातील कपड्यांकडे आम्ही थोडं लक्ष दिलं. पोलो नेक किंवा लांब बाह्यांचे टी शर्ट्स....काही क्लबवेअर तयार केले. टी शर्ट्सचं सुपरमार्केट उभं करायचा माझा विचार आहे... कुणी तरी फायनान्स करायला हवं." रंजीव गुंतवणूकदारांच्या शोधात मात्र नाही. पार्टनरशिप फर्म म्हणूनच 'तंत्र' अजून काम करते. कुणाचा विश्वास बसणार नाही, पण गेल्या १२ वर्षांत, तंत्रने बँकेकडून एक रुपयाचंही कर्ज घेतलेलं नाही.

"खरं तर, सध्याचा आमचा व्याप हा १०० पट अधिक वाढविता येईल. पण आम्हाला तसं करायचं नाही. अतिरिक्त ताण व रक्तदाबाला उगीच कोण आमंत्रण देईल?"

रंजीवला व्यवसायाचा आनंद घ्यायचा आहे व तसा तो घेत आहे.

"यात भरपूर आनंद आहे आणि पैसाही बऱ्यापैकी मिळतो, माणसाला आणखी गरज तरी कशाची असते? डाळ-भात खाता आला आणि कामाचा आनंद लुटता आला की झालं! डीव्हीडीवर चित्रपट पाहण्यासारखं आहे हे, उत्तम साउंड सिस्टिमसह! कामाचं स्वातंत्र्य, दर्जेदार राहणीमान, स्वत:ला पटेल ते करण्याची संधी...रंजीवला सर्व मिळत आहे.

"'तंत्र' हे एक रास्त भावातील उत्पादन आहे. आम्ही कधीही सेल लावत नाही. कारण व्यवसाय टिकवून किंमत जितकी कमी ठेवता येईल तेवढी आम्ही ठेवली आहे."

"मी माझ्या मर्जीने काम करू शकतो, वेळेचं बंधन नाही...कित्येकदा मी तीन चार वाजताच घरी जातो. मला हवा तसा मी कामावर येतो...कधी दाढी न करताही. मला दिखाऊपणा करण्याची काही गरज नसते."

आणि तुम्हाला हटकणारं तेथे कुणीही नसतं. जरा 'शहाणपणा'ने वागा असा शेरा मारणारं कुणी नसतं. १९९७ मध्ये रंजीवच्या मनात एक अफलातून कल्पना आली होती; 'तंत्र' टी शर्टवर स्वत:च्या 'सुयोग्य' स्थळाची जाहिरात करण्याची. तेव्हा त्याचं लग्न झालेलं नव्हतं. अशा भन्नाट कल्पना करण्याचं स्वातंत्र्य रंजीवला व्यवसायात मिळत होतं.

"वेडेपणा...आपण काहीही करू शकतो. मला कधी असं वाटतं, की आम्ही फार 'संस्थेप्रमाणे' वागायला लागलो आहोत. त्यामुळे म्हणावे तितके नियम, संकेत मोडीत नाही....प्रयोग करीत नाही."

ही काही तितकी वाईट गोष्ट नाही. "काहीही होऊ शकतं. मला काही होऊ शकतं! म्हणून मीसुद्धा आता व्यवसायाची संख्यात्मक बांधणी करीत आहे. डिझाइन तयार करणारा गट. आमचा ब्रॅन्ड काय आहे हे जाणणारा व त्यानुसार कामाची आखणी करणारा एक गट." तंत्र टी शर्ट्स मधला ताजेपणा टिकवणं हे मोठं आव्हान आहे. 'तंत्र'चे निष्ठावंत ग्राहक आणि नवी पिढी अशा दोघांनाही तो 'कूल' वाटला पाहिजे.

पण यावर रंजीव काय म्हणेल याची मी कल्पना करू शकले. "काय? मी आणि चिंता करू?" काळजी व चिंता करणं हा त्याचा स्वभावच नाही.

◆

तरुण उद्योजकांना सल्ला

आवडीचं काम करणं हे सर्वाधिक आनंददायी! जगात दोन प्रकारची माणसं असतात- दुसऱ्यासाठी काम करणारी आणि स्वत:साठी काम करणारी. यातील स्वत:साठी काम करणारी किंवा स्वत:चा व्यवसाय सुरू करणारे जे असतात त्यापैकी काही जण भ्रमात असतात तर थोडे खरोखरीच गुणवान असतात.

स्वत:कडे गुण आहेत का याची आधी खात्री करून घ्या. जर तुमच्याकडे गुण असतील तर मग भरपूर मेहनत करा, आपल्याला हवं ते घडवून आणा.

पहिल्या दोन वर्षांत अपेक्षित ते घडलं नाही तर ते घडण्याची शक्यता नाही असं समजून चाला. 'व्यवसाय सुरू करण्यात अनेक धोके आहेत; उद्याचा काय भरवसा...' असं लोक म्हणतात. मी त्यांना सांगतो, "उद्याचा कसलाच भरवसा नाही. ही साधी, सरळ वस्तुस्थिती आहे. रोज तुमच्या दारावर येऊन कुणी म्हणत नाही, 'केलंच पाहिजे' म्हणून!"

व्यवसाय कोणताही असू दे, त्यामधील संधींना सीमा नाही. शोध घेतला पाहिजे, सर्जनशील वृत्ती ठेवली पाहिजे, अगदी नवीन पद्धतीनं प्रत्येक गोष्ट पाहिली पाहिजे. उत्पादनाबद्दल आत्मीयता पाहिजे. त्याने तुमच्या हृदयातील तार झंकारली पाहिजे.

आवडीचं काम करायला मिळालं की समाधान वाटतं. तुम्ही स्वत:च्या ऱ्हिदमनुसार, गतीनुसार काम करता; तुमच्या 'डीएनए'ला अनुसरून काम करता. अंतरंगातील आत्म्याशी तुमचा थेट संपर्क येतो.

'विक्रीचं उद्दिष्ट' गाठणं हे काही जगण्याचं मिशन नाही. आनंदानं जगणं हेच आयुष्याचं खरं प्रयोजन आहे. दलाई लामा हेच तर सांगतात...आणि आमचा नवा टी शर्टही तेच सांगतो!

कर्मण्येवाधिकारस्ते

सुरेश कामत
लेझर सॉफ्ट इन्फोसिस्टिम्स

आयआयटीतून एम.टेक. झालेल्या माणसाने चालविलेल्या या सॉफ्टवेअर फर्ममधील प्रोग्रॅमिंगची कामं, फक्त अभियंत्यांसाठीच नव्हे, तर सर्वांसाठी खुली असतात. उत्तम व्यवसाय करतानाही सामाजिक भान जपता येतं, असा सुरेश कामत याचा ठाम विश्वास आहे. त्याची कंपनी हेच त्याचं जिवंत उदाहरण आहे.

सुरेश कामतचे पहिलेच शब्द होते– ‘इथे आल्याबद्दल, आमच्यासाठी वेळ काढल्याबद्दल मन:पूर्वक धन्यवाद!’ बोलण्यात साधेपणा होता; प्रामाणिकपणा होता.

त्याच्या कंपनीप्रमाणेच.‘लेझर सॉफ्ट’ ही सॉफ्टवेअरमधील कंपनी असली तरी इतर कंपन्यांसारखी नाही. ‘सॉफ्टवेअर कंपनी’ म्हणून जी प्रतिमा निर्माण होते तसं इथे काही नाही. ग्लास टॉवर नाही, कॅफे कॉफी डे पद्धतीची कॅन्टीन्स नाहीत, कूल आयडी कार्ड गळ्यात घालून फिरणारे कर्मचारी नाहीत.

वलसरवकम्ममध्ये गाडी शिरली तेव्हा ड्रायव्हर रस्ता चुकला, असाच माझा समज झाला. हे आयटी पार्क नव्हतं तर मध्यमवर्गीय निवासी क्षेत्र होतं ते. पिस्तारंगाच्या एका सर्वसाधारण सिमेंट बिल्डिंगवर आम्हाला ‘लेझरसॉफ्ट’ची पाटी दिसली.

हेड ऑफिस थोडं पुढं होतं. ते आणखीनच अनाकर्षक होतं. परंतु,ही जागा का निवडली आणि दुसरी ‘इन्फोसिस’ होण्याची आमची धडपड का नाही, हे जेव्हा सुरेशनं समजावून दिलं तेव्हा अशा साध्यासुध्या वातावरणाचा अर्थ उलगडला.

सामान्य माणसं असामान्य काम करू शकतात यावर सुरेश कामतचा विश्वास आहे. जगण्याचा दर्जा सांभाळून व्यावसायिक वाढ करता येते आणि सॉफ्टवेअर हे ‘परवडणारं’ असू शकतं.

गोलिएथस्‌मधला तो डेव्हिड आहे. पर्वतापुढे मुंगीएवढा. पण तो ताठ मानेनं उभा आहे. व्यवसायाला सामाजिक बाजू असतेच असं सुरेश कामत मानतो.

कंपनी किती मोठी आहे यापेक्षा तुमचं हृदय किती विशाल आहे, हे महत्त्वाचं असतं.

कर्मण्येवाधिकारस्ते

सुरेश कामत
लेझर सॉफ्ट इन्फोसिस्टिम्स

म्हैसूरमधील गरीब मध्यमवर्गीय कुटुंबात सुरेशचा जन्म झाला. "माझे वडील बिलिंग कंपनीत काम करीत. आई फक्त आठवीपर्यंत शिकलेली. पाच भावंडांमध्ये मी थोरला."

तरुण वयात सुरेशवर एकाच व्यक्तीचा जबरदस्त प्रभाव पडला....'स्वामी विवेकानंद'!

"म्हैसूरला आमच्या घराजवळच शिवानंद आश्रम होता. तेथे प्रवचने होत. तत्त्वज्ञानावर चर्चा चालत."

सुरेशचं कुतूहल जागं झालं. कुणीतरी स्वामी विवेकानंदांची पुस्तकं दिली. सुरेशला या पुस्तकांनी झपाटून टाकलं.

सुरुवातीला सुरेशला ही पुस्तकं फारशी कळली नाहीत. पण एक गोष्ट जाणवली. बहुतेक विचारवंत वा तत्त्वज्ञानी हे जीवनाच्या एखाद्याच पैलूवर भर देतात. पण स्वामी विवेकानंद हे वेगळं व्यक्तिमत्त्व होतं. ते राष्ट्रभक्तीबद्दल बोलत, धर्माबद्दल सांगत, आध्यात्मिक शोधावर भाष्य करीत. या सर्वांची गुंफण त्यांच्या साहित्यात होती.

"ज्ञानलोक फारच प्रेरणादायी होतं. देशासाठी मी काहीतरी केलंच पाहिजे ही भावना माझ्या मनात प्रबळ होऊ लागली." सुरेश त्या वेळी १२ वर्षांचा होता.

ही भावना कृतीत उतरविण्यासाठी त्याने जोरदार मेहनत घेण्यास सुरुवात केली. "मी अभ्यासात चमक दाखवू लागलो."

डॉक्टर होऊन समाजसेवा करायचं स्वप्न सुरेशनं मनात बाळगलं होतं; परंतु त्या काळात वैद्यकीय महाविद्यालयांची संख्या मर्यादित होती व आरक्षणामुळे सुरेशला प्रवेश मिळाला नाही. मग म्हैसूरच्या नॅशनल इन्स्टिट्यूट ऑफ इंजिनिअरिंग (एमआयई) मधून त्याने बी.टेक. केलं.

अभ्यासात तो हुशार होता. त्याला सुवर्णपदक मिळालं. आयआयटी (मद्रास) येथून त्याने संगणकशास्त्रात एम. टेक. पदवी मिळविली. त्यानंतर १९८२ मध्ये

पटनी कॉम्प्युटर्समध्ये एका प्रकल्पावर तीन महिने काम केलं. नारायण मूर्ती त्या वेळी पटनीमध्ये काम करीत होते.

तीन महिन्यांचं काम पूर्ण होताच मुंबईत काम करण्याचा प्रस्ताव 'पटनी'तर्फे देण्यात आला. त्याच वेळी टीसीएसने चेन्नईमध्ये नोकरीची ऑफर दिली. पण दोन गोष्टींबाबत सुरेशचा निश्चय झाला होता.

"परदेशात जायचं नाही असा पक्का निर्णय मी घेतला होता, आणि दक्षिण भारतात स्वत:ची कंपनी काढायची हेही मी मनाशी ठरवून टाकलं होतं."

'नवीन शिकण्यासाठी' चेन्नईतील टीसीएसमध्ये काम करायचं असं सुरेशनं ठरविलं. स्वत:चा व्यवसाय सुरू करण्यापूर्वी तीन ते चार वर्षे येथे काम करण्याचा त्याचा इरादा होता. त्याला भरपूर अनुभव मिळाला, पण बचत फारशी झाली नाही.

"वडिलांना दर महिना ५०० रुपये पाठवावे लागत. पाचशे रुपये घरभाडं होतं व ३०० रुपये खर्चाला लागत. दर महिना जेमतेम पाच/दहा रुपये शिल्लक टाकत होतो." चार वर्षांत सुरेशने २०० रुपये जमविले. त्याच्या व्यवसायाचं हे 'भांडवल'.

अगदी १९८६ चा विचार करता ही रक्कम अजिबात मोठी नव्हती. पैसा असणं वा नसणं ही व्यवसाय सुरू करण्यासाठी अत्यावश्यक बाब नाही, हे मात्र यावरून दिसतं.

आत्ताप्रमाणे तेव्हाही सॉफ्टवेअर कंपन्या या विविध सेवा देत होत्या. सुरेशनं वेगळा रस्ता पकडला. "मी सॉफ्टवेअर प्रॉडक्टवर लक्ष केंद्रित करण्याचं ठरविलं."

"मूर्ख आहेस," लोक म्हणाले, "चार ते सहा महिन्यांत गाशा गुंडाळावा लागेल."

मी म्हटलं, "बघूया तर काय होतं ते!"

कुणाचाही त्याच्या म्हणण्यावर विश्वास नव्हता. अपवाद फक्त वडिलांचा. "काम चालू कर. तू यशस्वी होशील!" ते म्हणाले.

सुरेशनं आव्हान स्वीकारलं. १ मे १९८६ ला स्वत:ची कंपनी सुरू केली. दरमहा हजार रुपये पगारावर त्याने पाच जणांना नियुक्त केलं. सर्व जण त्याच्या लहानशा फ्लॅटमधून काम करीत.

"गळेकापू स्पर्धा करीत वाढलं पाहिजे, असं आयटी इंडस्ट्रीला वाटतं; पण मी त्याच्याशी सहमत नाही. गळेकापू स्पर्धेत कंपनी उतरली की कर्मचारी तणावग्रस्त होतात; त्यांची कार्यक्षमता लोपते; ते विझत जातात. हे बरोबर नाही, असं मला वाटतं."

"हे पहिले पाच जण इंजिनिअर्स नव्हते. मी इंजिनिअर्सना घेऊच शकत नव्हतो.

मी एनआयआयटीमध्ये गेलो. कुणी बी.एस्सी., तर कुणी बी.कॉम. कुणालाही प्रोग्रॅमिंग म्हणजे काय हे माहीत नव्हतं.'' सुरेशनं या सर्वांना प्रशिक्षण दिलं. पहिले काही महिने अर्थातच कठीण गेले. पण ग्राहक शोधायला त्रास पडला नाही हे विशेष.

शहरातील सर्वांत मोठ्या बँकेशी– 'स्टेट बँक ऑफ इंडियाशी'– सुरेशनं बिनधास्त संपर्क साधला.

''आमच्या एका शाखेमध्ये काही अडचणी आहेत. तू त्या दूर करशील का?'' मुख्य कार्यालयातील कुणीतरी विचारलं.

''आम्ही करू शकतो. पण आमच्याकडे संगणक नाहीत. रात्री येथे काम करायची परवानगी द्याल का?'' सुरेशनं विचारलं.

शाखा व्यवस्थापक तयार झाला.

मग सुरेशची टीम दिवसा बँकेत जाऊन बँकिंग समजावून घेऊ लागली आणि रात्री एसबीआयच्या कॉम्प्युटर्सवर काम करू लागली. महिनाभरातच या टीमने 'प्रॉडक्ट' तयार केलं. ते एकदम यशस्वी ठरलं.

एसबीआयमध्ये त्या वेळी 'डीडी'चा भलामोठा बॅकलॉग होता. त्याची कार्यपद्धती अशी होती : एक शाखा मद्रास फर्टिलायझर कंपनीचं खातं सांभाळत असे. देशभरातील शेतकरी ग्राहकांकडून कंपनी चेकने पैसे घेई. हे चेक घेऊन मद्रास फर्टिलायझरला स्टेट बँक त्वरित पैसे देत असे. त्यानंतर विविध शाखांकडे चेक पाठवून त्याचे पैसे वसूल करण्याचं कटकटीचं काम बँकेला करावं लागे.

फक्त चार-पाच जण हे काम करीत. चेकची संख्या प्रचंड होती. कामाला माणसं कमी असल्यानं चेक दिवसेंदिवस पडून राहत.

''या सर्व कामाचे आम्ही यांत्रिकीकरण केलं. केवळ दोन आठवड्यांत बॅकलॉग संपून गेला...'' यशाची पहिली आठवण सांगताना सुरेश कामतचे डोळे चमकले.

टीममधील कोणालाही बँकिंगचं काहीही ज्ञान नसताना हे काम पूर्ण झालं हे विशेष. याचं कारण, या टीमला शिकण्याची इच्छा होती. पुस्तकातून, निरीक्षण करून, जो कोणी शिकवील त्याच्याकडून शिकण्याची तीव्र इच्छा आणि आपली क्षमता सिद्ध करण्याची जबर इच्छाशक्तीही होती.

एसबीआयला काम आवडलं. कंपनीला आणखी काम मिळालं. एसबीआयच्या अन्य शाखांनी 'डीडी' प्रॉडक्ट विकत घेतलं.

''आमची पहिली विक्री होती चार हजार रुपयांची. मग महिनाभर आम्हाला भरपूर मेहनत करावी लागली. त्यानंतर अन्य शाखांना सॉफ्टवेअर विकलं. मग ते आणखी काही समस्या घेऊन आले. अशा प्रकारे आम्ही बँकिंगमधील अन्य क्षेत्रांकडे वळलो.''

डीडीआर सिस्टिम, जनरल लेजर, करंट अकौंटस्, एक्स्पोर्ट अशा विविध

कामांचं संगणकीकरण 'लेझर सॉफ्ट'कडून सुरू झालं.

दरम्यान, सुरेशने अपोलो हॉस्पिटलशी संपर्क साधला. पुन्हा एकदा या टीमने इस्पितळातील कामाच्या पद्धतीची माहिती करून घेतली. पुढील १० महिन्यांत 'लेझर सॉफ्ट'ने इस्पितळातील वैद्यकीय नोंदीचं संगणकीकरण केले.

दोन मोठे ग्राहक कंपनीला सहजपणे मिळाले.

वर्षअखेरीला 'लेझरसॉफ्ट'ची उलाढाल ४० हजारांवर गेली. पुढील पाच वर्षे कंपनीने बँकिंगवर लक्ष केंद्रित केलं व त्या क्षेत्रात नाव कमावलं.

"बँकेशी संबंधित ५२ क्षेत्रांमध्ये आम्ही ९१ मध्ये काम करू लागलो होतो. मोठ्या संख्येने चालणारी कामं करण्याचा अनुभव आम्हाला येत होता; कारण सर्वांत मोठ्या बँकेबरोबर आम्ही काम करत होतो."

हा अनुभव गाठीशी घेऊन 'लेझर सॉफ्ट'ने इंडियन व कॉर्पोरेशन बँकेशी संपर्क साधला. "कॉर्पोरेशन बँकेत कॉर्पोरेट ग्राहकांसाठी आम्ही कॅश मॅनजमेंट सिस्टिम बनविली. हे 'प्रॉडक्ट' तयार करायला आम्हाला महिना लागला. दुसऱ्या महिन्यात ते पूर्णपणे वापरात आलं आणि पुढील पंधरा दिवसांत त्यांच्या संपूर्ण रेकॉर्डचा बॅकअप तयार झाला."

बँकेला याचा प्रचंड आर्थिक फायदा झाला. "त्यांना हजारो कोटींचा नफा मिळाला. तेच सॉफ्टवेअर बँकेत अजूनही वापरलं जातं."

विविध ग्राहकांना हे विकता येईल हे या प्रॉडक्टचं वैशिष्ट्य होतं. अर्थात, ग्राहकाला हवं तसं व्यक्तिगत उत्पादनही बनविलं जाई.

"प्रत्येक बँक वेगळी असते. प्रत्येकीची अकाउंट ठेवण्याची पद्धती वेगळी असते. म्हणून प्रत्येक ग्राहकाला अनुरूप असे बदल प्रॉडक्टमध्ये करावे लागतात. तरच ते फायद्याचं ठरतं."

सुरुवातीच्या काळात ३० ते ४० टक्के इतके कस्टमरायझेशन केलं जाई. नंतर विविध बँकांबरोबर काम केल्यावर साम्यस्थळे शोधून त्यानुसार सॉफ्टवेअरमध्ये बदल करण्यात आले.

कंपनीने वैद्यक व आरोग्य क्षेत्रात शिरून मणिपाल हॉस्पिटल व बॉम्बे हॉस्पिटलचं काम मिळविलं.

केवळ तोंडी प्रसिद्धी कंपनीला नवीन ग्राहक मिळवून देत होती. १९९१ मध्ये 'लेझर सॉफ्ट'ला महत्त्वाचं काम मिळालं. बँकेच्या एका संपूर्ण शाखेचं संगणकीकरण करण्याचं.

"स्टेट बँकेची चेन्नईमध्ये ओव्हरसीज शाखा होती. सर्वांत जास्त नफा कमविणारी ही महत्त्वाची शाखा होती. पण त्यांच्या काही अडचणी होत्या."

"निर्यातदार कर्ज मिळविण्यासाठी कागदपत्रं व अर्ज घेऊन बँकेकडे येत. तेथील स्टाफ रोज २५ अर्ज निकाली काढत. उरलेल्यांना 'उद्या या' असे सांगत. संगणकाचा वापर सुरू केल्यावर रोज २०० अर्जांवर निर्णय होऊ लागला."

रातोरात बँकेचा नफा दुपटीने वाढला यात आश्चर्य नाही.

'लेझर सॉफ्ट'च्या या कामाची दखल घेतली गेली व आयात-निर्यातीची कामं पाहणाऱ्या देशभरातील शाखांकडून विचारणा होऊ लागली. 'लेझर सॉफ्ट'साठी हा 'मैलाचा दगड' होता. कंपनीत त्या वेळी ४० कर्मचारी होते व ३० रुपयांची उलाढाल सुरू होती. मोठी उडी घेण्याची वेळ आता आली होती.

"दिल्ली, कोलकाता, मुंबई, इंदूर, कोचीन, आम्ही अनेक ठिकाणी गेलो. मला वाटतं एकूण ६५ शहरांत!"

या कामानं संपूर्ण टीमला ३-४ वर्षे गुंतवून ठेवलं. दरम्यान अर्थव्यवस्थेवरील बंधने सैलावली. मनमोहनसिंग यांच्या पुनर्रचनेचा बँकांवर परिणाम होऊ लागला.

"आयात-निर्यातीचा व्यापार एकदम वाढला व आम्हाला संधी प्राप्त झाल्या. आमची ६० ते ७० टक्के कमाई ही या शाखांकडून होऊ लागली."

बँकिंगच्या सर्व व्यवहारांची व्यवस्थित माहिती असणं हा 'लेझर सॉफ्ट'चा यूएसपी होता. यामुळे कोणतंही काम पूर्ण करणारं डिझाइन या सॉफ्टवेअरमध्ये होतं. सॉफ्टवेअरची अशी बांधणी करणं हेच तर महत्त्वाचं असतं. याशिवाय कार्यपद्धतीत बदल झाल्यास त्याला अनुरूप असे बदल सॉफ्टवेअरमध्ये करता येत. यामुळे ते कुठेही उपयोगी ठरत असे.

> **"सॉफ्टवेअर उद्योगामध्ये ८-९ वर्षानंतर तुम्ही प्रोग्रॅमिंग थांबवून व्यवस्थापक बनता, हे चुकीचं आहे. आम्ही अजून प्रोग्रॅम लिहितो. आम्ही अजून तंत्रज्ञान विकसित करतो. उत्पादन अधिक चांगलं बनविण्यासाठी ज्येष्ठांच्या अनुभवाचा उपयोग करून घेतो."**

"चार ते पाच वर्षं आम्ही अतिशय शांतपणे, संयमाने बँकांच्या कामकाजाचा अभ्यास केला. सॉफ्टवेअर तयार करताना तो अभ्यास खूप उपयोगी पडला."

१९९८ पर्यंत कंपनीमध्ये २०० कर्मचारी होते व उलाढाल काही कोटींवर पोहोचली होती. अन्य 'सॉफ्टवेअर सक्सेस स्टोरीज'पासून 'लेझर सॉफ्ट'ची कहाणी वेगळं वळण घेते. कंपनीचा विस्तार किती, उलाढाल किती, कंपनीनं जगाच्या बाजारपेठेवर ठसा उमटविला आहे का, अशा गोष्टींची सुरेश कामत अजिबात पर्वा करत नाही. फक्त फायदा मिळवीत, व्यवसायासाठीच व्यवसाय करणं हे या व्यावसायिकाला मान्य नाही; तर अन्य महत्त्वाच्या गोष्टी साध्य करण्याचं एक

साधन म्हणून तो व्यवसायाकडे पाहतो.

मतलब? 'लेझर सॉफ्ट' कंपनी सीएसआर ॲक्टिव्हिटीजमध्ये रस घेत नाही; सामाजिक जबाबदारीचं भान असणारी ती कंपनी असूनही.

"आम्ही आजपर्यंत एक पैशाचीही लाच दिलेली नाही आणि म्हणून तर इथपर्यंत पोहोचलो," सुरेश कामत सांगतो. पण याच वाक्यानं 'इन्फोसिस'नं सर्वांचं लक्ष वेधून घेतलं होतं. उसमें कौनसी नई बात है?

थांबा, 'लेझर सॉफ्ट'बद्दल अजून बऱ्याच गोष्टी माहीत करून घ्यायच्या आहेत. 'लेझर सॉफ्ट'ची उलाढाल कित्येक पटीत वाढली असती, "परंतु सॉफ्टवेअर हे परवडणाऱ्या किमतीत दिलं पाहिजे यावर आमचा भर असतो." असं सुरेश सांगतो. व्यवसायाचं चित्र तो असं मांडतो :

"वस्तूंच्या बाजारपेठेत दूरध्वनीसारखी वस्तू २००० रुपयांची असेल तर ५० टक्के अधिक किंमत लावून विकली जाते."

"आयटीमध्ये काय होतं? तर दोन हजारांचा फोन असेल, तर तो आयबीएमने बनविला आहे, ती जगातील सर्वांत मोठी कंपनी आहे, त्याचं तंत्रज्ञान खूप गुंतागुंतीचं आहे, असं सांगत दोन हजारांची वस्तू दोन कोटींना विकली जाते!"

सुरेश कामत 'लेझर सॉफ्ट'चंच एक उदाहरण देतो. "कॉर्पोरेशन बँकेच्या सेंट्रल बँकिंग सिस्टिमचे आम्ही संगणकीकरण करून सर्व शाखा जोडून दिल्या. एटीएमही जोडले. हे सर्व काम आम्ही २० कोटी रुपयांत करून दिलं. यातील साडेतीन कोटी ही आमच्या सॉफ्टवेअरची किंमत होती. उरलेला पैसा हा हार्डवेअर, नेटवर्किंग व अन्य सामग्रीसाठी लागला.

तुम्ही अन्य बड्या कंपनीकडे गेला असतात तर याच कामासाठी ५०० कोटी रुपये घेतले असते. फरक लक्षात घ्या!"

'लेझर सॉफ्ट' रास्त नफा कमविते, पण 'मार्केट रेट'च्या तो जवळपासही नाही. कारण मार्केट ग्राहकांना लुबाडत आहे व हा सामाजिक अन्याय आहे, असं 'लेझरसॉफ्ट'ला वाटतं.

"हे पहा... समजा सिमेंट कंपनीने सॉफ्टवेअर घेतलं, तर त्याची किंमत उत्पादनाच्या खर्चात धरली जाते. सॉफ्टवेअरसाठी जास्त पैसे मोजले की साहजिकच सिमेंटचे भाव वाढणार. पेट्रोलियमच्या बाबत हेच आहे. सर्वांचे भाव वाढत जातात व सामान्य माणूस भरडला जातो."

रोखठोक भाषेत बोलायचं तर सॉफ्टवेअर हे काहीतरी अद्‌भुत, गूढ आहे अशी लोकांची समजूत झाल्याने 'मर्सिडिझ बेन्झ'च्या किमतीत 'मारुती' विकली जाते. असा रोखठोक निष्कर्ष मी पहिल्यांदाच ऐकला, पण त्यामध्ये सत्यता किंवा तथ्य असल्याची जाणीवही होत होती...

यामुळेच, अनेक उपयुक्त गोष्टी करूनही 'लेझर सॉफ्ट' फारशी कोणाला माहीत नाही. १९९८ साली २ कोटींची उलाढाल आता ४० कोटींवर गेली व ७०० कर्मचारी काम करू लागले. कोणत्याही उद्योगात ही मोठी कामगिरी मानली जाईल; पण सॉफ्टवेअरमध्ये इतकी उलाढाल करूनही तुम्ही 'छोटे' ठरता.

पण सुरेश कामत थोडा 'वेडा' असल्यानं, याकडे तो गोलिएथस्शी झगडणाऱ्या डेव्हिडप्रमाणे पाहतो.

"आम्ही प्रॉडक्ट बनवितो व इन्फोसिस, टीसीएस अशा बड्या कंपन्यांबरोबर स्पर्धा करतो. आमची कंपनी छोटी आहे, पण आम्ही त्यांची दमछाक करतो."

"आम्ही रास्त भावाने सॉफ्टवेअर विकतो. तरीही दरवर्षी पैसा कमवितो, कर भरतो, पीएफ देतो, आमच्या कर्मचाऱ्यांना चांगला पगार देतो. मला वाटतं, हे योग्य मॉडेल आहे."

"पण इन्फोसिस, विप्रो यांच्याकडे पहा. तुम्हाला तर कुणी ओळखतच नाही!" मी म्हटलं.

"तुम्ही कोणत्याही बँकेत जा. ते मला ओळखतात."

"सर्वसामान्य लोक?"

"होय. त्यांना आमच्याबद्दल माहिती नाही. आम्ही कामाची जाहिरात करत नाही."

आणि सुरेश कामतला त्याची पर्वाही नाही. तो पर्वा करतो ते 'वेगळी क्षमता असणाऱ्या' लोकांना रोजगार मिळवून देण्याची. 'लेझर सॉफ्ट'चं ते एक उद्दिष्टच आहे.

त्याची सुरुवात अशी झाली. १९९० च्या सुरुवातीला कंपनी छोटी होती, पण स्थिर झाली होती. वेगळी क्षमता असणाऱ्यांना कामावर घेण्याचा निर्णय सुरेश कामतने त्याच वेळी घेतला. स्वागतकक्षापासून सुरुवात करायची असं ठरलं. ही गोष्ट बाहेर पसरली आणि एक दिवस पार्थसारथी हा तरुण कंपनीत आला. तो पोलिओमुळे पांगळा झाला होता.

'लेझर सॉफ्ट'च्या कार्यालयात त्याला काही जिने चढावे लागले. पार्थसारथीला ते कठीण गेलं असलं तरी तो सर्व जिने चढला.

"मला भेटण्यासाठी त्याला इतके जिने चढावे लागलेले पाहून मला खूपच खंत वाटली. मी दिलगिरी व्यक्त केली. मी स्वत: खाली आलो असतो, असं त्याला म्हणालो."

पण तो म्हणाला, "नाही. मलाच वर यायचं होतं. कारण मी रोज कामावर येऊ

शकेन की नाही हे मला पाहायचं होतं.''

"तू रोज हे जिने चढशील?'' मी विचारलं.

"होय'' तो म्हणाला.

त्याच क्षणी सुरेशनं त्याला नोकरीवर घेतलं. कामासाठी इतकी मेहनत घेणारा माणूस नक्की यशस्वी होणार यात सुरेशला शंका नव्हती. आणि त्याचा विश्वास सार्थ ठरला.

पार्थसारथीने उत्तम कामगिरी करून दाखविली. सरकारी केंद्रात त्यानं संगणकाचं जुजबी प्रशिक्षण घेतलं होतं. येथे त्यानं प्रोग्रॅमिंग शिकून घेतलं आणि प्रोग्रॅमरपासून तो सॉफ्टवेअर व्यवस्थापकापर्यंत वर चढला. आज त्याच्या मार्गदर्शनाखाली अनेक टीम काम करतात.

"अनेक परदेशी बँकांसाठी पार्थसारथीने काम केलं आहे. तो परदेशात जाऊन आला. स्वतःची गाडी घेतली. लग्न केलं. त्याला दोन मुलं आहेत.'' सुरेशनं लगेचच पार्थसारथींना बोलावून घेतलं. त्या वेळी सर्व जण भावुक झाले होते.

'लेझर सॉफ्ट'च्या ७०० कर्मचाऱ्यांपैकी शंभर जण पार्थसारथीसारखी स्वतःची कहाणी सांगतात. नोकरीची जाहिरात आली की देशभरातून अशा तरुणांचे अर्ज येतात– अगदी दिल्ली, गुजरातमधूनही!

"आम्ही वेगवेगळ्या गटांतील लोकांना घेण्यास सुरुवात केली. पोलिओग्रस्त हा एक गट. तो सर्वांत मोठा आहे. मग कर्णबधिरांना घेऊ लागलो. सुरुवातीला अगदी थोड्या लोकांना घेतलं; कारण संवाद साधण्याची अडचण होती. त्यामुळे प्रशिक्षण देण्यातही अडचणी येत. त्यांची खुणांची भाषा आम्हाला कळत नव्हती.''

पण एकदा या अडचणीवर मात केल्यावर हेच कर्मचारी इतरांना प्रशिक्षण देऊ लागले. आज 'लेझर सॉफ्ट'मध्ये २० कर्णबधिर कर्मचारी काम करतात.

कंपनी 'लाईट' नावाचा विशेष प्रशिक्षण कार्यक्रम अशा लोकांसाठी राबविते. प्रशिक्षणार्थींना दरमहा ५००० रुपये भत्ता दिला जातो व वर्गात प्रशिक्षण दिलं जातं. सहा महिने वा वर्षानंतर त्यांची प्रवेश-परीक्षा घेतली जाते. उत्तीर्ण होणाऱ्यांना नोकरीत घेतलं जातं. बहुतेक सर्व जण उत्तीर्ण होतातच!

"ते इतकी मेहनत घेतात. त्यांची बांधिलकी खूपच घट्ट असते.''

'लेझर सॉफ्ट'मध्ये, वेगळ्या क्षमतेच्या म्हणजे फक्त अपंग व्यक्ती नव्हेत. सॉफ्टवेअर इंडस्ट्री ज्यांना फारशी 'स्मार्ट' मानत नाही अशांनाही येथे वाव मिळतो. आणि धर्मादाय काम म्हणून हे केलं जात नाही.

"आज सॉफ्टवेअर कंपन्या फक्त इंजिनिअर्सना घेतात, हे पूर्णपणे चुकीचं आहे.''

सुरेश साधा युक्तिवाद करतो : "अभियांत्रिकीची पदवी घेतलेले काही तयार

प्रोग्रॅमर्स नसतात. त्यांनाही वर्ष-सहा महिन्यांचं प्रशिक्षण द्यावं लागतं. मग अभियंते नसलेल्यांना प्रशिक्षण देण्यास काय हरकत आहे!''

''अभियांत्रिकीची पदवी नसलेले, किंबहुना फक्त १० वी पास झालेले लोक आमच्याकडे उत्तम दर्जाचं काम करतात. अभियंते त्यांच्या हाताखाली काम करतात. पण काही इंजिनिअर्स खरोखरच विलक्षण हुशार आहेत. ही सर्वच पिढी हुशार आहे. अभियंते वा अन्य कुणी - सर्वांचाच बुद्ध्यांक खूप चांगला आहे.''

एखाद्या ड्रायव्हरला प्रोग्रॅमर व्हायची इच्छा असेल तर त्यांनाही प्रोत्साहन दिलं जातं. ''ड्रायव्हर म्हणून आले व प्रोग्रॅमर झाले असे कितीतरी जण आहेत. खूप गरीब स्थितीतून ते येतात. इथे येतात तेव्हा इंग्लिशही बोलता येत नव्हतं..... आज ते पूर्णपणे बदललेले दिसतात.''

ही वस्तुस्थिती पचविणं जरा जडच जात होतं.

''एखाद्याची मनापासून तयारी असेल, तो मेहनती असेल तर कोणीही प्रोग्रॅमर होऊ शकतो. त्यासाठी अभियांत्रिकीचं शिक्षण वा अभ्यासक्रम करण्याची गरज नाही, असं तुम्ही सुचवीत आहात का?'' मी विचारलं.

''होय.''

''म्हणजे हे प्रशिक्षित इंजिनिअर्स आणि तांत्रिक ज्ञानाचं पाठबळ नसलेले अन्य कर्मचारी यांच्यात तुम्ही फार फरक करीत नाही. योग्य मार्गदर्शन मिळालं तर तांत्रिक पाठबळ नसलेलेही चांगलं काम करू शकतात?''

''होय.''

''शैक्षणिक पात्रता हा काही महत्त्वाचा निकष नसतो. माणूस काय करू शकतो हे महत्त्वाचं.'' त्यानं खुलासा केला.

असा विचार अन्य अनेक मालकांनी केला तर....

खरं तर सर्वांसाठी ही 'विन-विन' परिस्थिती असते. याचा फायदा सर्वांनाच.

''हे इंजिनिअर्स तसेच एमसीए झालेले तरुण– ही हुशार मुले आहेत. त्यांनाही कंपनीचा सामाजिक दृष्टिकोन आवडतो. ते मदत करतात; म्हणून आम्ही जे काही करतो ते एका माणसाचे काम नाही. कंपनीशी त्यांची बांधिलकी आहे. दुसरीकडे अधिक पगार देऊ केला तरी ते जात नाहीत.''

असे निष्ठावान कर्मचारी मिळण्याची आणखीही काही कारणे आहेत. १९९८ मध्ये, 'लेझर सॉफ्ट' नव्या ऑफिसच्या शोधात होती. अन्य कंपन्यांप्रमाणेच त्यांनी 'आयटी' विभागात जागा शोधायला सुरुवात केली. परंतु कर्मचाऱ्यांची, विशेषतः वेगळी क्षमता असलेल्या कर्मचाऱ्यांची सोय लक्षात घेतली पाहिजे, असं सुरेश कामतच्या मनात आलं.

“आम्ही धर्मादाय काम करत आहोत अशी अनेकांची समजूत आहे. मी म्हणतो, हे बिझनेस मॉडेल आहे. गरजूंना यामध्ये रोजगार मिळतो. आम्ही दरवर्षी नफा कमवितो, लाभांश देतो- यात धर्मादाय काय आहे?”

“आम्ही नुम्बमबक्कममध्ये होतो, तेव्हा शहराच्या वेगवेगळ्या भागांतून लोकांना यावं लागत होतं. या लोकांसाठी प्रवास फार जिकिरीचा असतो. बस प्रवास तर भयंकर दिव्य असतो. मग माझ्या मनात आलं की, जिथे कर्मचाऱ्यांची राहण्याची व्यवस्था जवळच होईल अशा ठिकाणी कार्यालय का असू नये?”

आणि मग वलसवरक्कमची निवड करण्यात आली. हा भाग साधासुधा आहे, पण कर्मचारी खूश आहेत.

“१९९० मध्ये येथे १००० रुपये भाड्यात घर मिळत होतं. आज ३००० भाडे पडतं; तरीही खूप स्वस्त आहे. कंपनीनं परिसरातील काही घरं भाड्यानं घेतली व कर्मचारी तेथे राहू लागले. जवळ राहत असल्यानं त्यांच्याकडून कामही अधिक होऊ लागलं.”

“प्रवासाचे २-३ तास वाचले.” सुरेश हसत सांगतो, “ते कधीही घरी जातात, परत येतात व कामाला लागतात. पुन्हा कोणत्याही वेळी काम करू शकतात. वेळेचा ही लवचीकपणा महत्त्वाचा आहे. याचा आम्हाला खूप फायदा होतो. आम्ही दुप्पट वेगाने प्रगती करू लागलो.”

तरीही प्रगतीचा ध्यास इतका घ्यायचा, की अन्य गोष्टींचा विसर पडेल, असं कंपनीनं कधीही केलं नाही.

“जिथे लोक शिकत राहतील, कामात नैपुण्य दाखवतील, मात्र तरीही त्यांच्यावर ताण असणार नाही, असं चांगलं वातावरण मला निर्माण करायचं आहे. त्यांना जगण्यासाठी चांगलं आयुष्य मिळालं पाहिजे; ते तंदुरुस्त राहिले पाहिजेत. आम्ही चांगलं काम करतो. ना तणाव, ना दबाव. लोकांना कौशल्य दाखविण्याचं पूर्ण स्वातंत्र्य. नवं काहीतरी शोधणं हाच स्वातंत्र्याचा अर्थ. लोक सतत नवीन काहीतरी करतात व उत्तम काम करून दाखवितात.”

अशा वातावरणात कोण नोकरी सोडून जाईल? निष्ठावान कर्मचाऱ्यांची संख्या इथे फार मोठी आहे. इतकी, की पहिल्या पाच कर्मचाऱ्यांपैकी चार जण अद्याप कंपनीत आहेत!

तर अशी ही कंपनी आहे.... दरवर्षी २० टक्के व्यवसायात वाढ, बँकेचे कर्ज नाही, देणे नाही, समाधानी कर्मचारीवर्ग आणि बाहेरून कोणताही भांडवल पुरवठा नाही. वंडरफूल! आणि या संबंधात आणखी एक कहाणी आहे.

“२००० मध्ये आयएलएफएसकडून आम्ही गुंतवणूक करून घेतली. आपण बाहेरून भांडवल घेऊन व्यवसाय वेगानं वाढविला पाहिजे, असं अनेकांनी सुचविलं.”

‘लेझर सॉफ्ट’ची उलाढाल त्या वेळी ५ कोटी रुपयांची होती. आयएलएफएसने त्याचं मूल्य ३० कोटी ठरविलं व १६ टक्के भागभांडवल खरेदी केलं. पण तीन वर्षांतच, कंपनी विकून भांडवल काढून घेण्याचा मनोदय आयएलएफएसने दर्शविला. आता आयटीमधील कोणीही प्रवर्तक भरपूर पैसा मिळवून देणारी अशी संधी सोडणार नाही. पण सुरेश त्यातील नव्हता. त्याला कंपनी चालवायची होती, तिची वाढ करायची होती. शिवाय कंपनीचं सामाजिक भान, मिशन नव्या मालकाच्या लक्षात आलं नाही तर?

आयएलएफएस इतकी घाई का करीत होती? ‘लेझर सॉफ्ट’ पुरेशा वेगानं वाढत नाही, असं त्यांना वाटत होतं का?

“आमचा व्यवसाय वाढत होता. पण त्यांना या गुंतवणुकीतून फायदा कमवायचा होता.” त्या वेळी अनेक जण पुढे आले– अगदी सिमेन्स, आय-फ्लेक्ससारखे. त्यांची आयएलएफएसचे शेअर्सच नव्हे तर संपूर्ण कंपनी विकत घ्यायची तयारी होती. तो सर्व अनुभव तितकासा चांगला नव्हता.

“या घडामोडी घडत असताना आम्ही काम करू शकत नव्हतो. कामात मन लागत नव्हतं. वेळ फुकट जात होता. कर्मचारी चिंतेत होते. कंपनी विकली गेल्यास आमचं काय, हा प्रश्न त्यांना भेडसावीत होता.”

“आयटी कंपन्या स्वतःला रॉकेट सायन्समधील मानतात, स्वतःभोवती प्रसिद्धीचं वलय उभे करतात. तशी वस्तुस्थिती नाही. चांगलं प्रॉडक्ट तयार करण्यासाठी फॅन्सी कॅम्पसची गरज नसते.”

तेव्हा कंपनी न विकण्याचा निर्णय मी घेतला. आयएलएफएसचं भांडवल पुन्हा विकत घेणं हाच यातून बाहेर पडण्याचा मार्ग होता. २००६ मध्ये सुरेशनं हेच केलं. मालकाचं भांडवल, कर्मचाऱ्यांची मदत, बँकांकडून कर्ज यांच्या साहाय्याने ‘लेझर सॉफ्ट’ या व्यवहारातून बाहेर पडली.

“आय-फ्लेक्सनं देऊ केलेल्या भावानेच आम्ही आयएलएफएसकडून शेअर्स परत घेतले. सर्व कर्मचाऱ्यांनी मदत केली -अगदी पाच हजारापासून एक लाखापर्यंत. त्यांच्या बचतीतून त्यांनी हे पैसे दिले. सुमारे साडेचार कोटींचं कर्ज मी अजूनही फेडत आहे.”

हा सर्व प्रवास थक्क करणारा आहे. पुढे काय?

“आजपासून पाच वर्षांनंतर आम्ही साधारण १३० कोटींपर्यंत जाऊ अशी अपेक्षा आहे. साधारण २५०० कर्मचारी त्या वेळी असतील.”

'लेझर सॉफ्ट'चे ७० टक्के ग्राहक हे भारतातील आहेत. युरोप, आखाती देश व आफ्रिका येथे अन्य ग्राहक आहेत. "आता आम्हाला अमेरिकेत काम करायचं आहे." सुरेश सांगतो.

भारतातील आयटी कंपन्यांच्या मोठ्या कंपन्यांबरोबर ही छोटी कंपनी कशी स्पर्धा करणार? 'तांत्रिक कौशल्याच्या बळावर' सुरेशचं उत्तर तयार असतं.

"जावा प्रणाली वापरून बँकिंग सिस्टिम तयार करणारे भारतातच नव्हे तर जगात आम्ही एकमेव आहोत, असं मला वाटतं. आमच्या सॉफ्टवेअरची काही वैशिष्ट्ये आहेत. ते अनेक ठिकाणी वापरता येणारं आहे. ते मास बँकिंगसाठी उपयुक्त ठरतं व किंमतही कमी आहे."

२००८ मध्ये ३५ ते ४० नवीन बँकांकडून 'लेझर सॉफ्ट'ला काम मिळालं. मंदीचा कंपनीला फायदाच झाला.

"बँका अचानक शहाण्या झाल्या. पैसा वाचविला पाहिजे हे त्यांच्या लक्षात आलं. रास्त किमतीमुळे आमचं सॉफ्टवेअर त्यांना आकर्षित करू लागलं."

विक्रीशास्त्र हे आता अतिशय महत्त्वाचं ठरत आहे. स्वच्छ, सरळ कारभार करणाऱ्या कंपनीला वाटेल तशी विक्री व्यवस्था करणं जड जातं. 'लेझर सॉफ्ट'ची ही कमकुवत जागा आहे. सुरेशनं यासाठी स्टेट बँकेचे माजी एमडी वेंकटाचलम यांची मदत घेतली व त्यांना कंपनीचे अध्यक्ष केलं.

"मला त्यांच्याबद्दल खूप आदर वाटतो. त्या माणसाकडे ज्ञान आहे, दृष्टी आहे, नैतिक आचरण आहे. आम्हाला त्यांच्याकडून खूप प्रेरणा मिळते. मी त्यांना विनंती केली– सर, तुम्ही आमचे अध्यक्ष व्हा. शोभेपुरतं नव्हे तर अर्थशास्त्र, विक्रीशास्त्र, गुंतवणूक हे सर्व काही तुम्ही पहा. आमचा व्यावसायिक आराखडा तुम्ही ठरवा."

अध्यक्षांच्या मार्गदर्शनाखाली 'लेझर सॉफ्ट'ने व्यावसायिक मार्केटिंग टीम बनविली. लगेच फरक दिसून आला. "लोक परदेशी जाऊ लागले. ऑर्डर्स आणू लागले. आखातातील मश्रीक बँकेसारखे ग्राहक मिळाले."

भविष्यात कोषागार, म्युच्युअल फंड, परकीय चलन अशा व्यवहारांसाठी प्रॉडक्ट बनविण्यास खूप संधी आहे असं सुरेशला वाटतं. याशिवाय आरोग्यसेवा आहेच. बँकिंगनंतर 'लेझर सॉफ्ट' याच क्षेत्रात नाव कमवून आहे. "विविध क्षेत्रांना जोडणाऱ्या सॉफ्टवेअरमध्ये सर्वात जास्त संधी आहेत. किंबहुना तेच मूलभूत काम आहे," असं सुरेश सांगतो.

"भविष्यात, निरनिराळी क्षेत्रं एकमेकांच्या अधिकाधिक संपर्कात येणार. आम्ही किरकोळ वितरण, बँकिंग, आरोग्यविषयक अशा वेगवेगळ्या क्षेत्रांसाठी सॉफ्टवेअर बनवीत असलो तरी शेवटी हे सर्व मोबाइल फोनद्वारे एकत्र येणार आहे." 'लेझर सॉफ्ट' या दिशेनं प्रयत्न करीत असून या बदलाला पूरक अशी प्रॉडक्ट्स तयार करीत आहे.

"आजपर्यंत जे कुणी केलं नाही ते करणं हे आमचं ध्येय असतं." उदाहरणार्थ, बँकेतील डेस्कटॉप पीसीच्या अनेक दुर्लक्षित क्षमता 'लेझर सॉफ्ट'ने वापरात आणल्या. यामुळे हार्डवेअरची गरज खूप कमी झाली.

तांत्रिक तपशील बाजूला राहू द्या.. रोज सकाळी कामावर येताना हा माणूस ताजातवाना, तरतरीत असतो, उत्साही दिसतो हे महत्त्वाचं.

"तंत्रज्ञानाची क्षमता इतकी मोठी आहे, की आम्ही त्यात गुंग होऊन जातो. नवनवीन गोष्टी समोर येत असतात. कधीकधी १८ ते २० तास काम करतो. पण आम्ही समतोलही साधतो- सुट्टी घेतो, कुटुंबाबरोबर वेळ घालवितो."

सुरेशला पत्नीचा आधार वाटतो आणि दोन छोट्या मुलींचं कौतुक!

शेवटी एकच गोष्ट मोलाची असते. ती म्हणजे 'प्रेम'.

ज्यांच्याबरोबर जगतो त्यांच्याबद्दल प्रेम.

कार्यालयातील कर्मचाऱ्यांबद्दल प्रेम.

संवादात डोकावणारं प्रेम.

कामात दिसणारं प्रेम.

भेदाभेद न मानता, सर्व मानवांबद्दलचं प्रेम.

"सामान्य माणसंच असामान्य काम करून दाखवितात, यावर माझा विश्वास आहे. आपण असामान्य आहोत असा कुणाचा समज झाला तर त्या माणसाकडून सामान्य काम होतं. आपण असामान्य नाही हे ध्यानात आलं की कामावर लक्ष केंद्रित होतं. शेवटी टीमवर्कच महत्त्वाचं."

व्यवसायातून प्रकट होणारा स्वामी विवेकानंदांचा 'ज्ञानयोग' हाच का?

"अगदी बरोबर."

'लेझर सॉफ्ट'च्या ऑफिसातून मी बाहेर पडत असतानाच पोलिओ झालेला एक तरुण कुबड्यांच्या साहाय्याने आत शिरत होता.

मी हसले. मनाशी म्हटलं, 'हे जग सुंदर आहे!'

नंतर जोडलेला मजकूर :

मी सुरेश कामतला भेटल्यानंतर सहा महिन्यांतच एक आश्चर्यकारक घटना घडली. १५ ऑक्टोबर २००९ रोजी पोलारिसने 'लेझर सॉफ्ट' इन्फोसिस्टिम्स ५२ कोटींना विकत घेतली.

आजपर्यंत तरी, 'लेझरसॉफ्ट' ही स्वतंत्र संस्था म्हणून अस्तित्वात आहे.

शेवटी कधी ना कधी गोलिएथ डेव्हिडला गिळंकृत करतातच. मात्र जेव्हा असं घडतं, तेव्हा विशाल हृदयाच्या छोट्या कंपनीचा व्यावसायिक गोडवा बड्या बड्या सॉफ्टवेअर कंपन्यांच्या धमन्यांतून वाहू लागतो. निदान मला तशी आशा वाटते.

◆

तरुण उद्योजकांना सल्ला

गेली २३ वर्षे हाती घेतलेल्या प्रत्येक कामातून मी खूप आनंद मिळविला आणि त्यामुळेच सुरुवातीच्या काळात होता तोच उत्साह आजही माझ्यात आहे.

ज्याची आवड आहे व ज्याबद्दल तुम्हाला खात्री वाटते अशाच क्षेत्रात व्यवसाय करण्यास सुरुवात करा. मात्र तुम्ही काहीतरी वेगळं करून दाखविलं पाहिजे. लोक काय म्हणतील याची पर्वा करू नका. प्रामाणिकपणे धंदा होत नाही, अप्रामाणिक व्हावंच लागतं, असं लोक म्हणतात, हे चुकीचं आहे. प्रामाणिकपणे काम करूनही यशस्वी होता येतं.

देशासाठी, येथील लोकांसाठी काहीतरी करण्याची प्रेरणा मनात जागृत होऊ द्या. खूप काही करण्याची गरज आहे. गरजूंची संख्या खूप मोठी आहे. हे आव्हान स्वीकारा व कामाला लागा! तुमच्यात नक्कीच क्षमता आहे.

समाजात आनंद निर्माण करा. शेवटी तेच सर्वात मौल्यवान काम असतं. मनाला शांती नसेल तर कितीही पैसा मिळाला तरी तो व्यर्थ असतो.

पैसे देणारी कार

रघू खन्ना,
कॅश युअर ड्राइव्ह

रघू खन्ना हा २४ वर्षांचा तरुण. कॉलेजातून बाहेर पडताच त्यानं स्वतःची कंपनी सुरू केली. 'कॅश युअर ड्राइव्ह' ही त्याची साधीसुधी कल्पना. ना भांडवलाची गरज, ना ऑफिसची, ना फॅन्सी तंत्रज्ञानाची. त्याची कहाणी ऐकली की वाटतं, अनुभव या गोष्टीला आपण अवास्तव महत्त्व देतो... काम सुरू करायला 'आज'च्या सारखी उत्तम वेळ नाही.

उद्योजकांच्या एका मेळाव्यात मी रघूला प्रथम भेटले. ''फारच तरुण वयात हा व्यवसायात शिरला आहे,'' असं मनात आलंच.

मुलाखती घेण्यासाठी उद्योजकांची मी जी यादी करीत होते, त्यातून रघूचं नाव काढून टाकलं.

पण त्याचं भाषण ऐकताना मला जाणवलं, की रघू हा ऑगस्ट २००८ पासून नव्हे तर जन्मापासूनच उद्योजक आहे.

शाळेत, कॉलेजात, त्यानं निवडलेल्या करिअर क्षेत्रात - सर्वत्र रघूने विविध आव्हानांशी सामना केला व त्यावर मात केली. आयआयटीमध्ये हवा तो विषय मिळविणं असो, परदेशातील इंटर्नशिप असो, स्वत:चा तारुण्यसुलभ चार्म, बुद्धी आणि दुसऱ्याला गुंग करून टाकण्याची कला यांचा खुबीने वापर करत त्यानं आपल्याला हवं ते मिळविलं आणि स्वप्नं प्रत्यक्षात आणली.

कंपनी सुरू केल्यापासून अवघ्या १६ महिन्यांत एका साध्या, सहज नक्कल करता येईल अशा कल्पनेतून रघूने 'प्रोप्रायटरी बिझनेस' सुरू केला.

''भारतात कुठेही, तुम्ही मला कोणतीही मोटार द्या, तुमची जाहिरात मी त्यावर लावून दाखवेनच.'' तो जाहीर करतो.

रघू हे 'जुगाड' चं जितंजागतं उदाहरण आहे.

म्हणजे परिस्थिती कोणतीही असू दे, डावपेच लढवून मी त्यातून बाहेर पडेनच.

कारण मनातून त्याला पक्कं माहीत आहे की, बुद्धी वापरली, कल्पनेला थोडा ताण दिला.... तर मार्ग सापडतोच.... काहीही करण्यासाठी!

पैसे देणारी कार

रघू खन्ना,
कॅश युअर ड्राइव्ह

रघू खन्ना जन्मला, वाढला आणि थोडा 'बिघडला' तो सिमल्यामध्ये.

"सिमल्याच्या सेंट एडवर्ड्स स्कूलमध्ये मी शिकलो. हिमाचल प्रदेश विश्वविद्यालयात वडील प्राध्यापक होते. राज्यशास्त्र हा त्यांचा विषय. आई घरकामात दंग असे."

पाचवीत असतानाच त्याच्या डोक्यात कल्पना आली ती पणत्या विकायची. मित्रांना बरोबर घेऊन त्याने दिवाळीत पणत्या विकण्याचा उद्योग केला.

"गमला बनविणाऱ्या माणसाला मी गाठलं व छोट्या पणत्या करून घेतल्या. मग घरोघरी जाऊन आम्ही त्या विकल्या."

प्रत्येक ग्राहकाला 'बिल'ही देण्यात आलं. त्यावर दुकानाचं नाव 'मटका हाउस' होतं व खाली रघूची झोकदार स्वाक्षरी.

"एक रुपयाला पणती घेऊन दीड रुपयाला विकली. मिळालेला नफा आइस्क्रीम व क्रिकेट बॉल्सवर खर्च झाला."

शाळेत रघू मागच्या बाकावरचा विद्यार्थी होता. अभ्यासापेक्षा नृत्य व अन्य कार्यक्रमात जास्त रमणारा.

सहावीत असताना इतिहासात दोन मार्कांनी रघू नापास झाला. शिक्षिकेने त्याला म्हटलं, "मी तुला वाढीव गुण देऊ शकते. पर तुम्हें इसकी आदत पड जाएगी.... जास्त अभ्यास करायला तू का सुरुवात करत नाहीस?"

रघूने हा सल्ला मनापासून मानला व वेळ फुकट दवडणं थांबविलं. आठवीत तो वर्गात तिसरा आला.

"मी काहीही करू शकतो, हा आत्मविश्वास त्या वेळी मला आला."

दहावीला उत्तम गुण मिळविल्यानंतर चंडीगढला आजीकडे रघूची रवानगी झाली. 'आयआयटी जी'साठी त्याची तयारी सुरू झाली. तेथे हुशार मुलं भरपूर होती. भौतिकशास्त्राच्या शिकवणी वर्गात घेतलेल्या पहिल्या परीक्षेत रघूला शून्य गुण मिळाले. पण तो प्रयत्न करीत राहिला.

आयआयटीमध्ये जायचेच हा निश्चय मनात दृढ होत गेला.

“जेईईला अनेक जण बसतात आणि मग सीईटीचा प्रयत्न करतात व शेवटी एनआयआयटीवर समाधान मानतात....अपयशाची भीती भव्य स्वप्नं पाहू देत नाही. मला त्याचा अनुभव असल्यानं मी चिंता केली नाही.”

रघू उत्तीर्ण झाला तो ३६८९ क्रमांकानं. गुवाहाटी आयआयटीत बॅचलर ऑफ डिझाइन प्रोग्रॅम या शाखेत त्याला प्रवेश मिळाला. अन्य आयआयटीत वा शाखेत प्रवेश मिळणं शक्य नव्हतं.

“ईश्वराकडे कोणतीही गोष्ट मी निश्चितपणे, मला हवी तशी मागत नाही, हा माझा प्रॉब्लेम आहे. त्यानं मला आयआयटीत पाठविलं, पण हवा तो अभ्यासक्रम दिला नाही!”

रघू आयआयटीत दाखल झाला. पण डिझाइन हा आपला विषय नाही, हे लवकरच त्याच्या लक्षात आलं. दुसरा अभ्यासक्रम मिळविण्याची त्याची धडपडही वाया गेली.

“पहिल्या सत्रात मोठ्या विद्यार्थ्यांबरोबर मी खूप वेळ घालवीत असे. ‘मला हा विषय खरोखरच आवडत नाही, काय करू?’ त्यांना विचारीत असे.” एकाने रघूच्या हातात पुस्तक दिलं– ‘हू मुव्हड माय चीज’ आणि सल्ला दिला....‘आयुष्य असंच असतं. ते जसं आहे तसं स्वीकारत जा!’

पण असा स्वीकार रघूला जमला नाही. २००४ च्या जानेवारीत तो दप्तर गुंडाळून घरी परतला. ‘आयआयटी जेईई’च्या पुन्हा तयारीसाठी फक्त तीन महिने उरले होते आणि अभ्यासाला पहिल्यापासून सुरुवात करायची होती.

“डिझाइनच्या अभ्यासक्रमात भौतिकशास्त्र, रसायनशास्त्र, गणित हे विषयच नसल्यानं माझा संपर्कच तुटला होता. सर्व ट्यूशन क्लासेस भरले होते. पण मला प्राध्यापक बी. एम. शर्मा भेटले. रात्री उशिरा त्यांच्याकडे जाऊन मी फिजिक्सच्या शंका सोडवून घेत असे.”

काळ बराच कठीण होता. पण आतून कुणीतरी सांगत असे......काम करत रहा! टेन्शन मत लो! परिस्थिती बदलेल!

जेईईच्या प्राथमिक परीक्षेत रघू १०४०वा आला; पण मुख्य परीक्षेत २५५९ वर घसरला. एआयईईई मधील त्याची रॅन्क १६१० वी होती. म्हणजे स्थानिक कॉलेज वा एनआयटीमध्ये प्रवेश मिळणं सुलभ होतं. पण आयआयटीचा अनुभव रघूला स्वस्थ बसू देईना.

“युरोपमध्ये दोन इंटर्नशिप्स केल्यामुळे परदेशी जाण्याची क्रेझ माझ्यात नव्हती. मी जग पाहिलं होतं!”

२५०० क्रमांकामुळे रघूसमोर तीन पर्याय होते. दिल्ली आयआयटीत टेक्सटाइल इंजिनिअरिंग, सरकी आयआयटीत आर्किटेक्चर किंवा भूगर्भशास्त्रात एम.एस्सी. यापेक्षा सिव्हिल इंजिनिअरिंग चांगलं असा विचार करून रघू पुन्हा गोहत्तीच्या आयआयटीत आला.

"तुला पुन्हा तेथे जमवून घेता येईल?" आईनं विचारलं.

"मला काहीतरी केलंच पाहिजे. स्वत:ला सिद्ध करण्याची ही संधी आहे." त्यानं उत्तर दिलं.

'आयआयटी जी'च्या कॅम्पसमध्ये रघू परत आला. काही जण समजले हा नापास झाला आहे, तर काही जणांना वाटलं, तो प्रारंभिक अभ्यासक्रम करून आला आहे.

अभ्यासक्रम बदलण्याची मुभा आता आयआयटीत होती. रघूने झटून अभ्यास केला. त्याचा सीजीपीए ९.१४ होता. या गुणांमुळे त्याला सिव्हिल इंजिनिअरिंग सोडून 'इलेक्ट्रॉनिक्स ॲन्ड कम्युनिकेशन'च्या अभ्यासक्रमाला प्रवेश मिळाला.

"मी जाम खूश झालो. गोव्याला सुट्टीसाठी निघून गेलो. धमाल केली. पण आयआयटीत परतल्यावर 'डिस्कोज' चा सामना करावा लागला. डिस्कोज म्हणजे शिस्तपालन समितीची कारवाई." (Discipline Committee Actions)

एक प्रकरण तो डिझाइनचा विद्यार्थी असतानाचं होतं. त्याचं कोणाशी तरी भांडण झालं होतं. दुसरं प्रकरण 'वाईल्ड पार्टी'चं होतं. उपसंचालकांनी त्याला रंगेहाथ पकडलं होतं.

प्राध्यापक गोंधळले. कारण तेथे दोन फायली होत्या. 'रघू खन्ना, दुसरे वर्ष' अशी एक, तर 'रघू खन्ना, तिसरे वर्ष' अशी दुसरी.

"दोन्ही रघू खन्ना एकच आहेत हे मला पटवून द्यावं लागलं. आयआयटीत माझे तीन रोल नंबर होते व तीन आयकार्ड्स होती -डिझाइन, सिव्हिल व इलेक्ट्रॉनिक्सचे प्रत्येकी एक - या भानगडीतून मी कसातरी बाहेर पडलो."

तिसऱ्या वर्षाचे काही विद्यार्थी इंटर्नशिप घेऊन परदेशी जात होते. आपण का जाऊ नये, असा विचार रघूने केला.

मग त्यानं एका वरच्या वर्गातल्या मुलाचा सीव्ही घेतला. त्यात आवश्यक ते बदल केले व इटलीतील एका प्रोफेसरकडे पाठवून दिला. 'सीव्ही'सोबत रघूने आयआयटीचं भव्य चित्र रंगविणारं टिपण जोडलं. व्होडाफोनचे त्या वेळचे सीईओ अरुण सरीन यांच्यासारखे विद्यार्थी येथून शिकल्याचं आवर्जून नमूद केलं.

"तो बेसिकली आपने टुक्का मारा?" मी विचारलं.

"अगदी बरोबर- जास्तीत जास्त काय होणार होतं? मला इंटर्नशिप मिळाली नसती. पण प्रयत्न करण्यात काय बिघडलं? आयआयटी मुंबईकडून इंटर्नशिपची

एक ऑफर माझ्याकडे होतीच.''

पण रोम विश्वविद्यालयातील प्रोफेसर दलिरिओ यांचा फोन आला. त्यांनी तिकिटाची व राहण्याची व्यवस्था केली. शिवाय ३५० युरोचा स्टायपेंड देऊ केला.

एक छोटी समस्या होती. जावा व सी++ या प्रोग्रॅमिंग लँग्वेजशी परिचय असल्याचं रघूनं आपल्या 'सीव्ही'त म्हटलं होतं. पण दोन्ही भाषा त्याला येत नव्हत्या.

''जर खरोखरच गरज पडली तर काहीतरी मार्ग काढू'' त्याने स्वत:शी विचार केला व तसंच त्यानं केलं.

''रजत गुप्ता माझे आदर्श होते. आयटीसी सोडून ते हार्वर्डला गेले. तेथून मॅकेन्झी व आता पहा कशी उंच भरारी घेतली आहे! आम्ही आयआयटीएन्स -आम्ही काहीही करू शकतो, असा मला विश्वास वाटत होता. दिमाग तो है ना!''

मूळ कोड इटालियन भाषेत असले तरी एका पीएच.डी. विद्यार्थ्यानं त्याचं इंग्रजीत भाषांतर केलं होतं. संगणक आज्ञावलीतील (प्रोग्रॅम) त्रुटी शोधून त्या दूर करणं हे रघूचं एक काम असलं तरी मुख्य काम अपंगांना संगणक वापरण्यास सुलभ होईल, असं सॉफ्टवेअर बनविणं हे होतं. डोळ्यांतील बुबुळांच्या हालचालींचा त्यासाठी अभ्यास करायचा होता.

'जुगाड'ची पद्धत केवळ प्रयोगशाळेतच नव्हे तर स्वयंपाकघरातही उपयोगी पडली. 'इंडियन खाना' खाण्याची फर्माईश प्राध्यापक दलिरिओ यांनी करताच रघूने राजमा चावलची डिश पेश केली.

''खरं तर मी चिकन मसाला वापरला. कारण तेथील भारतीय दुकानात तोच उपलब्ध होता. प्राध्यापकांनी राजमा खाल्लेला नाही हे मला माहीत होतं, आणि पदार्थ झणझणीत झाला की तो 'इंडियन' म्हणून खपतो.''

इतकंच नाही तर पैसा कसा कारणी लावायचा हेही रघू शिकला. त्याला मिळणाऱ्या तुटपुंज्या स्टायपेंडचा जास्तीत जास्त फायदा मिळविण्यास त्यानं सुरुवात केली.

''स्वस्त आणि मस्त तिकिटं मिळवून युरोपभर विमानानं हिंडलो.''

कसं काय?

''मला सर्च कराव्या लागणाऱ्या वस्तू घाऊक पद्धतीनं खरेदी केल्या की स्वस्त पडतात हे मी शिकलो.''

साधं भाजीचं उदाहरण घ्या. टोमॅटो हवे असलेल्या १० जणांना शोधून रघू एकदम खरेदी करायचा व चांगली रक्कम साठवायचा. अशा साठवणुकीतून त्यानं आयपॉडही घेतला.

२५० युरो इतकी अमानत रक्कम न भरताही व्हेनिसमधील जगातील सर्वांत

प्राचीन कॅसिनोमध्ये रघूने फेरी मारली बाऊन्सरवर आपल्या चार्मचा वापर करत!

"मी ३० सेन्टनी सुरुवात केली व ३ युरोचा नफा कमविला. तो मस्त अनुभव होता."

रघू गुवाहाटी आयआयटीत परतला. पण इटलीतील प्रोजेक्ट त्याच्या डोक्यात घोळत होता. त्या सॉफ्टवेअरचा अन्य काही उपयोग करता येईल का?

"ड्रायव्हरला पेंग आल्यामुळे झालेल्या अपघाताची बातमी मी वाचली आणि मनात आलं की, इथे याचा उपयोग शक्य आहे."

डोळ्याच्या पापण्यांच्या हालचालीची अधिक तपशिलात नोंद करता आली तर पेंग कधी येईल याचा अंदाज करणं शक्य होतं. बीएमडब्ल्यू, वोक्सव्हॅगन अशा बड्या कंपन्यांना यामध्ये रस असल्याचं त्याला कळलं.

'ड्राऊझी ड्रायव्हर डिटेक्टर सिस्टिम'वर रघू काम करू लागला. आयआयटीतील 'बिझिनेस प्लॅन' स्पर्धेत त्यानं हा प्रकल्प मांडला व पहिलं बक्षीस पटकाविलं. फिलिप्सच्या 'सहजसोपं आव्हान'मध्ये भाग घेण्याचा आत्मविश्वास रघूमध्ये आला.

तो मुंबईला विमानानं आला. 'लाखो डॉलर्स'चे प्रकल्प घेऊन अन्य १९ जण दाखल झाले होते. 'कॉन्टेस्टट्विन'चे संस्थापक आलोक केजरीवाल या स्पर्धेचे एक परीक्षक होते. रघूचा त्यांच्याशी परिचय झाला.

"ही कंपनी सुरू करण्याची कल्पना तुम्हाला कशी सुचली?" रघूनं आलोकना विचारले.

"मी सोफ्यावर बसलो होतो..... कल्पना सुचली" आलोकने उत्तर दिलं.

'नवी कल्पना' हीच जबरदस्त शक्ती असते. ती दुभती गाय बनू शकते हे रघूच्या मनावर ठसलं.

तो कॅम्पसवर परत आला तेव्हा '**Schlumberger**' या नामवंत कंपनीसाठी मुलाखती सुरू झाल्या होत्या. पहिल्या फेरीत उत्तीर्ण झाल्यामुळं त्याला संधी मिळण्याची शक्यता सर्वाधिक होती.

"तुला कंपनीत घेतलं नाही तर काय करशील?" रघूला विचारण्यात आलं.

फिलिप्स स्पर्धेतील प्रवेशाची झिंग अद्याप ओसरली नव्हती. "मी स्वत:चा व्यवसाय सुरू करीन." रघुने उत्तर दिलं.

"मग आमच्याबरोबर काम करण्याची गरज काय?" रघूला विचारण्यात आलं.

"व्यवसायासाठी पैसे मिळावेत म्हणून नोकरी." रघूचं उत्तर तयार होतं.

आता नोकरीसाठीच्या मुलाखतीत असं उत्तर देणं बरोबर नव्हतं.... नोकरी हातातून गेली. आता काय?

'सॅमसंग'मध्ये नोकरी मिळविण्यात रघूला यश मिळालं; पण दरम्यान आपल्याच विषयात 'एमएस' करण्याचा निर्णय त्यानं घेतला. याच्या बरोबरीने वित्तशास्त्र

शिकण्याचं त्यानं ठरविलं. या विषयाचं त्याला आकर्षण होतं. आयआयटीतच अभ्यास सुरू झाला.

"प्रत्येक विषयाचा अभ्यासखर्च ७ ते १० हजार रुपये होता. पण मी धोका पत्करला आणि लंडन स्कूल ऑफ इकॉनॉमिक्स मधून फायनान्समध्ये एमएस केलं. शिवाय जॉर्जिया टेकमधून फायनान्शिअल इंजिनिअरिंगमध्ये मास्टर्स केलं.... आता भवितव्य नक्की झालं..." मी विचार केला.

आयआयटीतील चौथ्या वर्षी रघूला कावीळ झाली. आराम करण्यासाठी तो सिमल्याला आला. गुवाहाटीचं विमान पकडण्यासाठी सिमल्याहून निघाला असताना एका ट्रकच्या मागच्या बाजूनं त्याचं लक्ष वेधलं. त्यावर पंजाबीत एक ठसकेदार मजकूर लिहिलेला होता.

"याची मस्त जिंगल बनेल," त्याच्या मनात आलं.

...आणि त्या क्षणी एक कल्पना स्फुरली.

"ॲड एजन्सी कार व ट्रक यांचा माध्यम म्हणून का उपयोग करून घेत नाहीत?"

कॅम्पसला परतल्यावर रघूने ही कल्पना मित्रांसमोर मांडली. पण बहुतेकांनी शंका व्यक्त केल्या. दुसऱ्याची जाहिरात स्वत:च्या मोटारीवर करण्यास कारमालक तयार होतील का? "ऑर्कुटवर कम्युनिटी करून चाचपणी का करून घेत नाहीस," काही मित्रांनी सुचविलं.

खरंच, का नाही? रघूनं विचार केला.

यातून 'ब्रॅन्ड ऑन व्हील' कम्युनिटी ऑर्कुटवर अवतरली. त्यावर एकच प्रश्न केला होता, "तुमच्या कारवर स्टिकर चिकटविण्याच्या बदल्यात पैसे मिळविण्यास उत्सुक आहात का? असाल तर इथे रजिस्टर करा."

कोणत्या पद्धतीचे स्टिकर चालतील याची काहीही कल्पना रघूला नव्हती. पण 'परमिशन मार्केटिंग'बद्दल त्यानं ऐकलं होतं. ४० जणांनी सांगितलं, 'यस, आमची तयारी आहे. आम्ही तुला परवानगी देतो.'

दरम्यान, आयआयटी गुवाहाटीची पदवी रघूला मिळाली होती. 'सॅमसंग'मध्ये नोकरीही. पण त्याला आणखी शिक्षण घ्यायचं होतं. जॉर्जिया टेकमध्ये जाण्याचं जवळपास निश्चित झालं होतं.

पण काही गप्पांतून त्याचं विचारचक्र वेगळ्या दिशेने सुरू झालं. चुलतभावाचा मित्र अमेरिकेतून शिक्षण घेऊन आला होता व त्यानं नवा व्यवसायही सुरू केला होता. तो म्हणाला, "तू बाहर जाएगा. मास्टर्स करेगा; तुझे यही लगेगा....की इंडिया आकर बिझनेस शुरू करूँ... मग आत्ताच का व्यवसाय सुरू करत नाहीस?"

काही महिन्यांची उसंत होती. या काळात, आपल्याला सुचलेल्या 'गाडीवर

जाहिरात' या कल्पनेवर काम करण्याचं रघूनं ठरविलं. वेबसाईट बनवून त्यानं त्याच्या प्रसाराला सुरुवात केली.

"माझ्या कल्पना मांडणारं एक प्रसिद्धिपत्रक तयार केलं. माझ्या आयआयटी शिक्षणाचा मुद्दाम उल्लेख केला. मग अनेक वृत्तपत्र कार्यालयांत गेलो."

एका सकाळी रवी पी. तिवारी यांचा फोन आला.

"मैं 'हिंदुस्तान'से बोल रहा हूँ," फोनवरून आवाज आला.

""हिंदुस्तान'से मैं भी बोल रहा हूँ," रघू पुटपुटला. पण हा फोन 'हिंदुस्तान' वृत्तपत्रातून आल्याचं त्याच्या लागलीच लक्षात आलं. हिंदुस्तान टाइम्स ग्रुपचं हे हिंदी वृत्तपत्र आहे.

"ब्रॅन्ड मॅनेजर्सना मी भेटतो तेव्हा त्यांच्या काही चक्रम कल्पना ऐकून चक्रावून जातो. 'सर, ये हो नहीं सकता' असं मी म्हटलं तर ते म्हणतात, "मी ग्राहक आहे. मी काहीही मागणी करू शकतो."

हिंदी पत्रकारितेच्या पद्धतीने मीठ-मसाला लावून तिवारी यांनी बातमी प्रसिद्ध केली. 'बिझनेस के धुरंधरों का नया आयडिया'

मोटारी त्यांच्या मालकांना कसा पैसा मिळवून देऊ शकतात याचं वर्णन या छोट्या लेखात केलं होतं. शिवाय रघूचा दूरध्वनी ठसठशीतपणे छापला होता.

"मी झोपेतून पुरता जागा होण्यापूर्वीच फोन घणघणू लागला. लोक या योजनेची विचारणा करीत होते. पैसा कसा मिळणार हे त्यांना माहीत करून घ्यायचं होतं आणि दागिन्यांचे छोटे दुकानदार, इस्टेट एजंट अशा छोट्या जाहिरातदारांना जाहिरात द्यायची होती."

तीन दिवसांत, 'ब्रॅन्ड ऑन व्हील'च्या वेबसाइटवर १५०० ग्राहकांची नोंद केली, तर जाहिरात करण्यासाठी २२ कंपन्या पुढे आल्या. तिवारीजींनी ही बातमीही तत्परतेने छापली.

दरम्यान, चंडीगढच्या 'इकॉनॉमिक टाइम्स'मधील एका महिला वार्ताहराशी रघूची ओळख झाली. साऊथ आफ्रिकेतून आलेल्या एका 'व्हेंचर कॅपिटलिस्ट'ची तिनं रघूची भेट घडवून आणली.

'धिस इज ग्रेट' मी मनाशी म्हणालो. तो मला पैसा देईल किंवा माझी कल्पना विकत घेईल; आणि मी पुढील शिक्षण घेण्यासाठी मोकळा होईन.

पण तसं होणार नाही हे एकाच भेटीत रघूच्या लक्षात आलं.

"वो बंदा बंटी-बबली बना रहा था – फक्त बडबड. मुद्द्याची बात नाही. मग मला जाणवलं, की करना है तो खुद ही करना है -कारण माझ्याइतकं झपाटलेपण

अन्य कुणाजवळ असणं शक्यच नव्हतं.''

शेवटी भारतातच राहायचं व बिझनेस करायचा हा निर्णय रघूने घेतला.

''जे होतं ते चांगल्यासाठीच होतं,'' आई म्हणाली, ''जय माता दी करके खोल दो!''

२३ ऑगस्ट २००८ रोजी प्रायव्हेट लिमिटेड कंपनी म्हणून 'ब्रॅन्ड ऑन व्हील्स'ची घोषणा झाली. मदत करणाऱ्या चार मित्रांपैकी कुणाला भागीदार व्हायचं आहे का, असं रघूनं विचारलं.

''यात थोडा धोका आहे. पण त्यांना मिळालेल्या 'कॅम्पस जॉब'मध्ये ते खूश होते. 'नो थँक्स' असा त्यांनी प्रतिसाद दिला.''

रघूनं स्वत:चे २० हजार रुपये खर्चून व्यावसायिक वेबसाइट तयार केली.

काही आठवड्यांनंतर एकानं विचारलं, ''दक्षिण आफ्रिकेतील 'ब्रॅन्ड ऑन व्हील्स' म्हणजेच तुम्ही का?''

कॉपीराईटची समस्या निर्माण होईल हे रघूच्या लक्षात आलं व त्यानं 'कॅश युअर ड्राइव्ह' हे नवं नाव कंपनीला दिलं. या कल्पनेत रस असणाऱ्या मोटार मालकांची यादी रघू तयार करीत असतानाच त्याला जाहिरात देणारं पहिलं गिऱ्हाईक मिळालं : लुधियानाची बॉन बेकरी.

''छोटी दुकानं व छोटे व्यावसायिक जाहिरात करण्यास बरेच उत्सुक असले तरी 'ब्रॅन्ड' बनलेल्या उत्पादनांबरोबरच व्यवहार करायचा हे मी ठरवून टाकलं होतं. अर्थात जाहिरातीची यंत्रणा कशी काम करते याची मला पुरेशी माहिती नसल्यानं मी टप्प्याटप्प्यानं पुढे जायचं ठरविलं.''

बॉन बेकरीमध्ये मालकच सर्व निर्णय घेत होता. सिमल्यामध्ये होर्डिंग्जना बंदी असल्यामुळं जाहिरातीचं हे नवं माध्यम त्याला आकर्षक वाटलं.

ऑर्डर तो मिल गया – आता जाहिरात मोटारीवर लावायची होती. रघू त्यासाठीच लवचीक प्लास्टिक आणायला गेला, तेव्हा त्याची किंमत ६ रुपयांपासून २०० रुपयांपर्यंत आढळली. मोटारीचा आकार किती हा मुद्दाही महत्त्वाचा होता आणि जाहिरात मोटारीवर डकविणार कोण, हा सर्वांत महत्त्वाचा प्रश्न होता.

''मोटारीच्या काचांवर उन्हापासून संरक्षण देणारी फिल्म बसविणाऱ्या काही मुलांशी मी संपर्क साधला. पण मोटारीवर जाहिरात कशी करायची, हे त्यांना माहीत नव्हतं.''

आणि ते मेहनताना खूप मागत होते. मग ते काम कसं करतात हे रघूनं बारकाईनं पाहिलं व स्वत:च प्रयोग करायचं ठरविलं. त्याचा प्रयत्न पुरता फसला.

''जाहिरात बसविण्याचं काम किती कौशल्याचं व कटकटीचं आहे याची मला काहीच कल्पना नव्हती. जाहिरात बसविताना अनेक ठिकाणी चुण्या पडल्या, हवेचे

बुडबुडे राहिले. एकूणच काम भयंकर दिसत होतं.''

दरवाजाच्या हॅन्डलचा विचारच त्यानं केला नव्हता. नेमका तेथेच क्लाएंटचा लोगो येत होता व तो कापला जात होता.'

हे काम झेपणारं नाही असं वाटत असतानाच रघूच्या चुलतभावाला कल्पना सुचली. सिमल्यातील एक माणूस मोटारीवर फॅन्सी स्टिकर चिकटवून देत असे. तरुणांची त्याच्याकडे गर्दी होत असे. कदाचित तो मदत करील?

सुभाष शर्मा हे त्यांचं नाव. पंडितजी म्हणून ते ओळखले जात. हा योग्य माणूस होता. या कामाचा त्याला ३० वर्षांचा अनुभव होता. कामातील कौशल्य उत्तम होतं. अचूक काम करण्याबद्दल त्याची ख्याती होती.

''योग्य साधनं वापरून त्यानं एक सॅम्पल जाहिरात बसवून दाखविली आणि हे शक्य आहे हे लक्षात येताच आम्ही खूश झालो!''

रात्रंदिवस काम करून 'बॉन बेकरी'ची ऑर्डर पुरी करण्यात आली. जाहिरातीनं सजलेल्या गाड्या रस्त्यावरून धावू लागल्या.

पहिल्या चेकवरील रक्कम रघूला स्पष्टपणे आठवते : १,२३,०००.

सिमल्यातील घरातून एक सेलफोन, लॅपटॉप व चुलत भावाच्या मदतीनं रघूचं काम सुरू झालं. त्यानं दुसरं प्रेस रिलीज काढलं. 'बिझिनेस स्टॅन्डर्ड'मध्ये त्याला प्रसिद्धी मिळताच अनेक ब्रॅन्ड मॅनेजर्सचं लक्ष 'कॅश युअर ड्राइव्ह'कडे वळलं.

मोठा ब्रॅन्ड मिळविण्यासाठी चाललेली रघूची धडपड ऑक्टोबर २००८ मध्ये सफल झाली.

'रिलायन्स म्युच्युअल फंड'ने एका महिन्यासाठी ७५ मोटारी घेतल्या. पाठोपाठ टाटा इंडिकॉमने तीन महिन्यांसाठी १२५ मोटारींवर जाहिरात करण्याची तयारी दर्शविली. उत्तर भारतातील लुधियाना, पतियाळा, सिमला व चंडीगढ या लहान शहरांमध्ये या कंपन्यांची कॅम्पेन चालणार होती.

मोटार मालकांची नोंदणीही जोरात सुरू होती. दर महिना प्रत्येक मोटारीवर २ ते ३ हजार रुपये मालकांना देण्यात येणार होते. ही आकर्षक रक्कम होती, पण पुरेसे जाहिरातदार अद्यापही मिळत नव्हते.

व्यवसाय वाढविण्यासाठी दिल्लीला जाणं आवश्यक आहे, असं रघूला डिसेंबर २००८ मध्ये लक्षात आलं. ॲड सेल्समध्ये अनुभव असलेल्या एकाला घेऊन रघू आपली कल्पना ठसविण्याची व्यावसायिक धडपड करू लागला.

''माणसं शोधावी लागत, त्यांचा धागा पकडून ग्राहकाकडे जावं लागे. कंपनीच्या कॅम्पेन्सवर लक्ष ठेवावं लागे. भेटीची वेळ मिळणं हे सर्वांत कठीण काम होतं.'' सुरक्षारक्षक व रिसेप्शनिस्ट या दोघांना पटविणं अत्यावश्यक असतं, हे रघू लवकरच शिकला. 'प्रस्ताव' कसे पाठवायचे व ब्रॅन्ड मॅनेजर्सना मोह पडेल असे

बदल त्यामध्ये कल्पकतेने कसे पेरायचे हेही तो लवकरच शिकला.

"मी त्यात काहीतरी मौलिक भर घातली नाही, उपयुक्तता वाढविली नाही, तर माझ्या प्रस्तावामध्ये कुणीही रस दाखविणार नाही, हे मला पटलं."

'आदिदास'साठी त्यानं इंग्रजी एल अक्षराच्या धर्तीवर कल्पक जाहिरात केली. फुटबॉलपटू टायरला लाथ मारत आहे, असा भास त्यामध्ये होत होता.

दरम्यान, 'मेरू कॅब'कडून रघूला बोलावणं आलं. त्यांच्या टॅक्सीजसाठी ॲड मिळवून देणार का, असं विचारण्यात आलं. 'ऑटोग्राफिक्स डिजिटल' ही बंगलोरची कंपनी ॲप्लिकेशन बिझिनेसमध्ये होती. त्यांच्याकडूनही संपर्क साधला गेला.

"ऑटोग्राफिक्सने माझी आणखी काही ब्रॅन्डस्‌शी ओळख करून दिली. अधिकाधिक गाड्यांवर जाहिराती लावण्यात त्यांना रस होता."

जानेवारी २००९ पर्यंत 'कॅश युअर ड्राइव्ह'कडे १२ हजार गाड्यांची नोंद झाली, व्हेंचर कॅपिटालिस्ट आता या कल्पनेमध्ये रस दाखवू लागले.

"ते येत, कॉफी पीत आणि निघून जात. मी वेळ फुकट दवडतो आहे, असं मला वाटू लागलं. व्यवसाय आराखड्यामध्ये शक्ती लावावी की व्यवसाय वाढविण्यामध्ये, हे मला समजत नव्हतं."

या वेळी रोजचं काम पूर्ण करण्यावर भर द्यावा हेच योग्य असा रघूचा निर्णय झाला. जर पैसा मिळत असेल तर गुंतवणूकदार कधीही शोधता येतील, असा विचार त्यानं केला.

"मला माझी पकड घट्ट करायची होती.... अभी तो वो जो कह रहे हैं करना पडेगा..."

दोन महत्त्वाच्या व्यक्तींशी रघूची गाठ पडली. धीरुभाई अंबानींचे पुतणे विमल अंबानी (विमल ब्रॅन्ड यांच्याच नावावरून घेतला आहे) आणि मॅकटॅकचे अध्यक्ष ग्वाडो अस्वीनो. कोक व पेप्सीच्या ट्रकवरील चित्रांसाठी लागणाऱ्या व्हिनाईल शीट्स यांची कंपनी बनवीत होती. त्याच प्रकारे अन्य गाड्या त्या शीट्समध्ये लपेटण्यासाठी 'कॅश युअर ड्राइव्ह'नं लोकल पार्टनर म्हणून काम करावं असं ठरलं.

व्यवसायातील मदतीबरोबरच विमल अंबानींकडून प्रेरणा व मार्गदर्शन मिळू लागलं. ते रघूचे मेन्टॉर झाले.

एप्रिल २००९ पर्यंत 'कॅश युअर ड्राइव्ह'ची उलाढाल २१ लाख रुपयांवर गेली. आता ती 'वन मॅन आर्मी' राहिली नव्हती तर सहा जण काम करीत होते. यापैकी दोघे जण ॲप्लिकेटर म्हणून तर दोघे जण बंगळुरु व चेन्नई येथे अर्धवेळ काम पाहत होते.

"पण अचानक मागणी थंडावली. धंदा थबकला. पगार तर द्यायला हवा होता. हा खरा कसोटीचा काळ होता," रघू सांगतो.

“मी अनेक ब्रॅन्ड मॅनेजर्स अक्षरशः गुगलवरून शोधले व फोन करण्याचा सपाटा लावला. कोल्ड कॉल्स. ‘आदिदास’च्या व्यवस्थापकाला तर तो सिगरेट ब्रेक घेण्याकरता बिल्डिंगबाहेर आला असताना गाठलं.”

‘कॅश युअर ड्राइव्ह’ला ती कॅम्पेन मिळाली. याशिवाय लेज चीप्स, पेप्सी, पिझ्झा हट, डोकोमो अशांकडून होकार आले. “मोठ्या ब्रॅन्ड्सवर फार वेळ खर्च करू नकोस, कारण ते लवकर निर्णय घेत नाहीत, असा सल्ला मला देण्यात आला. पण ते भाव चांगला देतात व वेळेवर पैसे देतात. याउलट छोट्या स्थानिक कंपन्या किंवा स्टार्टअप्स् हे बार्टरची भाषा करतात.”

मेहनत करण्यातील सातत्य फळाला आलं. डिसेंबर २००९ पर्यंत ‘कॅश युअर ड्राइव्ह’ने २१ ब्रॅन्डच्या कॅम्पेन पूर्ण करून ८६ लाखांची उलाढाल केली. मार्च २०१० पर्यंत एक कोटीचा पल्ला गाठण्याचं उद्दिष्ट रघूनं ठेवलं.

“मोटार मालकांना आम्ही सातत्याने रक्कम देत असल्यानं नफ्याचं प्रमाण बदलतं. जाहिरात लावण्याचा व प्रिंटिंगचा खर्चही बदलत जातो. पण आम्ही सरासरी २० टक्के ते ३० टक्के नफा कमवतो.”

या व्यवसायातील पैसा पाहून ‘कॅश युअर राइड’ व ‘कॅश युअर व्हील्स’ अशा नक्कल करणाऱ्या कंपन्या निघाल्या. पण कल्पनेपेक्षा ती प्रत्यक्षात आणण्यामध्ये यशाचं बीज होतं. रघू खन्ना हाच या यशाचा चालक होता.

“एका मीटिंगसाठी मी मुंबईला येतो. ब्रॅन्ड मॅनेजरची खात्री पटवितो. त्याच्यासमोर विविध पर्याय ठेवतो.”

रघूला आता विस्तार करायचा आहे. वरची पायरी गाठायची आहे. ३०, ४०, ५० मोटारींवर कॅम्पेन केल्यानंतर आता संपूर्ण भारतीय स्तरावर १००० गाड्यांवर कॅम्पेन करायची आहे. याशिवाय ग्रामीण भागातही हा व्यवसाय घेऊन जायचा आहे.

“तुमचा व्यवसाय किती प्रमाणात विस्तारू शकतो, असं मला विचारलं जातं. मी म्हणतो, प्रमाणाची व्याख्या नाही. ते तुमच्या क्षमतेवर अवलंबून आहे. तुमचं विक्रीचं कौशल्य किती, यावर अवलंबून आहे.”

आणि ते रघूकडे मुबलक प्रमाणात आहे.

“मी रेल्वेचं तिकीट कधी काढलं नाही, पण मला नेहमी बर्थ मिळविता आला.” तो हळूच सांगतो.

योग्य व्यवसायाची निवड हा जसा यशाचा एक पैलू आहे, तसाच व्यवसाय योग्य रीतीने करणं हा दुसरा महत्त्वाचा पैलू आहे. तुमचं झपाटलेपण व तुमची बुद्धिमत्ता यांचा मेळ घालण्यात यशाचं मर्म आहे.

रघू तरुण आहे. लहान वयात यशाची चव अनुभवीत आहे. हेच करत बसण्याचा त्याला कंटाळा आला तर?

"आणखी मोठ्या, अधिक चांगल्या संधी पुढे येतीलच" हे सांगताना त्याचे डोळे चमकतात.

रघू म्हणजे प्रफुल्लित, सळसळतं चैतन्य.

◆

तरुण उद्योजकांना सल्ला

आजचे व्यावसायिक, व्यवसायाच्या सुरुवातीलाच गुंतवणूकदार शोधण्याची धडपड करतात. लहानशी कल्पना सुचली की लगेच गुगलवर दशलक्ष डॉलर्स पुरविणाऱ्या व्हीसीचा शोध घेऊ लागतात. एक दो साल लगकर काम करो, मी म्हणतो, तुम्ही तितकीच कमाई कराल!

सुविधा हा इंटरनेटचा सर्वांत मोठा फायदा. तोही फुकट पदरात पडणारा. कुणाशीही संपर्क साधायला ते उपयोगी पडतं. पण लोकांचं लक्ष वेधून घेण्याची क्लृप्ती तुम्हाला सापडली पाहिजे. दिमाग चाहिए!

कामाचा अनुभव पाहिजे असं सतत म्हटलं जातं. पण ते तितकंसं खरं नाही.

जेव्हा तुम्ही अगदी नवीन कल्पना मांडता, तेव्हा ती कशी प्रत्यक्षात येईल याचा अंदाज तुमच्याइतका अन्य कोणालाच नसतो. काम करीत असतानाच हा अंदाज तुम्हाला येत जातो. म्हणून कल्पना प्रत्यक्षात उतरविण्याच्या कामाला लवकरात लवकर सुरुवात करणं कधीही चांगलं!

जुनून

काही उद्योजक एका विशिष्ट कल्पनेच्या किंवा ओढीच्या प्रेरणेने काम करतात. या कल्पना, त्यांच्या मनातली ओढ ही काळाच्या पुढची असते. या उद्योजकांचे उद्योग हे त्यांची स्वप्नं जीती-जागती जिवंत करण्यासाठीच असतात.

पुस्तकी किडा

आर श्रीराम
क्रॉसवर्ड

व्यवसाय सुरू करावा अशी धगधगती महत्त्वाकांक्षा श्रीरामकडे नव्हती. त्याला फक्त पुस्तकांच्या दुनियेत रमायचं होतं. तरीही, कॉलेज शिक्षण अर्धवट सोडलेल्या या तरुणाने पुस्तकांच्या दुकानांची भारतातील सर्वांत मोठी साखळी उभी केली आणि वाचनाचा 'किडा' सर्वदूर पोहोचविला.

'श्रीराम' या नावानं मी ओळखत असलेल्या कुणाशीही आर श्रीराम यांचं साम्य नव्हतं. श्रीरामनं शिक्षण अर्धवट सोडलं होतं. तो नास्तिक आहे व परंपरागत विवाहसंस्थेवर त्याचा विश्वास नाही. स्वत:चा मार्ग शोधताना 'लोग क्या कहेंगे' याची त्यानं कधीच पर्वा केली नाही. आपल्याला नेमकं काय हवं आहे याची त्याला कल्पना नव्हती. पण तो शोधत राहिलं, प्रश्न विचारीत राहिला. झपाटून टाकणारं जीवितध्येय शोधत राहिला. पुस्तकांवरील प्रेमातच त्याचं झपाटलेपण लपलं होतं. पुस्तकांवरील या प्रेमातून एक उद्योग जन्माला आला. या उद्योगामुळे लोकांना पुस्तकाच्या दुकानांकडे खेचून आणलं. नव्या पिढीला, विशेषत: मुलांना वाचनानंदाचा ठेवा मिळवून दिला.

वाचनानंदाचं स्वप्न प्रत्यक्षात आणण्यासाठी श्रीराम उद्योजक बनला. पुस्तक विक्रीच्या दुनियेत काही बदल घडवून आणण्यासाठी, अनेकांच्या आयुष्यात नवा अर्थ भरवून देण्यासाठी.. पुस्तकं तुमच्या हातात ठेवण्यासाठी...

त्याची रोमहर्षक कहाणी ऐकताना मी पुटपुटले... धन्यवाद!

पुस्तकी किडा

आर श्रीराम
क्रॉसवर्ड

आर. श्रीराम याचा जन्म मद्रास (आता चेन्नई) चा. पल्लकडच्या सनातन ब्राह्मण कुटुंबातला.

"चार भावंडांत मी मोठा. मी ३ वर्षांचा असताना आई निवर्तली. बहीण माझ्यापेक्षा वर्षानं लहान. वडिलांनी दुसरं लग्न केलं."

श्रीराम आनंदी वृत्तीचा होता, पण थोडा अंतर्मुख स्वभावाचा. लहान वयातच त्याला पुस्तकांची गोडी लागली. शाळेतील 'लायब्ररी क्लास'चा हा परिणाम होता. मग जे हाताला येईल ते वाचण्याचा त्याने सपाटा लावला. जुनी पुस्तकं मिळवून तो वाचीत असे. खेळातही तो प्रवीण होता.

"पहाटे मला उठवायला मित्र येत आणि भरपूर खेळून मग आम्ही शाळेत जात असू, हे मला पक्कं आठवतं."

मैदानी खेळात त्यानं कॉलेजचं प्रतिनिधित्वही केलं. भारत हेवी इलेक्ट्रिकल्स लिमिटेड (भेल) मध्ये श्रीरामचे वडील नोकरी करीत होते. त्यांनी मेहनत करून सरव्यवस्थापक पदापर्यंत बढती मिळविली होती. पण अभियंता नसल्यामुळे त्यांना पुढचं पद मिळू शकलं नाही. श्रीरामनं अभियंता व्हावं, अशी त्यांची तीव्र इच्छा होती.

श्रीराम अभ्यासू नव्हता; पण वर्गात पहिल्या पाचांत असे. मात्र १२ वीत गेल्यावर त्याला एक प्रश्न छळू लागला, 'मला खरोखरच अभियंता व्हायचं आहे का?'

"वाचनानं तुम्ही अंतर्मुख होता. स्वत:कडे पाहू लागता. आपण कोण आहोत, आपल्याला काय करायचं आहे, कोणती गोष्ट आपल्याला झपाटून टाकते, असे प्रश्न विचारायला वाचन उद्युक्त करतं."

अस्तित्वाबद्दलचे प्रश्न तर त्याला लहान वयातच भेडसावीत होते. "मी कोण आहे? मी इथे कशासाठी आहे? माझ्या आयुष्याचा हेतू काय?" असे प्रश्न त्याला सातवीत असतानाच पडले होते.

"धार्मिक वातावरणात वाढूनही मी संशयवादीच राहिलो. सतत प्रश्न विचारीत राहिलो."

"अनुभव घेतल्याशिवाय मी कोणती गोष्ट सत्य मानीत नसे. थेट अनुभव हवा, मगच ती स्वीकारायची की नाही याचा निर्णय करावा."

आणि वैद्यक किंवा अभियांत्रिकी इतक्यापुरतंच करिअर मर्यादित असतं हेही त्याच्या मनाला पटत नव्हतं. वडिलांच्या इच्छेखातर त्याने आयआयटी प्रवेश परीक्षा दिली, पण त्यात त्याचं मन नव्हतं- साहजिकच तो उत्तीर्ण झाला नाही.

गणित विषय घेऊन बी.एस्सी. करण्यासाठी त्यानं लोयला कॉलेजमध्ये प्रवेश घेतला. पहिल्या वर्षाच्या शेवटी व्हिज्युअल कम्युनिकेशनच्या पदविका वर्गातही नाव घातलं. हा रात्रीचा वर्ग होता. कॉपीरायटिंग, सर्जनशील लेखन, छायाचित्रण या विषयांशी त्याचा परिचय झाला– तो याच वर्गात.

प्रशिक्षण पूर्ण होत असतानाच 'ओगिलवी', 'बेन्सन ॲंड मॅथर' या जाहिरात कंपनीत ट्रेनी कॉपीरायटर म्हणून प्रशिक्षण घेण्याची संधी त्याला मिळाली. पगार नव्हता, पण भरपूर मौलिक अनुभव हाती आला.

"काम करीत असल्यानं कॉलेजमध्ये हजेरी लावता येत नव्हती. शेवटच्या सत्रात मला कॉलेज सोडावं लागलं. मी बी.एस्सी. कधीच पूर्ण करू शकलो नाही." पदवी मिळविण्याचं महत्त्वच मनाला पटत नाहीसं झालं. अर्थातच आई-वडील रागावले.

"वडिलांनी बँक परीक्षेसाठी धोशा लावला. ICWAI च्या क्लासला घातलं. 'हे आवडत नसेल तर दुसरं काहीतरी कर!' अर्थातच माझ्या कल्याणाचीच त्यांना काळजी होती. मी हे जाणून होतो. पण जे पर्याय समोर येत होते ते मनाला पटत नव्हते."

श्रीरामनं अनेक गोष्टी करून पाहिल्या. पण 'ते काहीतरी' हातातून निसटत राहिलं. पत्रकारितेत मेहनत घेतली, मार्केट रिसर्च केलं. करिअर झालं नसलं तरी मार्केट रिसर्चचा अनुभव खूप शिकवून गेला.

"मी गप्पिष्ट नव्हतो. ग्रुपमध्ये मी संभाषण कधीच सुरू करीत नसे; अपरिचितांशी बोलायची तर गोष्टच सोडा. आयएमआरबी बरोबर काम करताना मात्र लोकांशी कसं बोलायचं, त्यांचं लक्ष कसं वेधून घ्यायचं हे शिकता आलं."

"हाती घेतलेल्या कामाबद्दल झपाटून जाणं, त्यात पूर्णपणे गुंतून पडणं हे आवश्यक होतं. असं झपाटलेपण आलं नसतं तर मी कामात ऊर्जा, शिस्त आणि सातत्य आणू शकलो नसतो."

छोट्या छोट्या गोष्टी– दारावरची बेल हळुवारपणे कशी वाजवावी, बोलताना किती अंतरावर उभं राहावं, आवाज कसा असावा? इत्यादी.

"यातून पाया पक्का झाला. लोकांचं म्हणणं लक्षपूर्वक कसं ऐकावं हे मी शिकलो. पुढे ग्राहकांशी व्यवहार करताना त्याचा खूप उपयोग झाला."

आयएमआरबीमधील नोकरीत पगार फारसा नव्हता. छोटे-मोठे खासगी खर्च जेमतेम भागत असत. काही वर्ष हे काम चाललं. १९८७ मध्ये अपोलो हॉस्पिटलच्या बॅक ऑफिसमध्ये श्रीरामला नोकरी मिळाली.

"माझ्याबद्दल काळजी वाटणारी माझी मित्रमंडळी होती. त्यातील एकानं ही नोकरी दिली. मी ती एन्जॉय करू शकलो नाही. सहा महिन्यांतच सोडली."

'अपोलो'शी संबंधित एका सॉफ्टवेअर फर्ममध्ये श्रीराम चिकटला. इथे तांत्रिक लेखनिकाचं काम मिळालं. पण दोन महिन्यांतच त्याला या कामाचा कंटाळा आला. आयुष्यात हे करायचं नाही हे त्याला कळून चुकलं. "सकाळी उठल्याबरोबर कामावर जाण्याचा उत्साह वाटत नसेल तर काहीतरी चुकतं आहे, असं मी मानतो."

जानेवारी १९८८ मध्ये तो क्षण आला. मद्रासमध्ये नुकत्याच सुरू झालेल्या 'लॅन्डमार्क' दुकानाबद्दल श्रीरामनं ऐकलं होतं. त्यानं स्वप्नं पाहिलेली, काम करण्याची जागा, ती 'ही' होती.

"इथे काम करायला मला आवडेल!" श्रीराम सहजपणे मॅनेजरकडे जाऊन म्हणाला.

पुस्तकं, साहित्य यावर दहा मिनिटं गप्पा झाल्यावर मॅनेजर म्हणाला, 'तुला कामावर घेतलं. उद्यापासून येणार?' प्रशिक्षण वगैरे काही न घेता श्रीराम एका विभागाचं काम पाहू लागला. ग्राहकांकडे लक्ष देणं, त्यांना हवं ते पुस्तक शोधून देणं व कोणत्या पुस्तकांना मागणी आहे याची खरेदी करणाऱ्या टीमला माहिती देणं असं कामाचं स्वरूप होतं.

परंतु, हवं ते पुस्तक शोधणं फार कठीण जातं हे पहिल्याच दिवशी श्रीरामच्या लक्षात आलं. शेल्फवरची पुस्तकं व्यवस्थित लावणं गरजेचं होतं.

"ब्रिटिश कौन्सिलसारख्या ग्रंथालयांमध्ये मी कित्येक दिवस घालविले होते. त्यानुसार मी स्वत:ची साधी यंत्रणा बसविली. मीच ती बनविली असल्यामुळे ग्राहकाला हवं ते पुस्तक शोधून देणं मला सोपं जाऊ लागलं. वाचनाची अतोनात आवड असल्यामुळं ग्राहकांना मी चांगली पुस्तकं सुचवू लागलो."

महिनाभरातच ग्राहक श्रीरामकडेच येऊ लागले. तो पुस्तकातील उतारे वाचून दाखवीत असे, कधी कविता म्हणून दाखवीत असे. श्रीरामच्या विभागामधील उलाढाल वाढू लागली.

काही चांगली पुस्तकं आणली पाहिजेत असा लकडा श्रीरामनं दुकानाचा मालक हेमूकडे लावला. एक दिवस हेमू म्हणाला, "ओके! तक्रारी पुरे. तूच खरेदी कर बघू!"

पुस्तक विक्री व्यवहाराचं हे मागील दार नवी दुनिया दाखविणारं होतं. वितरकाच्या एका धुळीने भरलेल्या गोदामात श्रीरामला उत्तमोत्तम पुस्तकांचे गठ्ठे सापडले.

"ही खपतील?" हेमूनं विचारलं.

"नक्कीच." आत्मविश्वासपूर्वक उत्तर आलं.

पुस्तकं हातोहात खपली. त्याचबरोबर श्रीरामला एक नवा खजिना सापडला. तो म्हणजे कॅटलॉग्जचा. आता तो थेट प्रकाशकांकडे मागणी नोंदवू लागला. ग्राहकांची आवड लक्षात ठेवून ती आवड पुरविणारी पुस्तकं मागवू लागला.

सहा महिन्यांतच त्याचा पगार दुप्पट म्हणजे १५०० झाला. 'डोक्यात हवा जाऊ देऊ नकोस.' मॅनेजरनं चेक देताना बजावलं.

तशी काळजी करण्याची गरज नव्हती. आता रस्ता सापडला होता. या वाटेवरचा प्रत्येक क्षण आनंददायी होता. "ग्राहकाच्या आयुष्यात बदल घडवून आणण्यासाठी मदत करणं ही गोष्ट मला उल्हसित करीत होती. हे तुम्ही जितकं अधिक कराल, चांगल्या रीतीनं कराल, तेवढा आनंद अधिक."

"मी स्वप्नाळू आहे. तर्कशून्य वाटतील अशा अनेक गोष्टी मी करतो. पण मी त्या का करतो यामागे माझं असं तर्कशास्त्र असतं. माझी खात्री पटलेली असते व त्यानुसारच मी जगतो."

"तुम्ही जेव्हा आवडीची गोष्ट करीत जाता, तेव्हा ती काही सुखाची शय्या नसते. –खूप खूप श्रम करावे लागतात."

कोट्टायमचे वकील मार्कोस वेलापल्ली हे श्रीरामचे ग्राहक. मुलीला भेट देण्याजोग्या पुस्तकाच्या ते शोधात होते. 'मिस्टर गॉड, धीस इज अण्णा' हे पुस्तक श्रीरामनं दिलं. काही महिन्यांनंतर ते श्रीरामला भेटून म्हणाले, "थँक यू. उत्तराला पुस्तक अतिशय आवडलं."

ग्राहक आता मित्र बनू लागले. वेगवेगळ्या वयांचे, व्यवसायांतले, वेगळ्या अनुभव विश्वातून येणाऱ्या या ग्राहकांना जोडणारा समान दुवा म्हणजे त्याचं पुस्तक प्रेम. वर्षभरानंतर राम प्रसाद नावाच्या ग्राहकानं श्रीरामला घरी बोलाविलं. त्याचे वडील प्रसिद्ध तेलुगू चित्रपट निर्माते होते. ते हैदराबादमध्ये जाऊन स्टुडिओ उभारणार होते.

ते म्हणाले, ‘‘श्रीराम, तेथे ‘लॅन्डमार्क’ नाही ही गोष्ट मला अस्वस्थ करते. तू हैदराबादला येऊन बुक-स्टोअर उभारून देशील का?’’

श्रीराम चाट पडला!

‘‘माझ्या मनातील एक कप्पा विलक्षण उत्तेजित झाला तर दुसऱ्या कोपऱ्यात भीती उमटलीच. हे मी कसं काय करू शकेन?’’ मला प्रश्न पडला.

खूप गंभीरपणे विचार केल्यानंतर श्रीरामला जाणवलं, आपल्याजवळ थोडंफार ज्ञान आहे; पण ते ज्ञान पुरेसं नाही. व्यवसायाच्या सर्व बाजू त्याला माहीत नव्हत्या. त्या माहिती असणाऱ्या लोकांची सोबत गरजेची होती. परस्परपूरक कौशल्य, परस्परपूरक सामर्थ्य आणि समान मूल्यं असणारे सहकारी.

अनिता ही एक अशीच व्यक्ती! इथिराज कॉलेजमधून पदवी घेतल्यानंतर, श्रीरामच्या पाठोपाठच ती ‘लॅन्डमार्क’मध्ये आली होती. मुलांचा विभाग ती सांभाळत असे. पुस्तक विक्रेते व अकाउंट सांभाळणारा सुदर्शन रेड्डी हा आणखी एक जण होता. दोघेही तयार झाले आणि एका नव्या साहसाला सुरुवात झाली.

नोव्हेंबर १९८९ मध्ये या ‘थ्री मस्केटिअर्स’नी ‘लॅन्डमार्क’ सोडलं व हैदराबादकडे कूच केलं. उद्योग आराखडा, पैशांचा पुरवठा किंवा खेळतं भांडवल अशा गोष्टींची त्यांना सूतराम माहिती नव्हती.

‘‘आम्ही कंपनीत स्टेक्स मागितले नाहीत- आम्हाला काहीच अनुभव नव्हता. सरव्यवस्थापक म्हणून आमची नेमणूक झाली. काहीतरी उभारण्याची संधी आम्हाला देण्यात आली. हेच आमच्यासाठी फार मोठं आव्हान होतं.’’

पगार नक्कीच चांगला होता. पण रिटेलमध्ये नवीन शिकण्याची संधी ही श्रीरामसाठी मोलाची होती. दुकानासाठी योग्य जागा शोधण्यापासून या शिक्षणाला सुरुवात झाली.

त्या काळी हैदराबादमधील दुकाने साधारण ५०० चौरस फुटांची असत. हजार चौरस फूट ही चैन मानली जात होती. अपमार्केट लोकेशन्समधील भाडं परवडणारं नव्हतं.

‘‘हैदराबाद, सिकंदराबादमध्ये आम्ही सर्वत्र फिरलो. पायी फिरण्यातून किती शिकता येतं हे मला त्या वेळी समजलं. रस्त्यावर नुसतं भरकटताना, लोकांशी बोलताना खूप काही कळतं.’’

पंजगुट्टा भागातील सरदार पटेल रोडवरील एक जागा श्रीरामला पसंत पडली. या विभागाचा विस्तार होत होता. पटेल रोड पुढे लवकरच पॉप्युलर हाय स्ट्रीट बनला. पण त्या वेळी तेथे जागा घेणं ही जोखीम होती. ‘वॉल्डन’ हे तेथील पहिलं रिटेल स्टोअर.

‘वॉल्डन’ असं नाव देणं हेही एक साहस होतं. अमेरिकी दार्शनिक हेन्री डेव्हिड

थोरो याच्या पुस्तकाचं हे नाव. पण हे स्टोअरच इतकं अभिनव, इतकं वेगळ्या प्रकारचं होतं, की हे नाव योग्यच ठरलं असतं.

"पुस्तकाव्यतिरिक्त स्टेशनरी, म्युझिक, मूव्हीज आणि खेळणी ठेवणारं 'वॉल्डन' हे पहिलंच ग्रंथदालन. आम्हाला ही 'फ्रेन्डली प्लेस' करायची होती. पुन:पुन्हा जिथं यावंसं वाटेल अशी जागा आणि फक्त पुस्तकप्रेमींसाठी नाही तर सर्वांसाठी."

पुढे काही वर्षांनंतर 'ब्ल्यू ओशन स्ट्रॅटेजी' या पुस्तकात असाच विचार मांडलेला आढळतो.

"अशा उपक्रमांना आता निरनिराळी नावं दिलेली आहेत; पण त्या वेळी आम्ही फक्त अंत:प्रेरणेने काम करीत होतो. जे आमचे ग्राहक नाहीत किंवा ज्यांना आम्ही पुरेशी सेवा देऊ शकत नाही, अशांना दुकानाकडे कसं आकर्षित करायचं, हा विचार करीत होतो. आणि आमच्या निष्ठावंत पुस्तकप्रेमी ग्राहकांसाठी एक वेगळा अनुभव देण्याची धडपड होती."

जुलै १९९० मध्ये 'वॉल्डन' सुरू झालं व अल्पावधीतच हैदराबादमधील अत्यंत महत्त्वाचं ग्रंथदालन ठरलं.

"आम्ही तरुण होतो. नवनवीन कल्पना रोज सुचत होत्या. सातही दिवस, अखंड, न थकता, उत्साहानं काम करीत होतो."

या उत्साहाचा संसर्ग इतरांनाही होत होता. 'लॅन्डमार्क'चा अनुभव गाठीशी होता. त्याचा उपयोग करून श्रीराम व अनिता यांनी ग्राहकांशी व्यक्तिगत संपर्क सुरू केला. व्यावसायिक, बुद्धिमंत, राजकीय नेते, सरकारी अधिकारी असे प्रतिष्ठित या दुकानाला वारंवार भेट देऊ लागले.

"लोकांशी गप्पा मारताना मी बरंच काही शिकत गेलो. अर्थात त्या वेळी मला याची कल्पना नव्हती!"

अशा गप्पांतून व्यावहारिक शहाणपणाचं सार काढण्याची कलाही श्रीरामला अवगत झाली. दुकानातील प्रत्येक पुस्तक वाचणं शक्यच नव्हतं; पण डझनभर वाचकांशी बोलून पुस्तकाचा दर्जा ठरविण्याचं व त्यानुसार त्याची शिफारस करण्याची कला त्याला साधली.

"कोणता ग्राहक कोणतं पुस्तक घेतो याचा माग ठेवणारी CRM सिस्टिमच माझ्या डोक्यात तयार झाली आहे. ते परत आले की मी सहज विचारीत असे, ते पुस्तक आवडलं का?"

समाधानी ग्राहक आणखी दहा जणांना दुकानाची माहिती देतो. पण ग्राहकांइतकंच महत्त्व असतं विक्रेत्यांना. वितरकांना श्रीरामबद्दल विश्वास होता आणि त्याचा 'वॉल्डन'ला बराच फायदा झाला. हा माणूस नीट विचार करून खरेदी करतो व पुस्तक कसं विकायचं हे याला पक्कं माहीत आहे, हे वितरक जाणून होते.

यामुळे 'वॉल्डन'ला ९० दिवसांचं क्रेडीट मिळे. नव्या दुकानांना इतकं क्रेडीट मिळत नाही. याचा बराच फायदा 'वॉल्डन'ला झाला.

''हेड ऑफिस'ला आम्ही सपोर्ट ऑफिस म्हणतो. कारण साखळीतील अन्य दुकानांना मदत करणं हे आमचं काम असतं असं आम्ही मानतो.''

'वॉल्डन' स्थिर होऊन वर्ष झाल्यावर श्रीरामच्या मनात विचार आला, पुढे काय? ''पुस्तकांच्या दुकानाची साखळी तयार करण्याचं स्वप्न मी त्या वेळी पाहू लागलो.''

श्रीरामला जाणवलं, की नवं काहीतरी सुरू करण्यातच एक उत्तेजना असते. एकदा दुकान स्थिरस्थावर झालं की मग फक्त व्यवस्थापन करायचं असतं; आणि श्रीरामला त्यामध्ये मजा वाटत नव्हती. 'वॉल्डन'च्या मालकांना नवीन स्टोअर उघडण्यात अजिबात रस नव्हता; यामुळे श्रीरामला स्वत:लाच काही मार्ग शोधणं भाग होतं.

नवं 'वॉल्डन' उभारण्यासाठी १८-२० लाखांचा खर्च अपेक्षित होता. इतके पैसे कोठून आणायचे?

'वॉल्डन'च्या जवळच स्टेट बँकेचं प्रशिक्षण केंद्र होतं. तेथील अनेक ज्येष्ठ अधिकारी श्रीरामचे ग्राहक होते. नव्या स्टोअरसाठी कर्ज मिळू शकेल का, याची चाचपणी श्रीरामनं त्यांच्याकडे सुरू केली.

''काहीतरी तारण ठेवावं लागेल'', त्यांनी सांगितलं.

''माझ्या वडिलांची लहानशी प्रॉपर्टी आहे, पण ती घेण्यासाठी त्यांना २५ वर्षे बचत करावी लागली. मी ती मागू शकत नव्हतो.''

एक अत्यंत महत्त्वाची गोष्ट श्रीराम या वेळी शिकला. योग्य उत्तर मिळविण्याची धडपड करण्यापेक्षा योग्य प्रश्न विचारणं अधिक उपयुक्त असतं... हा तो धडा.

''कोणती बँक कर्ज देईल, असा प्रश्न विचारण्यापेक्षा, आम्हाला मदत करून कोणाचा फायदा होईल, हा प्रश्न अधिक बरोबर होता.''

हा प्रश्न विचारताच उत्तर समोर आलं. प्रकाशन क्षेत्रालाच अशा दुकानाचा उपयोग होणार होता. प्रकाशक किंवा वितरक यांनाच दुकानांच्या साखळीचं महत्त्व समजणार होतं.

त्या दिवसात व्यवसायवृद्धीचा दर एक आकडी असला तरी प्रकाशक खूश असायचे; आणि ते पूर्णपणे लहान दुकानांवर अवलंबून असायचे. या दुकानांमध्ये पुस्तकांना पुरेशी जागाही नसायची.

संभाव्य गुंतवणूकदारांची यादी श्रीरामनं तयार केली. 'इंडिया बुक हाउस' पहिल्या क्रमांकावर होतं. त्यांचा स्थानिक व्यवस्थापक श्रीरामचा मित्र होता. आयबीएचचे मालक श्री. मिरचंदानी महिनाभरात हैदराबादला येत आहेत असं त्याच्याकडून समजलं.

या व्यक्तीबद्दल जरूर ती माहिती काही दिवसांतच श्रीरामनं जमा केली.

"मिरचंदानी एखाद्या गोष्टीवर तीनच मिनिटं एकाग्र होऊ शकतात, असं मला कळलं. म्हणजे मला पहिल्या दोन मिनिटांतच त्यांचं लक्ष वेधून घ्यायचं होतं."

मिरचंदानींनी 'वॉल्डन'ला भेट दिली आणि ते प्रभावित झाले. त्यानं पहिल्या दोन मिनिटांतच संपूर्ण योजना मांडली.

"या बुक स्टोअरसारख्या दुकानांची साखळी निर्माण करण्याचा प्रस्ताव माझ्याकडे आहे. याच मार्गाने विक्री वाढेल व व्यवसायवृद्धी दरवर्षी २० ते २५ टक्के होईल" त्यानं मिरचंदानींना सांगितलं.

मिरचंदानींची जिज्ञासा जागवली गेली. तपशिलात बोलण्यासाठी त्यांनी श्रीरामला मुंबईला बोलावलं. श्रीरामनं अनिताशी चर्चा केली. हा जुगार खेळायला हरकत नाही, असं तिचंही मत पडलं.

श्रीरामनं आयुष्यात प्रथमच विमानाचं तिकीट काढलं, मुंबईसाठी नव्या क्रेडीट कार्डचा वापर करून. श्रीरामनं छोटा, दोन पानांचा बिझिनेस प्लॅन सादर केला. अत्यंत उत्कटतेनं! साहजिकच दीपक मिरचंदानींना तो पटला. ते म्हणाले, "ओके. पण एक अट आहे. आमची एक जागा आहे. ती चालू शकत असेल तर सुरू करा."

महालक्ष्मी देवळाजवळील एका बिल्डिंगचा पहिला मजला रिकामा होता. ऑफिससाठी जागा उत्तम होती, पण रिटेल स्टोअर? पण चान्स घेण्यास काय हरकत आहे, असा विचार श्रीरामनं केला.

"आपण सुरू करू या!" तो म्हणाला.

मिरचंदानी दोन गोष्टींमध्ये अधिक ठाम होते. रिटेलच्या धंद्यात दोन गोष्टींसाठी अधिक गुंतवणूक लागते. एक जागा व दुसरी वस्तूंची साठवण.

कुटुंबप्रमुख जी.एल.मिरचंदानी हे धूर्त व चाणाक्ष व्यावसायिक होते. ते म्हणाले, 'प्रॉपर्टी तो हमारी है! दुसरी गुंतवणूक म्हणजे मालाचा साठा. तर आमची गोदामं पुस्तकांनी भरलेली आहेत. मग आमचं नुकसान काहीच नाही? या तरुण जोडप्याला संधी द्या!"

श्रीराम २८ वर्षांचा होता तर अनिता २५. जबाबदारी लक्षात घेता फारच तरुण. या व्यवसायातील जाणकारांचं सरासरी वय तेव्हा होतं ५० ते ६०.

"तर असे आम्ही दोन मृदुभाषी दक्षिण भारतीय तरुण, उत्साहाने सळसळणारे

आणि आम्ही म्हटलं, पगार नको. तुमच्या कंपनीत भागीदारी द्या.''

त्यांना भागीदारी मिळाली नाही, पण उलाढाल व नफ्यामध्ये हिस्सा मिळाला आणि रोजच्या कामकाजात श्रीराम व अनिताचा शब्द अंतिम मानला गेला.

''क्रॉसवर्डची कल्पना आम्ही रुजवली व त्यांना पटवून दिली. यातून आमच्यात स्नेहबंध निर्माण झाले. आम्ही कधीच स्वत:ला नोकरदार मानलं नाही. आपण मालक आहोत हीच आमची भावना राहिली.''

आणि मालकी हक्काची भावना रुजली की तुम्ही परवानगी मागत बसत नाही. तुम्हाला जे योग्य वाटतं ते तुम्ही करत जाता.

फक्त आयबीएचच्या गोदामातील नव्हे तर अन्य स्पर्धक प्रकाशकांचीही पुस्तकं ठेवली जातील, असं श्रीरामनं स्पष्ट केलं तेव्हा मिरचंदानींना धक्का बसला. पण ग्राहकांना काय हवं याकडे आधी लक्ष दिलं पाहिजे, त्यासाठी ग्राहकांसमोर विविध पर्याय ठेवले पाहिजेत आणि हे पर्याय त्यांच्या जीवनाशी निगडित असले पाहिजेत ही श्रीरामची दृष्टी होती. ही पुस्तकं कोठून येतात ही बाब महत्त्वाची नव्हती. हा युक्तिवाद स्वीकारार्ह होता.

''घाऊक व्यवहार मिरचंदानींना चांगला ठाऊक होता. किरकोळ विक्रीमध्ये आमच्यावर विश्वास टाकण्याचं त्यांनी ठरविलं.''

संधी मिळाली तर काय करता येईल याची चर्चा श्रीराम व अनिता यांच्यात 'वॉल्डन'मध्ये सतत सुरू असे. अधिक चांगलं काय करता येईल?

''ग्राहकाला जागतिक दर्जाचा अनुभव मिळावा ही गरज आम्हाला कामाला लावीत होती. आम्ही भारताबाहेर गेलो नव्हतो, तेथील स्टोअर्स पाहिले नव्हते. वाचलेल्या व आवडलेल्या पुस्तकातील वर्णनावरूनच आमची जागतिक दर्जाची व्याख्या होत होती.''

येथे पुस्तक विक्री हा एकमेव उद्देश नव्हता, तर ग्राहकांना एक वेगळा अनुभव द्यायचा होता. केवळ 'किताबी किड्यां'ना नव्हे, तर अन्य कोणाही जिज्ञासू व्यक्तीला आकर्षित करील अशी स्वागतशील जागा. मुलं, कुटुंबातील सर्व जण, इतकेच नव्हे तर 'हॅंग आऊट'साठी बाहेर पडणाऱ्या कोणाही व्यक्तीला 'आवडीची' वाटेल अशी जागा.

दुकानाच्या नावापासूनच असा अनुभव येत होता. 'क्रॉसवर्ड' हे नाव साधंसुधं, अगदी पाच वर्षांच्या मुलाला समजेल असं होतं. मग स्टोअरच्या लेआऊटचा विचार सुरू झाला. हे दुकान विस्तीर्ण व भव्य असणं आवश्यक होतं. कारण असंख्य विषयांची पुस्तकं तेथे मांडण्यात येणार होती. विषयांची इतकी विविधता अन्य कुठंही मिळणार नव्हती. आणि वाचकांना शेल्फवर पुस्तक शोधता येणार होते. गरज पडल्यास तेथेच बसून पुस्तक चाळण्याची सुविधा होती.

''काही निर्माण करायचं असेल तर तुमच्याकडे जबरदस्त ऊर्जा पाहिजे. तुम्ही फक्त स्वत:ला रिचार्ज करून भागत नाही. ही ऊर्जा सहकाऱ्यांमध्ये संक्रमित करता आली पाहिजे.''

त्या वेळी पुस्तकांच्या सर्व दुकानांत १० टक्के सवलत नेहमी दिली जात असे. 'क्रॉसवर्ड'मध्ये पुस्तक पूर्ण किमतीला विकलं जाई.

''डिस्काउंट देणार नसू तर त्याची भरपाई अन्य चांगल्या गोष्टीतून केली पाहिजे. सवलतीची गरज नाही, असं लोकांनी स्वत:हून म्हटलं पाहिजे. मला इथे यावंसं वाटतं, आयुष्यात आनंद मिळतो, सवलतींचं काय घेऊन बसलात, अशी भावना ग्राहकांच्या मनात निर्माण झाली पाहिजे.''

ही भावना, हा 'एक्स फॅक्टर' निर्माण करण्याची श्रीराम व अनिताची धडपड होती. सुदैवानं त्यांच्याजवळ ६००० चौरस फुटांची जागा होती. त्याचा यथायोग्य उपयोग करायचा तर वास्तुविशारदाची मदत घेणं आवश्यक होतं.

''दुकानाची सजावट करण्यासाठी व्यावसायिकाची मदत घेण्याची पद्धत तेव्हा रिटेलमध्ये नव्हती. पण दुकानाचं डिझाइन अतिशय महत्त्वाचं असतं हे आम्हाला जाणवत होतं. या रचनेचा तपशील ठरविण्यामध्ये आम्ही खूप बारकाईनं लक्ष घातलं. अगदी बारीकसारीक गोष्टींवर खूप विचार केला.''

शेल्फची उंची किती असावी यासारख्या गोष्टींवर बारकाईने विचार झाला. पैशांचा विचार केला तर कायमस्वरूपी उपयोगी असणाऱ्या वस्तू या उंच असणं फायद्याचं होतं. पण कोणतीही गोष्ट पाच फुटांहून अधिक उंचीची असता कामा नये असा निर्णय घेतला गेला.

''पाच फूट का? कारण महिलांची सरासरी उंची पाच फूट असते. आणि दुकानाच्या एका टोकाला उभं राहिलं की संपूर्ण दुकानाचा विस्तार क्षणात ग्राहकाच्या नजरेस पडावा, ही योजना त्यामागे होती. म्हणून प्रत्येक शेल्फ पाच फुटांची ठेवली.''

मग पुस्तकांचं योग्य वर्गीकरण आलं. वर्गीकरण व्यवस्थित झालं की ग्राहकाला पुस्तक शोधणं सोपं जातं. बिझिनेस मॅनेजमेंटसारख्या मोठ्या विषयांची पुस्तकं अन्य छोट्या छोट्या विषयांमध्ये विभागून मांडण्यात आली. पुस्तके आद्याक्षरांनुसार लावण्यात आली आणि ग्राहकांना माहिती देणारं 'शेल्फ टॉकर्स' लावण्यात आलं.

छोटी लाकडी स्टुले व क्लासिक लायब्ररी चेअर्समुळे वाचकांना आरामशीर वातावरणात पुस्तकं चाळता येऊ लागली.

''फार मोठ्या प्रमाणात पुस्तकं मांडली असल्यानं ती पाहण्यासाठी, त्यातून आवडीचं पुस्तक निवडण्यासाठी ग्राहकाला अर्धा-पाऊण तास लागणार हे निश्चित.

मग टॉयलेटची सुविधा अत्यावश्यक ठरली.''

इतका तपशील प्रत्यक्षात आणणं हे खर्चिक काम होतं. ५० लाख रुपयांचा खर्च आला. यामध्ये पुस्तकांचा साठाही आला. प्रत्येक चौरस फुटामागे ८०० रुपये खर्च पडला. हे सर्व काम अवघ्या अडीच महिन्यात पार पडलं. हाही विक्रम होता.

पहिलं क्रॉसवर्ड बुक स्टोअर, १५ ऑक्टोबर १९९२ रोजी उघडलं. शंकेखोर म्हणाले, ''दो-तीन महीनों में बंद हो जाएगा!'' पण पहिल्या सहा महिन्यांतच दुकानाने अपेक्षेपेक्षा जास्त व्यवसाय केला.

''स्टोअरचा बोलबाला ग्राहकांनी व पुस्तकप्रेमींनीच मुख्यत: केला हे खरं असलं तरी आम्हीही काही अभिनव कल्पना राबविल्या. त्याही 'जाहिरातीसाठीचं बजेट' नसताना.''

मुलांसाठी वीकएन्डला 'फ्री रीडिंग'ची संधी देण्यात आली. 'लॅन्डमार्क'मध्ये असताना अनिताने अनौपचारिकरीत्या हा प्रयोग सुरू केला होता. क्रॉसवर्डमध्ये तो तिथल्या संस्कृतीचाच भाग बनून गेला. इतरांपेक्षा 'आम्ही वेगळे' आहोत हे दाखवणारा. स्वत:चं व्यक्तिमत्त्व दाखविणारे असे उपक्रम सुरू झाले.

''आमच्याकडे एक अतिशय मौल्यवान ठेव होती. ती म्हणजे लेखक वा लेखिका. लेखकांनी दुकानात येऊन त्यांच्या पुस्तकाचं प्रकाशन करावं किंवा वाचन करावं, असे कार्यक्रम सुरू झाले. या उपक्रमांना वर्तमानपत्रांतून खूप प्रसिद्धी मिळाली.''

रविवारी दुकान उघडं ठेवण्याचाही निर्णय घेण्यात आला. वॉर्डन रोडवरील सर्व दुकानं त्या दिवशी बंद असत. 'क्रॉसवर्ड' अपवाद. सहा महिन्यांतच रविवारची विक्री अन्य दिवसांपेक्षा अधिक होऊ लागली. चांगल्या ठिकाणी वेळ घालविण्यासाठी म्हणून कुटुंबासह लोक येऊ लागले व खरेदी करू लागले.

हे लक्षात घेऊन चांगली २० टक्के जागा मुलांच्या पुस्तकांसाठी ठेवण्यात आली. सीडीज्, सीडी रोम, भेटवस्तू, ग्रीटिंग कार्डस् अशा गोष्टींनी ३० टक्के जागा व्यापली होती.

''पुस्तकांपेक्षा खेळणी व स्टेशनरी यांच्यावरील मार्जिन कमी होतं, पण तरीही या वस्तू ठेवल्या; कारण त्यामुळे संपूर्ण कुटुंबासाठी तेथे काहीतरी घेतलं जातच असे.''

नावीन्य ही सतत चालणारी प्रक्रिया आहे. तो काही एकदाच अनुभवास येणारा 'अहा!' असा क्षण नसतो, तर छोट्या छोट्या गोष्टींतून ती साकारत असते. ग्राहकांशी बोलताना, त्यांचं निरीक्षण करताना या गोष्टी सुचत असतात.

उदाहरणार्थ – पुस्तकं निवडून, त्यांचा गठ्ठा हातात घेऊन वाचक आणखी पुस्तकांचा शोध घेत. मग त्यांच्यासाठी एक छानशी बास्केट केली तर?

'क्रॉसवर्ड'ने स्वत:ची एक बेस्टसेलर लिस्ट तयार करण्यास सुरुवात केली. भारतात असा उपक्रम करणारं हे पहिलंच ग्रंथदालन. लोकांना ही कल्पना आवडली. यातूनच पुढे 'श्रीरामांची शिफारस' अशी एक रॅक तयार झाली. एका पुस्तकवेड्या सीईओने शिफारस केलेली ही पुस्तकं होती.

या टीमचा ग्राहकांवर इतका गाढ विश्वास होता, की कॅश मेमोवर लिहिलं होतं– 'एकदा विकलेली वस्तू बदलून घेता येईल.'

एक टक्क्याहूनही कमी वस्तू परत येत. त्यातही ९० टक्के वस्तू या योग्य कारणासाठीच परत आलेल्या असत. उदाहरणार्थ, मिळालेल्या भेटवस्तू.

पुस्तकांच्या मांडणीतही खासियत होती. श्रीराम व अनिता मांडणीचे वेगवेगळे प्रयोग करून पाहत. "व्हिज्युअल मर्कंटायझिंग' असं याला म्हणतात हे त्यांना बरंच नंतर कळलं.

पण इतका त्रास घेण्याची गरजच काय?

"अभिजात साहित्यनिर्मितीसाठी लेखक अफाट कष्ट घेतो. तो कधीच सामान्य लेखनावर समाधानी नसतो. तो अधिकाधिक चांगली निर्मिती साधण्याचा प्रयत्न करतो. मला वाटतं, आम्ही लेखकांच्या या वृत्तीतूनच प्रेरणा घेतली व सतत स्वत:ला वाढवत राहिलो." आणि हे सर्व व्यवसायाच्या फक्त दर्शनी भागासाठी नव्हतं.

१९९२ मध्ये सर्व दुकानांत हाती लिहिलेले कॅश मेमो दिले जात. पण अनिता व श्रीराम यांनी एका कंपनीकडून विशेष सॉफ्टवेअर बनवून घेतलं. दुकानांत विविध ठिकाणी किती विक्री होते व साठा किती आहे याची अचूक नोंद करण्यासाठी ते उपयोगी होतं.

"याची खरोखरच गरज आहे का?" सिनिअर मिरचंदानींनी विचारलं.

"उद्या या, मी तुम्हाला याची गरज दाखवून देईन." अनिता म्हणाली.

दुसऱ्या दिवशी सकाळी पाच प्रकारचे सेल्स रिपोर्ट अनिताने मिरचंदानींसमोर ठेवले. वर्गवारी, ग्रंथसंख्या, ग्रंथमूल्य, व्हॉल्यूम, व्हॅल्यू अशा प्रकारे वर्गीकरण केलेलं होतं. त्या अनुभवी व्यावसायिकाला सॉफ्टवेअरची उपयुक्तता लगेच लक्षात आली.

"रोज काय विकलं जात आहे याची निश्चित माहिती मिळणं हे आमचं 'सिक्रेट वेपन' होतं. मागणी असलेल्याच वस्तू त्वरित खरेदी करणं आम्हाला सुलभ होत होतं."

दोन वर्षांच्या आतच 'क्रॉसवर्ड' मुंबईत स्थिरावलं. नफाही चांगला होऊ लागला. दिल्लीमध्ये असंच दुसरं स्टोअर उघडण्यास मिरचंदानी राजी झाले.

५०००-६००० चौरस फुटांची जागा मिळवणं हे फारच कठीण काम होतं.

बरीच शोधाशोध केल्यानंतर साऊथ एक्स्टेन्शनमधील ऐबोनी या डिपार्टमेंटल स्टोअरमधील दुसरा मजला मिळाला. या दुकानानेही उत्तम व्यवसाय केला. पण तोपर्यंत एकूणच प्रकाशन व्यवसायाला कठीण दिवस येऊ लागले. आणखी विस्तार करण्यात आता आयबीपीला उत्सुकता नव्हती.

रिटेलसाठी कर्ज देण्यास बँका अद्याप तयार नव्हत्या. पण राष्ट्रीय स्तरावरील ग्रंथदालनाची गरज आहे, यावर श्रीराम व अनिता यांचा ठाम विश्वास होता. ''ही अगदी वेडी कल्पना होती असं तुम्ही म्हणा हवं तर! पण एक सांगतो, अत्यंत कठीण काळात किंवा मंदीमध्येच काही मोठे बिझिनेस उभे राहिले आहेत.''

फ्रॅन्चाईजी देण्याचा पर्याय ते तपासू लागले. पण हा पर्याय 'क्रॉसवर्ड'सारख्या मॉडेलसाठी योग्य होता का? मालकी हक्काचा कोणता फॉर्म्युला ते वापरणार होते? यावर विचार सुरू असतानाच गौरव शहा व त्याची पत्नी सुप्रिया मुंबईच्या दुकानात आले. गौरवने अमेरिकेतून एमएस केलं होतं व कॅरिअर या प्रसिद्ध कंपनीला तो एअरकंडिशनर पुरवीत असे. या दांपत्याला पुस्तकांची अतोनात हौस होती. अहमदाबादमध्ये छोटंसं बुकशॉप सुरू करण्यास ते उत्सुक होते.

''नेपीयन सी रोडवर राहणाऱ्या त्यांच्या मावशीने 'क्रॉसवर्ड'ला भेट देण्यास सुचविलं. त्यांना 'क्रॉसवर्ड' आवडलं व मला भेटायला आले.''

एकामागून एक गोष्टी घडत गेल्या आणि ऑक्टोबर १९९५ ला गौरव व सुप्रिया शहा यांनी 'क्रॉसवर्ड'ची पहिली फ्रॅन्चाईजी घेऊन अहमदाबादमधील मिथकाली येथे दुकान सुरू केलं.

विस्तीर्ण जागा हा येथेही प्रश्न होता. अशा वेळी थोडा वेगळा विचार करून मार्ग काढायचा, अशी सूचना श्रीरामने केली. यातून शहा यांना बेसमेन्टचा पर्याय सापडला. इथपर्यंत ठीक झालं. पण 'आवडीचं पुस्तक कितीही वेळ वाचीत बसा' ही मुंबईची सुविधा अहमदाबादमध्ये चालली असती का?

शहांना शंका होती.

त्यांनी 'क्रॉसवर्ड'ची तंतोतंत प्रतिकृती तेथे उभारली. टेबल, खुर्च्या, फर्निचर सर्व तसंच. मात्र त्यामध्ये एका ब्लॅक कार्डची भर घातली. त्यावर लिहिलं होतं, ''१५ मिनिटांपेक्षा अधिक वेळ कृपया पुस्तक चाळू नका.''

पण थोड्याच काळात या कार्डांची गरज भासेनाशी झाली. अहमदाबादच्या स्टोअरनेही भरपूर व्यवसाय केला. इतका की टेबल, खुर्च्या अपुऱ्या पडू लागल्या. फ्रॅन्चाईजी करारापेक्षा कितीतरी अधिक खुर्च्या मांडाव्या लागल्या.

''गौरव हसतहसत पण अभिमानानं दाखवीत असे : वाचनात गुंग झालेली ती मुले पहा!''

एका संकल्पनेवरील विश्वासानं शहांना चांगला नफा मिळवून दिला.

पुणे व बडोदा येथेही फ्रॅन्चाईजी स्टोअर्स उभी राहिली. प्रत्येक स्टोअरकडून मुख्य कंपनीला रॉयल्टी मिळत असे. या बदल्यात सॉफ्टवेअर, अन्य सुविधा आणि मुख्य म्हणजे उत्तमोत्तम पुस्तके ही मुख्य कंपनीकडून पुरविली जात.

१९९८ पर्यंत, 'क्रॉसवर्ड'ची सात दुकाने उभी राहिली व उलाढाल १६ कोटींवर पोहोचली. पण हे पुरेसं नव्हतं.

"आणखी अनेक स्टोअर्स उभारण्याची आकांक्षा मनात जोर धरू लागली. एक गोष्ट आमच्या लक्षात आली. ती अशी की मुंबई, दिल्ली, अहमदाबाद हा मार्ग काही तितका बरोबर नव्हता. आम्ही कोणत्याच एका शहरात जबरदस्त प्रभाव निर्माण केला नाही, किंवा शहरातील संधींचा पुरेसा वापर करून घेतला नाही."

आधुनिक तंत्रज्ञान व कुशल मनुष्यबळ यामध्ये गुंतवणूक करण्याची आवश्यकता श्रीरामला जाणवत होती. ते कसं काय साधलंत?

"मी माझं नेहमीचं तंत्र वापरलं. एखादी गोष्ट माहीत करून घ्यायची असली तर मी पुस्तक उघडतो किंवा ग्राहकांशी त्या विषयावर बोलतो. त्यातील काही मर्चंट बँकर्स होते. बाजारात जाऊन भांडवल उभं करण्याचा सल्ला त्यांनी मला दिला."

आयबीएचने गुंतवणूक मोकळी करावी यासाठी श्रीरामनं प्रयत्न केले. ते यशस्वी झाले. नवे गुंतवणूकदार शोधण्यासाठी एसएसकेआय या मर्चंट बँकेची नेमणूक करण्यात आली. अनेकांना या उपक्रमात रस असल्याचं आढळलं. २० जण त्वरित गुंतवणूक करण्यास तयार होते. सर्व ऑफर्सचा विचार केल्यानंतर शॉपर्स स्टॉप व आयसीआयसीआय व्हेन्चर्स यांचा प्रस्ताव श्रीरामनी स्वीकारला.

"काही जण अधिक पैसे देण्यास तयार होते. पण रिटेल व रिअल इस्टेट या दोन्हीचा अनुभव आमच्यासाठी महत्त्वाचा होता. तो येथे साधत होता. शिवाय शॉपर्स स्टॉपचे सीईओ बी.एस.नागेश यांच्याशी स्नेहसंबंध होते.

'स्लम्प सेल' पद्धतीचं डील मार्च २००० मध्ये झालं. यानुसार कंपनीचा सर्व कॅश बॅलन्स– एक कोटी नफ्यासह– आयबीएचकडे गेला. ब्रॅन्ड नेम व १०० टक्के भागीदारी खरेदीदारांकडे आली.

श्रीराम व अनिता यांना भागीदारीत थोडा हिस्सा मिळाला.

आयबीएच समाधानी होतं. मूळ गुंतवणुकीच्या १५ पट रक्कम त्यांना मिळाली. शिवाय मुंबईच्या दुकानाचे लीज 'क्रॉसवर्ड'ने पाच वर्षे वाढविले आणि खरेदी सुरू ठेवली.

पण दुकानासाठी हा व्यवहार फायद्याचा ठरला नाही. अपेक्षेप्रमाणे गोष्टी घडल्या नाहीत. 'शॉपर्स स्टॉप'च्या व्यवसायात मंदी आली. आयसीआयसीआय व्हेन्चरमधील ज्या लोकांनी हा करार केला होता त्यांनी बँक सोडली. नवी टीम फार उत्सुकता दाखवत नव्हती. त्यांनी हा व्यवहार वर्षभर टांगता ठेवला.

'क्रॉसवर्ड'साठी आयसीआयसीआयकडून देण्यात येणारा पैसा दिला गेला नाही. शेवटी 'शॉपर्स स्टॉप'ने ही रक्कम बँकेला कर्जाऊ दिली व त्याचं व्याज 'क्रॉसवर्ड'वर ठोकलं.

"पण या काळात आमचे खर्च वाढले होते. साखळी वाढविण्यासाठी नवी भरती केली होती. आम्हाला खूप काम करावं लागत होतं. भांडवलावर ताण पडत होता. आम्हाला आमची स्ट्रॅटेजी बदलावी लागली."

'शॉपर्स स्टॉप'ने त्यांच्या दुकानातही काही जागा देऊ केली. ती 'शॉप इन शॉप' संकल्पना होती. पुढे मल्टिप्लेक्स, पेट्रोल पंप यामध्येही ती वापरण्यात आली.

बेस्ट सेलर्सना अधिक महत्त्व दिलं जाऊ लागलं. कारण त्या पुस्तकांच्या विक्रीतून पैसा त्वरित मिळत होता.

हे सांगताना आपली नाखुशी श्रीराम लपवू शकत नव्हता.

"मी अजिबात खूश नव्हतो... पण पर्यायही नव्हता. अनेक समस्या असूनही आम्ही देशपातळीवर विस्तार केला हे खरं, पण..."

व्यवसायातील झिंग ओसरली होती. अनिता प्रथम बाहेर पडली, ती २००४ मध्ये. २००६ मध्ये श्रीरामही बाहेर पडला.

"हा निर्णय घेणं खूप अवघड गेलं. काही वर्षे विचारात गेली. पण एक झपाटलेपण अनुभवीत मी या व्यवसायात वावरत होतो. आता तो व्यवसाय मी एन्जॉय करीत नसेन तर त्यातून बाहेर पडणंच योग्य होतं."

ग्रंथदालनांची नवी साखळी उभी करण्याचे अनेक प्रस्ताव पुढे आले. काही अत्यंत आकर्षक होते. पण श्रीराम व अनिता यांना आता त्यामध्ये रस नव्हता. "क्रॉसवर्ड ही काही नोकरी वा करिअर नव्हतं. काहीतरी नवं, आकर्षक उभं करण्याची ती धडपड होती... त्यामागे तळमळ होती. स्वप्नपूर्तीचा ध्यास होता."

'क्रॉसवर्डच्या ॲन्युअल बुक ॲवॉर्ड'शी श्रीराम यांचा संबंध अजूनही आहे. पण कोणतंही कार्यकारी पद नाही वा ते संस्थेचे सदस्यही नाहीत. तरीही त्याची आस्था कायम आहे.

"ज्या हेतूने आम्ही जगलो व काही उभारलं ते महत्त्वाचं आहे... वाचन संस्कृती घडवावी, हा आमचा हेतू होता.. पुस्तक विक्रीतून पैसे कमविणं नव्हे."

म्हणून तर 'क्रॉसवर्ड'मधील सर्वोत्कृष्ट कर्मचारी हे स्वत:हून तेथे आले आहेत. "तुमचं काम मला आवडलं. मला बरोबर घ्याल का?" असं विचारत ते आले व रमले.

"आणि पुढे काय" या प्रश्नावर श्रीराम विचार करीत असतानाच, असे लोकच त्या 'किड्या'ला जगवतात... तो जगतो.

''तुम्ही जे करीत आहात ते मला आवडलं. मी इथे काम करू का? असे विचारत जे आले त्यातूनच 'क्रॉसवर्ड'ला उत्तम कर्मचारी मिळाले.''

''मला काही गोष्टींचा ध्यास आहे हे मला जाणवलं. व्यवसाय चालविण्यापेक्षा व्यवसाय उभा करून द्यायला मला आवडतं. समाजात काही वेगळं घडवून आणण्यातही मला रस आहे.''

श्रीराम काही ठिकाणी सल्लागार म्हणून काम करतो तर उरलेला वेळ ना-नफा तत्त्वावर चालणाऱ्या उपक्रमांसाठी देतो. 'नेक्स्ट प्रॅक्टिस फर्म'चे तो सह-संस्थापक आहे. 'स्नेहा' व 'प्रथम बुक्स'च्या सल्लागार मंडळावरही तो आहे.

'द इन्डस आंत्रप्रेनर्स' (टीआयई) या संस्थेचा तो नियुक्त अध्यक्ष आहे. आपला व्यावसायिक अनुभव, वाचनातून समृद्ध झालेलं ज्ञान, या पदावरून तो अनेक बिझिनेस स्कूलच्या विद्यार्थ्यांना वाटत राहतो.

आणि याशिवाय आता 'काव्या'कडे लक्ष द्यावं लागतं. या पाच वर्षांच्या चिमुरडीने श्रीराम व अनितासमोर एक नवीन विश्व उघडलं आहे.

''आम्ही 'काव्या'ला दत्तक घेतलं. हा निर्णय जाणीवपूर्वक घेतला. दत्तक घेण्याची इच्छा आम्हा दोघांना तरुणपणापासून होती. याशिवाय राधिका ही १४ वर्षांची भाची आमच्याबरोबरच राहते.''

सहा वर्षांपूर्वी लग्न होण्याआधी अनेक वर्षे श्रीराम व अनिता एकमेकांसोबत राहत होती.

''विवाह संस्थेवर आमचा विश्वास नाही. ती अत्यावश्यक नाही. पण मुलांचा प्रश्न आला की विवाह झालेला असणं ठीक असतं असं लक्षात आलं.''

विवाहसंस्थेला विरोध ही बंडखोरी नाही; वेगळी निष्ठा आहे.

''मला जे पटतं, त्यानुसार मी जगतो. आपल्या निष्ठांचा दुसऱ्यांना त्रास होत नसेल तर आपल्याला जे पटतं तसंच जगलं पाहिजे.''

जगात तुमचं स्वत:चं असं एक राज्य असतं. त्या राज्याच्या चाव्या ताब्यात घ्या व स्वप्नांच्या दुनियेवर राज्य करा!

◆

तरुण उद्योजकांना सल्ला

सल्ला देण्याजोगं माझ्याकडे खूप काही आहे. पण त्यांनी माझंच ऐकलं पाहिजे असं काही नाही; तर त्यांनी स्वत:चं ऐकलं पाहिजे. इतरांचं जरूर ऐका, पण स्वत:साठी काय योग्य आहे हे स्वत:च शोधून काढा.

'स्टारबक'चा अध्यक्ष एकदा म्हणाला : यशस्वी होण्यासाठी शहाणपणापेक्षा 'आस्था' हवी, सुरक्षेपेक्षा 'साहस' हवं, व्यवहारापेक्षा 'स्वप्न' हवं, आणि जे शक्य वाटतं त्यापेक्षा अधिकाची 'अपेक्षा' असावी. हाती घेतलेल्या कामाबद्दल विलक्षण आत्मीयता हवी. तुम्ही फारच गुंतून पडता असं लोक म्हणतील, पण कामाबद्दल आत्मीयता असणारे लोकच आयुष्यात काही करून दाखवितात.

सुरक्षित जगण्यापेक्षा धाडस दाखविलं पाहिजे. 'जरा जमिनीवर या', असं कुणी म्हणत असलं तरी तुम्ही स्वप्नं पाहत राहिली पाहिजेत.

अरविंद आय हॉस्पिटलचे डॉ. वेंकटस्वामी यांचे उद्गार मला या वेळी आठवतात. ते म्हणत, ''बुद्धिमत्ता व क्षमता पुरेशा नाहीत; काहीतरी सुंदर निर्माण करण्याचा आनंद मिळाला पाहिजे.''

सुंदर निर्मितीचा आनंद मिळाला की आयुष्यात प्रसन्नता येते. ही प्रसन्नता 'आतून' येते. हीच शोधण्याची माझी धडपड सुरू असते.

माझ्या कामातून मी अनेकांच्या आयुष्याला स्पर्श केला आहे ही जाणीव मला दिवसअखेर होते. पैसा, प्रसिद्धी या गोष्टी तितक्याशा महत्त्वाच्या नसतात. तुम्ही काय बदल घडवून आणलेत यावर आयुष्याचं मूल्यमापन होतं.

''अर्थ शोधण्याची माणसाची धडपड हीच त्याचं आयुष्य हेतुपूर्ण करते'' हे व्हिक्टर फ्रॅन्केलचे उद्गार किती सार्थ आहेत. आयुष्यात अर्थ निर्माण करा; अन्य सर्व गोष्टी आपोआप साधतील.

मत... बदलासाठीचं!

सौरभ व्यास आणि गौरव राठोड
'पोलिटिकल एज'

हॉस्टेलची मैत्री आणि राजकारणाविषयीचं प्रेम यांनी 'पोलिटिकल एज' या असामान्य कंपनीला जन्म दिला. या दोन आदर्शवादी युवकांनी आपल्या बुद्धीला कामाला लावलं आणि सुरू केली एक संशोधन आणि सल्ला सेवा फक्त राजकरण्यांसाठी!

आयआयटीतून पदवीधर म्हणून नुकतेच बाहेर पडलेले दोन तरुण जर एखादा नवीन व्यवसाय करायचं ठरवत असतील तर तुमची अपेक्षा असेल की ते आयटी, बीपीओ, कन्सल्टन्सी, हरित तंत्रज्ञान यापैकी कुठल्या तरी क्षेत्राची निवड करतील. एसी ऑफिसमधल्या आरामदायी वातावरणात त्यांच्या कल्पना राबवतील.

उत्तर प्रदेशमधल्या धूळभरल्या, वीज नसलेल्या गावात जाण्यासाठी तुम्हाला वेडच लागलेलं असायला हवं.

वेड राजकारणाचं!

सौरभ व्यास आणि गौरव राठोड यांनी जेव्हा कॅम्पस जॉब सोडून राजकारणातील संशोधनाचा मार्ग निवडायचा ठरवलं, तेव्हा त्यांनी 'रिअल इंडिया'च्या खरोखरच्या खडबडीत रस्त्यावरून चालणं निवडलं होतं. अगदी बरोबर, संशोधन राजकारण्यांसाठी!

शायनिंग गुडगावमधल्या एका खुल्या कॉफी-शॉपमध्ये संधिप्रकाशात मी या दोन युवकांना पाहतेय. मला वाटतं, स्वत:चं वय जास्त वाटावं म्हणून एकानं दाढी वाढवलीय. येणाऱ्या ग्राहकांचं प्रोफाइल लक्षात घेता ती कल्पना चुकीची नव्हती.

जसं राजकीय क्षेत्रातील एका गांधी टोपीधारी व्यक्तीनं उल्लेख केला होता, "तुम्ही जन्माला यायच्या आधीपासून मी राजकारणात आहे."

याने की तुम हमको क्या सिखाओगे बच्चों! पण आत्तापर्यंत त्यांनी खूपच, म्हणजे २५० पेक्षा जास्त राजकारण्यांबरोबर काम केलं आहे.

गौरव आणि सौरभची गोष्ट आपल्याला हेच सांगते, वय आड येत नसतं. अनुभव नसणं आड येत नाही. तुम्हाला ज्याची गरज आहे ते तुम्ही शिकू शकता आणि मग ते वाढवत आनंद लुटू शकता.

आणि म्हणूनच रस्ते नसलेल्या गावात तुम्ही वळण घेता, तरीही तुम्हाला हिसके बसत नाहीत.

तो रस्ता तुम्ही बांधत आहात.

मत... बदलासाठीचं!

सौरभ व्यास आणि गौरव राठोड
'पोलिटिकल एज'

सौरभ व्यास एका छोट्या शहरातला मुलगा.

"मी मूळचा उदयपूरचा, पण शाळा मात्र शिकलो जयपूरला. जयपूरच्या सेंट झेव्हियर्समधून उत्तीर्ण झालो. माझे वडील राजस्थान राज्य को-ऑपरेटिव्ह बँकेत सरव्यवस्थापक आहेत."

गौरव राठोडही तसाच छोट्या शहरातला मुलगा.

"मी मूळचा कानपूरचा. माझे वडील राज्य इलेक्ट्रिक बोर्डात इलेक्ट्रिकल इंजिनिअर असल्यानं मी उत्तर प्रदेशात वेगवेगळ्या ठिकाणी राहिलो."

अभ्यासात हुशार असणाऱ्या छोट्या शहरातील अनेक मुलांप्रमाणे सौरभचीही इच्छा झाली आयआयटीला जाण्याची. "जयपूरमध्ये- १९९८ मध्ये, तुमच्यापुढे दोनच पर्याय असायचे, एक तर तुम्ही डॉक्टर बनायचं किंवा इंजिनिअर. जेव्हा तुम्ही अकरावीमध्ये प्रवेश करता तेव्हाच तुम्हाला या पर्यायांपैकी एकाची निवड करावी लागते. मी गणितात पक्का होतो म्हणून मग मी इंजिनिअरिंगची निवड केली. जेव्हा तुम्ही इंजिनिअर बनायचं ठरवता, तेव्हा आयआयटी हे उत्तम ठिकाण आहे..."

सौरभने कोटा येथे करिअर पॉईंटमध्ये प्रवेश घेतला आणि गुणवत्ता यादीत १५७६ वा क्रमांक मिळवला.

आयआयटीच्या इतर मुलांप्रमाणेच त्यालाही कॅम्प्युटर सायन्स हवं होतं, पण शेवटी त्याने एरोस्पेस इंजिनिअरिंगमध्ये प्रवेश घेतला -पाच वर्षांचा संयुक्त पदवी अभ्यासक्रम.

"मला वाटतं, तुम्ही आयआयटीच्या कोणत्या शाखेचे विद्यार्थी आहात हे फारसं महत्त्वाचं ठरत नाही. तुम्ही पाच वर्षे तिथे राहता - तेव्हा फक्त पुस्तकातलं नव्हे तर तुमच्या भोवतालच्या सर्व गोष्टींमुळे, सर्व लोकांमुळे मिळालेले अनुभव, ज्ञान महत्त्वाचं असतं."

गौरव त्यामधला एक होता.

"आम्ही पहिल्या दिवशी भेटलो. आम्ही हॉस्टेलच्या एकाच विंगमध्ये राहत

होतो, हॉस्टेल २...'' एका क्षणाचाही विलंब लागला नाही, और गहरी दोस्ती हो गयी.

''माझी कथा जरा वेगळी आहे, कारण खरं तर मी आयआयटीला जायचं ठरवलं नव्हतं.'' गौरव सांगतो, ''बारावीनंतर मी कोणतीही इंजिनिअरिंगची परीक्षा दिली नव्हती. - मला दिल्ली विद्यापीठात जायचं होतं. पण मी उत्तर प्रदेश बोर्डाच्या परीक्षेला बसलो आणि निकाल खूप उशिरा लागला.''

प्रवेश अर्ज भरण्याची मुदत संपली आणि दिल्ली विद्यापीठात जाण्याचं स्वप्न भंगलं. त्याच्या वडिलांनी विचारलं, ''पुढचं एक वर्ष तू काय करणार आहेस?''

मी म्हटलं, ''ओके. ठीक आहे. मी कोणती तरी परीक्षा देईन. आणि मी कोचिंग क्लासला प्रवेश घेतला.''

नशिबाने त्याला साथ दिली. गौरवने परीक्षा दिली आणि गुणवत्ता यादीत त्याचा क्रमांक होता, १४३७. आणि जेव्हा तुम्ही त्यातून जाता, तेव्हा 'नाही, मला हे नको आहे,' असं म्हणणं कठीण असतं. म्हणून गौरवने आयआयटी, मुंबईत प्रवेश घेतला– मेटॅलर्जिकल आणि मटेरियल सायन्स शाखेत. आणि पुन्हा वर्गाबाहेरील अनेक गोष्टींमुळे त्याच्यावर खूपच परिणाम झाला.

''मी अभ्यासात नेहमीच ओके होतो. माझं सीजीपीए (Cumulative grade point average) ते सिद्ध करू शकतं. एक सामान्य मुलगा.'' आयआयटीबी म्हणजे सेव्हन पॉईंट समथिंग होतं. ज्याला मूड इंडिगो, नाटकं - अशा बाहेरच्या सर्व ॲक्टिव्हिटीज करण्यात जास्त रस होता, पण सर्वांत जास्त होता-वरिष्ठांचा कनिष्ठांशी होणाऱ्या संवादात.

''१९९९ ला, ज्या वर्षी आम्ही आयआयटीमध्ये प्रवेश केला, ते डॉट कॉमच्या बूमचं वर्ष होतं. आमच्या हॉस्टेल रूममध्ये आमच्या सिनिअर विद्यार्थ्यांच्या मालकींच्या कोट्यवधी मूल्यांच्या कंपन्या होत्या. प्रत्येक जण आयुष्याबद्दल उत्साही होता!'' पुढच्या दोन वर्षांत मात्र सगळं उंचावर गेलेलं खाली आलं. आकाशातले मनोरे खाली कोसळले. साहजिकच जॉब मार्केटही. ''२००१, २००२, २००३ मध्ये प्लेसमेंटची अवस्था अगदी वाईट होती आणि त्याचे चटके आम्हालाही बसले.''

''आमचे वरिष्ठ खूप यशस्वी उद्योजक होते. काय चाललं आहे, इंडस्ट्रीत काय घडत आहे - अशा अनेक गोष्टी ते आम्हाला सांगायचे. जे इतर कुठल्याही कॉलेजमध्ये नसतं.''

सौरभ सांगतो. गौरवला एचएलएल किंवा आयटीसीमध्ये जॉब हवा होता; पण

त्याने 'डेलॉइट अँड टच' स्वीकारलं.

आयआयटीच्याच शेजारी असलेल्या हिरानंदानीमध्येच हे ऑफिस होतं. सौरभ तेथे त्याचं शेवटचं वर्ष पूर्ण करत होता. त्यामुळे गौरव प्रत्यक्ष कॅम्पसमध्येच राहिला.

"हिरानंदानीमध्ये एक 'पिझ्झा हट' आहे. शेजारीच रात्री दोन वाजता सायकलवाले कॉफी विकायचे. आम्ही तिथे पहाटेपासून सकाळ होईपर्यंत क्रिकेट, अर्थकारण आणि आयुष्याबद्दल गप्पा मारत बसायचो."

पण शेवटी सगळ्या गप्पा राजकारणावरच संपायच्या. कारण तो सगळा ग्रुपच राजकारणाचा ध्यास घेतलेला होता. आणि तिथेच ही धूसर व्यावसायिक कल्पना आकाराला आली.

"आम्हाला माहीत होतं, की आम्ही काही राजकारणात प्रवेश घेऊ शकत नाही किंवा राजकीय पक्ष तयार करू शकत नाही. पण आम्ही विचार केला की, आपण या क्षेत्रात काहीतरी करू शकतो."

गौरव त्यात भर घालत म्हणाला, "१९९० मध्ये वेगवेगळी विस्कळीत क्षेत्रं आपापल्या पद्धतीनं रचनेत बांधली गेली. पण त्यात राजकीय क्षेत्र नव्हतं. राजकारणाविषयी सगळ्यांचं मत होतं, 'चलने दो, चल रहा है.' मग विचार केला, ज्या पद्धतीनं राजकीय मोहिमा आखल्या जातात किंवा पक्ष किंवा उमेदवार काम करतात किंवा कार्यक्रम घेतात, का नाही त्याची एक रचना तयार करावी?"

या क्षेत्रातली ही संधी २००४ मध्येच लक्षात आली होती. परंतु बोलणं प्रत्यक्षात उतरलं नव्हतं.

"त्या वेळी आम्हाला माहीत होतं की, हम करेंगे इसी चीजको, पण उत्तीर्ण झाल्यावर लगेचच नाही. अनेक गोष्टी करण्यासाठी निदान एक वर्ष तरी लागणार होतं. त्यापूर्वी काही पैशांची बचत करण्याची आवश्यकता होती." त्यामुळे पदवीनंतर सौरभने 'फ्रॅक्टल ॲनालिटिक्स'मध्ये जॉब करायला सुरुवात केली.

"मला नेहमीच वाटायचं की स्टॅटिस्टिक मॉडेलिंग करावं - इथे मला दुसरा पर्यायच नव्हता. त्यामुळे माझं स्वप्न प्रत्यक्षात आलं."

'फ्रॅक्टल ॲनालिटिक्स' ही एक वित्तीय विश्लेषण संस्था होती -जी आयआयएम अहमदाबादच्या पाच पदवीधारकांनी सुरू केली होती. सौरभ तिथला ४८ वा कर्मचारी होता आणि त्याच्या मते तो अत्यंत आश्चर्यकारक अनुभव होता.

" 'फ्रॅक्टल'नेही डॉटकॉमसारखं काम सुरू केलं होतं; परंतु नंतर फायनान्शिअल ॲनालिटिक्सकडे ते वळले. तिथल्या मुख्य व्यक्तींकडून मी खूप काही शिकलो. कंपनीविषयी त्यांचा जो दृष्टिकोन होता, ज्या प्रकारे ते आम्हाला वागवायचे, त्या प्रकारे ते अनेक प्रश्न हाताळायचे वगैरे."

दरम्यान गौरव ‘डेलॉइट’मधल्या कामानं वैतागला. श्लुमबर्गर कंपनीनं त्याला सुदानला पाठवलं. ती खूपच प्रतिकूल जागा होती. पण ती एक तेलकंपनी होती नि साहजिकच खूपच पैसे देत होती.

“मी तिथे फक्त पाच ते सहा महिनेच काम केलं. परंतु त्या काळात खूप पैसे साठवू शकलो.” गौरव हसतो. हातात खूप पैसा येत होता. सहजपणे...

अनेकदा एखादा जॉब हातात असणं, हे सक्षम उद्योजकाला त्याच्या ध्येयापासून दूर करतं. इथे खरं तर सगळ्या गोष्टी योग्य जागी पडणं सुरू झालं होतं.

“गौरव ‘डेलॉइट’मध्ये कस्टमर रिलेशनशिप मॅनेजमेंट, (सीआरएम), अर्थात ग्राहकांशी नाती जोडण्याच्या विभागात काम करत होता. सर्वांना एकत्र कसं करायचं आणि आमच्या ग्राहकांशी - मतदारांशी कसं बोलायचं याची कल्पना या कामामुळे आली. मी विश्लेषक म्हणून काम करत होतो. माहिती गोळा करणे, आकडेवारीचे नमुने कसे घ्यायचे अशा अनेक गोष्टी तिथे शिकायला मिळाल्या.”

गौरव म्हणाला, “हे सगळं आपोआप घडलं. घडून गेलं. अन्यथा तुम्ही नुसतं ते कसं घडलं यावर विचार करत बसता.”

“आम्ही हिमाचलच्या ट्रिपवर गेलो– मजा म्हणून. आणि ठरवलं, चलो, लेट्स स्टार्ट! इतका चटकन घेतलेला निर्णय होता तो.” सौरभ म्हणाला.

सगळे जण परतले आणि सर्व सोपस्कार पूर्ण केले. आणि खतम हुआ नौकरी का सिलसिला, शुरू हुई लाइफ, एका उद्योजकाची!

घरातून कोणतीच चिंता व्यक्त केली गेली नाही? इतकी हुशार, तरुण मुलं, चांगल्या नोकरीत स्थिर झालेली... अचानक अद्याप अंधूक असलेली, तीही राजकारणाशी संबंधित गोष्ट करायला निघालेत.

पण आश्चर्य म्हणजे दोन्ही कुटुंबं खूप समजूतदार होती. खरं तर त्यांना त्यांची मुलं नेमकं काय करताहेत हे माहीतच नव्हतं!

“सुदैवाने आम्ही राजकारणात शिरत नव्हतो. पण हो, आजूबाजूला काही मासलेवाईक प्रतिक्रिया व्यक्त केल्या जात होत्याच.”

“आणि आमच्यावर कोणत्याच आर्थिक जबाबदाऱ्या नव्हत्या.” सौरभ त्यात भर घालतो. जसं की पालकांची जबाबदारी, बहिणीचं लग्न, पिताजी का ऑपरेशन वगैरे वगैरे.

आणि मग एक वर्ष कामाचा अनुभव पाठीशी जमा केल्यानंतर हे दोन तरुण राजकारण्यांचं जग बदलायला सज्ज झाले! राजकारणी बनून नाही तर त्याचे कान, डोळे बनून आणि सीआरएमच्या मदतीनं.

एक वेगळी व्यावसायिक कल्पना - पण सुरुवात कुठून करणार?

“आम्ही जेव्हा सुरुवात केली तेव्हा, अमेरिकेत काय होत आहे आणि त्यातल्या

कोणत्या चांगल्या गोष्टी आत्मसात करता येतील या गोष्टींचा विचार करत होतो.- अधिक तर तांत्रिक गोष्टी; पण इथल्या अनेक प्राथमिक गोष्टीच खूप वेगळ्या होत्या.''

अमेरिकेत अवांतर माहिती खूप उपलब्ध असते. भारतात माहितीच नसते. तुम्हाला बाहेर जाऊन ती मिळवावी लागते. याचा अर्थ तुम्हाला मोठी टीम जमवावी लागणार, फिल्डवर्क करावं लागणार आणि अनेक गोष्टी... काफी झंझटें हैं! ''आणि सर्वांत महत्त्वाचं म्हणजे अमेरिकेतल्या राजकारण्यापेक्षा भारतातल्या राजकारण्यांना काहीतरी वेगळं हवं असतं. तिथे महत्त्वाचं असतं ब्रँड बिल्डिंग, तुमचं नाव होणं, त्यासाठी डावपेच आखणं, भाषणलेखन आणि अशा प्रकारच्या गोष्टी. भारतात त्यांना माहिती हवी असते, गाँवमें मेरा क्या चल रहा है. अगदी तळागाळातली माहिती.''

गावागावांतून फिरत माहिती गोळा करण्याची कल्पना त्यांना जेरीस आणणारी नव्हती. नाहीतरी त्यांना असल्या कामाचा अनुभव कुठे होता!

''आम्हाला माहीत होतं, आम्ही एका कठीण क्षेत्रात शिरत आहोत.'' सौरभ सांगतो, ''राजकारणासाठी तळागाळात जावं लागतं. आम्हाला तिथपर्यंत जायलाच हवं होतं. ते सोपं नव्हतं, पण आमच्या पुढे जाणाऱ्या प्रत्येक पावलामागे होता आमचा ध्यास.''

मे २००५ मध्ये काम सुरू झालं, पण कंपनीची नोंदणी झाली जूनमध्ये. सौरभ आणि गौरवबरोबर आणखी दोन भागीदार जोडले गेले.

त्यातला एक होता मनन चौहान, त्यांचाच वर्गमित्र. शिकागो विद्यापीठातून 'पब्लिक पॉलिसी'मध्ये मास्टर्स करत होता आणि चौथा भागीदारही त्यांचा वर्गमित्रच आहे.

''आम्ही आमच्या गुडगावमधल्या मोठा हॉल असलेल्या तीन बीएचकेच्या घरातच कामाला सुरुवात केली. आमची जी काही बचत होती ती आम्ही त्यात घालायला सुरुवात केली. आणि मग पुढचं वर्षभर त्यात भर घालत राहिलो!'' एका वर्षात त्यात जवळजवळ १५ ते २० लाख रुपये टाकले. पाच वर्षांच्या कामाच्या अनुभवातून त्यांना इतके पैसे जोडणं शक्य होतं?

''सुदानमधल्या श्लुमबर्गरमध्ये काम करत असताना इतके पैसे जमवणं शक्य होतं.''

अशा प्रकारच्या कामामध्ये सर्वांत जास्त पैसा जातो तो पगारांमध्ये. एक छोटी तंत्रज्ञांची आणि फिल्डमधली माहिती गोळा करणाऱ्यांची टीम.

''सगळे मिळून दहा ते बारा लोक. तीन तंत्रज्ञ आणि संशोधन टीममध्ये सात ते आठ महत्त्वाचे लोक. जसजसे या प्रकल्पाला आम्हाला ग्राहक मिळत गेले

तसतशी आम्ही संख्या वाढवली."

काय करावं लागतं अशा विशेष सेवेला ग्राहक मिळवण्यासाठी?

"कुणा तरुणांचं हे राजकारणी लोक ऐकून घेतील हे थोडं कठीणच होतं, म्हणून आम्ही तरुण नेत्यांना भेटण्यापासून सुरुवात केली. प्रेझेंटेशन्स दिली."

त्यातला एक होता मिलिंद देवरा, दक्षिण मुंबईतला अमेरिका शिक्षित तरुण खासदार.

"ही मीटिंग ठरवण्यासाठी तुम्हाला किती फोन कॉल्स करावे लागले?" मी विचारलं.

"मिलिंदला? एक, फक्त एक."

खरंच?

"मिलिंद खूप चांगला माणूस आहे. आणि आम्ही त्याला कधीही हे सांगितलं नाही, की आम्हाला भेटलेला तो पहिला राजकारणी आहे. त्याला खरंच अद्याप हे माहीत नाही!"

"सामान्य माणसांना वाटतं, की ९९ टक्के राजकारणी लोक भ्रष्टाचारी असतात आणि त्यांना काहीच माहीत नसतं. पण आम्ही म्हणतो, साधारण ४० टक्के चांगले असतात. काही करण्यासाठी ते खूप प्रयत्न करत असतात. परंतु त्यात काही मर्यादा आहेत."

काय सांगितलं त्याला तुम्ही?

"याचा सारांश म्हणजे, मतदारांच्या जमा केलेल्या माहितीद्वारे आणि सॉफ्टवेअरच्या मदतीनं मतदार आणि राजकारण्यांमध्ये पूल बांधण्याचं काम आम्हाला करायचं होतं.

आम्ही त्याला एक सॉफ्टवेअर दाखवलं, ज्यात त्याला त्याच्या मतदारसंघातल्या अगदी मतदान केंद्राच्या पातळीपर्यंत सर्व गोष्टी कळणं शक्य होतं."

या सॉफ्टवेअरच्या मदतीनं तुम्ही तुमच्या मतदारांचं जाती, विकास आणि भूगोल या निकषांच्या आधारे विश्लेषण करू शकता. आणि त्यापूर्वीच्या निवडणुकीशी त्याची तुलना करू शकता. त्यासाठी तुम्हाला प्रथम माहिती गोळा करावी लागते, त्याचं विश्लेषण करावं लागतं. आणि त्या आधारे येणाऱ्या तीन वर्षांचे आराखडे बांधणं शक्य होईल.

मिलिंद म्हणजे कामाचा झंझावात. "ओके, तुम्ही हे करू शकता? ठीक आहे. पुढे काय, पुढे काय, पुढे काय!"

सौरभ आठवतो.

प्रेझेंटेशन अचूक दोन मिनिटांत संपलं.

"त्याने लॅपटॉपकडे पाहिलंही नाही." गौरव सांगतो, "तो म्हणाला, हे इथेच ठेवा आणि बोला!"

'विक्री' कशी करावी यासाठीचा हा महत्त्वाचा, शिकवणारा अनुभव होता. आणि तेही स्वत:. मिलिंद अर्थातच फर्मचा त्वरित ग्राहक बनला आणि सतत बनत राहिला. त्यानं यांना एक छोटा प्रोजेक्ट दिला आणि याने जर त्याचं समाधान झाल्यास पुढे आणखी काही दिलं जाईल, असं सुचवलं.

"मिलिंदनं त्याच्याकडची काही माहिती आम्हाला दिली आणि आमच्या सॉफ्टवेअरच्या मदतीनं त्याचं विश्लेषण करण्यास सांगितलं. गेल्या निवडणुकीमधल्या कामगिरीच्या आधारावर काही महत्त्वाची माहिती आम्ही दिली."

"दरम्यान, मिलिंद आमच्याशी खूप कडक वागला. पण त्याला ही संकल्पना खूप आवडली होती. भारतातल्या काऊ बेल्टमधील मुरलेल्या राजकारण्यांबरोबर काम करायचं होतं. त्यांच्यात विश्वास निर्माण करणं हेच खरं तर खूप कठीण काम होतं. बैठका घेणं हेच मुळात अवघड काम होतं."

"आम्ही फक्त एकच गोष्ट करू शकत होतो, ते म्हणजे टेलिफोन डिरेक्टरीमध्ये असलेल्या आमदार आणि खासदारांच्या दूरध्वनी क्रमांकावर फोन करणं. आम्हाला त्यांना विश्वासात घ्यायचं होतं आणि सांगायचं होतं, की एक बार मिलो तो सही!"

एकदा बैठक झाली की बहुसंख्य लोक त्या संकल्पनेचं कौतुक करायचे. मात्र त्यांना टीमच्या विश्वासार्हतेबाबत शंका होत्या.

"आम्हाला काही वेळा थापा मारून वेळ निभावून न्यायला लागायची." सौरभ हसतो. पण त्याचा फायदा झाला. आणि कंपनीला उत्तर प्रदेश आणि नेपाळच्या सीमाभागातले काही छोटे प्रकल्प मिळाले.

"उत्तर प्रदेशातून अगदी शून्यापासून काम करावं लागलं. प्रश्नावली तयार करणं, सर्वेक्षण करणं, माहिती गोळा करणं, टीमला नेमणं आणि त्यांना प्रशिक्षण देणं." खूप कष्ट करावे लागले आणि खूप अडचणी आल्या तरीही.

"मला एक ठिकाण आठवतंय, निघासनमधलं एक छोटं ठिकाण होतं ते. अगदी सुरुवातीच्या काही प्रकल्पातील पहिला टप्पा तिथे करायचा होता. चांगल्या टीमला एकत्र करणं आणि प्रकल्प अधिक चांगल्या प्रकारे पूर्ण होणं अत्यंत महत्त्वाचं होतं. तिथे हॉटेल नव्हतं. कुणाच्या तरी घरी आम्ही काही रूम्स घेतल्या होत्या. वीज सकाळी सहा ते साडे सहाला यायची." पर अपने अंदर की आग के सहारे, रास्ता दिखता रहा...

"सुरुवात करण्यासाठी मी माझ्या गावच्या काही लोकांना माझ्याबरोबर घेतलं. काही स्थानिकांना हाताशी धरलं, आणि शिकवलं, कैसे क्या करना है..."

उदाहरण घालून देत पुढे जात राहिलो. प्रक्रिया शास्त्रशुद्ध होती, पण अंमलबजावणी व्यावहारिक शहाणपणातून करायची होती.

"आम्ही थर पद्धतीनं माहिती जमा करत होतो. तथापि, गुणात्मक आणि संख्यात्मक अशा दोन्ही पातळ्यांवर माहिती गोळा करायची होती."

राजकारण्यांना हे माहीत होतं, की त्यांनी प्रगती केलेली आहे. मात्र त्यांना हे माहीत करून घ्यायचं होतं, की पुढच्या निवडणुकीत कशी प्रगती करायची, कोणते विषय आहेत, जातीचे समीकरण आणि स्थानिक राजकारणाची गती किती आहे?

"आणि तुम्ही विश्वास ठेवा, अनेकांनी आम्हाला सांगितलं, की ये हमने अपने लडकों से पता कर लिया है. पण जरी त्यांनी त्यांच्या माणसांकडून माहिती गोळा केली असली तरी त्यांना प्रामाणिक उत्तरं मिळत नव्हती, तर आमची माहिती अजिबातच पूर्वग्रहदूषित नव्हती."

याशिवाय त्याच्यासाठी जे 'वाईट' आहे ते त्यांचे चमचे त्यांच्या नजरेस येऊ देत नसत. आपला मुद्दा स्पष्ट करण्यासाठी गौरवनं एक उदाहरण दिलं.

"समजा मी काँग्रेस पक्षासाठी काम करतो आहे. श्री. अ. बरोबर श्री. ब ही तिकिटासाठी इच्छुक आहे. जर अ ला तिकीट मिळालं तर ब पराभूत होतो आणि तो नक्कीच अ ची प्रतिमा मलिन करण्याचा प्रयत्न करणार. आणि पक्ष यात काहीच करू शकत नाही."

'पोलिटिकल एज' श्री. अ ला अशी ठिकाणं दाखवेल जिथे श्री. ब त्याचं जास्तीत जास्त नुकसान करू शकेल. त्यामुळे त्याला तोंड देण्यासाठी अ त्या सर्व बाबतीत स्वत:ची तयारी करू शकेल.

त्याचबरोबर 'पोलिटिकल एज' दुसरा असाही महत्त्वाचा सल्ला राजकारण्यांना देईल तो म्हणजे, त्यांच्या मतदारसंघातील लोकांना आनंदी करण्यासाठी आणि त्यांची वाढीव मते मिळवण्यासाठी ते काय काय करू शकतात.

"आपल्या मतदारसंघाच्या व्यवस्थापनासाठी राजकारणी खूप पैसा ओतत असतात आणि मेहनतही घेत असतात. पण मतदारांकडून त्या बदल्यात जे हवं असतं ते मिळण्यासाठी, लोकांसाठी नेमकं काय करायला हवं याबद्दल त्यांना नेमका फीडबॅक मिळत नाही."

"जेव्हा आम्ही कामाला सुरुवात केली तेव्हा आमच्या लोकांना गावात नेऊन प्रत्यक्ष दाखवावं लागलं, की सर्वेक्षण कसं करतात. आम्ही तज्ज्ञ नव्हतो, साहजिकच आम्ही वेगवेगळे प्रयोग करत होतो. खरं तर आम्ही संशोधनाचं काम पूर्वीपासून करणाऱ्या कुणालाच घेतलं नाही."

समजा खासदार किंवा आमदारांनी ५० हँडपंप मंजूर केले. खूप छान! पण ते नेमके कुणाला द्यायचे याबद्दल निश्चित काही विचार आहे का?

समजा एका विधानसभा मतदारसंघात २०० मतदान केंद्रं आहेत. घडतं असं की आमदाराच्या जवळची लोकं याचा फायदा घेतात. जरी त्यांना गरज नसेल तरीही ते आपल्या घराजवळ जादा हातपंप लावून घेतात.

आणि 'इनके घरके बगल में लगा दो' स्टाईलमधलं हे काम त्या आमदाराच्या नकळत त्याच्या प्रतिमेचं नुकसान करीत असतं.

"मतदार काही गोष्टी मागतात, तुम्ही त्या करता. पण काही वेळा स्वत:च्या तत्त्वासाठी किंवा जातीवरच्या निष्ठेपायी ते तुम्हाला मत देत नाहीत. पण निदान ते तुमच्या विरोधात जाणार नाहीत. तुमच्याबद्दल वाईट शब्द बोलणार नाहीत." सौरव सांगतो.

लोकप्रिय, पण परिणामकारक नेत्याची प्रतिमा अशी हळूहळू बनत जाते.

हे खूप छान आहे, परंतु राजकारणी यासाठी किती पैसे द्यायला तयार होतात... आणि आपल्या या कामाबद्दल विश्वास निर्माण व्हावा म्हणून सुरुवातीच्या काळात त्यांना विनामूल्य काम करावं लागलं होतं.

"पैशांबद्दलचं धोरण हळूहळू विकसित होत गेलं, पण विनामूल्य? कधीच नाही."

तुम्ही कल्पना करू शकता, तुम्ही तुमचं बिल त्यांना सहजपणे देऊ शकता. पण प्रश्न तेव्हा येतो जेव्हा ते वसूल करायचे असतात तेव्हा.

"हो, आम्हाला आमच्या ग्राहकांकडून तो वाईट अनुभव आहे– पैसे न मिळण्याचा. विशेषत: तेव्हा, जेव्हा ते काहीतरी नकारार्थी ऐकतात. पण असे प्रश्न हाताळण्याचे, त्यातून बाहेर पडण्याचे मार्ग आणि साधनं आम्ही शोधून काढली आहेत."

मला खात्री आहे, त्यांनी हे सारं शोधून काढलं ते आयुष्याच्या कुरुक्षेत्रात. आयआयटीमध्ये नाही!

नुकसान आश्चर्यकारकरीत्या खाली आलं!

शिवाय ते आता थोडे चोखंदळ झाले आहेत, कुणाबरोबर काम करायचं या बाबतीत!

त्यांचा व्यवसाय हळूहळू पण स्थिर पद्धतीनं वाढत चालला आहे. पहिल्या वर्षी त्यांच्याकडे फक्त आठ ते दहा ग्राहक होते. पण २००६-७ मध्ये उत्तरप्रदेश, उत्तरांचल आणि पंजाबमधल्या निवडणुकीमुळे ते तिप्पट झाले. त्यानंतर मात्र मागे वळून बघणं झालंच नाही - आज त्यांच्याकडे २२५ पेक्षा जास्त ग्राहक आहेत.

"गेलं वर्ष खूपच चांगलं होतं." सौरभ हसतो. लोकसभेच्या निवडणुकांबरोबर

इतरही खूप निवडणुका होत्या.

"हो, पण याचा अर्थ कमी ग्राहक, अधिक काम. प्रत्येक लोकसभेच्या जागेमध्ये राज्यांनुसार पाच ते आठ विधानसभा मतदारसंघ समाविष्ट असतात."

विधानसभेसाठीच्या निवडणुकीसाठी या प्रकल्पांतर्गत साधारण ५००० लोकांशी बोलावं लागतं. आणि साधारण दीड महिना लागतो.

तत्त्वांच्या मुद्द्यांवर 'पोलिटिकल एज' एका मतदारसंघातील एका उमेदवाराचं काम घेईल. स्पर्धेला तोंड देण्यासाठी ब्रँड नेममध्ये म्हटल्याप्रमाणे एज, म्हणजे धारदार उमेदवार देईल.

तर मग ही अति विशेष सेवा देण्यासाठी मार्केट तरी केवढं मोठं आहे?

"५४३ लोकसभा सीट्स घ्या आणि त्यात सर्व विधानसभा सीट्स जोडा. साधारण ४०००-५००० संभाव्य उमेदवार होतात."

शिवाय त्यांच्यापर्यंत पोहोचण्याचा प्रत्यक्ष संवादाशिवाय दुसरा कोणताही परिणामकारक मार्ग नाही. मग या सगळ्यातून कंपनीला किती वार्षिक उत्पन्न (कंपनीची वार्षिक उलाढाल पाच कोटी रुपयांच्या आतच आहे.) मिळवणं शक्य झालं आहे? त्यांनी एकमेकांकडे पाहिलं आणि मग माझ्याकडे.

"चांगला प्रश्न."

"ओके. अचूक आकडा विसरा. तुम्ही कितीपर्यंत जाता, ते सांगा." मी उचकावलं.

पण ते गुंतागुंतीचं होतं, जसा मायकल जॅक्सनचा प्रश्न, काळा की गोरा?

"तुम्ही यातून तुमच्यासाठी भरीव पगार काढू शकता?" मी विचारलं.

"हो."

"बाहेरच्या देशात जे कमवत होतात त्यासारखं."

"नाही नाही."

"पण आम्ही करीत आहोत," सौरभ सांगतो, "आम्हाला पुढे नेणारी गोष्ट ही आहे की दरवर्षी आम्हाला रिपीट ग्राहक मिळतात. आणि आम्ही त्यात अधिकाधिक ग्राहक जोडत आहोत. हा उलटा त्रिकोण आहे. सतत वाढत जाणारा.

पण तुमचे जास्तीत जास्त मूळ ग्राहक फक्त ५००० आहेत.

"आणि त्यातही मिळणाऱ्या ग्राहकांचं प्रमाण २५ टक्क्यांपेक्षा जास्त अपेक्षित नाहीच. तेव्हा १२०० ग्राहक आणि निवडणुका पाच वर्षांतून फक्त एकदाच होतात म्हणजे - दरवर्षी फक्त २०० ग्राहक."

"आमदाराला अगदी तीस दिवसांत २०० गावांत कॅम्पेन करणं शक्य नाही. आम्ही त्यांना कुठल्या ठिकाणी फोकस करणं गरजेचं आहे त्याची माहिती द्यायचो. त्यामुळे त्याचा चांगलाच परिणाम व्हायचा."

"पण त्यानंतर इतरही निवडणुकांचा विचार केला जाणार आहेच -अगदी पालिका पातळीपर्यंत. शिवाय आणखी काही मूल्यवर्धित सेवांचा विचार केला जाणार आहे. जसं उमेदवाराच्या जिंकण्याच्या शक्यता कशा वाढवता येतील. आणि निवडणुकीच्या शेवटच्या २-३ आठवड्यांत 'वॉर रूम' सेवा कशी पुरवता येईल."

"सध्या आम्ही अचूक डाटा बॅंक तयार करण्याच्या मागे आहोत. विविध क्षेत्रं, प्रदेश आणि समुदायांसाठीच्या योजना बनवत आहोत. लोक यावर कशी प्रतिक्रिया देतील वगैरे लवकरच ते सर्व हाती येईल."

तुम्ही निवडलेल्या समुद्रात खोल बुडी मारली की तुम्हाला नुसते शिंपले नाहीत, तर मोती मिळतील.

सामाजिक क्षेत्रातही अशा प्रकारची सेवा पुरवण्यासाठी एखादा विभाग सुरू करण्याचा 'पोलिटिकल एज'चा विचार आहे. तर्कशास्त्र सारखंच आहे -एनजीओंना त्यांच्या विविध कार्यक्रमांचा अपेक्षित परिणाम होतो आहे ना याविषयी स्वतंत्ररीत्या जाणून घ्यायचं असतं.

"आत्तापर्यंत आम्ही एनजीओबरोबर १८ प्रोजेक्ट्स केले, पण एकातूनही पैसा मिळवता आला नाही. आम्ही शोध घेत आहोत वेगळ्या गोष्टीचा."

'पोलिटिकल एज'मध्ये १०० कर्मचारी आहेत. त्यातले ८० टक्के क्षेत्रीय कामासाठी आहेत. कुठल्याही शाखेचे पदवीधर. कोणताही मार्केट रिसर्चचा अनुभव नसलेले."

"ते कुठल्या शाखेचे पदवीधर आहेत हे आमच्यासाठी महत्त्वाचं नाही, कारण आम्हाला त्यांना आमच्या पद्धती शिकवायच्या आहेत. भारतात यापूर्वी केलं गेलेलं कसलंही संशोधन त्यांनी करावं हे आम्हाला अपेक्षितच नाही." सौरभ सांगतो.

गौरव त्यात भर घालतो, "आम्ही सर्व मोठ्या एजन्सींच्या लोकांना भेटतो. सर्वेक्षण करणाऱ्यांना, पर्यवेक्षकांना आणि ... मला वाटतं, तिथे बरंच काही शिजतं!"

मुद्दा असा, की एचएलएलचा वरिष्ठ अधिकारी एखाद्या संस्थेकडून, ती कच्ची माहिती असली तरीही, ग्रामीण उत्तर प्रदेशाची माहिती विकत घेऊ शकतो. पण इथे तर आमदार आपल्या लोकांबद्दल, आपल्या क्षेत्राबद्दल आधीच तज्ज्ञ बनलेला असतो. विश्वासार्हतेसाठी संशोधन जबरदस्तच असावं लागतं.

मग ही अचूकता आणण्याची व्यवस्था कशी केली जाते?

जी प्रश्नावली भरली जाते ती पुन्हा तपासली जाते. पण याशिवाय एक सोपं तत्त्व आहे ते म्हणजे विश्वास आणि व्यक्तिगत संबंध.

सुरुवातीला आमची संशोधन टीम अहोरात्र कार्यक्षेत्रातच असायची; पण आता तीन पातळ्यांवरची व्यवस्था करण्यात आली आहे. सर्वेक्षण, टीम नेता आणि प्रकल्प व्यवस्थापक. प्रकल्प व्यवस्थापक गौरव आणि सौरभकडे थेट संपर्क साधतात.

"ज्या टीमबद्दल आपण बोलत आहोत ती नोकरीवर आहे. पण ते खूप कटिबद्ध पद्धतीनं काम करीत आहेत, हे काम खूप कष्टाचं आहे. त्यामुळे जो हे काम चांगल्याप्रकारे करतो तो टीम लिडर होतो आणि मग प्रकल्प व्यवस्थापक." यात घुसळण आहे, पण ती व्यवस्थापकीय पातळीवर किंवा कदाचित ते ज्या पद्धतीनं त्याकडे बघतील तशी.

"कुठल्याही काळात जर आमच्या टीममध्ये ५० टक्के चांगली लोकं असतील तर आम्ही लगेचच प्रत्येकाच्या हाताखाली आणखी एकाला देऊन ती संख्या दुप्पट करू शकतो." सौरभ सांगतो, जसं तो एखादं समीकरण सोडवतो आहे. पोलिटिशनकी हार जीत की एस्टिमेशन तो रोजही होती है. अपने बारे में क्या राय है?

"पैशांच्या बाबतीत सांगायचं तर पाच वर्षांत आम्हाला पाचपट वाढायचं आहे."

गौरव त्यात भर घालतो, "आम्ही अनेक विचारवंत, राजकीय पक्ष आणि नवीन नेतृत्वाशी अंतर्गत पातळीवर जोडले जाणार आहोत. आम्ही त्यांना डावपेचांच्या दृष्टीनं महत्त्वाची माहिती देऊ."

एका गोष्टीबद्दल दोघंही सुस्पष्ट आहेत ते म्हणजे राजकीय कार्यक्षेत्रातच काम करण्याचा फोकस कायम ठेवायचा. पण हेच कारण या संस्थापक जोडीदारांच्या विभक्तीचं कारण बनलं आहे.

"मूळ कंपनी 'इन्फो एज' होती, पण २००८ मध्ये आम्ही अंतर्गत वादामुळे वेगळं झालो. आता आमची मुख्य कंपनी आहे 'एन डायमेन्शन्स' आणि ब्रँड आहे, 'पोलिटिकल एज'.

तरीही आयुष्य मस्त चाललं आहे, पण खूप धावपळीचं झालं आहे.

अनियमित तास आणि अचानक करावा लागणारा प्रवास यामुळे अनेकदा थकायला होतं. पण या सगळ्या आघाड्या शक्य झाल्या कारण मी एकटा होतो." गौरव सांगतो. दरम्यान सौरभने आपली बालमैत्रीण पंखुडीबरोबर लग्न केलं.

मग, 'पोलिटिकल एज'ने काही बदल घडवून आणला? सौरभ आणि गौरव दोघांचं यावर एकमत आहे. गांधी टोपीधारींना नक्की वाटायला लागलं आहे, की

नुसतं राजकारण खेळणं ही पद्धत जुनी झाली आहे आणि ती पुरेशी नाही. तसंच सर्व खाऊ पिऊ टाइप राजकारण्यांनासुद्धा आता काही प्रमाणात 'विकास' दाखवावाच लागतो.

"आमचा उद्देश आहे, की तो राजकारणी दहापर्यंतच्या स्केलवर कुठेही असला तरी त्यांचा प्रवास दहाच्या दिशेनंच व्हायला हवा. जर तो २ च्या पातळीवर असेल, तर आम्ही त्याला किमान २.५ पर्यंत तर नक्कीच पोहोचवणार." आणि एके दिवशी कदाचित ते राजकारणात पडतीलही. मला वाटतं, ते जे काही करतील त्याचा त्यांना लाभ मिळणारच. आणि त्यातच ते राहणार आहेत.

ज्याबद्दल त्यांना आस्था वाटते तेच ते करणार आणि बदल त्यामुळेच तर घडणार आहे.

◆

तरुण उद्योजकांना सल्ला

सौरभ व्यास

मला वाटतं जे करायचं ते अंत:प्रेरणेतून आलं पाहिजे आणि त्यात उडी घेतली पाहिजे, हाच बेसिक फंडा. एका वर्षानंतर का - मला माहीत नाही. कदाचित दोन वर्षांनंतर लागली असती. पण तो फक्त एक निर्णय होता. हो, सुरुवात करू या!

गौरव राठोड

तुम्हाला जर काही नवीन करायचं असेल, प्रथम त्यावर विश्वास ठेवावा लागेल. अन्यथा करू नका. कारण नाहीतर तुम्ही त्याला चिकटून राहू शकत नाही.

कुठल्याही कंपनीसाठी पहिलं किंवा दुसरं वर्ष कठीण असतं. तुमच्याकडे चमकदार कल्पना असेल, पण तुम्हाला त्यातून पैसे मिळण्यापूर्वी किंवा त्याचा परिणाम घडवणारं काही करण्यापूर्वी पहिली एक किंवा दोन वर्षं तुम्हाला त्या कल्पनेला चिकटून राहावं लागेल.

जर तुम्हाला तुमच्या कल्पनेवर विश्वास नसेल तर हा दोन वर्षांचा काळ खूप मोठा असतो.

मखनाच्या प्रदेशात

सत्यजित सिंग
'शक्ती सुधा' इंडस्ट्रीज

सत्यजित आरामाचं आयुष्य जगत होता. ग्राहकोपयोगी वस्तू ग्राहकांना विकत होता. पण एका प्रसन्न दिवशी मखनाला व्यापारी बाजारपेठ मिळवून देण्याचं आव्हान स्वीकारण्यासाठी त्यानं ते सगळं बंद केलं आणि हे करत असताना त्याच्या आयुष्याला एक ध्येय मिळालं आणि त्यानं हजारो शेतकऱ्यांना त्याचा फायदा मिळवून दिला.

ते थर्माकोलसारखं दिसतं.

आणि त्याचा स्पर्शही त्यासारखाच असतो.

एक अशी वस्तू ज्याला वास नाही, चव नाही, तुमच्या जेवणाच्या ताटात असलंच पाहिजे, असं कोणतंही वैशिष्ट्य नाही.

अशा वस्तूपासून तुम्ही ५० कोटी रुपयांचा व्यवसाय करू शकता?

हो, सत्यजितनं नेमकं तेच केलं. आणि तेही बिहारच्या ओसाड जागेवर.

उत्तर बिहारमधील उथळ तळ्यात हे पीक घेणाऱ्या शेतकऱ्यांबरोबर आणि मखनाबरोबर सत्यजित नवीन आयुष्य जगतो आहे. त्यानं उद्योगाची पायाभरणी केली. शेतकऱ्यांना एकत्र केलं. नवीन तंत्रज्ञानाची ओळख करून दिली. आणि हे सगळं सुरू झालं विमानात, एकाशी गप्पा मारायला मिळालेल्या संधीतून.

या गप्पांनी त्याला त्याचा बीपीएल वस्तूंच्या वितरणांचा पक्का बिझिनेस बंद करायला भाग पाडलं आणि त्या घेऊन गेल्या एका गलिच्छ रस्त्यावर – मखनाच्या प्रदेशात.

सत्यजितच्या चोहोबाजूला मखनाने वेढलेल्या पाटणा येथील कार्यालयात मी बसलेय.

मखना पोस्टर्स, मखना पॉलीपॅक्स, मखना स्नॅक्स फूड.

मी बघतेय, त्याच्या मशिन्स ज्या दर्जाप्रमाणे मखनाला १६ प्रकारात विभागत होत्या.

हलक्याशा भाजलेल्या मखना 'पॉप'ची मी चव घेतली. चविष्ट होतं!

मी विचार करत होते, यातून काही साधंसं किंवा कंटाळवाणं निष्पन्न होईल; पण जेव्हा 'कोणत्याही किमतीवर' हे करून दाखवायचंच या निश्चयाला तुमच्यातल्या ध्यास घेण्याच्या प्रवृत्तीची किंवा उत्साहाची फोडणी मिळते...

तेव्हा हा प्रकल्प जगातला उत्कंठावर्धक प्रकल्प बनू शकतो. हा माणूस खरंच भाग्यवान आहे.

मखनाच्या प्रदेशात

सत्यजित सिंग
'शक्ती सुधा' इंडस्ट्रीज

सत्यजित सिंग जन्मला तो जामुई या जिल्ह्याच्या शहरात, पण दहावी पूर्ण झाल्यावर आला पाटण्यामध्ये.

"मी एम ए (इतिहास) केलं. विद्यापीठातून मी पहिला आलो. त्या वेळी आयएएस जॉइन करण्याचं एक वेडच होतं. म्हणून मीही त्या परीक्षेला बसलो."

सत्यजित 'मुख्य परीक्षा' दोनदा उत्तीर्ण झाला, पण इंटरव्ह्यूमध्ये निवड होऊ शकली नाही. साहजिकच त्यानंतर दुसरा वेगळा कुठला पर्याय होता? त्यानं बिझनेसमध्ये पडायचं ठरवलं.

एका ॲडव्होकेट आणि पब्लिक प्रॉसिक्युटरच्या मुलाचा हा निर्णय तसा मुलखावेगळाच होता. कुटुंबाची जागा आणि संपत्ती होती, तरीही उद्योग सुरू करण्यासाठी 'बाहेर' पडणारा तो पहिलाच होता.

"बिहारसाठी मी 'बीपीएल'च्या उत्पादनांची एजन्सी घेतली. मार्केटिंग म्हणजे काय? विक्री, वितरण म्हणजे काय? ते चटकन आत्मसात केलं."

२००२ पर्यंत उद्योग चांगलाच बहरू लागला होता. वार्षिक उलाढाल नऊ कोटींपर्यंत पोहोचली होती. आयुष्य छान चाललं होतं. आरामात. पण त्याच वेळी एक अकल्पित गोष्ट घडली.

सत्यजित दिल्लीवरून पाटण्याला चालला होता. विमानात त्याच्या बाजूला बसले होते डॉ. जनार्दन.

डॉ. जनार्दन 'एसीएआर' (इंडियन कौन्सिल फॉर ॲग्रीकल्चरल रिसर्च) साठी काम करत होते. ते राष्ट्रीय संशोधन केंद्राचे संचालक होते. 'मखना'साठीचे. मखना हे उथळ तळ्यात पिकवलं जाणारं उत्तर बिहारमधलं विशेष पीक होतं.

डॉ. जनार्दन म्हणाले, "गेली तीन वर्षे मी अशा एका उद्योजकाच्या शोधात आहे जो 'मखना'च्या क्षेत्रात काहीतरी करू शकेल."

सत्यजितचं कुतूहल जागं झालं.

त्यानं विचारलं, "काय आहे हे मखना पीक. मला सांगू शकाल त्याबद्दल?"

त्यानंतरच्या तीन महिन्यांत सत्यजित स्वत: दरभंगा आणि मधुबनी गावात फिरला मखना कसं पिकवलं जातं आणि पीक कसं काढलं जातं ते प्रत्यक्षच पाहिलं.

''शेतकऱ्यांना ते पिकवायला खूपच कष्ट पडत होते आणि त्या बदल्यात फारच कमी पैसे हाती लागत होते. संपूर्ण बाजारपेठेत मध्यस्थाचं वर्चस्व होतं.''

सत्यजितनं डॉ. जनार्दनना विचारलं, ''उद्योगधंदा उभा करण्यासाठी तुम्हाला कुणा व्यक्तीची आवश्यकता आहे, की हे समाजकार्य म्हणून करायचं आहे?''

साहजिकच होतं, प्रकल्प उभा करून त्यात मशिन्स उभारून लगेच कच्चा माल तयार करायला सुरू करता येणं शक्य नव्हतं. तत्पूर्वी हा प्रकल्प आर्थिकदृष्ट्या फायदेशीर ठरेल, असं काहीतरी करणं आवश्यक होतं.

पण ही कल्पना सत्यजितला प्रोत्साहित करून गेली.

''रात्रभरात मी एक धाडसी निर्णय घेतला. मी माझा वितरणाचा व्यवसाय बंद केला आणि मखना प्रोजेक्टवर काम करायला सुरुवात केली.''

बना बनाया सेट अप. चांगलं उत्पन्न, दहा ते सहाचं रुटीन – हे सारं सोडून कुठल्या तरी अनोळखी, माहीत नसलेल्या प्रकल्पावर काम करणं म्हणजे? याचं कारण ते असं काही तरी असतं ज्याने तुम्हाला अंतर्बाह्य ढवळून टाकलेलं असतं.

पुढची दोन वर्षे सत्यजितनं घालवली ती ओसाड जमीन शोधणं, बाजारपेठ जाणून घेणं आणि कृषिक्षेत्रातली वितरण व्यवस्था कशी असते हे माहीत करून घेणं यासाठी.

''हा व्यवसाय नेमका कसा चालतो ते जाणून घेण्यासाठी मी भारतभरातील मंडईत फिरलो. जिथे मखनाचं उत्पादन घेतलं जातं त्या त्या गावातही मी खूप काळ घालवला.''

मखना तळ्यात पिकवलं जातं. खरं तर हे एक फळ असतं डाळिंबासारखं. जेव्हा ते पिकतं तेव्हा ते फुटतं आणि त्यातून बाहेर पडलेल्या बिया खालच्या तळ्यात जमा होतात.

या काळ्या बिया एकत्र केल्या जातात. त्या भाजल्या जातात. आणि मग त्या ठेचून उघडल्या जातात. त्यातून बाहेर पडतो ते पांढरा स्पंजासारखा पदार्थ. फार कष्टाचं काम आहे हे. प्रामुख्याने स्त्रियाच हे काम करतात.

''ही खूप कठीण प्रक्रिया आहे. जिसने इसे पुराने जमाने में इजाद किया वो मास्टरमाईंड होगा'' तो उद्गारतो.

सत्यजित कुठल्या दुसऱ्या राज्यात असता तर तो सहजपणे मंडईत गेला असता. तिथे त्याला आवश्यक तेवढं टन उत्पादन ताब्यात घेतलं असतं आणि येऊन प्रक्रिया कारखाना उभारला असता.

पण बिहारमध्ये मंडईव्यवस्थाच नाही. (खासगी क्षेत्राबरोबर कोणतीही पर्यायी व्यवस्था न करता बिहार सरकारने २००६ मध्ये एपीएमसी कायदा रद्द केला.)

सत्यजितच्या तत्काळ लक्षात आलं, की त्याला या संपूर्ण प्रक्रियेच्या अगदी पहिल्या कडीपासून, शेतकऱ्यांपासूनच सगळं उभारायची आवश्यकता आहे.

"मी ठरवलं की सरळ पंचायतीला गाठायचं आणि त्यांनाच सांगायचं, की त्या परिसरातील मखना शेतकऱ्यांची ओळख करून द्या."

त्यामागे कल्पना अशी होती, की त्या शेतकऱ्यांना शिकवायचं. त्यांचं नेटवर्क तयार करायचं आणि त्याचं जगणं सुधारायचं. शेतकऱ्यांशी नातं जोडायचं. वितरण व्यवस्था तयार करायची. अगदी योग्य व्यवस्था होती ही. नाही का?

पण बँकर्सना पटलं नाही.

"२००४ मध्ये खरं तर बिहारमध्ये गुंतवणुकीचं वातावरणच नव्हतं. कारखाना नाही. सरकारचा पाठिंबा नाही. मखनामध्ये यापूर्वी कुणीही कसलाही उद्योग केलेला नाही. त्यामुळे नेहमीच एक प्रश्न सातत्याने समोर यायचा, की भाई, तू हे कसं करणार आहेस?"

अर्थात हाच प्रश्न एका उद्योजकातील सर्वोत्तम हे बाहेर काढण्यास पुरेसा होता. या प्रकल्पाच्या प्रत्येक गोष्टींचा बारकाईने अभ्यास केल्यानंतर सत्यजितच्या हृदयाने आणि बुद्धीने सांगितलं की, यातून खूप काही मोठं बाहेर पडणार आहे. इतकं मोठं की पाच वर्षांत त्या प्रोजेक्टची किंमत सत्तर कोटी रुपये होऊ शकेल.

आणि त्यानं या प्रकल्पाला सुरुवात केली, आधीच्या व्यवसायामधले जादा असलेले स्वत:चे दीड कोटी रुपये त्यात घालून. त्या पैशांतून त्यानं छोटा आर एन्ड डी अर्थात संशोधन आणि विकासाचा एक विभाग सुरू केला.

"पहिली दोन वर्षे तर आम्ही उत्पादनाची चाचणीच करत होतो. म्हैसूरच्या 'सीएफटीआरआय'ला पाठवत होतो. आणि भारतभर मार्केटिंगची चाचपणी करत होतो."

"पुरवठादारांच्या साखळीचं व्यवस्थापन – शेतकऱ्यांकडून पीक घेऊन फॅक्टरी पोहोचवणं हे सर्वांत मोठं आव्हान होतं."

तो २००५ च्या मध्यातला काळ होता आणि आमच्या चाचणी काळातलाही मध्यकाळ. त्या वेळी झी टीव्हीने 'बिझिनेस बाजिगर' नावाचा बराच गाजावाजा झालेला एक कार्यक्रम सुरू केला होता. भारतभरातल्या उत्तम उद्योजकता कल्पनेसाठी ते एक प्लॅटफॉर्म देणार होतेच, पण त्याचबरोबर भांडवल देण्याचं आश्वासनही दिलं होतं.

सत्यजितनं आपलं नाव नोंदवलं. ते स्वीकारलं गेलं एवढंच नव्हे, तर अंतिम दहा स्पर्धकांतही तो निवडून आला. पण त्याच वेळी एक शंका मनात आली.

तो म्हणाला, "मी यात माझे स्वत:चे पैसे गुंतवले आहेत. आणि गेल्या दीड

वर्षापासून आर एन्ड डीमध्ये मी माझा वेळ व्यतीत केला आहे. मला माहिती करून घ्यायचं आहे, की व्हेंचर कॅपिटल म्हणजे नेमकं काय? माझा हा प्रोजेक्ट तुम्ही कसा काय उभारून देणार?''

ते म्हणाले, ''आम्ही फक्त पहिल्या तीन स्पर्धकांना मदत करणार आणि नंतर त्यांचा प्रोजेक्ट आमचा होईल. तुम्ही त्याचे सीईओ अर्थात मुख्य कार्यकारी अधिकारी असणार.''

ज्या क्षणी त्यांनी मला सांगितलं. माझ्या सगळं लक्षात आलं. मी त्यांना सांगितलं, ''तुमच्याकडे एकच पर्याय आहे, मला स्पर्धेतून बाद करा.''

खरं तर सत्यजितला घरी जायची घाई झाली होती, कारण सरकारच्या औद्योगिक विकास प्राधिकरणानं त्याला या प्रोजेक्टसाठी एक जमीन मंजूर केली होती. आणि ती जमीन कुणा समाजकंटकांनी ताब्यात घेतली होती.

''त्या वेळी बिहारमध्ये राष्ट्रपती राजवट सुरू होती. मी मुख्य सचिव जी.एस.कांग यांना या संदर्भात भेटलो, त्यांनी जिल्हा प्रशासनात त्या समाजकंटकांना दूर हटवून ती जागा आमच्या ताब्यात देण्यास फर्मावलं.''

आता, सत्यजितनं आपल्या प्रेझेंटेशनसह विविध बँकांना भेटी द्यायला सुरुवात केली. शेवटी बँक ऑफ इंडियानं त्याला मदत करायचं मान्य केलं.

''दो काम साइड बाय साइड होगा नहीं । इसलिए मैंने डिस्ट्रीब्युशन बंद कर दी और मखना प्रोजेक्ट मैं फुल टाइम लग गया ।''

त्याच दरम्यान नितीशकुमार सत्तेवर आले होते. आणि गुंतवणुकीचं वातावरण अनुकूल झालं. शासनानं औद्योगिक विकास आयुक्त म्हणून श्री. एस. विजयराघवन यांची नियुक्ती केली.

''एस विजयराघवन सकारात्मक विचारसरणीचा माणूस होता. इस प्रोजेक्टके आगे बढाने में उनका बहुत बड़ा हाथ था ।''

तार्किकदृष्ट्या सत्यजितचा हा प्रकल्प म्हणजे स्टेट इन्व्हेस्टमेंट प्रमोशन बोर्डानं मंजूर केलेला पहिला प्रकल्प बनला.

आर एन्ड डी पूर्ण झालं होतं. जागा मंजूर झाली होती. फॅक्टरी उभी राहत होत होती. पैसा आणि सरकारी पाठबळ होतं – ग्रेट. पण पहिलं आणि सर्वात महत्त्वाचं काम बाकी होतं, मखनाचं उत्पादन.

''साधनांच्या शोधापासून समस्यांना सुरुवात झाली होती. आम्ही सरकारी आकड्यांवर अवलंबून राहू शकत नव्हतो. राज्य कृषी विभागाने आम्हाला मखनाचं

पीक घेतलं जाणाऱ्या २०० हेक्टर जागा दाखवल्या. वास्तवात त्या ३५ ते ४० हेक्टरच होत्या. तुम्हाला अशा वेळी अगदी तळागाळाच्या स्तरावर जाऊन काम करावं लागतं.''

''आम्ही पहिली गोष्टी केली ती म्हणजे पंचायतींना जाऊन भेटलो आणि त्यांनाच त्यांच्या गावातले मखना शेतकरी शोधून द्यायला सांगितलं.''

हे शेतकरी 'अधिकृत' होते. त्यांच्याकडे फोटो ओळखपत्रच होतं आणि बँक अकाउंटही. त्यात सामील होतं, कागदपत्र, प्रवास आणि गुंतागुंतही.

मग या सगळ्या त्रासातून कशाला जा?

याचं पहिलं कारण, बँक भांडवल म्हणून थेट पैसे देत नाही.

दुसरं आणि तेवढंच महत्त्वाचं म्हणजे शेतकऱ्यांना सक्षम करणं. त्यातले ८० टक्के शेतकरी अंगुठाछाप आहेत.

''मी वर्गिस कुरिअन आणि त्यांनी आणलेल्या धवल क्रांतीबद्दल ऐकून होतो. त्यांनी त्यांचं संपूर्ण आयुष्य या कामासाठी खर्ची घातलं होतं. मखनाच्या माध्यमातून मी तसंच काहीसं करण्याचा प्रयत्न करत होतो. काहीतरी वेगळं घडवून आणणारं.''

ते कसं...!

२००४ मध्ये शेतकरी मध्यस्थांना चाळीस रुपये किलोने मखना विकत असत. पण ते पैसे कधी हातात मिळतील याची खात्री नसायचीच.

आज 'शक्ती सुधा'ने तयार मखन्याची किंमत नक्की केली आहे. ती आहे १३० रुपये किलो. त्याचं वजन करा, माल द्या की लागलीच ते पैसे शेतकऱ्यांच्या खात्यात जमा होतात.

''आमच्याकडे नोंदणीकृत ७००० मखना शेतकरी आहेत. म्हणजेच साधारण पस्तीस ते चाळीस हजार लोकांचं जगणं आमच्याशी संबंधित आहे.'' सत्यजित सांगतो. ''अर्थात आजही जे लोक मध्यस्थाला मखना विकतात, त्यांनाही आम्ही जी किंमत नक्की करून देतो त्याचा फायदा मिळतोच.''

ही किंमत कशाच्या आधारे नक्की केली जाते? ते उत्पादनाच्या किमतीवर अवलंबून असतं.

असं समजा, आदल्या वर्षी दुष्काळ किंवा पूर आला तर सत्यजित हे लक्षात ठेवून प्रत्येक किलो मागे पंधरा रुपये जादा देऊ करतो.

''हा वाढीव खर्च शेवटच्या ग्राहकापर्यंत पोहचेपर्यंत विभागला जातो. मात्र त्या शेतकऱ्यांसाठी ही जादा रक्कम खूप महत्त्वाची ठरते.'' तो सांगतो.

याचा उपयोग होतोच. अर्थातच, जगातलं सुमारे ९० टक्के मखना उत्पादन उत्तर बिहारमध्ये तयार होतं.

आणखी एक कुतूहल वाढवणारी स्ट्रॅटीजी म्हणजे, दर महिन्याला पाच रुपयांनी वाढत जाणारी तयार मखनाची किंमत, सप्टेंबरला १२५ रुपयांनी सुरू झालेला दर सिझनच्या शेवटाकडे पोहोचेपर्यंत म्हणजे एप्रिलपर्यंत १७० रुपयांपर्यंत जातो.

"शेतकऱ्यानं जास्तीत जास्त उत्पादन घेण्यासाठी, अधिक मेहनत घेण्यासाठी प्रवृत्त व्हावं यासाठी आम्ही हे करतो."

आत्तापर्यंत तरी छान चाललं होतं, पण पुरेसं नव्हतं. सत्यजितला लवकरच लक्षात आलं की शेतकरी आपलं उत्पादन विकण्यासाठी बाहेरच्या गावात जाण्यासाठी इच्छुक नाहीत. त्यानं २०० ते २५० शेतकऱ्यांना एकत्र करून स्थानिक पातळीवर कलेक्शन सेंटर्स उभी केली.

प्रत्येक केंद्राकडे उंच प्लॅटफॉर्मची सोय आणि सगळ्यांसाठी एकत्रित चूल. याशिवाय पंचायतीने पुरवलेलं सगळ्यांना मिळून एक गोदाम.

प्रत्येक केंद्र 'शक्ती सुधा'तले चार कर्मचारी अर्थात 'मखना मित्र' सांभाळतात. प्रत्येकाला काम नीट विभागून दिलेलं असतं. एक प्रशिक्षण देण्यासाठी, मखना तयार करण्यासाठी आणि बँक खातं उघडण्यासाठी. तर दुसरा संगणक हाताळण्यासाठी, तत्काळ लागणाऱ्या जमाखर्चासाठी आणि पाटण्याला माल पाठवण्यासाठी.

अर्थातच एक केंद्रप्रमुख असतोच.

"मी तर नियमित भेटी देत असतोच. खरं तर माझा ७० टक्के वेळ हा पुरवठादारांच्या व्यवस्थापनात जातो."

आज 'शक्ती सुधा'ची १७ केंद्रं आहेत. शिवाय पुढच्या वर्षभरात आणखी २४ केंद्रं उभारायची योजना आहे. प्रत्येक केंद्र उभारण्यामागे खर्च येतो दहा ते बारा लाख रुपये. ही गुंतवणूक असते आणि आजही हे पैसे देण्यास बँक नकारच देते.

म्हणूनच सत्यजितच्या डोक्यात आता कल्पना आहे ती सार्वजनिक-खासगी भागीदारीची, पार्टनरशिपची.

"अशा शेतकऱ्यांना शोधणं आणि त्यांची नोंदणी करून घेण्यात होणाऱ्या खर्चात कपात कशी करता येईल याची आम्हाला सर्वांत मोठी चिंता आहे. आम्ही जागतिक बँक आणि आरबीएचसारख्या संस्थांबरोबर सात ठिकाणी काम करत आहोत."

कृषिखातं 'एटीएमए'ला (ॲग्रिकल्चरल टेक्नॉलॉजी मॅनेजमेंट एजन्सी) जो निधी देते तो त्यांनी आपल्याला द्यावा, अशी सत्यजितची इच्छा आहे. "एटीएमए दरवर्षी चाळीस कोटी खर्च करते, पण अद्याप त्यांनी बिहारमध्ये १०० एआयजी (फार्मर इन्टरेस्ट ग्रुप्स) सुद्धा तयार केलेले नाहीत. मी सांगितलं, मला हा प्रकल्प पाच ठिकाणांसाठी प्रायोगिक तत्त्वावर द्या. मी प्रत्येक ब्लॉकमध्ये १०० एआयजी

उभारतो.''

आणि ही पोकळ फुशारकी नव्हती.

''जितने लोक बाहरसे आते है – वर्ल्ड बँक, एएफसी, एडीबी सगळ्यांना यशस्वी मॉडेल पाहायला म्हणून 'शक्ती सुधा'त पाठवलं जातं. की कैसे हमने कॉन्ट्रॅडिक्शन्स को निगोशिएट करके डेव्हलप किया प्रॅक्टिकल तौर पर...''

त्याच्याकडे जे जे शिकायला येतात त्यांना शिकवणं, त्यांच्याबरोबर आपले अनुभव शेअर करणं त्याला खूप आवडतं. हे दाखवणं की औद्योगिक वाळवंटातही एखादा उद्योग फुलू शकतो.

''मी वर्गिस कुरिअन आणि त्यांनी आणलेल्या धवल क्रांतीबद्दल ऐकून होतो. त्यांनी त्यांचं संपूर्ण आयुष्य या कामासाठी खर्ची घातलं होतं. मखनाच्या माध्यमातून मी तसंच काहीसं करण्याचा प्रयत्न करत होतो. काहीतरी वेगळं घडवून आणणारं.''

''माझ्या मागे ना कोणत्याही औद्योगिक कुटुंबाची पार्श्वभूमी होती, ना मी बिहारमधल्या मखना उत्पादन क्षेत्रातला होतो. मेरा दूर दूर तक मखनेसे कोई रिश्ता नहीं, लेकिन फिरभी मैं इस फिल्ड में आया।''

और अपना रस्ता बनाया.

समजा सत्तर कोटींची योजना आहे. बँकेच्या अपेक्षेनुसार सत्यजितकडे त्यातलं त्याचं योगदान म्हणून २५ टक्के असणं अपेक्षित आहे. पण ते त्याच्याकडे नाहीत. पण सत्यजितला यावर एक उपयुक्त उपाय सापडला आहे.

तो म्हणाला, ''मी मार्केटमधून पैसे उचलेन. गर्भावस्थेचा काळ नसल्यानं हा प्रकल्प अगदी पहिल्या दिवसापासूनच पैसे मिळवायला सुरुवात करेल, जो माझ्या त्या २५ टक्क्यांची काळजी घेईल.''

उदाहरणादाखल, पहिल्या वर्षी 'शक्ती सुधा'ने सहा कोटी रुपये बँकेकडून घेतले आणि आठ कोटी रुपये मिळवले. वरचे जे जादा मिळतात ते प्रवर्तकाचं योगदान ठरतं. आणि हे चक्र वर्षानुवर्षे चालूच राहतं. (वरचे जे जादा पैसे मिळतात, त्यापैकी बहुतांश पैसे पुन: गुंतवले जातात, त्यामुळे वास्तवात 'नफा' तसा कमी असतो. २००८-०९ मध्ये नफा होता दीड कोटी रुपये! पण एकूण उलाढाल होती ५० कोटी रु.!)

२००७-२००८ मध्ये 'शक्ती सुधा'ची उलाढाल २२ कोटी रुपये झाली तर त्याच्या पुढच्या वर्षी ती ५० कोटी रुपये झाली.

''मला वाटतं यावर्षी आम्ही १०० कोटी रुपयांपर्यंत पोहोचू. अर्थात ते सगळं

मखना तयार होण्यावर आहे. फॅक्टरीपर्यंत येणारा सर्वच्या सर्व माल मी विकू शकतो. तो प्रश्न कधीच नव्हता!''

सिझनमध्ये, तुम्ही कोणत्याही वेळी या. 'शक्ती सुधा' फॅक्टरीत दहा टनपेक्षा जास्त मखना तुम्हाला बघायला मिळणार नाही. रोजच्या रोज माल आला की त्याचा दर्जा ठरवला जातो. त्याच्यावर प्रक्रिया केली जाते आणि विक्रीला पाठवला जातो.

सत्यजितची पहिली लढाई जर पुरवठादारांच्या साखळीबरोबर होती तर दुसरी होती मंडईशी. उच्च गुणवत्ता आणि उत्कृष्ट पॅकेजिंग यामुळे लवकरच 'शक्ती सुधा' नावारूपाला आली.

''भारतात ९० टक्के मखना गोणपाटाच्या पिशव्यांतून विकला जातो. आम्ही एकमात्र असे आहोत जे पॉली पॅकेजिंग करतो आणि तेही ५ किलो, ८ किलो आणि १० किलो अशा विविध आकाराच्या पिशव्यांतून.''

अलीकडेच घडलेली एक आश्चर्यकारक यशप्राप्ती म्हणजे वैष्णवदेवी देवालय ट्रस्टकडून मिळालेली १४०० टनची ऑर्डर. गेली तीन वर्षे ते यासाठी पुरवठादार शोधत होते, पण सगळे प्रयत्न निष्फळ गेले होते.

होलसेल मार्केट ताब्यात घेणं हे एखाद्यासाठी फार मोठं कर्तृत्व असू शकतं, पण सत्यजितला त्यातही पुढची मोठी संधी दिसू लागली, शेवटच्या ग्राहकापर्यंत पोहोचून त्या वस्तूला ब्रँड बनवण्याची.

याचाच अर्थ थेट ग्राहकांपर्यंत 'शक्ती सुधा' या नावानंच मखना विकणं आणि नुसतं मखना नव्हेत तर विविध चवींचे मखना पदार्थ.

''आम्ही जेव्हा म्हैसूरच्या सीएफटीआरआयमध्ये मखनाचा अभ्यास करत होतो तेव्हा लक्षात आलं, की मखनामध्ये प्रथिनं आणि पोषणमूल्यं मोठ्या प्रमाणावर आहेत. तसेच त्यांच्यात औषधी गुणही आहेत. म्हणूनच आपल्या पूर्वजांनी त्याला आपल्या पूजेच्या प्रसादात महत्त्वाचं स्थान दिलं.''

आज शहरी ग्राहकांमध्ये आरोग्याची काळजी इतकी महत्त्वाची झालेली आहे आणि त्यासाठी एक तयार मार्केट उपलब्ध आहे.

''अगर बिहारमध्ये चाणक्य आणि चंद्रगुप्त की जोडी होती है । तो मैं कहता हूँ की डॉ. जनार्दन मेरे लिए चाणक्य है । त्यांनी मला हा प्रकल्प उभारण्यासाठी प्रवृत्त केलं.''

मुंबईतील 'इंडियन इन्स्टिट्यूट ऑफ पॅकेजिंग' आणि नोएडातील 'फ्लेक्स इंडस्ट्रीज'च्या मदतीनं 'शक्ती सुधा' स्नॅक्सच्या पॅकेजिंगमध्ये पारंगत झाली आहे.

'चव तयार करण्याच्या' विभागात 'शक्ती सुधा'नं विविध प्रयोग केले आणि

मखना उत्पादनांची 'रेडी टू इट'ची एक रेंजच तयार केली. यात भाजलेल्या स्नॅक्सचा (मखना पॉप), खीर आणि मिश्र पीठांचाही समावेश आहे.

"तुमच्या पाच किलो पीठात आमचं अर्धा किलो पीठ मिसळा. प्रथिनं मिळवण्याचं हे खूप मोठं साधन आहे. मी अगदी रोज हे घेतो."

'शक्ती सुधा'नं पंधरा राज्यातील १०० शहरं, मुख्यत: उत्तर आणि दक्षिणेकडची राज्य नक्की केली आहेत आणि इथे त्याला 'बीपीएल'चा अनुभव कामी येतो आहे.

"मला माहीत आहे माझ्या विक्रेत्यांचा कसा मागोवा घ्यायचा. वितरकांना माझ्यासाठी कसं कामाला लावायचं. आगाऊ पैसे कसे घ्यायचे आणि या साऱ्याचा अहवाल कसा असावा."

त्याचबरोबर नवीन बाजारात कसा प्रवेश करायचा. कुठल्या वर्तमानपत्रात जाहिराती द्यायच्या. टीव्हीवर कोणत्या जाहिराती चालू शकतील. 'शक्ती सुधा'चं कॅम्पेन अतिशय साध्या, पण अतिशय परिणामकारक पद्धतीनं होतं आहे. यामागे आहे सत्यजितची कल्पना, पण हे करत आहेत ओबेरॉय मल्टीमीडिया.

"मखनासाठी आमचं वाक्य आहे, 'मखना नॅचरल हेल्दी अँड टेस्टी'. सारे देस की मम्मीया इसे ही रेकमंड कर रही है... हमें किसी सेलिब्रिटी की जरुरत नहीं है।"

टॅग लाईन आहे, 'अपना देश, अपना खाना.'

"कारण हे एका प्रकारे आपल्या धर्माशी, संस्कृतीशी जोडलेलं आहे. मी त्याला हे घोषवाक्य दिलं कारण ते आपलं 'राष्ट्रीय उत्पादन' आहे."

५.५ कोटी रुपयांच्या मर्यादित बजेटमध्ये 'शक्ती सुधा'ला त्यांच्या उत्पादनांचं प्रमोशनही करायचं असतं. सत्यजितकडे यावर एक साधी योजना आहे, प्रत्येक 'शक्ती सुधा' मखनाच्या पॅकेटबरोबर खीर किंवा स्नॅक्स फूडचं पॅकेट मोफत देणं.

हे सगळं असूनही काही अडथळे आहेतच. "शहरातील किरकोळ विक्रेत्यांना टक्केवारीच्या मार्जिनवर काम करायचं असतं, तर आम्ही प्रत्येक किलोमागच्या मार्जिनचा विचार करतो." तो स्पष्ट करतो.

"आमची टॅग लाईन आहे, 'अपना देश, अपना खाना'. "सारे देश की मम्मीया इसेही रेकमंड कर रही है... हमें किसी सेलिब्रिटी की जरुरत नहीं है ।"

खरं तर 'शक्ती सुधा'नं मध्यस्थांना स्थान दिलं नसल्यानं ग्राहकांना चांगली किंमत मिळते. मोठे किरकोळ विक्रेते थेट कंपनीकडून घेऊ इच्छितात, पण ते तितकंसं यशस्वी ठरत नाही.

"रिलायन्स रिटेलनं १०० टन्सची मागणी केली होती, पण त्यांना ते ९०

दिवसांच्या उधारीवर हवं होतं, मी नकार दिला.''

'शक्ती सुधा' शेतकऱ्यांना ताबडतोब पैसे देते. कंपनी सगळ्या गोष्टी फक्त रोखीत करते. पैसे द्या – माल घ्या. मग खरेदीदार कुणीही असो.

दृष्टिकोन आणि निर्धार यामध्ये असलेल्या या स्पष्टतेमुळेच आज 'शक्ती सुधा'नं इथपर्यंतचा प्रवास केलेला आहे आणि यापुढे अनेक मैलांचा प्रवास करणार आहे.

''माझा उद्देश लहान आणि अल्प भूधारी शेतकऱ्यांबरोबर काम करण्याचा आहे.'' सत्यजित सांगतो. ''त्यांचं जीवन अधिक समृद्ध करण्यातूनच मला माझी बाजारपेठ वाढवण्यास मदत होणार आहे.''

मग ते सरकारकडून अकरा महिन्यांऐवजी सात वर्षांसाठी हौद लीजवर घेण्यासाठी बोलणी करणं असू शकतं. किंवा शेतकऱ्यांना माहीत नसलेल्या अनेक फलोद्यान-बागायती योजनांतील फायदे प्रत्यक्षात आणणं असू शकतं.

पुढल्या वर्षीपासून 'शक्ती सुधा' या मखना शेतकऱ्यांना जेव्हा सिझन नसतो त्या काळात त्याच हौदांमध्ये औषधी रोपट्यांची लागवड करण्याचं प्रशिक्षण देणार आहे.

दुसरा महत्त्वाचा बदल केला जाणार आहे तो म्हणजे बियांमधून मखना बाहेर काढण्यासाठी यंत्राचा वापर करणं. जेव्हा हातानं मखना काढले जातात तेव्हा दहा बियांमागे फक्त तीन ते चार मखना निघतात, पण या यंत्रानं ९० टक्के परिणाम साधला जातो.

पण यामुळे दहा ते बारा हजार कुटुंबीयांना कामच राहणार नाही त्याचं काय?

सत्यजितच्या डोक्यात त्यांच्या उदरनिर्वाहासाठी पर्यायी व्यवस्था आहे.

''उत्तर बिहारमध्ये पंधरा ते सतरा हजार हेक्टर 'चौर जमीन' आहे. जी दोन ते तीन फूट पाण्याखाली असते आणि कुणीही त्याचा वापर करत नाही. आम्ही सरकारकडून भूमिहीन आणि पीडित शेतकऱ्यांसाठी यातील प्रत्येकी चार एकर जमीन लीजवर मागतो आहोत.''

त्यामुळे मखनाचं अधिक उत्पादन घेणं शक्य होईल. त्यातून पिकवलेल्या बिया शक्ती सुधाकडे मखना तयार करण्याच्या पुढील प्रक्रियेसाठी पाठविण्यात येतील.

काही जणांसाठी मखना म्हणजे एक चवहीन पदार्थ असेल, पण सत्यजितसाठी ते आयुष्यभराचं काम आहे.

''माझं संपूर्ण आयुष्य ज्याच्यासाठी वेचू शकतो अशाच गोष्टींच्या शोधात मी नेहमीच होतो. एक ऐसा काम जिसमे में जिंदगीके पच्चीस-तीस बरस डाल सकता है।''

आज पाठीमागे वळून बघताना लक्षात येतं, तो योग्य निर्णय होता.

"मला माहीत होतं. सुरुवातीच्या पहिल्या दोन वर्षांत हा बिझिनेस मला काहीही देणार नाही, पण पुढच्या काळात मात्र मला 'सगळं काही' देईल."

" 'आयएएस' झालो असतो तर जी ओळख वा प्रतिष्ठा मला मिळाली असती तीच ओळख आणि प्रतिष्ठा आज मला या व्यवसायानं दिली आहे. लोकांसाठी काहीतरी चांगलं करायची संधी या निमित्तानं मला मिळाली."

बिहारमधल्या प्रत्येक गावात सत्यजितला मिळणारा आदर आणि प्रेम म्हणजे त्याच्यासाठी जग जिंकल्याचा आनंद आहे. आणि सर्वांत महत्त्वाचं, मुख्यमंत्र्यांकडून सन्मान मिळणं. २००६ मध्ये नितीशकुमार यांनी 'शक्ती सुधा' फॅक्टरीचं उद्घाटन केलं होतं. आणि तयार केली होती, बिहार राज्य औद्योगिक विकास मंडळाची पहिली 'सक्सेस स्टोरी'.

"मला माहीत होतं, सुरुवातीच्या पहिल्या दोन वर्षांत हा उद्योग मला काहीही देणार नाही, पण पुढच्या काळात मात्र मला 'सगळं काही' देईल. आयएएस झाल्यावर जी प्रतिष्ठा मला मिळाली असती ती प्रतिष्ठा हा व्यवसाय देईल."

सत्यजित राज्यातील 'सीआयआय'चा अध्यक्ष आहे. त्यासाठी तो रोड शोद्वारे संभाव्य गुंतवणूकदारांना बिहार 'विकतो'. त्यासाठी तो वेळ कसा कसा काय काढतो?

"टाइम निकालाना पडता है।"

पण तो त्याच्या कुटुंबीयांसाठी कधीच पुरेसा नसतो. हो ना? त्याची बायको सुधा आणि शाळेत जाणाऱ्या दोन मुलांसाठी नक्कीच तो नसतो.

"मला नेहमीच पाठिंबा देणाऱ्या माझ्या बायकोचे खरंच मी आभार मानले पाहिजेत. विशेषतः पहिल्या दोन वर्षांसाठी. तेव्हा पैसा येणं बंद झालं होतं. सगळी बचत या व्यवसायाकडे वळवली होती. तिची फिक्स डिपॉझिट्सही या वेळी काढली होती. कुटुंबाला याकाळात थोडा ताण नक्कीच होता."

या काळात नाही ती कधी कचरली, ना तिने कामात कधी ढवळाढवळ केली.

"शक्ती म्हणजे दुर्गा माता आणि सुधा हे माझ्या बायकोचं नाव. त्यावरूनच मी शक्ती सुधा हे नाव घेतलं..."

आपल्या प्रत्येकाच्या आत शक्ती असते, आपल्या भोवताली असते. सत्यजितसारखं बनण्यासाठी पुरेशी शक्ती सगळ्यांकडेच असतेच. अशक्याला शक्य करणारी. स्वप्नांना ताकद देणारी!

◆

तरुण उद्योजकांना सल्ला

माझा एक साधा सल्ला आहे. आयुष्यात शॉर्टकट्स नसतात. तपशिलात जाऊनच काम करा. प्रत्येक मोठ्या कर्तृत्वाच्या प्राप्तीसाठी संयम आणि निष्ठेची आवश्यकता असते.

तुम्ही जे काय करता आहात ते तुम्हाला नीट समजत असेल आणि त्यानुसार तपशीलवार योजना आखली असेल तर तुम्ही नक्की यशस्वी होणार.

पण मी बघतो, आत्ताच्या काळात कुणालाही तपशिलात जाणं नको असतं. त्यांना मायक्रो लेव्हलवर काम करायला नको वाटतं. त्यांना शॉर्टकट्स हवे असतात.

तुम्ही शॉर्टकट्स घेतलेत तर खूप मोठं ध्येय गाठू शकणार नाही,

द्रष्टेपण मिळवू शकणार नाही. जेव्हा तुम्ही एखादी नवी गोष्ट सुरू करता तेव्हा सुरुवातीला खूप मोठ्या प्रमाणावर अडथळे येतात. आमच्या बाबतीत, आम्ही गावागावात जाऊन शेतकऱ्यांना प्रशिक्षण देतो यावर मध्यस्थांनी आडकाठी आणलीच.

पण मग आम्ही अडथळे आणण्यांवरच विजय मिळवला आणि त्यांना आमचे भागीदार बनवून घेतलं. जर तुम्ही बिहारच्या समाजाचा बारकाईने अभ्यास केला तर असं लक्षात येईल, की तुम्ही काहीतरी नवीन करायचा प्रयत्न केला की लोक आधी तुम्हाला हसतात.

तरी तुम्ही थांबला नाहीत तर ते तुमच्यावर टीका करायला सुरुवात करतात. पण जेव्हा त्यांच्या लक्षात येतं की तरीही तुम्ही खचत नाही आहात आणि तुम्हाला यश मिळतंय तेव्हा, आपके साथ आकर खडेहो जाएँगे और आपके सक्सेसमें अपने योगदानकी चर्चा करेंगे ।

तेव्हा आपल्या योजनेवर, तुमच्या ध्येयावर लक्ष केंद्रित करा. लोक काय म्हणतात याकडे नाही. नेतृत्व करत मार्गक्रमणा करा. लोक तुमच्या मागे येणारच.

'कष्टाचं चीज'

सुनील भू
फ्लॅन्डर्स डेअरी

तो एक शहरी मुलगा होता, पण त्याला माहीत होतं त्याला शेतात काम करायचं आहे.
कॉलेज संपल्या संपल्या तो बेल्जियमला गेला, तिथे तो चीज तयार करण्याबद्दलचं सगळं काही शिकला आणि तेच सगळं गेली वीस वर्षे तो 'फ्लॅन्डर्स' डेअरीमध्ये करतो आहे. त्यातल्या प्रत्येक क्षणाचा आनंद घेतो आहे.

"या जागेला दुधाचा वास येतो आहे." ही माझी पहिली प्रतिक्रिया होती.

हं, एका चीज फॅक्टरीचा वास यापेक्षा दुसरा कसा काय असू शकेल, मी मलाच फटकारलं.

सुनील माझ्यासाठी डिझायनर कपमध्ये कॉफी तयार करत होता आणि मी त्याचं शेत, त्याची फॅक्टरी आणि त्याच्या आयुष्याचं कौतुक करत होते.

सुनील सर्वार्थाने एक सामान्य माणूस होता. पण तरीही सर्वसामान्यांतलाच वेगळा. त्याला तो काय आहे ते माहीत होतं.

त्याला माहीत होतं, त्याला प्राणी आवडतात. आणि आवडतं– शेतात काम करणं, गायीचं दूध काढणं आणि चीज तयार करणं. जर या गोष्टी नसतील तर एखादी सामान्य मध्यमवर्गीय व्यक्ती काय करू शकेल?

जेव्हा तुम्हाला माहीत असतं, तुम्हाला काय करायचं आहे, तेव्हा तुम्हाला त्यापासून कोणीही रोखू शकत नाही.

आज आणखी एक चीज बॉल तयार करायचा आहे या उत्साहानेच सुनील सकाळी जागा होतो, अगदी रोज.

आपल्याला स्वत:च्या हातानं काही तरी तयार करायचं आहे याचा उत्साह त्याच्यात ओतप्रोत भरलेला असतो.

...मला वाटतं, आयुष्य म्हणजे गायीचं दूध काढण्यासारखंच आहे. तुम्ही त्याच्यापासून एकतर चविष्ट, ताणता येणारं झकास चीज तयार करू शकता किंवा ते आंबवून कायमचं आंबटढाण बनवू शकता. तुम्हाला काय करायला आवडेल?

‘कष्टाचं चीज’

सुनील भू
फ्लॅन्डर्स डेअरी

सुनील भूचे आई-वडील मूळचे उत्तर प्रदेशातले, पण तो मात्र पक्का दिल्लीवाला!

“माझे वडील इंडियन एअरलाईन्सच्या पहिल्यावहिल्या पायलटपैकी एक. त्या काळी काहीतरी वेगळं करून दाखवलेले!”

सुनील वाढला साऊथ एक्सटेन्शनमध्ये आणि शाळेत गेला सेंट कोलंबामध्ये. तिथलं शिक्षण चांगलं होतं, पण सुनील काही फार हुशार विद्यार्थी नव्हता.

“मी कसा बसा जरी पास होण्यात यशस्वी ठरलो तरी आई खूश असायची आणि नशिबानं... मी यशस्वी ठरायचो.”

बारावीनंतर सुनीलनं दिल्लीतल्या प्रसिद्ध हॉटेल मॅनेजमेंट इन्स्टिट्यूट ‘पुसा’मध्ये प्रवेश घेतला. घरातल्या कुणीच त्याला एखादी विशिष्ट ‘लाइन’ घेण्याबाबत सुचवलं नव्हतं. पण त्याच्या दोन्ही बहिणींनी यापूर्वी हॉटेल मॅनेजमेंट केलं होतं.

“मी फक्त त्यांच्या पावलांवर पाऊल टाकलं.”

याशिवाय सुनीलच्या आईने एक रेस्टॉरन्ट टाकलं होतं, निवृत्तीनंतर त्याच्या वडिलांनी ते चालवायला घेतलं.

“ते ‘कामालिका’ नावानं ओळखलं जायचं, पण त्या वेळी आयुष्याची गाडी फास्ट ट्रॅकवर न्यावी, अशी काही महत्त्वाकांक्षा नव्हती.

पण मला खूप आधी कळलं होतं, की मला कुणासाठी तरी काम करायचं नव्हतं.”

खरं तर सुनीलनं आपल्या अभ्यासक्रमातील सक्तीची असलेली इन्टर्नशिपही पूर्ण केली नव्हती. त्यामुळे त्याच्याकडे पदवी प्रमाणपत्रही नाही. पण त्याबद्दल त्याला पश्चात्ताप नाही.

“मला मनापासून जे करावंसं वाटेल, तेच करायचं होतं.”

त्याला प्राण्यांबरोबर काम करायचं होतं. शेतात राहायचं होतं, गायीचं दूध काढायचं होतं.

“शाळेत असताना आम्हाला थॉमस हार्डीचं पुस्तक होतं, ‘फार फ्रॉम द मॅडिंग

क्राऊड' धनगरांच्या जीवनाविषयी असलेलं हे पुस्तक माझ्यावर प्रभाव टाकून गेलं.''

त्याच दरम्यान चीज संदर्भात काहीतरी करायचं त्याच्या डोक्यात घोळू लागलं.

त्या काळी म्हणजे साधारण १९८५च्या सुमारास चीज फारच दुर्मीळ होतं. भारतामध्ये तर त्याबद्दल कित्येकांना माहितीही नव्हती.

पण त्यामुळे तो नाउमेद झाला नाही.

''बेल्जियममध्ये माझा एक मित्र होता त्याला मी म्हटलं, माझ्यासाठी तिथे कुठेतरी राहायला शेत आहे का बघ. पैशांसाठी नाही. फक्त अनुभवासाठी.''

त्या मित्रानं असं एक शेत शोधून काढलं आणि 'नक्की काय करायचं ते डोक्यात क्लिअर नाही' अशा अवस्थेत सुनील बेल्जियमला रवाना झाला.

पण गोष्टी मनासारख्या घडल्या नाहीत.

सुनीलनं जवळच्याच एका शेतात नशीब अजमावायचं ठरवलं.

''तू इथे येऊन तण उपटायचं काम करशील का?'' मालकानं विचारलं.

''हो, का नाही?'' तेव्हा सुनील २१ वर्षांचा होता.

आणि इथूनच सुरुवात झाली... वेस्ट फ्लॅन्डर्समधील फ्लेमिश प्रांतांतील एक छोटं शहर, डिक्समूड. आपल्याला माहीत असलेल्या जगापासून हजारो मैल दूर असलेलं गाव.

''तुझ्या आई-बाबांनी यावर हरकत नाही घेतली?'' मी चकित.

''नाही. म्हणजे त्यांना खरं तर काही कळलंच नाही किंवा त्यांना ते कधी आवडलंही नसावं. पण त्यांनी मला कधी अडवलं नाही.''

खरं तर त्याच्या बहिणींनी त्याला मदत करण्यासाठी स्वस्तातलं तिकीटही खरीदलं.

त्यानं मायक्रोबायोटिक फूडचा 'अभ्यास' करण्यासाठी एक वर्षाचा व्हिसादेखील मिळवला. गोष्टी योग्य मार्गानं पुढे जात होत्या.

''नशीब साथ देत होतं. शेतकरी मार्कनं त्याच वेळी चीज तयार करण्याचं ठरवलं. इतर ठिकाणी चीज कसं तयार केलं जातं ते पाहण्यासाठी मी त्याच्याबरोबर हॉलंड आणि फ्रान्सचा प्रवास केला.''

''मला शेतात काम करायचं होतं. मला गायीबरोबर, प्राण्यांबरोबर राहायचं होतं. आणि कसा कोण जाणे मी चीजशी जोडला गेलो. त्या वेळी आपल्या देशात चीज दुर्मिळ होतं.''

तिथे प्रत्येक कुटुंबात चीज बनवण्याचा व्यवसाय एका पिढीकडून दुसऱ्या पिढीकडे सोपवला जातो. साहजिकच चीज बनवण्याचं रहस्यही अत्यंत गुप्त ठेवलं

जातं. पण एक युरोपीय असल्यामुळे मार्क त्या रहस्यांची दारं किलकिली करण्यात लवकरच यशस्वी झाला आणि ते ताबडतोब आत्मसात करण्यात सुनीलही!

"आम्ही शेतात परत आलो आणि विविध पद्धती अमलात आणायला सुरुवात केली. शिकून घेण्याचा तो खूपच चांगला अनुभव होता."

आयुष्य म्हणजे खरोखरच योग्य ठिकाणी, योग्य वेळी आणि योग्य व्यक्तीबरोबर असणं आहे.

योग्य रासायनिक प्रक्रिया!

"संवादाचा खूप मोठा प्रश्न होता, सुनील सांगतो. पण मार्कला भाषा शिकण्याची आवड होती. त्यानं इंग्रजी शिकून घेण्यासाठी तेवढे प्रयत्न केले आणि मीही थोडी फ्लेमिश शिकलो. कसं तरी काम निभावलं!"

दोन वर्षे 'फ्लॅन्डर्स'मध्ये घालविल्यानंतर सुनील भारतात परतला.

"परदेशात स्थायिक होणाऱ्यांपैकी मी नव्हतो. तुमच्या देशात तुम्ही स्वत:चे बॉस असता. दुसऱ्या देशात तुम्ही नेहमीच दुसऱ्या क्रमांकावर राहता. म्हणून मी परत आलो."

तो काय करू शकत होता? अर्थातच त्यानं चीज तयार करायला सुरुवात केली, परंतु तो त्या वेळी खऱ्या अर्थानं व्यवसाय नव्हता. बेल्जियमला जाऊन दोन वर्षे आपण काहीतरी शिकलो ते कुटुंबीयांना सिद्ध करून दाखवणं होतं.

"माझ्या आईकडे हा शेताचा छोटा तुकडा होता. आणि तिने मला एक गाय दिली."

तो 'खेळत्या' भांडवलाबद्दल बोलत होता.

सुरुवातीला साऊथ एक्सटेन्शन येथील सुनीलच्या घराच्या मागच्या बाजूस गाय नुसती बांधून ठेवली होती.

"माझा विश्वास नाही बसत."

"माझे मित्र मला हसायचे!"

ते म्हणायचे, "लोक कुत्रा फिरवायला नेतात. तू तुझी गाय फिरवायला नेतोस."

तो म्हणायचा, "मग काय झालं?"

सुनीलने गायीचं दूध काढलं आणि त्या दुधापासून एक चीज बॉल बनवला.

"चीज दाबण्याची एक विशिष्ट पद्धती होती. मी माझ्या बिछान्याखाली ते दाबून ठेवायचो."

पण लवकरच सुनीलच्या लक्षात आलं, की भारतातली परिस्थिती युरोपपेक्षा खूपच वेगळी आहे. दिल्लीपेक्षा डिक्समूड येथे चीज बनवणं खूपच सोपं होतं.

भारतीय दूध वेगळं आहे, भारतीय हवामान वेगळं आहे आणि भारतीयांची

चवही वेगळी आहे.

प्रयत्नांवर प्रयत्न. पतीलेमें एक्सपरीमेंट चलते रहे.

“मी काही काळाकरिता पुन्हा बेल्जियमला गेलो. अधिक शिकायला. पण दरम्यान मी वडिलांना त्यांच्या रेस्टॉरन्टमध्ये मदत करत होतो. चीज़ करणं मी बाजूला ठेवलं होतं. जणू फक्त एक छंद म्हणून.”

आणि म्हणूनच ते आठ वर्षे लपून राहू शकलं. अर्थात जरी तो छंद असला तरी त्यातलं त्याचं कौशल्य लगेचच पारखण्यात आलं.

दिल्लीतल्या खाद्यपदार्थांच्या चोखंदळ दुकानाचे, ‘स्टेकहाउस’चे मालक त्याच्या एका मित्राचे ओळखीचे होते.

त्यानं आपलं चीज त्यांना दाखवलं.

त्या दुकानमालकानं ते चाखलं. आणि आश्चर्यानं म्हटलं, “जर तू असे शंभर बॉल्स बनवू शकलास तर ते माझ्याकडे आण.”

हाच ‘फ्लॅन्डर्स’चा जन्म होता. सुनीलच्या ‘फर्स्ट काऊ’ या लोगोसह घरी तयार केलेले चीज बॉल्स...

दिवसाला एक बॉल तयार होत होता आता दोन होऊ लागले.

दोन बॉल्सपासून दिवसाला पाच बॉल्स.

प्रत्येक बॉल नव्वद रुपयाला विकला गेला. पण करण्यामागे होते प्रचंड मानवी कष्ट.

प्रत्येक बॉल स्वत:च्या हातानं करायला लागायचा.

अर्थात एका गायीच्या दुधापासून फक्त दोन बॉल्स तयार व्हायचे. साहजिकच त्यानं आणखी दोन गायी विकत घेतल्या.

“अधिक गायी आणल्यामुळे साहजिकच शेतात शिफ्ट व्हावं लागलं आणि मदतीला माणूसही घ्यावा लागला. वर्षे गेली तसा व्यवसायही वाढत गेला.”

आणि त्याबरोबर सुनीलचं चीजप्रती प्रेम आणि ध्यासही!

चीज बनवण्याच्या पद्धतीत तो कितीही पारंगत झाला असला तरीही प्रत्येक वेळी काहीतरी नवीन शिकण्यासारखं असायचंच. तो कुठेही गेला तरीही!

१९८९ मध्ये तो इटलीच्या उत्तर प्रांतामध्ये गेला होता. तिथल्या एका छोट्या पिझेरियामध्ये खात असताना तिथल्या मालकाला तो म्हणाला, “हे चीज कुठून येतं?”

तो इटलीकर म्हणाला, “शेजारच्या डेअरीतून.”

दुसऱ्या दिवशी तिथे जाऊन ते प्रत्यक्ष पाहायचं त्यानं ठरवलं. तो खूप मोठा कारखाना होता. बेल्जियमपेक्षा वेगळा.

“रिसेप्शनवरच्या स्त्रीला मी भारतात चीज तयार करत असल्याचं सांगितलं.

तिने मला थांबायला सांगितलं.''

बॉस नव्हता. म्हणून दरम्यान सुनील आणि त्याच्या मित्राला चांगल्या रेस्टॉरन्टमध्ये जेवण देण्यात आलं.

''मी विचार करत होतो बहुतेक त्यांना खूप मोठ्या औद्योगिक सहकार्याची गरज असावी. पण नाही, तो त्यांच्या आदरातिथ्याचा फक्त एक भाग होता.''

तो मालक एक बुटका इटालियन माणूस होता. त्यानं सुनीलची सगळी गोष्ट शांतपणे ऐकून घेतली. नंतर म्हणाला, ''माझी सुरुवातही अगदी तुझ्यासारखीच झालेली आहे. तुझं इथे स्वागतच आहे. तू कधीही इथे येऊ शकतोस. आणि जे तुला शिकावसं वाटतं ते शिकू शकतोस.''

सुनीलनं तिथे तीन महिने घालवले आणि इटालियन पद्धतीनं मोझेरेला चीज कसं तयार करायचं ते शिकून घेतलं. व्यावसायिक पातळीवर...

''भारतातील स्थिती पाहता इटालियन चीज अधिक योग्य असून ते भारतीय चवीशी जुळणारंही आहे. म्हणून मी काही छोट मशिन्स विकत घेतली आणि मोझेरेला चीज बनवायला सुरुवात केली.''

१९८८ मध्ये सुनीलच्या बाबांचं निधन झालं. पण कुणालाही त्यांचं रेस्टॉरन्ट चालवण्यात रुची नव्हती. साहजिकच ते बंद करण्यात आलं आणि सुनील त्याच्या आवडीचं चीज तयार करण्यासाठी मोकळा झाला.

अर्थात हा चीज तयार करण्याचा छंद एका मोठ्या उद्योगात बदलण्यासाठी १९९४ चं वर्ष उजाडावं लागलं.

आता सुनील दिवसाला पाचशे ते सहाशे लीटर दुधापासून सत्तर ते ऐंशी बॉल्स तयार करत होता. त्या वेळी त्याच्याकडे वीस गायी होत्या आणि वार्षिक उलाढाल पोहोचली होती पंचवीस लाखांवर.

याच टप्प्यावर सुनील स्वत:कडे बिझिनेसमन म्हणून पाहू लागला.

''हो छंद आता नक्कीच उद्योगात बदलला होता. पण आजही मी त्याबाबत भावुक होतो. हा एक असा उद्योग आहे ज्यावर माझं प्रेम आहे.''

नेमकं कशावर आहे याचं प्रेम?

''तुम्ही जे काही करता आहात त्यात अधिकाधिक श्रेष्ठत्व मिळत जाण्याचं स्वातंत्र्य इथे मिळतं. तुम्ही सातत्याने पुढेच जात राहता. तिथे कसलीच मर्यादा नाही.''

पण तुम्ही तयार करत असलेला प्रत्येक चीजचा बॉल एकसारखा तर असतो. आणि ज्या पद्धतीनं तो तयार केला जातो ती पद्धत नक्कीच बदलत नाही...

''हो नक्कीच. पण तरीही तुमच्या कामाची पद्धत अधिक चांगली होण्यासाठी प्रयत्न करतच राहावे लागतात.''

जसं?

"अगदी दूध जमवण्यापासून. आपल्या देशात दूध जमविण्याच्या खूप वेगवेगळ्या पद्धती आहेत. मला वाटतं, दूध निर्मितीमध्ये भारत जगामध्ये पहिल्या क्रमांकाचा देश आहे; पण दरडोई त्याचं प्रमाण काढलं तर ते खूप कमी भरतं."

तुम्ही गायीला कसं खायला देता, दूध कसं काढता आणि ते स्वच्छ आणि रोगजंतू विरहित स्थितीत कसं ठेवता, यावरच सुनील सातत्यानं काम करत असतो.

जरी 'फ्लॅन्डर्स'ची गोष्ट एक माणूस आणि त्याच्या प्राणी प्रेमापासून सुरू झाली असली तरी आता ती नव्यानं लिहिली गेली आहे.

"माझ्याकडे सुरुवातीला खूप गायी होत्या. पण एक टप्पा असा आला जेव्हा माझ्या लक्षात आलं, की मी माझा पंचाहत्तर टक्के वेळ गायींसाठी खर्च करतो आहे. आणि फक्त पंचवीस टक्के वेळ चीज तयार करण्यात घालवतो आहे. हे उलटही होऊ शकतं."

म्हणूनच तीन वर्षांपूर्वी त्यानं आपल्या तीस गायी दुसऱ्या शेतकऱ्याला देऊन टाकल्या आणि आता तो पुरवठादार देत असलेलं दूध विकत घेतो.

तुमच्या मर्यादा लक्षात घ्या. ज्यावर प्रेम करता, ज्यात तुम्ही चांगले आहात त्याकडे लक्ष केंद्रित करा.

सुनील सांगतो, "मला फार लवकर लक्षात आलं, की प्रत्येक गोष्ट मी स्वतःच केली पाहिजे, असं नाही. म्हणून मग मी वितरणासाठी वितरक घेतला."

त्यानंतर सुनीलनं लक्ष केंद्रित केलं, जास्तीत जास्त चांगलं चीज बनवण्याकडे– मस्करपोने, गोडा, मोझेरेला आदी

'आज 'फ्लॅन्डर्स' सुमारे पाचशे ते सहाशे किलो टॉप चीज तयार करतो आहे. अगदी रोज. आठवड्याचे सातही दिवस.'

सुनील रोज सकाळी सात वाजता शेतावर असतो आणि दुपारी बारा वाजेपर्यंत न थांबता काम. साडेबारा वाजता चीज तयार करण्याचं काम पूर्ण होतं आणि चार वाजेपर्यंत त्याचं पॅकिंग पूर्ण होतं विक्रीसाठी रवाना होतं.

"माझ्याकडे आठ माणसं आहेत कामाला. शिवाय माझा पुतण्या गौरवही. अनेक वर्षांपासून ही सगळी मंडळी माझ्याबरोबर आहेत आणि आम्ही जे काही करतो आहोत त्याबाबत माझ्या इतकीच उत्साही."

साधी माणसं आहेत ही. फार अभ्यास न शिकलेली. पण इथे मात्र शून्यातून सगळं काही शिकलेली.

प्रत्येक उद्योगपतीला हवी असतात. अगदी तशी.

चीज बनवण्याच्या प्रक्रियेसाठी अगदी छोट्या छोट्या तपशिलाकडे बारकाईने बघण्याची गरज असते आणि त्याच्या भौतिक आणि रसायनशास्त्राकडेही. ज्याकडे

शाळेत असताना सुनीलनं कधीही लक्ष दिलं नव्हतं.

तुम्ही स्वत:च्या हातानं मशिन दुरुस्त करू शकता. हे झालं भौतिकशास्त्र. कष्टानं शिकत राहा.

"शेतकरी दिवसातून दोनदा येतो. आम्ही दूध जमा करतो. त्यानंतर प्रत्येक नमुना प्रयोगशाळेत तपासला जातो. हे झालं रसायनशास्त्र."

सायीचं प्रमाण, प्रोटिन, कॅल्शियमचं प्रमाण या सर्वांची चाचणी केल्यानंतर ते उकळून व प्रोसेस करून कुठल्या प्रकारचं चीज तयार करायचं आहे त्यानुसार मोठ्या फ्रिजमध्ये ठेवलं जातं.

"आजही रोजच्या रोज माझे हात राबत आहेत. मला आवडतं ते – म्हणूनच मी माझे बूट चढवतो आणि सकाळ ते दुपारपर्यंत काम करतो. मी कधीही थकत नाही."

थोडक्यात सांगायचं झाल्यास, तुम्ही 'दही' बनवायचं, ते कापायचं, त्यातलं पाणी काढून टाकायचं आणि त्याला वेगवेगळा आकार द्यायचा. प्रत्येक घाण्याची गुणवत्ता नीट तपासली जाते.

"आमचा ऐंशी टक्के बिझिनेस रेस्टॉरन्ट्स आणि हॉटेल्स मधून मिळतो. आमचा ब्रँड आता मान्यता पावला आहे." त्याच्या आवाजातला अभिमान जाणवतो.

'फ्लॅन्डर्स'चा रेव्हेन्यू पाच कोटी रुपयांच्या वर पोहोचला आहे. पण सुनीलच्या मते, ते महत्त्वाचं नाही.

"हा उद्योग स्वत:च्या जिवावर मोठा झालेला आहे. कर्ज नाही, जबाबदाऱ्या नाहीत आणि आम्ही जे काही करतो आहोत त्यात दिवसेंदिवस वाढ होत चालली आहे. वाढण्याचं वेड आहे हे."

व्यवसायाच्या कोणत्याही महत्त्वाकांक्षी योजना नाहीत? 'फ्लॅन्डर्स'ला भारतातला चीजमधला नंबर वनचा ब्रँड करायची इच्छा नाही?

"नाही, काही योजना नाहीत. हे असंच चालू दे. ते असंच चालू राहील."

"पण समजा कुणी एखादा भांडवलदार तुझ्याकडे आला आणि सांगितलं, हे घे दोन कोटी डॉलर्स. भारताच्या सहा वेगवेगळ्या भागात 'फ्लॅन्डर्स'च्या सहा फॅक्टऱ्या टाक, तर?"

"मला नाही माहीत, मी ते करेन की नाही." सुनील बिनदिक्कत सांगतो.

वाढ होतेच आहे. पण सुनीलच्या मते, साध्य आणि नियोजित पद्धतीनं.

"शेतावर काम करणं चांगलं आहे, परंतु त्यात काही अडचणी येतातच. म्हणून मी औद्योगिक वसाहतीत शिफ्ट व्हायचं ठरवलं."

अर्थात सुनील ज्या पद्धतीनं काम करतो ते कमी-जास्त पद्धतीनं तसंच राहणार होतं. व्यक्तिगत आणि हातानं करावं लागणारं.

"इतर उद्योगाप्रमाणेच आम्ही सुद्धा २५ ते ३० टक्क्यांचं मार्जिन ठेवतो. पण लक्षात घ्या, हे खूप शारीरिक कष्टाचं काम आहे."

या कामाचा मोबदला आहे, पण प्राथमिक स्तरावर. ते त्याचं स्वत:चं बक्षीस आहे. आणि कामाशिवाय आयुष्य आहेच, लाईफस्टाईल.

"मी दुपारी घरी जातो, संध्याकाळी पोहायला जातो. मला दोन वर्षांची मुलगी आहे. तिच्याबरोबर वेळ घालवतो."

लग्न आणि कुटुंब सुनीलच्या आयुष्यात उशिरा आलं. जेव्हा त्याला वाटलं की तो त्यासाठी तयार आहे तेव्हाच. आणि हे त्याला वाटलं वयाच्या ३८व्या वर्षी. त्याची बायको दीपाली 'फ्लॅन्डर्स'चं ऑफिस चालवते आणि मार्केटिंगही. तीसुद्धा चीजबद्दल तेवढीच उत्साही आहे.

जो मुलगा शाळेतल्या अभ्यासामध्ये हुशार नव्हता, तरीही हे सगळं चांगल्या पद्धतीनं करतो आहे.

आपल्या प्रेरणेचं आणि हृदयाचं ऐकून.

"मला जे करायचं होतं मला आयुष्यात करता आलं, हे माझ्यासाठी महत्त्वाचं आहे."

नफा आकड्यात मोजता येतो, पण स्वप्नं त्या पलीकडची असतात.

◆

तरुण उद्योजकांना सल्ला

तुम्हाला जे मनापासून करायचं आहे, जे मनाच्या तळातून आलेली इच्छा असेल ते करायची संधी मिळाली तर ते करून टाका. तुमच्या स्वत:चं राज्य तयार करा! एकाच गोष्टीवर लक्ष केंद्रित करा. हेलकावे खाऊ नका आणि फार पुढचंही पाहू नका. एक एक पायरीनं तुमचा मार्ग गाठा.

मी काही अतिहुशार विद्यार्थी नव्हतो. माझ्या मर्यादा मला माहीत असल्यानं मी अभ्यासात फार पुढे जाऊ शकणार नाही, हे मला सुरुवातीलाच लक्षात आलं होतं. तुमच्या मर्यादा जाणून घ्या आणि कशात तुम्ही चांगले आहात त्याचा शोध घ्या. मी अभ्यासात भले टॉपवर नसेन, पण चीज निर्मितीमध्ये आहे.

तुम्ही जे काही करता आहात त्यात अग्रणी राहण्याचा प्रयत्न करा. त्यासाठी दुसऱ्याच्या मार्गावर चालण्याची गरज नाही. तुम्ही तुमचा रस्ता स्वत: तयार करू शकता.

अंतिमत:, सुरुवातीपासूनच पैसे मोजायला सुरुवात करू नका. ध्यास घ्या, त्या कामात वाहून जा. पैसे आपोआप येतीलच.

इलेक्ट्रिक स्वप्नं

चेतन मायनी
'रेवा' इलेक्ट्रिक कार कंपनी

चेतन मायनी, त्याला आठवतंय तेव्हापासून त्याला इलेक्ट्रॉनिक्स आणि कारबाबत प्रचंड वेड होतं. हा त्याचा ध्यासच त्याला इलेक्ट्रिक कार बनवण्याच्या त्याच्या स्वप्नपूर्तीकडे घेऊन गेला. आज 'रेवा' फक्त वाहनंच तयार करत नसून 'जनरल मोटर्स'सारख्या कंपन्यांना तंत्रज्ञानही पुरवतं.

जेव्हा मी पहिल्यांदा 'रेवा' कार पाहिली, तेव्हा मनात आलं, किती 'क्यूट' आहे ही!

पण, मला ती खरंच स्वतःची म्हणून हवी आहे?

हा प्रश्न चेतनला परिचयाचा आहे. कागदोपत्री तरी इलेक्ट्रिक वा बॅटरीवर चालणारी कार उत्तम आहे. पण तरीही आपण डिझेल वा पेट्रोललाच का चिकटून राहतो?

खरंच, हे गुंतागुंतीचं आहे. तिथे आहे ऑइल लॉबी. ऑटो लॉबी आणि अनेक गोष्टी आत्तापर्यंत अशाच-प्रकारे चालत आल्या आहेत हे मानणारी लॉबी. या जगात या नव्या तंत्रज्ञानावर विश्वास ठेवणारे पुरेसे लोक नाहीत....

आणि तेव्हाच चेतनचं आगमन झालं.

१३ व्या वर्षी तो गो-कार्ट बनवत होता.

२० व्या वर्षी त्यानं सौर ऊर्जेवर चालणारी कार बनवली.

२४ व्या वर्षी तो इलेक्ट्रिक कारच्या प्रोजेक्टचं नेतृत्व करत होता.

३१ व्या वर्षी त्यानं या कारची ओळख जगाला करून दिली.

आणि आजही तो या वाहनांवर काम करतो आहे, ते परिपूर्ण करतो आहे, विकसित करतो आहे... तुम्ही आणि मी एक दिवस आपलं पेट्रोल, डिझेल फेकून देऊ आणि इलेक्ट्रिककडे जाऊ, हे स्वप्न पाहतो आहे.

बेंगळुरूच्या थोडं बाहेर बोमासॅन्ड्रा या औद्योगिक वसाहतीत असलेल्या एका लहानशा फॅक्टरीमध्ये उभ्या असलेल्या 'नेक्स्ट जनरेशन' कार्सकडे मी औत्सुक्याने बघत राहिले. मला अद्याप खात्री नाही की मी एखादी 'रेवा' खरेदी करेन, परंतु चेतन मायनीचा निश्चय आणि 'करू-शकतो'चं स्पिरीट यामुळे मी भारावून मात्र नक्की गेले आहे.

इलेक्ट्रिक स्वप्नं

चेतन मायनी

'रेवा' इलेक्ट्रिक कार कंपनी

चेतन मायनी बेंगळुरूमध्ये जन्मला. त्याला आठवतंय तेव्हापासून सगळ्या प्रकारच्या इलेक्ट्रॉनिक्सबाबत तो प्रचंड वेडा होता.

"मी जेव्हा माझा पहिला रेडिओ बनवला तेव्हा चौथीत होतो. सहावीत गेलो तेव्हा रिमोट कन्ट्रोलनं चालणारी विमानं बनवत होतो. आणि नंतर मी रिमोट कन्ट्रोल कार्स जुळवण्याच्या मागे लागलो!"

सुदैवानं चेतनच्या वडिलांनी त्याचा हा ध्यास ओळखला आणि त्याला प्रोत्साहन दिलं. आर्थिकदृष्ट्या आणि अन्य मार्गांनेही.

"बाबांचे काही मित्र वेगवेगळ्या क्षेत्रांतले एक्स्पर्ट होते. ते त्यांना पिण्याच्या निमित्तानं संध्याकाळी बोलवायचे आणि किमान तासभर मला मदत करतील याची काळजी घ्यायचे."

याशिवाय चेतनची त्याची स्वत:ची हॉबी रूम होती. टेरेसचं रूपांतर केलेल्या या रूममध्ये तो दिवस दिवस घालवायचा. आकारयंत्र आणि कातकामांच्या यंत्रानं धातूंना विविध आकार देत नाना प्रकारची कामं करत राहायचा. कधी कुठल्या प्रोजेक्टवर तर कधी असंच काहीतरी.

"आम्ही तीन भाऊ...आणि माझी हॉबी रूम आम्ही झोपायचो त्या रूमपेक्षा मोठी होती." चेतन आठवतो.

एका उन्हाळ्याच्या सुट्टीचे संपूर्ण तीन महिने चेतनने गो-कार्ट बनवण्यात घालवले. त्यानं जंकयार्डमध्ये जाऊन जुनी इंजीन्स आणि इतर भाग आणून हे काम केलं. केवळ १५०० रुपयांत.

त्या वेळी ती मोठी रक्कम होती. मला आश्चर्य वाटतंय, चेतन 'बिघडलेला मुलगा' तर नव्हता!

"आम्ही तसं बऱ्यापैकी सधन होतो. पण माझ्या आई बाबांनी कधी ते मिरवलं नाही. मला जेवणासाठी पाच रुपये हवे असतील तर आई मला बरोबर पाचच रुपये द्यायची."

पैसे झाडाला लागत नाहीत. कठोर परिश्रमानेच ते झाड लागू शकतं!

चेतनच्या वडिलांना हे नक्कीच माहीत होतं. इंजिनिअर असणाऱ्या सुदर्शन मायनी यांनी १९७३ मध्ये स्वत:ची इंजिनिअरिंग कंपनी उघडण्यासाठी मिको बॉश मधली नोकरी सोडून दिली.

कुटुंब अवलंबून असलेल्या एका माणसासाठी हे धाडसी पाऊलच होतं.

"अगदी लहान असल्यापासूनच मी माझ्या वडिलांना पाहत आलो आहे. त्यांना त्यांच्या कामाचा प्रचंड अभिमान होता. त्यांना असंच सगळ्यांपेक्षा वेगळं काहीतरी करायचं होतं." आणि तेच चेतनमध्ये उतरलं.

'बिशप कॉटन'मधल्या त्याच्या बहुतांशी सगळ्याच वर्गमित्रांप्रमाणे त्यानंही आयआयटी जेईईसाठी तयारी सुरू केली होती. पण काही महिन्यांतच चेतनला जाणवायला लागलं, की आयआयटी हे काही त्याच्यासाठी योग्य ठिकाण नाही.

"मला काहीतरी वेगळं करायचं होतं. ऑटोमोबाइल्समध्ये काहीतरी करायचं आहे." त्यानं घोषित केलं.

"तू अमेरिकेतल्या स्कूल्ससाठी अर्ज का करत नाहीस?" बाबांनी विचारलं.

मिशिगन युनिव्हर्सिटी ही चेतनची पहिली पसंती होती. कारण त्याच्या शेजारीच ऑटो हब होतं आणि सुदैवानं त्याला तिथे स्वीकारलं गेलं.

"मी तिथे मेकॅनिकल इंजिनिअरिंग शिकलो. पण माझा पन्नास टक्के काळ मी शिक्षणाव्यतिरिक्त इतर प्रकल्पांमध्येच घालवला. पहिल्याच वर्षी मी 'सुपरमायलेज' कारवर काम केलं जी एका लीटरमध्ये चारशे किलोमीटर जाऊ शकत होती."

हा प्रकल्प म्हणजे सगळं स्वत:च्या हातानं करायचं होतं. अगदी कारच्या विविध भागांचं वेल्डिंग करण्यापासून त्याचे इतर मशिन पार्ट्स बनवण्यापर्यंत.

"मी 'जनरल मोटर्स'मध्ये विद्यार्थी म्हणून काम करत होतो. तिथे मी सकाळी सात ते दुपारी चारपर्यंत असायचो. तिथून दोन तासाच्या अंतरावर असलेल्या मिशिगन इंटरनॅशनल स्पीडवेवर आम्ही आमच्या कारचं प्रात्यक्षिक घेतलं. चार ते पाच तास त्या ट्रॅकवर होतो!"

कार बनवण्यात, त्याची चाचणी घेण्यात, त्याला परिपूर्ण बनवण्यात काही महिने गेले आणि अखेर ती कार तयार झाली. कार रेस घेण्यात आली आणि ३५ विद्यापीठांतून मिशिगनची टीम सर्वोत्कृष्ट ठरली.

"जे विमान बनवायला मी महिनोन्‌महिने घेतलेले असायचे. माझा भाऊ ते घेऊन उडवायचा आणि तोडूनफोडून टाकायचा. मी ते पुन्हा अनेक महिने खर्च करून तयार करायचो."

कार शर्यतीच्या शेवटी स्पर्धक टीममधल्या एका सदस्यानं आमच्यावर एक टोमणा फेकलाच, "आम्ही फक्त चाळीस हजार डॉलर्स खर्च केले आमच्या कारसाठी. तुम्ही मिलियन डॉलर्स घालवले. त्यामुळे तुमची कार पहिली येणारच होती."

चेतन उत्तरला, "नक्कीच, पण आम्ही एकत्रित डोकं लढवून मिलियन डॉलर्स उभे केले. जे तुम्हीसुद्धा करू शकत होतात."

टीमवर्कचा हा एकत्रित धडा होता. - बिझिनेस स्कूलमधल्या विद्यार्थ्यांना सोबत घेऊन स्पॉन्सरशिप मिळवणं, हवामान आणि सूर्याच्या विविध स्थिती समजून घेणं....मिशिगन युनिव्हर्सिटीने अनेक हात, अनेक डोकी आणि अनेक हृदयं एकत्रित आणून ते शक्य केलं होतं.*

दुसरा थांबा होता, ऑस्ट्रेलियातील जागतिक सौर विजेतेपद. ही शर्यत होती, डार्विन ते अॅडलेड दरम्यानच्या ३२०० किलोमीटर अंतराची. माझदा आणि होंडाच्या विरोधातली ही स्पर्धा होती.

पहिल्या दिवशी आम्ही खरोखरच होंडाला मागे टाकलं आणि प्रत्येक जण चकित झाला! वीस वर्षे जुनी गाडी इतक्या मोठ्या ओईएमसला कशी काय मागे टाकू शकते?

चेतनसाठी मात्र ते त्याला जागं करणारं होतं.

"काहीही शक्य आहे." मला जाणवलं.

चेतननं कॉलेजचं शेवटचं वर्ष फॉर्म्युला रेस कारवर काम करण्यात घालवलं. "माझ्यासाठी हे प्रोजेक्ट्स म्हणजे माझं शिक्षण होतं. मी माझे वर्ग मस्त एन्जॉय केले आणि चांगली ग्रेडही मिळवली. पण परीक्षेच्या आदल्या रात्री मी मला आवडणाऱ्या गोष्टीचंच वाचन करायचो - ज्याचा अभ्यासक्रमाशी काहीही संबंध नसायचा."

त्याच टप्प्यावर चेतनला इलेक्ट्रिक कारनं आकर्षित केलं.

"एकमेकांना चांगल्या रीतीने समजून घेणारे आम्ही चार मित्र होतो. आम्ही महिन्यातून एकदा भेटायचो आणि या क्षेत्रातल्या आमच्या उद्योगाच्या कल्पना मांडायचो."

या चार मित्रांपैकी एक होता डेव्ह बेल. त्याच्या वडिलांनी- डॉ. लोन बेल यांनी 'कॅलटेक'मधून पीएच. डी. केली होती. डॉ. बेल यांनी 'टेक्नर' कंपनी उभी केली होती. नुकतीच त्यांनी ही कंपनी 'टीआरडब्ल्यू'ला विकली आणि काहीतरी नवीन करण्याची वाट पाहत होते.

---

* या स्पर्धेत मिशिगन युनिव्हर्सिटी तिसऱ्या क्रमांकानं विजयी झाली.

ते म्हणाले, "वा! हे तर छानच झालं! तू माझ्याबरोबर काम का नाही करत?"

हे घडलं १९९९ मध्ये. चेतन डॉ. बेल यांच्या नव्या उद्योगात सामील झाला.

"सुरुवातीच्या काळात कंपनीत आम्ही फक्त सात जण होतो. आम्ही इलेक्ट्रिक कारसाठी प्लॅटफॉर्म उभारला आणि वेगवेगळी तंत्रज्ञानं अजमावली."

त्याच्यासाठी हा खूप मोठा अनुभव होता. परंतु चेतनला पुढील शिक्षण गरजेचं वाटू लागलं. त्याने स्टॅंडफर्डमध्ये 'मास्टर्स' करायला दीड वर्षाची सुट्टी घेतली. मेकॅनिकल आणि इलेक्ट्रिक इंजिनिअरिंगना एकत्रित करणाऱ्या विविध कार्यक्रमांना हजर राहण्याबरोबरच चेतन हायब्रीड - इलेक्ट्रिक कार बनवण्यामध्ये मग्न झाला.

तिथे करण्यासारखं खूप काही होतं, पण आता चेतनला घरी परतायचे वेध लागले.

"मी भारतात वर्षातून एकदा यायचो. प्रत्येक वेळी मला जाणवायचं, इथली परिस्थिती बदलत चालली आहे. अर्थव्यवस्था मुक्त होत चालली होती, प्रदूषण वेड्यासारखं वाढत होतं. मी शाळेत सायकलनं जायचो जे आता करणं अशक्य होतं." म्हणजे भारतात इलेक्ट्रिक कारसाठी बाजारपेठ तयार होत होती.

अर्थात 'अमेरिगॉन' सारख्या बहुतेक कंपन्यांचं लक्ष अमेरिका आणि युरोपसाठी बड्या गाड्या तयार करण्यात केंद्रित झालं होतं.

चेतनच्या पक्कं लक्षात आलं, भवितव्य इतरत्र आहे.

ते म्हणजे भारत, चीन, दक्षिण-पूर्व आशियासाठी स्वस्त शहर वाहतूक.

"डॉ. बेल यांनी मला युरोप आणि अमेरिका फिरून बाजारात कशाची चलती आहे आणि कशाची नाही, याचा अभ्यास करण्याची परवानगी दिली."

चेतनच्या लक्षात आलं, की ज्या पद्धतीनं तंत्रज्ञान विकसित होत आहे ते पाहता त्यातून फक्त महागच स्ट्रक्चर तयार होणार होतं.

"मला आठवत होते माझे सौर कारचे दिवस. आम्हाला अनेक गोष्टी माहीत नव्हत्या. अनेक गोष्टी आम्ही शोधून काढल्या आणि करत गेलो."

जेव्हा एखाद्याकडे नकाशा नसतो तेव्हा शोध घेणारा वेगवेगळे मार्ग शोधत जातो. हेच चेतन आणि त्याच्या टीमनं करायचं ठरवलं. स्वस्त कार आणि कार तयार करण्याच्या अधिक चांगल्या पद्धती शोधून काढायच्या.

म्हणजे उदाहरणादाखल, कार बनवायची आणि त्याला नेहमीची चाकं जोडण्याऐवजी वेगळ्या पद्धतीचा गोल बनवून त्याला मोटारगाडीचा सांगाडा जोडायचा.

आमचा प्रोजेक्ट जसजसा आकार घेऊ लागला, तसतशा अशा प्रकारच्या बौद्धिक चर्चा आम्ही करायचो.

१९९४ च्या डिसेंबरमध्ये सुदर्शन मायनी अमेरिकेला आले होते. त्यांनी डॉ. बेल यांची भेट घेतली. तेव्हा त्यांना हा माणूस आवडला आणि त्यांची कल्पनाही.

आणि त्यांनी भारतीय बाजारपेठेसाठी एक संयुक्त प्रकल्पाचा प्रस्ताव मांडला.

एका पार्टीत सुदर्शन मायनी यांची भेट झाली तेव्हाचे भारताचे ॲम्बेसेडर फ्रँक विस्नर यांच्याशी त्यांनी या प्रोजेक्टचा विषय त्यांच्याजवळ काढला.

''त्याला काही नाव दिलं आहे का?'', फ्रँकनी विचारलं.

''नाही अजून'', सुदर्शन म्हणाले.

''मग तुम्ही त्याला 'रेवा' नाव का देत नाही?'', ॲम्बेसेडर फ्रँक यांनी सुचवलं. नुकतीच चेतनच्या आई रेवा मायनी यांची त्यांच्याशी ओळख करून देण्यात आली होती.

शिवाय संस्कृतमध्ये 'रेवा' या शब्दाचा अर्थ होता 'नवी सुरुवात.' जी या प्रोजेक्टला चपखल लागू पडत होती.

योगायोग म्हणजे, चेतनचे वडील चालवत असलेला मायनी ग्रुप यापूर्वीच सोप्या इलेक्ट्रिक कार्स, जसं फॅक्टरीजसाठी ट्रॉलीज, फोर्क लिफ्ट्स आणि गोल्फ कार्ट्स बनवत होताच. याशिवाय 'जनरल मोटर्स' आणि 'बॉश'साठी मोटारगाडीचे विशिष्ट भागही बनवत होता.

मग 'रेवा' कार बनवण्यात काय मोठं कौतुक होतं?

अर्थात ऑटो भाग बनवणाऱ्या अनेक कंपन्या तेव्हाही होत्याच, पण फारच कमी लोक कार विकत होते. हे म्हणजे एक्स्ट्राजमधल्या शेवटून दुसऱ्या माणसानं शाहरूख खान असण्यासारखं होतं.

अर्थात हे काही एका रात्रीमध्ये घडलेलं नव्हतं.

अमेरिकेत 'रेवा' प्रोजेक्टवर काम करणाऱ्या टीमचं नेतृत्व चेतन करत होताच, पण भारतातल्या टीमकडेही त्याचं बारीक लक्ष होतं. अर्थात ही एक प्रकारची ठरवून घेतलेली पद्धतीच तशी होती.

''मी वर्षातून चार वेळा भारतात येत असे आणि माझे काही भारतीय इंजिनिअर तिथे अमेरिकेत येत असत. तो समझौता करार होता, पण १९९९ पर्यंत कोणताही औपचारिक करार केला गेला नव्हता.''

तब्बल पाच वर्षं या दोन कंपन्यांनी तांत्रिक बाजू नीट होण्यावर एकत्रित काम केलं. त्यातली बिझिनेसची बाजू खूप नंतर आली.

''खरं तर दोन्ही भागीदारांनी त्यात गुंतवणूकही केली होती आणि कामही करत होते. पण त्या वेळी मी माझ्या कुटुंबाचं प्रतिनिधित्व करत नव्हतो. मी 'अमेरिगॉन' कंपनीसाठी काम करत होतो. त्यांचा पगार घेत होतो, नि माझ्यापेक्षा वयस्क लोकांच्या टीमचं नेतृत्व करत होतो.'' त्या वेळी चेतन २४ वर्षांचा होता आणि त्याला मोठमोठ्या कंपन्यांकडून नोकरीचे प्रस्ताव येत होते. दुप्पट पगार असलेले. पण कुणालाही त्यानं होकार दिला नाही.

"जर मी दुसऱ्या कुठल्याही कंपनीत कामाला गेलो असतो, तर मला जो अनुभव इथे मिळत होता तो मिळायला किमान पंधरा वर्षे लागली असती." चेतन सांगतो.

मग तब्बल पाच वर्षे ही टीम काय करत होती?

"आम्ही मूळ नमुना तयार करत होतो. त्यानंतर भारतीय रस्त्यावर चालण्यासाठी त्यांची चाचणी घ्यायची होती आणि अंतिम उत्पादनाची किंमतही वाजवी असण्यासाठी आम्ही प्रयत्न करत होतो."

मूळ नमुना बनायलाच एक वर्ष गेलं. १९९६ मध्ये पहिली कार भारतात आणली गेली आणि त्यानंतरच्या वर्षात भारतात तिच्यावर कठोर चाचण्या घेतल्या गेल्या. 'रेवा'ला १९९७ मध्ये एआरएआयचं (ऑटोमोटिव्ह रिसर्च असोसिएशन ऑफ इंडिया) प्रमाणपत्रही मिळालं.

प्रोजेक्टचा विचार करता भारतासाठी आणि अमेरिकेसाठीही सगळं काही आवाक्यात आलं होतं.

"आम्हाला खूप स्वातंत्र्य दिलं गेलं होतं. माझ्या आई-बाबांनी अभ्यास कर, असं एकदाही सांगितलेलं मला आठवत नाही. त्यांचा आमच्यावर खूप विश्वास होता."

कॅलिफोर्निया राज्यानं १९९८ पासून रस्त्यावर धावणारी दोन टक्के वाहनं ही विद्युत वाहनं असावीत, असं जाहीर केलं. साहजिकच अनेक कंपन्यांनी जाणीवपूर्वक इलेक्ट्रिक वाहनं आणि तंत्रज्ञानांमध्ये गुंतवणूक करायला सुरुवात केली. पण १९९७ च्या उत्तरार्धात हा नियम शिथिल झाला आणि त्याबरोबरच इलेक्ट्रिक कार्समधला इंटरेस्टही.

"अर्थात हे झालं तेल कंपन्या आणि ऑटो जाएंटच्या लॉबीमुळे. कारणं काहीही असोत, आम्हाला आमचा इलेक्ट्रिक कारचा उद्योग रसातळाला जाताना दिसत होता."

'मायनी ग्रुप' आणि 'अमेरिगॉन' या दोन्ही कंपन्यांनी 'रेवा' बनवण्यात खूप वेळ, पैसा आणि मेहनत गुंतवली होती. आणि आता हे सगळं व्यर्थ भासत होतं. पण चेतन इतक्या पटकन धीर सोडणाऱ्यातला नव्हता.

"मी भारतात आलो. कुटुंबीयांबरोबर बसून चर्चा केली. माझा याविषयीचा ध्यास त्यांना माहीत होता."

"तुला ही गोष्ट होण्यासाठी कुठल्या गोष्टीची गरज आहे?" मायनी कुटुंबीयांनी विचारलं.

चेतन म्हणाला, "माझ्याकडे एक प्लॅन आहे. मला या या सोयीसुविधांची आवश्यकता आहे आणि इतका इतका पैसा."

आणि मायनी कुटुंबीयांनी त्याच्या या वेड्या स्वप्नाला पाठिंबा द्यायचं ठरवलं. सोयीसुविधा, जमीन, बिल्डिंग आणि आत्ताच्या उद्योगामधला जादा पैसा.

चेतन मग परत डॉ. बेल यांच्याकडे गेला आणि सांगितलं, "मला माझ्या कुटुंबीयांसाठीची काही कर्तव्यं पूर्ण करायची आहेत. मला काही पैसा मिळाला आहे. मला भारतात माझ्या कुटुंबीयांकडे परत जाऊ द्या आणि कार निर्मिती सुरू करू द्या."

१९९९ च्या एप्रिलमध्ये चेतन बेंगळुरूला परत आला.

"हा माझ्यासाठी टर्निंग पॉईंट होता. कारण आत्तापर्यंत मी स्वत:ला तंत्रज्ञानापुरतं मर्यादित समजत होतो; पण आता मी 'रेवा'कडे बिझिनेस म्हणून बघायला लागलो होतो."

असं खूप कमी लोक करू शकतात.

"तेव्हा एक बॅरल तेलाची किंमत वीस डॉलर्स होती. अशा स्थितीत तेव्हा या उद्योगात कुणी गुंतवणूक करण्याची शक्यता नव्हती. साहजिकच मी 'आयसीआयसीआय' आणि 'टीडीबी' सारख्या संस्थेकडे पोहोचलो आणि या प्रोजेक्टसाठी १५ कोटी रुपयांचं कर्ज मिळवलं."

चेतनला हा प्रश्न सातत्यानं विचारला गेला, प्रामुख्यानं बँकांकडून - "परदेशात असं कुणी केलं आहे? त्यांना यश मिळालं का?"

यावर उत्तर एकच असायचं, असं कुठलंही खास उदाहरण नाही. पण याचा अर्थ असा नाही, की मी ते करू शकत नाही.

पाच वर्षांच्या संशोधन-विकास अर्थात आर अँड डी नंतर 'रेवा' प्रोजेक्टनं ऊर्जा व्यवस्थापनात दहा पेटंट तयार केले. "मी जेव्हा अमेरिकेत पहिली कार तयार केली त्यासाठीचं स्टील मी भारतातून मागवलं होतं. कारण मला माहीत होतं, मी जेव्हा उत्पादन सुरू करेन तेव्हा मी त्यासाठी काय वापरणार आहे ते." सर्वांत निर्णायक विषय होता - इलेक्ट्रिक वाहनाचं हृदय असलेल्या 'चार्जर'चा!

"दहा वेगवेगळ्या उत्पादकांकडून आम्ही मोठ्या मेहनतीनं चार्जर मिळवले; पण एका महिन्यातच ते निकामी ठरले. भारतातलं वीज जाण्याचं प्रमाण आणि अर्थिंगच्या समस्या हे चार्जर झेलू शकलं नाही."

त्यानंतर 'रेवा'नं एका रात्रीत दहा वेळा जरी वीज गेली किंवा अर्थिंग कमकुवत असलं तरी चालू शकेल असं 'लष्करी गुणवत्ता' असलेलं चार्जर तयार केलं.

खास भारतीयांसाठी म्हणून विशेषत्वाने बनवलेल्या गोष्टी म्हणजे पोचे न पडणारं, न गंजणारं बॉडी पॅनल आणि ऑटोमॅटिक गिअर शिफ्ट. यामुळे 'रेवा' चालवणं अधिक सोपं होणार होतं.

''मला नक्कीच असं वाटतं, की इलेक्ट्रिक कार हा विलक्षण प्रकल्प आहे. मात्र जी माणसं पाच वर्षे पुढचं बघू शकतात, तेच माझा दृष्टिकोन समजून घेऊ शकतील.''

हे सगळं करण्यासाठी चेतनला एक टीम तयार करावी लागणार होती, जी सोपी वाटली तरी जमवायला मात्र खूप कठीण होती. चेतनने दोन आठवडे मुंबई, पुणे, दिल्ली इथे सुमारे ४०० लोकांच्या मुलाखती घेतल्या.

कोणत्या प्रकारची माणसं हवी होती त्याला?

''मला आर अॅन्ड डी अर्थात संशोधन आणि विकास करणारे, विक्री वाढवणारे, मार्केटिंग करणारे अशी संपूर्ण संस्थाच तयार करायची होती.''

संशोधन आणि विकास कामासाठी माणसं मिळणं कठीणच होतं, कारण यापूर्वी इलेक्ट्रिक कारवर काम केलेली माणसं नव्हतीच. खरं तर १९९९ च्या सुमारास भारतात कोणत्याही प्रकारच्या कारवर संशोधन आणि विकास करणारी माणसं मिळणं कठीण होतं.

म्हणून मग चेतनने दुसरी उत्तम गोष्ट केली. त्याने ध्येयवेड्या तरुणांना कामावर घेतलं आणि त्यांच्यात कौशल्य निर्माण केलं.

''मी असं म्हणू शकेन, की पहिली दोन वर्षे मी माझा जवळजवळ ९५ टक्के वेळ संशोधन आणि विकास कामात घालवायचो. त्या सगळ्यांबरोबर प्रत्यक्ष राहायचो.''

प्रत्येक रात्री जेव्हा चेतन घरी परतायचा तेव्हा पत्नी म्हणायची, ''चला, आणखी एक शर्ट गेला!'' वंगण आणि मातीने माखलेला....

''मी प्रत्येक पुरवठादाराशी प्रत्यक्ष बोलत होतो. त्यांना माझा दृष्टिकोन समजून सांगत होतो. कारण ते यात का गुंतवणूक करत आहेत याबद्दल ते पूर्ण समाधानी असणं आवश्यक होतं.''

यातली सकारात्मक बाजू ही होती की, ये काम किसीने किया नहीं था. त्यामुळे हे काम किती कठीण आहे याबद्दल कुणाला कसलीच माहिती नव्हती आणि चेतनने ते कधीही कठीण आहे, असं जाणवू दिलं नाही.

''तुम्ही जर कुणाला सांगितलं, की आपण शून्यातून कार तयार करणार आहोत, तर त्या कामाचं दडपण येऊ शकतं. पण जर हाच प्रोजेक्ट तुकड्या-तुकड्यात विभागला तर खूप सोपं होऊन जातं.''

टीमसाठी एक छोटं पाऊल तर टीम स्पिरीटसाठी ही होती मोठी झेप....

जे काम करण्यासाठी महिना लागण्याची शक्यता आहे, ते काम १५ दिवसांत संपवण्याचं आव्हान चेतन आपल्या या तरुण टीमपुढे उभं करायचा.

"मी जेव्हा विचारायचो, हे काम संपवायला तुम्हाला महिना कशासाठी लागणार आहे? त्यांच्याजवळ काहीच उत्तर नसायचं. ते कामाला लागायचे आणि जे काम संपवायला इतर कंपन्यांना तीन महिने लागले असते ते काम ते अठरा दिवसांत संपवायचे."

दोन वर्षांत 'रेवा'च्या ४० मोटारी तयार झाल्या. २००१ मध्ये त्यांना लाँच करण्यापूर्वी भारतीय रस्त्यांवर त्या कार्सची लाखो किलोमीटरची चाचणी घेतली गेली. त्यानंतर मात्र चेतनला वाटलं, आता ही गाडी लाँच करायला हवी. आणि त्याच वेळी एक नवाच झटका बसला.

"ही कार लाँच करण्यापूर्वी एक महिना आधी इलेक्ट्रिक कारवरचे कर दुप्पट करण्यात आले. त्यातच भर म्हणजे इतर कारचे कर खाली आले."

त्याच वेळी इलेक्ट्रिक कारसाठी देण्यात येणारं १.०५ लाख रुपयांचं अनुदानही मागे घेण्यात आलं. हे दुर्दैव की अधिक मेहनत?

काही वेळा आक्रमकता हाच सुरक्षेचा मार्ग असतो. चेतननं या कामासाठी पाठिंबा मिळवण्याचा प्रयत्न सुरू केला.

"मी 'इंडियन इन्स्टिट्युट ऑफ टेक्नॉलॉजी' आणि 'इंडियन इन्स्टिट्यूट ऑफ सायन्स' यांच्यासह ३५ इतर कंपन्यांना एकत्रित केलं. उद्देश एकच विद्युत वाहनाबद्दल जागरूकता निर्माण करणं. यासाठी 'इलेक्ट्रिक व्हेइकल असोसिएशन ऑफ इंडिया' ही एक संघटनाच स्थापन केली."

तथापि इलेक्ट्रिक वाहनाचं तंत्रज्ञान स्वीकारल्यानं दहा वर्षांनंतर भारताला काय फायदा होईल, यावर विचार करण्यासाठी ना कुणाजवळ वेळ नव्हता आणि ना शक्ती.

अर्थात ही संघटना विसर्जित झाली तरी 'रेवा'नं आपला शब्द पाळत भारतात पहिली इलेक्ट्रिक कार जुलै २००१ मध्ये आणली. कंपनीनं पहिल्याच वर्षात १५० कार विकल्या. सगळ्या बेंगळुरूमध्ये. कोण होते हे ग्राहक?

आमच्या ग्राहकांत अगदी सत्तर वर्षांचे वयोवृद्धही होते आणि एकोणीस वर्षांचा एक तरुणही होता. काही आर्मी ऑफिसर, काही डॉक्टर होते. काही आयटीतली माणसं आणि खूप साऱ्या स्त्रिया. खरं सांगायचं तर आमच्या ५० टक्के ग्राहक स्त्रिया आहेत.

जाहिरातीवर 'रेवा' नं एकही रुपया खर्च केला नाही, पण जनसंपर्काचा खूप चांगला उपयोग केला. जेव्हा तुमच्याकडे चांगलं उत्पादन असतं तेव्हा तुमचे ढोल तुम्हाला वाजवायला लागत नाहीत, तर इतर वाजवतात.

"लोक जेव्हा इतर कार विकत घ्यायला शोरूममध्ये जातात तेव्हा ते किमतीमध्ये घासाघीस करतात आणि रंगावर चर्चा करतात. पण लोक जेव्हा 'रेवा'च्या शोरूममध्ये

यायचे तेव्हा त्यांना आम्हाला आमची संकल्पना समजून द्यायला लागायची.''

याशिवाय इतरही चिंतेचे विषय होते. कोण आहे हा 'मायनी ग्रुप' आणि उद्या त्यांनी आपला गाशा गुंडाळला तर मग काय? चेतन या विषयाला थेट सामोरा गेला.

''त्या काळी सगळ्या ऑटो कंपन्या एक वर्षाची वॉरंटी द्यायच्या. फक्त आम्हीच तीन वर्षांची वॉरंटी द्यायचो.''

वस्तुत: 'रेवा'नं फक्त बेंगळुरूकडे लक्ष केंद्रित केल्याचा फायदा झाला. त्यामुळे कंपनीला ग्राहकांचे प्रश्न त्वरित सोडवता यायचे. चेतन महिन्यातून एकदा आपल्या ग्राहकांना चहाला बोलवायचा आणि त्यांच्याकडून गाडीबद्दल मतं अजमावयचा.

''ग्राहकांनी केलेल्या सूचनांवरून आम्ही अनेक गोष्टी नंतर या गाडीत समाविष्ट केल्या.''

''याचा अर्थ पहिलं वर्ष खूप कठीण होतं?'' मी त्याला विचारलं.

''हं... मला वाटतं ते वेगळं आव्हान होतं- प्रत्येक टप्प्यावरती.'' तो म्हणाला.

''पहिली पाच वर्षे म्हणजे योग्य तंत्रज्ञान मिळवणं होतं. त्यानंतर लक्ष केंद्रित केलं पैसे उभारण्याकडे आणि टीमला एकत्रित करण्याकडे. खरं तर प्रत्येक दिवस म्हणजे एक नवं आव्हान असायचं...''

''जेव्हा मी 'रेवा'साठी प्रमाणपत्र घ्यायला गेलो तेव्हा इलेक्ट्रिक कारसाठी कोणताही कायदा नाही, असं सांगून मला ते नाकारण्यात आलं. मी 'एआरएआय' बरोबर सहा महिने घालवले.''

पण हो. कार बाजारपेठेत आल्यानंतर काही गोष्टी बदलायला लागल्या. मुख्य तंत्रज्ञान यशस्वी झालं होतं. पैसा हा महत्त्वाचा मुद्दा उरलेला नव्हता; आणि सुदैवानं, अचानक परदेशी बाजरपेठ खुली होत होती.

'लिडर्स क्वेस्ट' नावाचा उद्योजकांचा एक गट आहे जो दरवर्षी जगभरात फिरून नवीन गोष्टींची पाहणी करत असतो. २००२ मध्ये तो इन्फोसिस आणि भारतातील इतर कंपन्यांच्या भेटीसाठी आला होता.

''मी यंग आंत्रप्रेनर संघटनेचा सदस्य आहे आणि त्याच माध्यमातून त्यांना 'रेवा' पाहायची होती.''

ते आले आणि त्यांनी जे पाहिलं, ते त्यांना खूप आवडलं. त्यातले तीन जण चेतनला भेटले आणि म्हणाले, ''आम्हाला ही कार लंडनमध्ये पाहायला आवडेल.''

''तीन महिन्यांनंतर ते परत आले ते एका भक्कम आणि आमूलाग्र बदलाच्या प्रस्तावासह.''

''वेगळं मॉडेल तयार करू. सगळं काही ऑनलाइन आणि इंग्लंडसाठी पूर्णत: वेगळ्या प्रकारचं मार्केटिंग करू.'' त्यांनी सांगितलं.

डिसेंबर २००२ मध्ये इंग्लंडमध्ये 'रेवा'च्या १६ कार्स पाठवण्यात आल्या. तिथे ब्रिटिश परिस्थितीनुसार एक वर्षभर चाचणी घेण्यात आली.

"पहिली गोष्ट म्हणजे हिवाळ्यात नेमकं काय घडेल याची आम्हाला कल्पना नव्हती. आम्हाला बॅटरीसाठी खास हिटिंग तंत्रज्ञान विकसित करावं लागलं होतं. याशिवाय युरोपमधल्या नियमांची आम्हाला फारशी माहिती नव्हती."

जानेवारी २००४ मध्ये 'रेवा' इलेक्ट्रिक कार विक्रीसाठी गेली. वेळ नेमकी साधली गेली. लंडनवासीयांना कोणतीही कार त्यांच्या शहरात आणण्यासाठी कन्जेशन चार्ज म्हणून पाच पौंड भरावे लागणार होते.

'रेवा' ही एकमेव कार होती जिला कन्जेशन चार्ज भरावा लागणार नव्हता. उलट 'रेवा'च्या मालकांना पार्किंग फ्री होतं आणि अनेक ठिकाणी फ्री चार्जिंग करून मिळणार होतं. या सगळ्यामुळे या कारने तिथे मोठीच हवा निर्माण केली.

"आम्ही गाडी लाँच केली तेव्हा लंडन शहरातील सोळा ठिकाणी टेस्ट ड्राइव्ह ठेवली होती आणि स्वच्छ तंत्रज्ञानावर विश्वास ठेवणाऱ्या काही पर्यावरणशास्त्राच्या विद्यार्थ्यांना त्याचे फायदे सांगण्यासाठी नेमलं होतं."

या वेळी 'रेवा' गाडीच्या डिलिव्हरीसाठी वेगळी पद्धतही वापरली गेली.

"तुम्ही तुमची कार ऑनलाइन बुक करा. तुम्हाला तुमच्या घरी किंवा ऑफिसमध्ये कार मिळेल, हे इंग्लंडमध्ये नवीन होतं. याशिवाय आम्ही इलेक्ट्रिक कारसाठी घरीच सर्व्हिसिंग मिळण्याची व्यवस्थाही सुरू केली होती. त्यासाठी त्या कारमधले बिघाड शोधणारी एक कॉम्प्युटर प्रणालीही. तीही त्या प्रकारची पहिलीच व्यवस्था होती."

"मी प्रत्येक पुरवठादाराशी प्रत्यक्ष बोलत होतो. त्यांना माझा दृष्टिकोन समजावून सांगत होतो. कारण ते यात का गुंतवणूक करत आहेत याबद्दल ते पूर्ण समाधानी असणं आवश्यक होतं."

इंग्लंडमध्ये 'रेवा'ची किंमत आहे सात हजार पाउंड आणि आत्तापर्यंत एक हजार कार विकल्या गेल्या आहेत. तिथे हा ब्रँड 'जी विझ' या नावानं ओळखला जातो. अर्थात हा एवढाच फरक नाही. 'रेवा' मोटार भारतात किमतीबद्दल जागरूक असणाऱ्या मध्यमवर्गीय ग्राहकांना आवडणारी आहे तर इंग्लंडमध्ये ती फॅशन स्टेटमेंट बनली आहे.

"इंग्लंडमधले दहा पैकी नऊ ग्राहकांकडे आहेत, बीएमडब्ल्यु, पोर्शे किंवा मर्सिडीज बेन्ज अशा हायएन्ड गाड्या. ते आहेत बँकर, वकील आणि सेलिब्रिटीज... ज्यांचा प्रभाव खूप मोठा असतो."

कंपनीला त्यांना खूप उच्च प्रकारची सर्व्हिस द्यावी लागते आणि अर्थात

परफेक्शनही.

"तुम्हाला माहीत आहेच, समजा तुमच्या कारच्या ब्रेकच्या पॅडला चिखलाचा जरासा डाग लागला असेल तर भारतात ते स्वीकारलं जातं, पण इंग्लंडमध्ये ते अजिबात स्वीकारलं जात नाही. आम्हाला जेवढ्या तपशिलात जावं लागलं तेवढा तो आमच्यासाठी मोठा सांस्कृतिक बदल होता."

आणि हे खूप चांगलं होतं. यानं संस्था वाढते. चेतन आणि त्याच्या तंत्रज्ञांनी तिथलं मार्केट आणि ते वाढवण्यासाठी लागणाऱ्या गोष्टींचा अभ्यास करण्यासाठी अनेक आठवडे इंग्लंडमध्ये घालवले.

"परदेशांतल्या अनुभवांमुळे आम्ही पाच वर्षे पुढे गेलो. आमचा दर्जा वाढून आम्ही ग्लोबल कंपनी होण्यासाठी कुणा ग्राहकानं आम्हाला असं आव्हान केलं तर ते हवंच होतं."

याशिवाय निर्यातीत मार्जिन खूप मोठं होतं आणि त्याचा नक्कीच फायदा झाला.

अर्थात 'मायनी ग्रुप' या वडील आणि भाऊ चालवत असलेल्या कंपनीकडून पैसा पुरवणं चालूच होतं.

"खरं तर 'रेवा' पेक्षा जास्त नफा देणारे इतरही बिझिनेस आम्ही करू शकलो असतो; पण आम्ही या प्रोजेक्टबद्दल बांधील होतो आणि म्हणूनच तो चालू ठेवला."

मायनी ग्रुपनंही 'रेवा'च्या मदतीसाठी विविध विभाग स्थापन केले होते. जसं प्लॅस्टिक विभाग. चाकाच्या चौकटीचा विभाग, चार्जर विभाग. कालांतराने हे विभाग 'लेलँड' आणि 'वोल्व्हो'सारख्या ग्राहकांना आकर्षित करून गेले. त्यांचं मग स्वतंत्र बिझिनेस युनिट तयार झालं.

हा सगळा पाठिंबा खूपच मौल्यवान होता. पण कंपनीला जोमानं वाढण्यासाठी जास्त पैशांची गरज होती. २००६ च्या डिसेंबरमध्ये चेतननं व्हीसी फंडिंगचा पहिला भाग पूर्ण केला. ड्रेपर फिशर ज्युरवेस्टन, जागतिक पर्यावरण निधी, आणि फुरसाकडून त्यानं दोन कोटी डॉलर्स मिळवले.

त्यातला बहुतांशी पैसा हा अत्याधुनिक तंत्रज्ञान तयार करण्यात गेला.

"कार्स अधिक वेगवान होण्यासाठी काय करता येईल?"

"त्याचं आयुष्य वाढावं यासाठी काय करता येईल?"

"त्या लगेच चार्ज होण्यासाठी काय करता येईल?"

यासारख्या प्रश्नांवर तंत्रज्ञांची टीम सतत काम करत असते.

"आम्ही दर वर्षी एक नवं मॉडेल आणि एक नवी आवृत्ती द्यायचं टार्गेट ठेवलं आहे; आणि आम्ही दर वर्षी तीस हजार वाहनं बनू शकतील, असा एक कारखाना

उभा करत आहोत.'' चेतन सांगतो.

आज जेमतेम ३००० वाहनं विकल्या जाणाऱ्या कंपनीसाठी हे खूप मोठं आव्हान आहे, असं वाटतं. पण चेतनकडे त्याचा रोडमॅप तयार आहे.

''आज दहा देशांत आमच्या बाजारपेठीय चाचण्या सुरू आहेत. म्हणजे आमच्या चार ते वीस कार्स तिथे आहेत. आमचे डिस्ट्रिब्युटर्स तिकडे आहेत. तिथल्या नियमाच्या अडचणी लक्षात घेऊन त्यावर मात करावी लागेल.''

या देशात लवकरच गाड्यांची व्यावसायिक विक्री सुरू होईल.

त्याचप्रमाणे भारतात, दिल्लीमध्ये चाचणी झालेली आहे. मुख्यमंत्री शीला दीक्षित याबाबत सकारात्मक आहेत. खरं तर जागतिक स्तरावर हवेमधला बदल चेतन पाहतो आहे. २०१५ पर्यंत रस्त्यांवर दहा लाख इलेक्ट्रिक कार्स धावतील, असं म्हणणाऱ्या अध्यक्ष ओबामांपासून ते अनेक युरोपीय देशांपर्यंत. ज्यांनी अशा गाड्यांसाठी ५००० युरोंचं अनुदान जाहीर केलं आहे.

''मी कृतिशील नेतृत्व करायचो - लोक प्रश्नाला थेट हात घालायला शिकले ते मला बघून. जर एखादी समस्या आली की मी सरळ गाडीखाली शिरायचो.''

''मूलत: तिथे पर्यावरण बदलाविषयी जागृती आहे आणि नूतनीकरण करण्याजोग्या ऊर्जेविषयी अधिक आकर्षण.''

म्हणजे, भारतात 'रेवा' चा बाजारपेठेतील हिस्सा दहा टक्के असेल, असा दिवस चेतन पाहतो आहे.

''ते मला माहीत नाही. मला असं वाटतं, भारतात दहा टक्के इलेक्ट्रिक कार्स विकल्या जाव्यात. - भले मग त्या 'रेवा'च असल्याच पाहिजेत, असं नाही.''

पण अर्थातच त्यांना 'शक्ती' मिळेल ती 'रेवा'कडूनच. अगदी तंत्रज्ञान प्रमाणपत्रापासून सगळंच, कारण इलेक्ट्रिक कारमधला ८५ दशलक्ष किलोमीटरचा अनुभव जगात फक्त 'रेवा'कडेच आहे.

''दुसऱ्या गाड्या तयार करणाऱ्यांना आमची मदत अशी होईल, की त्यांची तीन ते पाच वर्षे आम्ही वाचवू शकू. कारण आता लवकरच अधिकाधिक संधी तयार होणार आहेत आणि याच ठिकाणी अनेक बिझिनेस मॉडेल अस्तित्वात येणार आहेत.''

मला वाटतं, चेतनचं बरोबर आहे. ही फक्त एक कार कंपनी नाही तर ती आहे 'ज्ञान कंपनी'! 'रेवा'तील ३३ टक्के कर्मचारी हे संशोधन आणि विकास विभागातले आहेत आणि हे सर्वच जण या बाळाच्या विकासाच्या ध्येयाने पछाडलेले आहेत.

इलेक्ट्रिक कार उद्योगातील 'रेवा' ही 'इन्टेल इन्साइड' बनू शकते.

सप्टेंबर २००९ मध्ये 'जनरल मोटर्स' ही पहिली मोटार कंपनी होती जिनं 'रेवा'बरोबर 'शेवी स्पार्क' ही इलेक्ट्रिक आवृत्ती काढण्यासाठी टाय-अप केलं आहे. लवकरच अनेक गोष्टी घडतील...

(नुकतीच 'रेवा' ची 'रेवा' आय - लीट ॲसिड बॅटरीज असलेली आणि 'रेवा' एल - लिथियम-लिथियन बॅटरीज असलेली दोन नवी मॉडेल्स लवकरच बाजारात दाखल होत आहेत.)

'रेवा'नं आतापर्यंत हे छोटं छोटं यश मिळवलं असलं तरी अद्याप ते प्रारंभाच्याच टप्प्यावर आहेत. त्यांना नफा कमवायचा आहे. त्यामुळे काम - आयुष्य यातला तोल युक्तीनं साधला जाणार आहे.

"माझी पत्नी किम हिच्या मदतीशिवाय मी हे करूच शकलो नसतो. मी शनिवारीही काम करतो. मी कामं घरीही आणतो.... पण रविवार हा फक्त तिचा आणि मुलांचा असतो."

चेतन आठवड्यातून तीनदा योगा करतो. तसंच काही प्रमाणात सायकलिंग. बेंगळुरूचं ट्रॅफिक वाढण्यापूर्वी 'रेवा' चालवत जाणं त्याला आवडायचं. अर्थात आजही तो 'रेवा'त बसतो, पण तिच्या 'वाढीव' आवृत्तीत. पाठीमागच्या सीटवर.

"माझ्याकडे 'कन्व्हर्टिबल' 'रेवा'सुद्धा आहे, जी संध्याकाळी मजा करण्यासाठी वापरतो."

तुम्हाला असं वाटेल, की चेतनचा ९९ टक्के प्रवास हा इलेक्ट्रिक असेल. हो आहे, पण तो फक्त 'रेवा' बद्दल नाही.

"माझं स्वप्न आहे, जेव्हा मी ट्रॅफिक सिग्नलजवळ असेन. सगळीकडे शांतता असेल. तिथे इलेक्ट्रिक बाइक्स, इलेक्ट्रिक थ्री व्हीलर्स, इलेक्ट्रिक बसेस आणि इलेक्ट्रीक कार्स असतील."

एक मार्केट लिडर असण्यापेक्षा हे समाधान वेगळं असेल.

ते समाधान असेल एका चळवळीच्या नेतृत्वाचं!

◆

तरुण उद्योजकांना सल्ला

तुमच्या कल्पना प्रत्यक्षात उतरवण्यासाठी त्यावर ठाम विश्वास असणं गरजेचं आहे. जी कल्पना तुम्ही मांडाल -त्याबद्दल जग काय म्हणतंय, याचा विचार न करता -त्याच्या पलीकडे बघायला शिका.

दुसरी गोष्ट म्हणजे, मी जेव्हा एखाद्या प्रश्नांशी झुंजायचो तेव्हा मी तो घेऊन झोपी जायचो. जेव्हा सकाळी उठून त्याच्याकडे बघायचो, तेव्हा मी त्यात संधी शोधत असायचो. हे खूप यशस्वी ठरलं. यांनी मला सकारात्मक केलं आणि मी हे आमच्या गटात आणि कंपनीतही रुजवलं. सिंहावलोकन केल्यास तुम्हाला जाणवेल, जो तुम्हाला मागे खेचणारा वाटतो तोच तुम्हाला काहीतरी नवीन करण्यास उद्युक्त करणारा आणि तुमच्या क्षमता वाढवणारा पुढे नेणारा धक्का असतो.

महिमा... कागदाचा

महिमा मेहरा
हाथी छाप

तिला रिसायकलिंगमध्येच काम करायचं होतं, पण कुणा एनजीओबरोबर नाही. म्हणून तिने हँडमेड कागद बनवायचा उद्योग बंद केला. पण या सगळ्या प्रक्रियेत तिला काही इंटरेस्टिंग गोष्टी सापडल्या, त्यात होती एक फारच अनपेक्षित गोष्ट, हत्तीचं शेण.

महिमा मेहराला तिरस्कार आहे, विक्रीचा.

"मी इथे, मुंबईत प्रथमच आले ते 'हाथी छाप' उत्पादनाचे नमुने घेऊन. माझ्यासाठी ते कठीणच होतं, कारण मी मार्केटिंग टाईप कधीच नव्हते."

बिझिनेस चालवणारी व्यक्ती म्हणून तुमच्या डोळ्यासमोर जर एखादी प्रतिमा असेल तर महिमा त्यात बसूच शकत नाही. अर्थात तिच्या सौम्य वागण्यावर जाऊ नका. ती आहे एक कणखर व्यक्तित्व असलेली स्त्री!

ही चोवीस वर्षांची कणखर तरुणी हँडमेड अर्थात हाती बनवले जाणारे कागद तयार करणाऱ्या छोट्या उत्पादकाच्या शोधात उत्तर प्रदेशमध्ये फिरत होती. तिचा रिसायकलिंगचा (अर्थात पुनर्वापराचा) ध्यासच तिला हत्तीच्या शेणापासून कागद बनवण्याच्या प्रक्रियेकडे घेऊन गेला. हेच कागद 'हाथी छाप' या विनोदी ब्रँडनेमने विकले जाऊ लागले.

या तिच्या असामान्य उद्योगामुळेच लोकांचं लक्ष तिच्याकडे वळलं. जे तिला कौतुकाचं वाटतंय.

"आम्ही केलेल्या या वस्तूंकडे मी बघते आणि काही वेळा मला आश्चर्य वाटतं, की लोगों को क्यूं पसंद आ रहा है।"

हत्तीचं शेण असो नाहीतर आणखी काही, ती जे करू इच्छिते ते त्याच्या पलीकडे आहे. तिच्या वेगानं, तिला आवडत असलेल्या उद्योगात, आवडीच्या लोकांबरोबर काम करते आहे.

महिमानं आयुष्यात कोरा कागद घेतला आणि त्यावर तिनं स्वत:ची उत्तरं लिहिली.

नेहमीच्या पठडीपेक्षा वेगळा विचार करू शकतात त्यांना आणि हत्तीच्या शेणाला तिनं ताकद मिळवून दिली.

महिमा... कागदाचा

महिमा मेहरा
हाथी छाप

महिमा जन्माला आली आणि वाढली ती जयपूरमध्ये.

"उद्योग हा आमचा पिढीजात धंदा. माझे आई-बाबा दागिन्यांच्या व्यवसायात होते; पण मला ते कधीच आवडलं नाही. मला नेहमीच रिसायकलिंग (पुनर्वापर) मध्येच काहीतरी करायचं होतं."

दिल्लीच्या लेडी श्रीराम कॉलेजमधून मानसशास्त्रामध्ये पदवी मिळवल्यानंतर तिनं आपल्या ध्यासाकडे लक्ष केंद्रित केलं. गांडूळ खतामध्ये काम करण्याच्या उद्देशानं तिनं जनसेवा आश्रमात प्रवेश घेतला. पण तिच्यावर सोपवला गेला तो हँडमेड अर्थात हाती बनवलेल्या कागदाचा विभाग.

"जयपूरमध्ये राहत असल्यानं मी हाती बनवलेल्या कागदांबद्दल जाणून होते. या कागदाच्या कलाकृतीसाठी प्रसिद्ध असलेलं एक लहान गाव होतं, संगानेर. सायकलवर टांग टाकून आम्ही तिथे जात असू."

'जनसेवा' मध्ये काम करताना महिमानं कागदाबरोबरच्या कामाचा पुरेपूर आनंद घेतला. कारण तिला तिच्या आवडत्या 'रिसायकलिंग'मध्ये काम करायला मिळत होतं, जो या कागदांमधला अगदी महत्त्वाचा भाग होता. फक्त तिला आवडत नव्हतं ते अशासकीय संस्थेत (एनजीओ) काम करणं.

"मला वाटतं, तिथे कागदपत्रांवरच जास्त लक्ष केंद्रित केलं जातं. त्यामुळे ज्या कारणासाठी तुम्ही हे काम करता आहात ते एकदम दुय्यम होऊन जातं."

तिथे दुसरा एकच पर्याय होता - शैक्षणिक संस्थेत संशोधन करण्याचा. पण महिमानं प्रत्यक्ष फिल्डवर, स्वत:च्या हातानं काम करण्याचा पर्याय निवडला. "मला रिसायकलिंगमध्ये काहीतरी करायचं होतं निश्चित; पण विशिष्ट लाईफ स्टाइलसह, आयुष्यात हव्या असलेल्या आरामासह. खरं तर मी व्यवसाय करण्याचा कधीही विचार केला नव्हता. माझा तो स्वभावच नाही. पण हे घडलं खरं!"

सात महिने काम केल्यानंतर महिमानं जनसेवा आश्रम सोडला आणि कागदावर काम करायला सुरुवात केली. ते वर्ष होतं १९९५. त्यात मूळ गुंतवणूक होती

साडेबारा हजार रुपये. जे तिनं तिच्या कुटुंबाकडून घेतले होते.

"या पैशाचं मी काय केलं? माझ्यासाठी एक टेबल, एक खुर्ची आणि काही कागद खरेदी केले." ती हसते. "खरंच मला त्या सगळ्याची गरज होती."

सुरुवातीच्या काही महिन्यांत महिमानं फक्त जॉबवर्क केलं. बाजारातून काही हँडमेड कागद आणले स्वत:च्या हातानं त्याची पाकिटं तयार केली आणि मग शेजारच्या परिसरात कुणी ग्राहक मिळतो का याचा शोध घेऊ लागली. "मी खरं तर व्यावसायिक प्रवृत्तीची होते, ना कलाकृती करण्यात तज्ज्ञ होते. खरं तर मी अडाणीच होते. जॉब करत असताना मी शिकले आणि ते लोकप्रिय झालं."

हे सर्व दीड वर्ष चालू होतं आणि त्याच वेळी एका इंडो-जर्मन एक्सपोर्ट कौन्सिलमध्ये तिची भेट झाली तिच्या मेन्टॉरशी-बर्नड मेर्झेनीच यांच्याशी.

तिच्या गुणवत्तापूर्ण कलाकृतीनं प्रभावित होऊन त्यांनी तिची भारतात हँडमेड कागदामध्ये काही करू इच्छिणाऱ्या आपल्या मित्रांशी ओळख करून दिली. त्यांनी सात लाख रुपयांच्या स्टेशनरीची ऑर्डर दिली.

"त्यातली विलक्षण गोष्ट म्हणजे त्यांनी निघण्यापूर्वी त्यातले अर्धे पैसे मला आगाऊ देऊनही टाकले. माझे जर्मनीतील वितरक बनण्यासाठी आणि अर्थात चांगले मित्र बनण्यासाठीही...."

महिमानं ठरवलं की हीच योग्य वेळ आहे 'स्वत:चा' पेपर तयार करण्याची. आणि ती निघाली काल्पी, उत्तर प्रदेशमधल्या एका छोट्या गावाकडे. काल्पीच का? भारतातील इतर हँडमेड उत्पादनामधली एक छोटी वस्ती असलेल्या संगानेरच्या तुलनेत काल्पीमध्ये छोटे उत्पादक होते.

"रिसायकलिंगच्या मुद्द्याबरोबरच मी एका छोट्या नि कुटुंबाच्या मालकीच्या विभागाबरोबर काम करायचं ठरवलं होतं." ज्यांनी निर्यातीची बक्षिसं मिळवली आहेत अशांना अधिक पैसे मिळवून देण्यासाठी मदत करण्याची काय गरज होती? आणि म्हणूनच महिमानं - तेव्हा ती फार तर चोवीस वर्षांची असेल -कानपूरची ट्रेन पकडली. त्यानंतरचा तीन तासांचा प्रवास तिनं टेम्पोच्या टपावर बसून केला. तिच्यावर त्या ठिकाणची पहिली छाप पडली, बिलकूल बीहाड बाझार. निर्जन प्रदेशातलं एक शहर.

"माझी लोकांशी समन्वय साधण्याची पद्धत विचित्र आहे. मी एक तर गावच्या लोकांशी बोलू शकते किंवा एकदम परदेशी लोकांबरोबर, पण नेहमीच्या मध्यमवर्गीय लोकांबरोबर वागताना माझं समन्वयाचं कौशल्य कमी पडतं."

अर्थात तिथे जाणं कठीण नव्हतं. पण एका स्त्रीनं तिथे जाणं आणि एखादा उद्योग करू पाहणं हे कठीण होतं.

"काल्पी हे असं ठिकाण होतं जिथे स्त्रिया प्रामुख्याने घराच्या आतच राहत होत्या. तिथले पुरुष माझ्याशी बोलतानाही नजर वर करून बोलायचे नाहीत."

आणि जेव्हा महिमाने कागदाचा नमुना त्यांना दाखवला तेव्हा बहुतेकांनी सरळ सांगितलं, "नहीं बन सकता है ...."

शेवटी महिमाला सापडले तीन भाऊ! काल्पीमध्ये त्यांचं एक छोटं युनिट होतं. त्यांना तिच्या कामामध्ये रस होता आणि महिमाला अपेक्षित असलेला स्पार्कही त्यांच्यात होता.

"लहान उत्पादक शोधण्यामागे माझा महत्त्वाचा उद्देश होता, की त्यांना सर्जनतेची जाण असावी आणि आत्तापर्यंत चालत आलेल्या त्याच त्याच गोष्टी करून पैसे मिळवण्यापेक्षा, 'हाँ, हम यह भी कर सकते हैं' म्हणत त्यांनी थोडं धाडसीपणे काम करावं... उदयमध्ये तो गुण होता."

पण त्याचा अर्थ असा होता की, वर्षभर दिल्ली ते काल्पीच्या सतत फेऱ्या माराव्या लागणार होत्या. फोनवरून संपर्क साधण्यापेक्षा रात्रीच्या ट्रेनने सकाळी तिथे पोहोचणं अधिक सोयीचं होतं. ज्याची महिमाला सवय झाली होती. त्याच दरम्यान बर्नड मेर्झेनी जर्मनीला परतले आणि त्यांनी फेअर ट्रेड कंपनीच्या कामाला सुरुवात केली.

"ऑरगॅनिक फूडसाठी काही पॅकेजिंग डिझाइन करू या." त्यांनी सुचवलं.

आणि या एका गोष्टीनं महिमाची 'पपेटेरिया' नावाची छोटी कंपनी एकदम मोठा बिझिनेस बनली. पहिल्या दोन वर्षात तिची वार्षिक उलाढाल होती १५ लाख रुपये, चौथ्या वर्षी ती ४० लाख रुपयांवर गेली.

"आम्ही दार्जिलिंग चहाच्या निर्यात बाजारपेठेसाठी पॅकेजिंग करत होतो आणि तेच कंपनीचं ब्रेड आणि बटर म्हणजे मुख्य अन्न झालं."

"उदयबरोबर, तेही कित्येक वर्षे जुन्या तंत्रज्ञानासह काम करतानाही 'पपेटेरियानं' उत्कृष्ट क्वालिटीचा कागद दिला. इतका की जर्मनीमध्ये जेव्हा त्याचं परीक्षण झालं तेव्हा तो खाण्याच्याही योग्य आहे, असा निष्कर्ष निघाला."

पण हा हाती बनवलेला कागद इतका आकर्षक का? पर्यावरणाच्या दृष्टीनं त्यात कोणती खास गोष्ट आहे? पहिली गोष्ट म्हणजे त्यात लाकूड अजिबात नाही.

यात कच्चा माल असतो कापूस. टी-शर्ट किंवा होजिअरी कपडे बनवण्यासाठी लागणाऱ्या कापसाचा यात वापर होतो. होलंडर बीटर या मोठ्या मशिनमध्ये कापसाच्या लगद्यावर प्रक्रिया केली जाते. त्यानंतर रोलर ड्रममध्ये तो धुतला जातो. ही प्रक्रिया कित्येक तास चालू असते. त्याचा कागदी लगदा तयार होतो. त्यानंतर

पाण्यानं भरलेल्या मोठ्या लाकडी पात्यांमध्ये एक मोठी चाळणी ठेवली जाते. त्यात योग्य प्रमाणात तो लगदा ओतून घ्यायचा आणि मग त्याचा एक तलम पातळ पापुद्रा तयार होतो. हा पापुद्रा सुकवला की त्याचं रूपांतर होतं कागदाच्या प्राथमिक स्वरूपामध्ये. तुम्ही त्याला स्टार्चमध्ये बुडवून, रोलरमध्ये घालून गुळगुळीत करून घेतला की झाला तयार तुमचा कागद!

काल्पीसारख्या ठिकाणी काम करण्याचा फायदा म्हणजे आजही इथले लोक कागद बनवण्याची शुद्ध पद्धत वापरतात. महिमाचा या कागद बनवण्याच्या प्रयत्नामागे फक्त 'शादी का लिफाफा' तयार करणं हा उद्देश नसून पर्यावरणाला रोजच्या जगण्याचा भाग बनवणं हा आहे.

"मी माझ्या लेझरजेट आणि डेस्कजेट प्रिंटरसाठी हाच हँडमेड कागद गेली कित्येक वर्षे वापरते आहे. अर्थात तो कागद त्या योग्य बनवण्यासाठी त्या कागदावर वेगळा थर द्यावा लागतो."

निर्यात, बांधणी, निर्मिती आणि कागद बनवण्यातला आनंद या सगळ्या गोष्टींनी गेली सहा वर्षे महिमाला या कामात बांधून ठेवलं आहे. त्यानंतर तिला भेटला संगानेर इथला एक छोटा उद्योजक विजयेंद्र आणि तिच्या आयुष्यानं घेतलं एक नवं आणि आकर्षक वळण!

त्या वेळी विजयेंद्रचा उद्योग अत्यंत बिकट अवस्थेत होता. त्याचं कागद बनवण्याचं छोटं युनिट होतं, पण काम नव्हतं. साहजिकच दैनंदिन रोजीरोटीसाठी त्याला भट्टीवर काम करायला जावं लागायचं.

विजयेंद्र तिच्याकडे काही सुशोभिकरणाच्या कागदाचे नमुने घेऊन आला.

तिनं सांगितलं, 'आम्ही अशा प्रकारच्या कागदावर काम करत नाही. तू यापेक्षा वेगळं काही देऊ शकतोस का?'

ही चर्चा बराच काळ चालली. काही महिन्यांनंतर महिमा नवरात्रीसाठी जयपूरवरून अजमेरच्या किल्ल्याकडे निघाली होती. विजयेंद्र तिच्याबरोबर होता.

तिथेच हत्तीचं शेण पडलं होतं. आम्ही दोघांनी खाली पाहिलं आणि विनोद केला, "हा चांगला तंतुमय पदार्थ आहे. त्यापासून आपण कागद बनवू शकतो!" तो क्षण गेला. महिमा दिल्लीला आली, पण ती कल्पना डोक्यात राहिली.

"तुला वाटतं, त्यातून काही होऊ शकेल?" तिनं विजयेंद्रला विचारलं.

"हो नक्की होऊ शकेल." तो उत्तरला.

तो एक विचित्र विचार होता. पण तिनं इंटरनेटवर त्यावर अधिक शोध घ्यायचं ठरवलं. आणि आश्चर्याची गोष्ट म्हणजे श्रीलंका, थायलंड, मलेशिया येथे हत्तीच्या शेणापासून कागद बनवत असल्याची माहिती तिला मिळाली. अर्थात तिथे त्याच्याकडे एखाद्या उद्योगाकडे छंद म्हणूनच बघितलं जात होतं.

या एका गोष्टीनं महिमाला उद्युक्त केलं. प्रयत्न करायला काय हरकत आहे? तिनं विजयेंद्रला त्यावर प्रयोग करायला सांगितलं.

या प्रक्रियेचा शोध घ्यायला आम्हाला सहा, आठ महिने लागले. सुरुवातीला पेपर खूप ठिसूळ होऊ लागला कारण आम्ही फक्त शेणच वापरत होतो. त्यानंतर आम्ही कॉटन फायबर त्यात मिसळलं आणि त्याचा पोत सुधारला.

२००३ मध्ये महिमानं त्याचे काही नमुने जर्मनीतल्या ग्राहकाला पाठवले आणि त्यांनी काही नमुने ठेवायला मान्यताही दिली. पण दीड वर्षानंतर ते म्हणाले, "हे चालत नाहीये." तिला अजिबातच आश्चर्य वाटलं नाही.

आयुष्य पुन्हा एकदा तीन वर्षापूर्वीसारखंच रुटीन सुरू झालं. जेव्हा कागद 'हत्तीमुक्त' होता. अचानक महिमानं ठरवलं, काहीतरी वेगळं करू या - इथे भारतात.

"प्रसिद्ध चंबळ खोऱ्यातील काल्पी हे एक छान ठिकाण आहे. जेव्हा मी पहिल्यांदा तिथे गेले तेव्हा मला त्यांनी विचारलं, तुम्हाला फुलनदेवीच्या नवऱ्याला भेटायचंय?"

या काळात 'पपेटेरिया' चा व्यवसाय वर्षाला सुमारे ७० लाख रुपयांवर स्थिर होता.

"अनेक वर्ष आमचा व्यवसाय जवळजवळ स्थिरच होता, पण त्याची मला कधी काळजी वाटली नाही. जेव्हा मला एकानं विचारलं, मला विचार करायला नेमकी पंचवीस सेकंद लागली. मी उत्तरले, नाही. ते माझं प्राधान्य नाही."

'हाथी छाप' अशा विनोदी नावाखाली हत्तीच्या शेणाचा कागद विकणं हे आव्हानच होतं. ही वेडी कल्पना कुठपर्यंत जाऊ शकते, हे बघायची इच्छा होती.

अर्थात, 'हाथी छाप'ने उड्डाण केलंच. एक नाही अनेक दिशांनी. गेल्या तीन वर्षांत 'पपेटेरिया'ने आपलं वार्षिक उत्पन्न एक कोटी रुपयांच्यावर नेऊन पोहोचवलं आहे. भारतीय बाजारपेठ काहीतरी वेगळं स्वीकारायला तयार झाली होती.

"मी हँडमेड कागदापासून वस्तू तयार करायला सुरुवात केली, तेव्हा त्या अनोखी बॅग किंवा लग्नपत्रिकांपुरत्या मर्यादित होत्या. पण आता लोकांना त्याही पलीकडे डिझाइन केलेल्या, नावीन्यपूर्ण वस्तू हव्या आहेत."

'पपेटेरिया' हाथी छाप पेपर विकते ते तावाच्या रूपात, तसेच स्टेशनरी आणि मुलांची खेळणीही. यात साप-शिडी आणि ल्युडोही येतं. खरं तर मुलांचे खेळ अधिक विकले जातात. ही उत्पादनं एखाद्या विनोदी आणि गमतीदार खेळणी विकल्या जाणाऱ्या इको फ्रेंडली दुकानात किंवा विशिष्ट दुकानातच विकली जातात.

"तुमची वाढ दोन प्रकारे होते. एक तुमच्या उत्पादनांची जोरदार विक्री आणि दुसरी जनसंपर्क, जाहिरात. अचानक मी करत असलेलं काम लोकांच्या नजरेत यायला लागलं."

(हाथी छाप उत्पादनांची विक्री २००९-२०१० मध्ये पंधरा लाख रुपयांपर्यंत पोहोचेल असा अंदाज आहे. हाथी छापच्या उत्पादन आऊटलेटसाठी भेट द्या, www.elephantpoopaper.com)

'पपेटेरिया'च्या एकूण व्यवसायापैकी 'हाथी छाप'चा हिस्सा फक्त दहा टक्के आहे. परंतु सर्वांत जास्त त्याच्याबद्दलच बोललं आणि लिहिलं गेलंय. दरम्यान, रिटेलमध्ये गेल्यामुळे कामाचा व्याप नक्कीच वाढला.

'पपेटेरिया'ची मुख्य टीम फक्त पाच जणांची आहे आणि प्रत्येक जण सगळ्या प्रकारची कामं करतो. तीन ते चार उत्पादकांकडून कागद मिळवला जातो आणि जॉबवर्क पद्धतीनं जवळच्याच वर्कशॉपमध्ये त्यातून वस्तू तयार केल्या जातात. महिमा आणि तिची टीम उत्पादनं डिझाइन करणं, मालाची ऑर्डर घेणं, उत्पादनं पोहोचवणं आणि एकूण समन्वयाचं काम करते.

"आम्हाला सामान्य दुकानाकडून मिळणारी मालाची ऑर्डर तीन ते पाच हजार रुपयांपर्यंत असते; आणि जेव्हा माल निर्यात केला जातो तेव्हा एकच पण मोठा ग्राहक असतो. त्यामुळे थोडी गुंतागुंत वाढते."

या सगळ्याचा अर्थ म्हणजे महिमाच्या कामाचे वाढीव तास! ती ते सोडवायचा प्रयत्न करतेय. पण हे ती सगळं कुठे जाताना पाहतेय? बिझिनेस वाढेल की स्थिर राहील?

"आता थोड्या शारीरिक मर्यादा आहेत. विजयेंद्र चालवत असलेला विभाग खूपच छोटा आहे. मला नेहमीच हा व्यवसाय वाढविण्याचा सल्ला दिला गेला आहे. पण ही संकल्पना मी आणि विजयेंद्र दोघांची आहे. त्यामुळे झालो तर आम्ही दोघं एकत्रित मोठे होऊ."

महिमाच्या डोक्यात दिल्ली - जयपूर महामार्गावर एक जमीन विकत घेऊन विजयेंद्रला मोठं युनिट काढून द्यायचा विचार आहे. जास्त कागद निर्मितीबरोबरच तिथे 'पेपर टुरिझम'ची कल्पना राबवायचा विचार आहे. म्हणजे शालेय विद्यार्थ्यांना आठवड्याअखेरीस तिथे राहायला बोलवायचं आणि त्यांच्याकडून कागद तयार करवून घ्यायचा.

"मला अधिकाधिक लोकांना 'हाथी छाप'चा परिचय करून द्यायचा आहे. हे फक्त आमच्या लोगोसाठी नाही तर अनुभवासाठी!"

महिमाचं आणखी एक स्वप्न आहे ते म्हणजे तंत्रज्ञान हस्तांतरण -तिला अभयारण्याजवळील गावात एक छोटा प्रायोगिक प्रकल्प उभारायचा आहे.

"जर हत्तीचं शेण पैसे मिळवण्याचं साधन ठरू शकत असेल, तर वन्यजीवनाबद्दल नक्कीच आदर निर्माण होईल."

अशा प्रकारचा प्रकल्प उभारायचा प्रयत्न महिमानं केला, मात्र तो यशस्वी झाला नाही. त्यांनी स्पा उघडायचं ठरवलं. पण आता ती उदयपूर येथील एका संस्थेबरोबर उंटाच्या शेणापासून कागद तयार करण्यावर काम करते आहे.

'पपेटेरिया' त्यांच्याकडून उंटाचं शेण विकत घेते आणि जयपूर येथे पाठवते. तिथे त्याचं रूपांतर कागदामध्ये होतं. महिमा सध्या उदयपूर येथे युनिट उभारण्यासाठी लागणारा पैसा जमा करायला मदत करते आहे.

"हत्तीच्या शेणापासून तयार केलेला कागद पर्यावरणरक्षक आहे किंवा यात नावीन्य आहे, एवढंच सांगून चालणार नाही. तुम्हाला त्यातून असं उत्पादन तयार करायला हवं, जे लोकांना विकत घ्यावंसं वाटेल."

"हा अशा प्रकारचा प्रकल्प आहे, जो विक्री जास्त वाढवण्यापेक्षा जास्तीत जास्त पसरायला हवा." ती सांगते.

सुदैवाने महिमा ज्यांच्याबरोबर काम करते तीही मूल्यांना जपणारी लोकंच आहेत. तिचा जर्मनीतील ग्राहक हा युरोपमधला जोरानं वाढणाऱ्या फेअर ट्रेडर ऑर्गनायझेशनमधला एक आहे. फेअर ट्रेड म्हणजे पूर्ण प्रामाणिकपणा आणि पारदर्शकता.

"मी त्यांना किमतीची यादी पाठवली आणि नेमके किती पैसे मिळवते हेही सांगितलं. त्यांनी त्यांच्या किमतीची यादी पाठवली आणि ते किती कमवतात, हे कळवलं."

मार्जिन ठीक आहे. साधारण चाळीस टक्के. (बिझिनेस चालवण्यासाठीची किंमत ठरविण्याआधी) पण जर्मनीचे लोक नेहमीच आकस्मिक येणाऱ्या खर्चासाठी थोड्या जास्तीचा नफा मिळेल, असं पाहतात.

खरं तर महिमाला कमावलेल्यापैकी थोडा पैसा 'विकासा'साठी ठेवायला आवडतं.

'हाथी छाप'च्या नफ्यातील आठ टक्के पैसे जयपूरच्या हत्तींच्या ॲम्ब्युलन्स फंडासाठी जातात. शिवाय छोट्या उत्पादकांबरोबर काम करणं हे नेहमी प्राधान्यक्रमावर आहेच.

अर्थात योग्य व्यक्ती शोधणं हे खरोखरच कठीण काम आहे आणि त्यांच्याशी व्यवहार करणं हे त्याहून कठीण!

"जेव्हा तुम्ही छोट्या उत्पादकांबरोबर काम करता तेव्हा तुम्हाला त्यांच्या

वैयक्तिक समस्यांमध्येही अडकायला लागतं. माझा पहिला, काल्पीतला उत्पादक, उदय. त्याचे कौटुंबिक वाद इतके गंभीर झाले, की एके दिवशी तो माझ्याकडे आला आणि मला सरळ म्हणाला, अब मैं काम नहीं करूँगा.''

महिमानं ज्या छोट्या उत्पादकांबरोबर काम करायला सुरुवात केली होती त्यापैकी अनेक जण आता तिच्यापेक्षा खूप मोठे झाले आहेत. पण तरीही ते तिच्याबरोबर काम करत आहेत ते केवळ इमानदारीमुळे.

''तुम्हाला माहीत आहे, मी हा उद्योग व्यावसायिक दृष्टीनं अधिक फायदेशीर करू शकले असते. माझा व्यवसाय आता आहे त्यापेक्षा किमान चार-पाच पट अधिक मोठा करता आला असता. पण त्याची मला काही भुरळ पडली नाही.

अंतिमत:, कागद निर्मिती हा एका ध्यासातून तयार झालेला उद्योग आहे. ध्यास रिसायकलिंगचा, ध्यास साध्या आयुष्याचा, चांगलं जगण्याचा!

मला नेहमी तेवढाच पैसा हवा होता जेवढ्यातून मी माझं कर्ज फेडू शकेन, नेहमीची मध्यमवर्गीय लाईफ स्टाइल राखू शकेन आणि माझ्यासाठी पुरेसा मोकळा वेळ काढू शकेन.''

तिच्या या अपारंपरिक करिअरविषयी सुरुवातीला थोडं संशयी असणाऱ्या तिच्या कुटुंबीयांनीही आता तिचं करिअर स्वीकारलं आहे.

''जयपूरमध्ये स्त्रिया आजही काम करू शकत नाहीत. कदाचित त्या कपडे शिवायचं काम करू शकतील. कदाचित शिक्षिका होऊ शकतील. डॉक्टर, इंजिनिअर होऊ शकतील, पण पुरुषी वर्चस्व असणाऱ्या कारखानदारीच्या क्षेत्रात त्या काम करू शकणार नाहीत!''

खरं तर 'पपेटेरिया' सुरू केल्यावर सहा महिन्यांतच महिमासुद्धा तिच्या वैयक्तिक आयुष्याशी झगडतच होती.

''माझा त्या वेळी घटस्फोट झाला होता. त्यामुळे माझं हृदय, आत्मा सगळं त्या उद्योगात मी एकवटलं होतं. मला ते सगळे तुकडे एकत्र करायचे होते, घाई करायची होती. काहीतरी ठोस करायचं होतं. कारण मला आर्थिकदृष्ट्या स्वतंत्र व्हायचं होतं.''

आणि ती स्वतंत्र आहे.

''मी जे काही करत होते त्यात मी पुरेशी स्वतंत्र होते. मला माझ्या या उद्योगात कुठल्याही जोडीदाराची कधीच गरज भासली नाही.''

महिमाला रिसायकलिंग पेपरमध्ये भले विश्वास असो, पण तिच्या आयुष्याबद्दल आणि उद्योगाबद्दलच्या कल्पना तिच्या स्वत:च्या आहेत आणि त्याच तर सगळ्यात मौल्यवान नैसर्गिक स्रोत आहेत.

◆

तरुण उद्योजकांना सल्ला

जर तुमच्याकडे एखादी चांगली कल्पना असेल तर त्याचा नक्की विचार करा. मी अशा अनेक तरुणांना पाहिलेलं आहे ज्यांच्याकडे चांगल्या कल्पना आहेत; पण ते भीतीमुळे प्रत्यक्षात आणण्याचा विचार करू शकत नाहीत. घाबरण्याची काहीही गरज नाही. उद्योजकांसाठी भारत खूप चांगलं मार्केट आहे. जर तुमच्याकडे एखादी आकर्षक कल्पना असेल तर बाजारात अस्तित्वात असलेल्या गोष्टींपेक्षा त्यात काय वेगळेपण आणता येईल, याचा विचार करा. तीच गोष्ट किमया घडवेल.

तुम्हाला जर सामाजिक किंवा ग्रामीण स्तरावर काम करायचं असेल तर तुम्हाला जुळवून घेण्याची प्रवृत्ती अंगी बाणावी लागेल. असं अनेकदा घडतं की, तुम्ही तुमच्या पुरवठादाराला ठरावीक माल पुरवायला सांगितलं आहे, पण तो लग्नासाठी दोन महिने गायब झालेला आहे. हे तुमच्यासाठी नैराश्यजनक ठरू शकतं, पण तुम्हाला संयम राखावा लागेल! मी कधी घाबरले नाही. मी कधीही असा विचार केला नाही, की 'हे कधीही होणार नाही.' उद्योजक वृत्ती माझ्यात अजिबात नाही तरीही मी जर हे करू शकते, तर कुणीही करू शकतं.

अपारंपरिक लेट्यूस शेती

समर गुप्ता
'त्रिकाया ॲग्रिकल्चर'

समर गुप्ता हा एक शहरी मुलगा. आयुष्यात काहीतरी करून दाखवावं, असलं कधीही ध्येय नसलेला. पण जेव्हा आयुष्यानं त्याला आव्हान दिलं, तेव्हा मात्र ठामपणे त्याला तोंड देण्याचं त्यानं ठरवलं. गेल्या दहा वर्षांत 'त्रिकाया ॲग्रिकल्चर' अर्थात एका छंदाचं रूपांतर झालं एका संपन्न, सतत वाढत्या उद्योगामध्ये. भारतामध्ये कशा-कशाची पेरणी करता येऊ शकते, याच्या सीमारेषा वाढवणाऱ्या उद्योगामध्ये.

तुम्हाला समर गुप्तासारखे कितीतरी लोक मुंबई जिमखान्यामध्ये भेटतील. 'कन्सल्टन्सी' किंवा 'मॅन्युफक्चरिंग'मध्ये असल्याचा दावा करणारे. ते सिद्ध करण्यासाठी त्यांच्याकडे त्यांची व्हिजिटिंग कार्ड्सही असतात. पण कुणालाही माहीत नसतं, नेमकं ते काय करतात ते. खरं म्हणजे त्यातले अनेक जण खरोखरच काही करत नाहीत. कारण त्यांना काही करण्याची गरज नसते. समर गुप्ता त्यांच्यापैकीच एक असू शकत होता.

'त्रिकाया ॲडव्हर्टायझिंग'चे आयकॉनिक निर्माते रवी गुप्ता हे त्याचे वडील. त्यामुळे त्याचं आयुष्य सुखनैव आनंदात चालू होतं. तो अजिबात महत्त्वाकांक्षी नव्हता. वयाच्या ३२ व्या वर्षी तो वडिलांना त्यांच्या शेती व्यवसायात छंद म्हणून मदत करत होता.

पण त्याच्याही आयुष्यात 'वेक अप सॅम'ची वेळ आलीच. रवी गुप्तांचं अचानक, वयाच्या ५९ व्या वर्षी निधन झालं. त्यांनी त्या वेळी मागे ठेवला होता तो उद्योग ज्यात दर महिना २ लाख रुपयांचं नुकसान होत होतं. असा उद्योग नव्यानं हातात घेणं खरं तर वेडेपणा होता. पण आयुष्यात आव्हानच आपला कस लावत असतात.

ते तसं होणारच होतं.

समरनं आपली हॅट घातली, फावडं घेतलं आणि चाबूक उचलला.

कणखरपणा, ठाम निर्धार, बुद्धी आणि भावना यांच्या बळावर त्यानं उद्योगामध्ये यश मिळवलं....झळाळतं.

हे सगळं करत असताना तो बनला रोपांचा प्रेमी, फळांचा संरक्षक आणि मातीचा सुपुत्र!

समरची गोष्ट हेच सांगते, तुम्ही लाकडी चमचा घेऊन जन्माला या नाहीतर चांदीचा वा प्लॅटिनमचा, आयुष्य म्हणजे त्याचा अर्थ शोधणं असतं... या पृथ्वीतलावर असं काही करून दाखवणं ज्यामुळे तुमची चेतना जागेल आणि हृदय हेलावेल.

तेव्हा जमिनीवर उतरा... हात घाण करून घ्या, चालत रहा... आणि ते शोधा!

अपारंपरिक लेट्यूस शेती

समर गुप्ता

'त्रिकाया ॲग्रिकल्चर'

समर गुप्ताची पिढी ही त्याची मुंबईतील तिसरी पिढी होती.

"माझे आजोबा हरियाणातून येऊन इथे स्थायिक झाले. माझं बालपण गेलं नेपियन सी रोड परिसरात. पण पाचवीनंतर मी गेलो अजमेरच्या मेयो कॉलेज बोर्डिंग स्कूलमध्ये."

समर अभ्यासात फारसा कधी रमलाच नाही. त्याला पुस्तकं आवडायची, पण परीक्षा आली की रात्र रात्र पुस्तकात डोकं खुपसून बसणाऱ्या मुलांसारखा तो नव्हता आणि घरूनही कुणी त्याच्यावर त्यासाठी दडपण आणलं नव्हतं.

"रवी गुप्ता, माझे डॅड, जाहिरातीतला माणूस होता. साहजिकच उदारमतवादी या शब्दाला जागणारा."

रवी गुप्ता, खरं तर जाहिरात जगतात एक दंतकथाच होते. सत्तरीच्या दशकात अत्यंत नावाजल्या गेलेल्या 'एमसीएम' या क्लाएंट सर्व्हिस डिपार्टमेंटमध्ये त्यांनी काम केलं होतं. पण दुर्दैवानं एजन्सी निकालात निघाली आणि त्यांच्या हाती आलं ते हरलेपण.

वयाच्या ३५ व्या वर्षी त्यांनी स्वतःची एजन्सी सुरू केली, 'त्रिकाया'.

"मी त्या वेळी बारा वर्षांचा होतो. मला आजही आठवतंय, त्यांची पहिली दोन वर्षे प्रचंड संघर्षाची होती. त्यांना जाहिरातीसाठी कुणीही क्लाएंट मिळत नव्हतं. मग कधी प्रिंटचा जॉब कर तर कधी कॅलेंडर करून दे, असली देखील कामं ते करायचे."

आणि नंतर 'त्रिकाया'ला मिळाली थम्पस् अप कॅम्पेन. आणि मग नो लुकिंग बॅक!

ही एजन्सी म्हणजे सर्जनशीलतेचं ते एक अभ्यास केंद्र बनली. इतरांनी अनुकरण करावी अशी! दरम्यान ज्याच्यावरून ठामपणे चालावं, असा समरकडे कोणताही मार्ग नव्हता किंवा तशी त्याची महत्त्वाकांक्षा नव्हती. लिबरल आर्ट शिकण्यासाठी त्यानं सेंट झेव्हियर्स कॉलेजला प्रवेश घेतला. दोन वर्षांनंतर त्याची

रवानगी झाली ती बोस्टन नजीकच्या टफ्ट्स युनिव्हर्सिटीत.

"तो विस्मयकारी अनुभव होता. मी तिथे इकॉनॉमिक्सच्या जोडीला ग्रीक शोकांतिका, टायपिंग आणि तुलनात्मक धर्मशास्त्र शिकलो. पण शेवटी मी घरी परतलो, भारतात आलो."

ते वर्ष होतं १९८६. आता सर्वांत सोपा पर्याय समोर होता. 'त्रिकाया' जॉइन करायचं. त्यातल्या सगळ्या गोष्टी समजून घ्यायच्या. तुमचा वेळ त्याला द्यायचा आणि एके दिवशी बॉसच्या, तुमच्या डॅडच्या हातातून सगळ्या जबाबदाऱ्या तुमच्या हातात घ्यायच्या.

पण तसं घडायचं नव्हतं.

"काही महिने मी 'त्रिकाया'मध्ये प्रशिक्षण घेतलं. पण माझा कल तशा प्रकारच्या कामाकडे नव्हता. मी जरा अति मौनप्रिय असणारा, कुणाच्या हाताखाली काम न करणारा, आणि स्ट्रक्चरमध्ये राहून काम न करणाऱ्यांपैकी होतो."

म्हणून मग त्यानं एक चांगली गोष्ट केली. तो त्याच्या कुटुंबीयांच्या मालकीच्या प्रिंटिंग प्रेसचा मालक बनला. हा छोटा बिझिनेस त्याच्या आईनं ग्रीटिंग कार्ड बनवण्यासाठी सुरू केला होता.

"या प्रिंटिंग प्रेसमध्ये काम करण्याच्या माझ्या निर्णयाची सर्वांत जमेची बाजू ही होती, की मी लोकांना उत्तरं द्यायला बांधील नव्हतो."

स्वत:साठी एक बेंचमार्क तयार करण्याची संधी मिळणार होती, स्वत:विरुद्धच.

समरला हे खूप आवडायला लागलं होतं. तो एका जागी थांबूच शकत नव्हता, इतका झाला होता. एक एक क्लाएंट दिवसातून तीन-तीन वेळा फोन करायचे आणि सांगायचे, आमच्याकडे ताबडतोब या आणि दुसरी ऑर्डर घेऊन जा.

"मला रोज ट्रेनमधून कलिनाला जायला लागायचं. कधीकधी तर दिवसातून दोनदासुद्धा. तुम्ही जेव्हा तरुण असता तेव्हा इतकी धावाधाव शक्य असते." तो हसतो.

लेकिन उसे करने के लिए मोटिव्हेशन जरुरी है. जेव्हा एखादी तोट्यात चालणारी कंपनी नफ्यात आणण्याचं ध्येय समोर असेल तर मग तेच मोटिव्हेशन असतं. दोन वर्षांच्या आत कंपनीने नफा कमवायला सुरुवात केली. महिन्याला जवळजवळ दीड लाख रुपये. १९८८ मध्ये त्याची किंमत खूप होती.

"माझा कुणी भागीदार असता तर मी त्याच्याशी भांडलो असतो. पण आत्ता ज्या काही चुका मी केल्या त्या सर्वस्वी माझ्या आहेत आणि त्या मी भरपूर केल्या!"

समरने बाबांना म्हटलं, ''मी इतका नफा कमवून द्यायचा आणि फक्त पाच हजार रुपये पगार घ्यायचा, हे काही खरं नाही. मला स्वत:चा बिझिनेस सुरू करायचा आहे.''

बाबा उत्तरले, ''बेटा, पण आपला हा कौटुंबिक व्यवसाय आहे.''

संतापाच्या भरात समर कंपनीच्या बाहेर पडला.

''हा अनुभव खूप वाईट होता. विभक्त होणं कठीण होतं. मी जरी भांडलो असलो तरी त्याच घरात राहत होतो. माझे बाबा खूप संयमी होते. त्यांनी मला खूप सहन केलं.

शेवटी रवी गुप्तांनी समरची ओळख त्यांच्या एका घनिष्ठ मित्राशी करून दिली. बुद्धिमान आणि विक्षिप्त फिरोझ इंजिनिअर यांनी 'सिझफायर' नावाची एक कंपनी नुकतीच सुरू केली होती आणि त्यानं या गरम डोक्याच्या माणसाला नोकरी दिली होती. तो होता त्यांच्या कंपनीतला तिसरा कर्मचारी!

''हे खूप विलक्षण होतं. फिरोझ मस्त माणूस होता. त्याच्याबरोबर काम करताना, दिवसातून एकदा तरी मी स्वत:ला म्हणायचो, काय दृष्टी आहे या माणसाकडे! मी असा विचार कधी केलाच नसता.''

'सिझफायर'मध्ये समरनं तीन वर्षे घालवली.. पण तेवढ्या काळात तो खूप शिकला. तीन माणसांपासून सुरू झालेल्या या कंपनीत आता एक हजार माणसं काम करत होती. फिरोझ इंजिनिअरचा साहाय्यक म्हणून - तो मात्र चमचा म्हणतो. एक बिझिनेस उभा करण्यामागे समर त्याच्या अगदी बरोबरीने होता.

'सिझफायर'च्या जाहिरातीचं सगळं काम समरच हँडल करत होता. होर्डिंग्ज विकत घेणं, शेड्यूलप्रमाणे कामं होत आहेत की नाही हे पाहणं. पण तो काहीसा स्वतंत्र विचाराचा होता. ''अखेर तीन वर्षांनी आमचं भांडण झालं आणि मी बाहेर पडलो.''

ते वर्ष होतं १९९२. आणि पुन्हा एकदा समरचा पराजय झाला होता. पुढे काय करायचं याबद्दल काहीही ठरवलं नसताना असं बाहेर पडणं खरंच कठीण होतं.

त्याच वेळी रवी गुप्ता त्याला म्हणाले, ''बेटा, मला तुझ्या मदतीची गरज आहे.''

तोपर्यंत 'त्रिकाया' ही ॲडव्हर्टायझिंग कंपनी यशाच्या शिखरावर होती. त्यांना त्याची ॲग्रिकल्चर वेंचरसाठी गरज होती. खरं तर तो धाडसी प्रकल्पापेक्षा छंदातच अधिक मोडणारा होता.

''बाबांनी लोणावळ्यापासून चौदा किलोमीटर अंतरावरील एका डोंगराळ जंगलात सहा एकर जमीन विकत घेतली होती. दर शुक्रवारी संध्याकाळी पाच वाजता आम्ही 'डेक्कन क्वीन'ने तिथे जायचो. दोन रात्री तिथे घालवून रविवारी संध्याकाळी परत

मुंबईला यायचो.''

त्यामागची कल्पना अशी होती, की शहरापासून दूर निसर्गाच्या सान्निध्यात जाणं. आणि हो, ते काही पॉश फार्महाउस नव्हतं तर ते एक शेत होतं. साधं बाथरूमही नसलेलं; झोपडीवजा घर.

''ते खरं तर जंगलातच राहणं होतं. बाबा पूर्णत: ते आयुष्य जगत होते आणि त्यांच्याबरोबर मीही. माझा भाऊ आणि बहीण क्वचितच तिथे यायचे. ते शहरी जगण्यातच खूश होते.''

जसजसं 'त्रिकाया' वाढत होती, तसं तसं ही प्रॉपर्टीही आकार घेत होती. पक्कं बांधकाम झालं तरीही तेथे बरचंसं शेतच होतं. खूप गोष्टी उगवू शकणारं.

''माझ्या बाबांनी चैनीखातर ती जागा घेतली नव्हती की टाइमपाससाठी. त्यांना खरोखरच काहीतरी करायचं होतं. म्हणूनच मग आम्ही तिथे भाजीचं उत्पादन घ्यायला सुरुवात केली. पण वेगळ्या प्रकारच्या.''

सारं जग जर टोमॅटो, काकडी आणि वांगी लावत असेल तर आपणही तेच लावण्यात काय गंमत आहे? वेगळं का करू नये, का आव्हान स्वीकारू नये? ''माझे बाबा वर्षातून एकदा परदेश दौरा करायचे. येताना लेट्यूस, चायनीज कॅबेज, ब्रोकोलीच्या बिया आणायचे. त्याच आम्ही आमच्या शेतात लावायचो.''

लोक म्हणाले, ''भारतातील उष्ण तापमानात लेट्यूस रुजणार नाही.''

पण त्यामुळेच ते सारं करण्यात एक्साइटमेंट होती. ही सगळी प्रक्रिया म्हणजे चुकत, माकत शिकण्याची होती. ते शिकणं आणि शिकलेलं बाजूला ठेवणं होतं.

पाच वेळा बी लावलं की चारदा वाया जायचं आणि एकदा पीक हाती यायचं.

''पहिली पाच वर्षे तर आम्हीच या भाज्या खात होतो. मित्रांना देत होतो. पण १९८७ नंतर जवळपास पाच वर्षे त्यात घालविल्यानंतर बाबांनी त्यात अधिक गंभीरपणे लक्ष घालायचं ठरवलं.''

लोणावळा प्लॉटवरची शेती विहिरीच्या पाण्यावर सुरू होती. त्यामुळे जेव्हा विहीर सुकायची तेव्हा तिथली शेतीही सुकून जायची. म्हणून रवी गुप्ता यांनी तळेगाव येथे मुळशी नदीच्या जवळ दुसरी जमीन लीजवर घेतली.

अति उत्तम! म्हणजे आता तुमच्याकडे ट्रक भरून एक्झॉटिक भाजी विकायला तयार होती. पण त्यासाठी बाजारपेठ कुठे होती? अगदी थोडेच लोक -पंचतारांकित हॉटेल्स, विमानातील किचन आणि पेडर रोडवरील काही वेगळे सब्जीवाले, त्यांना ही सेवा पुरवण्यासाठी परिस्थितीत बदल करण्याची गरज असल्याचं रवी गुप्ता यांच्या लक्षात आलं.

''१९९१ मध्ये 'त्रिकाया ॲग्रिकल्चर'चं कंपनीकरण झालं, पण ते प्राथमिक स्तरावर होतं. मी जेव्हा त्यात पाऊल टाकलं तेव्हा त्याचा महिन्याचा तोटा होता

दोन लाख रुपये.''

''मुक्त अर्थव्यवस्थेला तेव्हा सुरुवात होत होती. शेअर मार्केट बूम होत होता. रवी गुप्ता एका यशस्वी उद्योगातून - जाहिरात एजन्सीतून पैसे काढत होते आणि दुसऱ्या बास्केटला - शेतीला पुरवत होते.''

समर म्हणाला, ''तुम्ही हे पैसे मार्केटमध्ये का गुंतवत नाहीत? निवृत्तीनंतर तुम्हालाच ते उपयोगी पडतील.''

पण रवी गुप्तांनी तसं काहीही केलं नाही.

''इथे मला बाबांना श्रेय द्यावंच लागेल. विशेषत: त्यांच्या बिझिनेस सुरू करण्याच्या दूरदृष्टीला आणि त्यामागे ठामपणे उभं राहण्याला.''

दुखरी नस ओळखून समरनं या व्यापारात प्रवेश करायचा, त्याची मार्केटिंग बाजू सांभाळायचा निर्णय घेतला.

''मी सगळ्या पंचतारांकित हॉटेल्समध्ये गेलो आणि अगदी कळवळ्यानं त्यांना सांगितलं, आम्ही तुम्हाला ब्रोकोली देऊ शकतो, आम्ही तुम्हाला आइसबर्ग लेट्यूस देऊ शकतो. ज्या गोष्टी तुम्ही आयात करता आम्ही तुम्हाला त्याच्या पाव किमतीला देऊ.''

सर्व शेफ खूप खूश झाले, पण त्यांचा आनंद फार काळ टिकला नाही. कारण आजही पाचपैकी चार पिकं मरत होती. समर त्यांना भाजी पुरवण्याची गॅरंटी कशी काय देऊ शकत होता?

''तुम्ही एकदा हे करू शकता, दुसऱ्यांदाही; पण तिसऱ्यांदा तुम्हाला खरंच लाज वाटते. या विषयावरून माझी आणि माझ्या बाबांची चांगलीच खडाजंगी झाली.''

जेव्हा तुम्ही फक्त वीस किलो चिनी कोबी पिकवत असाल तर दोनशे किलो कोबीचं मार्केटिंग करण्यात काय फायदा होता?

''या वेळी मी बाबांशी खूपच कठोर वागलो. मी त्यांना म्हणालो, हे म्हणजे केवळ कल्पना लढवणं.''

रवी गुप्ता दुखावले गेले, पण त्यांच्या नेहमीच्या शांत स्वभावाप्रमाणे मला इतकंच म्हणाले, 'चल माझ्याबरोबर. मी तुला दाखवतो आपण शेतावर काय करतो ते.'

ते उन्हाळ्याचे दिवस होते. अगदी कडक. त्या वेळी आम्ही आमच्या फार्मसाठी एक मॅनेजर ठेवला होता. किशोर नावाचा. त्यानं खात्री दिली होती, की सात दिवसांत अनेक ट्रक भरतील इतका चिनी कोबी पिकेल.

''चल, जाऊन बघू या.'' रवी गुप्ता म्हणाले.

तिथे पक्का रस्ता नव्हताच. दोघंही पिता-पुत्र त्या भर उन्हात अर्धा किलोमीटर

रस्ता तुडवत प्लॉटवर पोहोचले. ना ती जमीन नांगरलेली होती ना त्यात कुठलंही बी पेरलेलं होतं. किशोर चक्क खोटं बोलत होता.

"आम्ही दोघांनी एकमेकांकडे बघितलं, आणि म्हणालो, याचसाठी केला होता अट्टाहास!"

किशोरला तत्क्षणी नोकरीवरून कमी करण्यात आलं. आयात केल्या गेलेल्या बिया तिकडेच पडलेल्या एका बेवारस ड्रममध्ये सापडल्या. ते चित्र फारच वाईट होतं.

"माझ्या वडिलांना मुंबईतल्या प्रोफेशनल कामाची सवय झालेली होती. एकदा का तुम्ही एखाद्या व्यवस्थापकाकडे कोणतंही काम सोपवता ते होतंच. तुम्हाला त्यात पुन्हा व्यक्तिशः लक्ष घालावं लागत नाही, मायक्रो मॅनेज करावं लागत नाही."

हे इतकं भयानक घडूनही रवी गुप्तांनी हार मानली नाही. त्यांनी आपलं काम त्याच सौम्यपणे, 'शेजाऱ्यांवर प्रेम करा' स्टाइलने सुरू ठेवलं आणि समरला मार्केटिंगसाठी मोकळं सोडलं. याशिवाय त्याला प्रोत्साहन म्हणून कंपनीतली पन्नास टक्के मालकीही दिली.

१९९७ मध्ये, प्रचंड अनुदान दिलं जात असूनही 'त्रिकाया ॲग्रिकल्चर' प्रचंड तोट्यात होतं.

"मला आठवतंय, एका महिन्यात तर पगार द्यायलाही पैसे नव्हते. बाबांनी सरळ 'त्रिकाया' अकाउंटन्टला बोलावलं आणि एक लाख रुपयाचा चेक लिहून दिला."

आणि नशिबाने हस्तक्षेप केला नसता तर हे असंच चालू राहिलं असतं. धिमे धिमे, आरामसे!

१९९६ च्या उत्तरार्धात रवी गुप्तांना पोटाचा कर्करोग असल्याचं निदान झालं आणि १९९७ मध्ये ते वारले. तेव्हा ते ५९ वर्षांचे होते.

"त्यांनी आपल्या मृत्यूच्या शक्यतेबाबत कधीही चर्चा केली नव्हती, कुणाकडे सोपवायचं काम किंवा संपत्तीची विभागणी काहीच नाही. सारं काही अगदी अकस्मात झालं...." तो आठवणीत हरवतो.

कुटुंब नशीबवान ठरलं. न्यूयॉर्कच्या 'ग्रे ॲडव्हर्टायझिंग'कडे 'त्रिकाया'चे यापूर्वीच ५५ टक्के स्टेक्स होते आणि उरलेले घेण्यासाठी ते उत्सुक होते. 'गुजराथ अम्बुजा सिमेंट'चे एम डी नरोत्तम सेखसरिया - 'त्रिकाया'चे महत्त्वाचे क्लाएंट आणि रवी गुप्तांचे जिवलग मित्र - त्यांनीच या कामी मध्यस्थी केली आणि डील फायनल केलं. एक चांगला व्यवहार.

बहुसंख्य बनिया कुटुंबीयांमध्ये न घडणारी एक चतुर गोष्ट आईने केली.

वडिलांच्या संपत्तीपैकी तिनं स्वत:कडे २ /५ भाग ठेवला आणि उरलेला आम्हा तिघांमध्ये सारखा वाटून टाकला. हं....! आगे काम करने की जरूरत नहीं!

पण ते तसं नव्हतं. जरी त्यांच्या वाट्याला भरभक्कम रक्कम आली असली तरी पहिली तीन वर्षे त्यातली मर्यादित रक्कमच त्यांना मिळणार होती आणि समरला जरा कमीच. शिवाय सेखसरिया यांनी 'त्रिकाया ॲग्रिकल्चर'चे सारे शेअर्स त्याच्या नावावर ट्रान्सफर केले होते. ते म्हणाले, "समर, कदाचित तुला आज दिसणार नाही. पण याच गोष्टीसाठी एक दिवस तू मला धन्यवाद देशील."

....आणि त्यानं ते दिले.

"आत्तापर्यंत कधीही न केलेला सर्वांत उत्तम व्यवहार!" तो उद्‌गारतो.

कंपनीतून काहीच फायदा होत नव्हता. प्रत्येकानं त्याबद्दलच्या आशा सोडून दिल्या होत्या. पण समरला त्यातली क्षमता दिसत होती, कुठेतरी आशेचा किरण दिसत होता. बोगदा संपल्यानंतर दिसणारा स्वच्छ प्रकाश दिसत होता.

"मी जेव्हा ३२ टक्के व्याजाने मार्केटमधून कर्ज घेतलं तेव्हा मला सांगण्यात आलं, की 'ये दाऊद भाईका पैसा है।' ते एवढ्याचसाठी की ते परत द्यायचे होते, हे माझ्या लक्षात राहावं."

आम्हा तिघांमध्ये शेअर्सची समान वाटणी करण्यात आली नसती तर मी त्यांना उत्तर द्यायला बांधील झालो असतो. कदाचित मला हव्या त्या गोष्टी, हव्या त्या पद्धतीनं मला करता आल्या नसत्या. माझ्या चुका शोधत माझा मार्ग शोधता आला नसता.

कोणता होता तो मार्ग?

१९९७ मध्ये 'त्रिकाया ॲग्रिकल्चर'चा रेव्हेन्यू होता २५ लाख रुपये आणि दर महिन्याला तोटाच होत होता. त्यामुळे सर्वांत प्रथम एक साधी गोष्ट करणं भाग होतं, तोटा रोखणे.

"बाबा थोडे स्वप्नाळू होते." तो म्हणाला, "मी भारतीय बाजारपेठेला कंटाळलो होतो. मला निर्यात करायची होती. म्हणून मी स्नो पीज् ऑस्ट्रेलियाला पाठवायला सुरुवात केली."

दोन वर्षे हे सगळं प्रत्यक्षात येण्यासाठी आम्ही पंचवीस लाख रुपयांचं नुकसान सहन करत होतो, हे काही योग्य नव्हतं.

"बाबांचा मृत्यू झाला आणि मी ते सगळं थांबवलं. मी आमच्या ग्राहकाला भेटायला प्रत्यक्ष पर्थला गेलो. तेव्हा कळलं तो माल खराब असल्याचा दावा करत आमच्याशी खोटं बोलत होता."

प्रत्येक प्रकारच्या व्यवसायांमध्ये फसवणारे भेटतातच, पण काही व्यापारांमध्ये जरा जास्तच.

"भाज्या?" समर उद्‍गारतो, "या धंद्यात तर प्रामाणिक माणूस भेटणं फारच कठीण."

समरनं ठरवलं, ईट का जबाब पत्थरसे. यापुढे लोकांशी नरमाईने वागायचं नाही. संशयाचा फायदा कुणाला घेऊ द्यायचा नाही. चांगुलपणावर विश्वास ठेवायचा नाही.

माझ्या वडिलांचा आग्रह असे, की व्यापाऱ्यांबरोबर आपण चांगलं नातं जोडायला हवं.

उन्हाळ्यात लेट्यूसचे आम्ही एकमेव पुरवठादार होतो, तरीही बाबांचा तर्क होता, आपण त्यांना उन्हाळ्यात कमी पैशाला विकलं तर हिवाळ्यातही ते आपल्याकडूनच घेतील. वास्तव हे होतं, की हिवाळ्यात पुरवठादार आणि विक्रेतेही अनेक होते, त्यामुळे ज्याच्याकडे स्वस्त मिळेल त्याच्याकडून विकत घेतलं जायचं.

"मी 'त्या दिवसाची किंमत' ही पद्धत सुरू केली. जी रोजच्या रोज कमी जास्त होत असे. घ्या नाहीतर सोडून द्या."

लोक कुजबुजायला लागले, "रवी गुप्ता ग्रेट माणूस होता. पण त्याचा वारसदार सगळं काही घालवून बसणार."

समरनं हे फारच मनावर घेतलं. ही काही लोकप्रियता स्पर्धा नव्हती. ही जगण्यासाठीची लढाई होती आणि ती अनेक आघाड्यांवर लढायची होती.

"शेती म्हणजे फॅक्टरी चालवण्यासारखं नव्हतं. त्यात अनेक बदलते घटक होते. कधी तीव्र उन्हाळा तर कधी एकदम सावट. कधी मुसळधार पाऊस तर कधी रिमझिम बरसात. जर व्यवस्थापकाला सगळ्यांना मूर्ख बनवायचं असेल तर त्याच्याकडे १०० आठवडे पुरतील अशी नवीन नवीन कारणं तयार असायची!"

तुम्ही ज्यांच्यावर पूर्ण भरवसा ठेवू शकता, जे तुम्हाला हवं ते देऊ शकतात, अशाच माणसांची गरज होती. समरनं शेतीवरील अर्ध्या अधिक लोकांना कमी केलं. ते कामाविषयी खूपच उदासीन होते. आपल्या मोठ्या साहेबांच्या नर्म-दिलाचा फायदा घेत होते.

आता साहजिकच तिथे रवी गुप्ता नव्हते. अन्नदाता नव्हता. कंपनीला जीवनदान देणारा आधार नव्हता. उलट सुरुवातीच्या महिन्यात कर्मचाऱ्यांना देण्यासाठी आणि ट्रॅक्टर चालू ठेवण्यासाठी समरनं ३२ टक्के व्याजावर कर्ज घेतलं.

"मला आक्रमक असावंच लागलं आणि तुमच्या चेहऱ्यावरही ते दाखवायला लागतं. कारण भाज्यांचा व्यवसाय असा आहे, इथे सर्वत्र भक्षकच सापडतात."

"बिझिनेस अखंड चालू ठेवण्याचं आणि पैसे मिळवत राहायचं दडपण प्रचंड होतं. वास्तवाच्या औषधाचा हा कटू घोट होता माझ्यासाठी."

व्यापारी आणि कर्मचाऱ्यांवरच्या 'कठोर प्रेमा'नं माझे दिवस वाचवले. सगळ्यांना जाणवायला लागलं, समरला बिझिनेस कळायला लागला आहे, आणि बिझिनेस जो असाच व्हायला हवा होता.

"मी नशीबवान ठरलो. मी योग्य वेळी योग्य ठिकाणी होतो." तो खांदे उडवतो.

एक्झॉटिक भाज्यांची मागणी दिवसेंदिवस प्रचंड वाढू लागली होती. समरनं क्रॉफर्ड मार्केटमध्ये एक स्टॉल लीज वर घेतला आणि जोरदार विक्री होऊ लागली. सर्वांत जास्त मागणी होती ती ब्रोकोली आणि आइसबर्ग लेट्यूसला.

"मुख्यत: आइसबर्गला - होती आणि आहे. जी भारतीय हवामानात वाढणं खूपच कठीण."

समर सांगतो. थोड्याशा साहजिक अभिमानानं. त्यात पारंगत होण्यानंच 'त्रिकाया'ला ठामपणे किनाऱ्याला लावलं होतं.

काय होतं त्यामागचं रहस्य? तपशीलवार लक्ष द्या -जशा या काही छोट्या गोष्टी. योग्य बियांची आयात करणे, सिडलिंग ट्रेज् वापरणे, रानटी झुडुपं सातत्याने काढून टाकणे, ड्रॉप इरिगेशन आणि सर्वांत महत्त्वाचं, शीतगृह.

"अगदी पुरेसं" समर सांगतो, "शीतगृहाची बांधणी आम्ही खास पर्थच्या ग्राहकांसाठी केली होती. अर्थात त्यासाठी ते उपयोगी पडलं नसलं तरी नंतर जेव्हा 'मॅकडोनल्ड'ने भारतात प्रवेश केला तेव्हा त्यांच्यासाठी लेट्यूसचा फार मोठा पुरवठा करावा लागायचा. त्यासाठी त्याचा उपयोग झाला."

आयुष्य गूढरीत्या काम करत असतं. आणि हे गूढ सोडवण्यात किंवा कोडं सोडवण्यात उद्योजक गुंतून राहतो. दररोज.

जेव्हा त्यानं हे सगळं आपल्या खांद्यावर घेतलं, तेव्हा पहिली काही वर्षे प्रत्यक्ष तिथे असणं गरजेचं होतं. दहा तास शेतावर किंवा ऑफिसमध्ये घालवायला लागायची. त्यानंतर चार तास संशोधनात. नवी तंत्र शिकणं, नवीन पिकांचा शोध, इंटरनेटवर प्रचंड प्रमाणात उपलब्ध असलेल्या साधनांनी मनाची मशागत करणं.

एक गोष्ट समरच्या लक्षात आली, शेती म्हणजे रॉकेट सायन्स नाही. इस्रायलची मदत घेऊन फॅन्सी ग्रीन हाउस बांधण्याची आवश्यकता नाही. उलट ज्यांनी ज्यांनी यात पैसा गुंतवला त्यांना तोटाच झाला.

**"माझ्या खांद्यावर एक देवदूत बसलेला असतो,
जो माझी नेहमीच काळजी घेतो."**

"त्यामागचं तंत्र खूपच सोपं आहे. हे सिडलिंग ट्रेज् घ्या. तुम्ही फ्रिजमध्ये आइसक्युब बनवण्यासाठी जसे प्लॅस्टिक ट्रे घेता, तशा प्रकारचं असतं हे." ही रोपं बाल्यावस्थेत असताना म्हणजे पहिल्या महिन्यात त्यांची खऱ्या अर्थानं काळजी घ्यावी लागते. साहजिकच त्यामुळे वाचण्याची संधी जास्त असते."

त्या ट्रेमध्ये नारळाच्या काथ्याचा चुरा असतो - माती नव्हे. त्यामुळे साहजिकच बियाणांना कीड लागायची भीती कमी असते. हे ट्रे साध्या ग्रीन हाउसमध्ये महिनाभर ठेवले जातात. त्यानंतर प्रचंड काळजी घेऊन मुळांना जराही धक्का न लावता ती शेतात पेरली जातात. आता ती वारा आणि सूर्यप्रकाश सहन करण्यासाठी सज्ज झालेली असतात.

हा खूप महागडा व्यवसाय होता. त्यातल्या प्रत्येक ट्रे ची किंमत २५० रुपये होती आणि 'त्रिकाया'मध्ये असे पाच हजार ट्रे होते -पंधरा लाख रुपयांची गुंतवणूक यात केली गेलेली होती.

"स्वस्त क्वालिटीचे ट्रे घेऊन हा खर्च कमी करण्याचा मोह आम्हाला नेहमीच व्हायचा, परंतु तुम्ही जर असे शॉर्टकट्स घेतलेत तर अपयशाची शक्यता खूप मोठी असते. आम्ही खूप सुरुवातीलाच हा धडा घेतला होता."

दुसरा धडा - 'कधीही एकाच बास्केटमध्ये सगळी अंडी ठेवू नका.' बियाणं विखरून पेरली की रिस्क आपोआप कमी होते आणि तुम्हाला ते वेगवेगळ्या पद्धतीनं करता येऊ शकतं.

एकाच वेळी विविध जातींची रोपं लावा. 'त्रिकाया ॲग्रिकल्चर'नं पहिल्यांदा एक्झॉटिक भाज्यांची ओळख घडवली. जसं बेबी कॉर्न, चेरी टॉमेटो. पिवळा भोपळा - स्क्वॅश.

आम्ही बाजार तयार केला. चांगले पैसेही कमवू लागलो. मग साहजिकच शेजारच्या थोड्या श्रीमंत शेतकऱ्यांना त्याचा सुगावा लागला आणि भाव पडले. आता आम्हाला काहीतरी वेगळं करणं भागच होतं.

म्हणून 'त्रिकाया ॲग्रिकल्चर' पाच, दहा नाही तर तब्बल ८० वेगवेगळ्या भाज्या पिकवतं. त्यातील काहींना तर आज फारच कमी किंवा अजिबातच मागणी नाही.

'हे बघ', त्यानं एका सुंदर गडद हिरव्या रंगाची पानं आणि लाल दांडा असलेल्या रोपाकडे बोट दाखवत म्हटलं. "हे स्विस चार्ड् आहे. फार ग्राहक नाहीत याला, पण आम्ही लोकांपर्यंत पोहोचवतोय."

फेनल, पार्सले, शीव्हज्, पेनानूज लिफ पंचतारांकित मेन्यूच्या भाज्या. तुम्ही फक्त त्यांची नावं घ्या, सगळ्या इथे मिळतात. हिरव्या, लाल, पिवळ्या, हर्बस्चा तीव्र सुवास सगळ्या वातावरणात भरून राहिला होता. सामान्य शेतकऱ्यालासुद्धा

हे पिकवायचं कसं हे कळायला लागलं, तर मग काय?.....

तरीही, लेट्यूस हे 'त्रिकाया'चं ट्रम्फ कार्ड होतं.

"आमची गुंतवणूक विशेषत: अशा प्रकारच्या नाजूक भाज्यांमध्येच होती, ज्या साध्या पोत्यात भरून नेणं शक्य नव्हतं. कापणी केल्यानंतर या भाज्या दोन ते चार डिग्री सेंटिग्रेड तपमानामध्ये ठेवतो आणि त्यांची वाहतूकही रेफ्रिजरेटर असलेल्या व्हॅनमधूनच होते. जे सामान्य शेतकऱ्यांना परवडणं शक्य नाही." त्याशिवाय आपलं 'सब-वे' ग्राहक मिळवण्यासाठी समरनं आणलेली जर्मन व्हॅक्युम पॅकिंग मशिनही त्यांना परवडणारी नाही. आज त्यांच्या सँडवीचसाठी लागणारं सगळं 'लेट्यूस' पुरवण्याची जबाबदारी एकट्या 'त्रिकाया'कडे आहे.

मोकळ्या, सुपर हायजिनिक सोय असलेल्या ठिकाणी टोपी-हातमोजे-कोट-बूट घातलेले कामगार लेट्यूसची पाने वेगळी करतात. कीटकविरहित ताजी आणि करकरीत लेट्यूस पानं मग व्हॅक्युम पॅक केली जातात. ज्यांचं पुढचं आयुष्य असतं, सात दिवस.

'सब-वे' आणि 'मॅकडोनल्ड'ला लेट्यूस पुरवणे हा मोठा व्यवसाय आहे. एकटा 'मॅकडोनल्ड' महिन्याला ३० टन लेट्यूस उचलतो; पण आम्ही 'ओबेरॉय' सारख्यांनाही दिवसाला पाच किलो लेट्यूस पुरवतोच.

आणि अशाच १६० संस्थात्मक क्लाएंटस्‌ना.

त्यांचे शेफ गोड मार्जोरम, लीक आणि ॲडिक्को विकत घेतात. चव, वास आणि दिसणं यात वेगळेपण असणाऱ्या या भाज्या थोडं धाडसी खाणाऱ्या भारतीयांसाठी तयार केल्या जातात.

'त्रिकाया'ला आशा आहे, की एक दिवस डिनर टेबलवर या भाज्या सहजपणे दिसतील.

"आमची दर वर्षाला २५ टक्के वाढ होत आहे. याचं कारण भारत बदलला आहे. लोकांना जेवणात प्रयोग करणं, नवनवीन गोष्टी आणणं आवडू लागलेलं आहे."

दहा वर्षांपूर्वी क्रॉफर्ड मार्केटमध्ये एक्झॉटिक भाज्या विकणारे फक्त चार स्टॉल्स होते. आज तेथे ४० आहेत.

"पण," समर एका गोष्टीकडे आपलं लक्ष वेधतो– "यात सगळे थेट व्यापारी आहेत. आम्ही पिकवतो, आम्ही विकतो. मध्ये दलाल नाही. त्यामुळे ग्राहक मोजत असणाऱ्या प्रत्येकी शंभर रुपयांमधले ८० रुपये 'त्रिकाया'ला मिळतात."

आणि हो, एक लक्षात घ्या. हा टॅक्स-फ्री पैसा आहे. फक्त कृषिक्षेत्राला मिळणारी ही सवलत आहे.

"अर्थात मला असं नाही वाटत, की माझ्या सारख्यांसाठी अशा सारख्या

सवलतींची योजना हवी.'' तो खांदे उडवतो. ''पण जे आहे ते आहे.''

समरला कठोर अनुभवातून मिळालेला एक धडा म्हणजे एक 'बाहेरचा' माणूस म्हणून त्यानं स्वत:ला लो प्रोफाइलच ठेवावं.

''काही वर्षांपूर्वी आमच्या शेतावर 'टपोरी' समस्या निर्माण झाली होती. स्थानिक आमच्याकडे आले आणि त्यांनी 'आमच्याच लोकांना तुम्ही काम दिलं पाहिजे,' असं सांगून हिंसाचाराची धमकीही दिली होती.''

समरनं तातडीनं आपलं मुख्य कार्यालय बुद्धीधल (बॉबीडॉलचं टोपणनाव) पासून सात किलोमीटरवर असणाऱ्या इंदुरीला हलवलं. हेतू हा, की ती जागा लीजवर घेतलेली होती. 'त्रिकाया'च्या मालकीची नव्हती. साहजिकच तिथे शांतता राखण्याची काळजी तिथला मालक -'दादा' घेणार होता.

''तुमचं बियाणं एका शेतात पेरू नका.'' समर भौगोलिक स्तरावर विस्तारत चाललेला आहे.

१९९७ मध्ये 'त्रिकाया ॲग्रिकल्चर'कडे एकमेव शेत होतं– ते तळेगावामध्ये. ५५ एकराचं. आज त्याच्याकडे २२५ एकर जमीन आहे. सात शेतांमध्ये विखुरलेली. बहुतांशी पुण्यातच आहे. शिवाय उटीमध्ये १२ एकर तर कोकणात २२ एकर.

''कोकणात आम्ही अतिउष्ण हवामानातली पिकं घेतो, तर उटीमध्ये थंड हवेत वाढणारी रोपं आणि फळं.''

पण एकटा माणूस इतकं सगळं कसं काय सांभाळतो? प्रत्येक आठवड्यात बियाणं पेरलं गेलंय की नाही, योग्य वेळी त्यांना दुसरीकडे रुजवलंय की नाही, त्याची नीट मशागत होतेय की नाही आणि पीक काढायचं कधी...

अर्थात हे आहे लोक आणि व्यवस्था यांचं एकत्रीकरण.

त्यांचा एक फिल्ड मार्शल आहे, हरी मंजे गोवडा. ते दोघंही तेरा वर्षांचे असल्यापासून समर त्याला ओळखतो.

''जेव्हा तो आपल्या गावावरून आला तेव्हा त्याला फक्त कन्नड येत होतं, मात्र एका वर्षाच्या आत त्याला हिंदी, मराठी, इंग्रजी येतंच; शिवाय तो एजन्सीतील सगळी व्यवस्थापकीय कामं करायला शिकला.''

पण कार्यालयीन कामात तो रमेना. शेवटी १९८९ मध्ये त्याला पुन्हा शेतात पाठवण्यात आलं.

''हरीला किशोरच्या (तोच तो ज्यानं बियाणं रुजवलंही नव्हतं) जागी पाठवण्यात आलं. खरं तर त्याला एका खोल जागी फेकण्यात आलं होतं, पण तिथेही तो चमकून उठला.''

आशावादी, कष्टाळू आणि सच्चा प्रामाणिक! शेताचा किल्ला तो लढवत होता आणि त्याच्या सोबतीला होते कृषी विद्यापीठातले दोन तरुण पदवीधर. सत्यवान

पवारने 'त्रिकाया'मध्ये आठ उन्हाळे घालवले तर रवी वाघने चौदा.

"या तिघांनी ही सातही शेतं उत्तम पद्धतीनं सांभाळली. मला मायक्रो - मॅनेजिंगची गरजच पडली नाही." समर हसतो.

अर्थात तो नियोजनामध्ये, धोरण आखण्यामध्ये सहभागी असतोच.

आमच्या मासिक बैठकींमध्ये मी सगळ्या गोष्टींचा आढावा घेतो. विक्री विभागाची आणि उत्पादन विभागाची टीम आम्ही एकत्र बसतो आणि कुठलं पीक किती प्रमाणात घ्यायचं यावर चर्चा करतो.

'त्रिकाया ॲग्रिकल्चर' आता साडेसहा कोटी रुपयांची उलाढाल करते. (त्रिकायाच्या एकूण महसूलापैकी ४० टक्के लेट्यूस आणि ब्रोकोलीतून येतो.) त्यांच्या मुंबईच्या मार्केटिंग ऑफिसमध्ये ३५ माणसं काम करताहेत तर शेतामध्ये आहेत २४० माणसं.

"भाज्यांची शेती खूप काळजीपूर्वक करावी लागते, त्यामुळे माणसांची निकडही तशी भासते. त्यामुळे मोबदलाही चांगला द्यावा लागतो. दिवसाला कमीत कमी १२० रुपये."

अर्थात अनेक कामगार येत जात असतात. त्यांनाही पूर्ण पगार द्यावा लागतोच. तसं योग्यच असतं कारण समरसाठी पैसे हे कधीच पुढे जायचं साधन नव्हतं.

"वयाच्या सतराव्या वर्षी ठरवलं, की मी लग्न करणार नाही. मला मुलं नको आहेत. ज्याला कौटुंबिक जबाबदाऱ्या सांभाळता येतात अशा 'घरगुती' स्वभावाचा मी माणूसच नाही. त्यामुळे काही बचत करायची, असा विचारच नव्हता कधी. ना कधी 'मागे काहीतरी ठेवलं पाहिजे'चा विचार.

"माझं लवकर स्वतःचं घर असावं किंवा माझी मुलं अमेरिकेत शिकायला जाऊ शकतात त्यांच्यासाठी पैसा राखून ठेवला पाहिजे, असला काही विचारच नव्हता. त्यामुळे जे काही मी कमवेन ते पुन्हा बिझिनेसमध्येच घालत होतो. मी दर वर्षी नवीन जागा विकत घेत होतो."

समरसाठी महत्त्वाची गोष्ट होती, शिकावं आणि आवडीचं काम करावं. आणि 'त्रिकाया'मध्ये या दोन्हीही कामांसाठी खूप संधी होती.

"लोक म्हणतात, 'अरे तो भाज्या विकतो.' पण हा खूप चांगला बिझिनेस आहे. मला सोफेस्टिकेटेड लोकांबरोबर काम करावंच लागत नाही. अनेकदा तर मला इंग्रजीही बोलावं लागत नाही. मी अशा गोष्टी फारशा मनावर घेतच नाही."

आणि तो फार महत्त्वाकांक्षीही नाही.

अलीकडेच श्री. सखसेरीयांनी मला विचारलं, "समर 'त्रिकाया'ला तू सात कोटीवरून ३५ कोटी रुपयांवर नेऊ शकतोस का?" आणि माझ्याकडे या प्रश्नाचं उत्तर नव्हतं.

"प्रश्न, 'मी करू शकेन की नाही' हा नाहीये. 'मला ते करायचं आहे की नाही,' हा आहे." २००७ मध्ये समरने खारावलेले कांदे, पॅप्रीका, हालापिनो यांच्यासाठी प्रोसेसिंग आणि कॅनिंग विभाग स्थापन केला आणि अशासारखे प्रॉडक्टस् लेबल लावून किरकोळ विक्रीच्या ग्राहकांना विकायला सुरुवात केली नि हळूहळू आपला ब्रँड 'त्रिकाया' वाढवायला सुरुवात केली. व्यवसाय वाढवायचा म्हणजे सगळं तेवढ्याच मोठ्या प्रमाणात वाढवणं आहे. सगळंच पैसा, कामगार आणि त्यात गुंतवणूक करणाऱ्यांचीही कमी नव्हती.

एका माणसानं त्याच्यासमोर एक प्रस्ताव ठेवला, "मी यात ३० कोटी रुपये घालायला तयार आहे. सगळी जोखीम माझी. मग तू का घाबरतो आहेस?"

समीर उत्तरला, "याचसाठी मी घाबरतो आहे. हे माझं आयुष्य आहे. माझा वारसा. माझ्यासाठी जे जे काम करतात त्या सगळ्यांची जबाबदारी माझी आहे."

"जेव्हा माझे बाबा क्रॉफर्ड मार्केटमध्ये पहिल्यांदा ब्रोकोली घेऊन गेले तेव्हा होलसेल विक्रेते हसले. म्हणाले, 'ये तो सडा हुआ गोभी है!' त्यांनी तो साध्या फ्लॉवरच्या भावातही विकत घेतला नाही."

हा जरी खूप सोपा, फायदेशीर व्यवसाय वाटत असला तरी नेहमीच तसं नसतं. तुम्ही बारा प्रकारचे बिन्स पेरले असता त्यातलं एखादंच क्लिक होतं.

"आमच्याकडे संशोधन आणि विकास अर्थात 'आर अँड डी'चा खास विभागच आहे. तिथे सातत्याने नवीन रोपं, नव्या जातींवर संशोधन सुरू असतं. आणि आताच अलीकडचा माझा ध्यास आहे, फळांची लागवड.

मला सीताफळाची चव असलेली एक जात सापडली आहे, मोठं फळ आणि जवळजवळ बिया नसलेलं. लवकरच ते बाजारात दाखल होईल आणि ही तर केवळ सुरुवात आहे.

नुकताच मी 'पाम हार्ट' कसं पिकवायचं हे शिकायला हवाईला जाऊन आलोय. या उन्हाळ्यात मी एक्वाडोरला असेन. फळांची लागवड करणाऱ्या एका विलक्षण शेतकऱ्याकडे राहणार आहे. जे जे त्याच्याकडून शिकता येईल ते सगळं शिकणार आहे."

तो बोलत असताना त्याच्या डोळ्यांत आनंद ओसंडत असतो.

शक्यतांच्या काही बिया अजून रुजायच्यात.

'मेहनत का फल', हमेशा मिठा होता है।

◆

तरुण उद्योजकांना सल्ला

तुम्ही जर शहरात राहणारे असाल आणि तुम्हाला शेती करायची असेल तर पहिली गोष्ट, घाई करू नका. तुम्ही चटकन पैसे कमवू शकणार नाहीत. तुमच्यासमोर असे प्रश्न येऊ शकतात ज्याची तुम्ही कधी अपेक्षाही केली नसेल.

तुमचं सामर्थ्य कशात आहे ते ओळखा आणि तुम्ही कशामुळे प्रोत्साहित होता, हे जाणून घ्या. शंभर एकर जमिनीत हापूस आंबा पिकवणं, हा चांगला व्यवसाय होऊ शकतो. पण कितीतरी जण हे करत असतात त्यामुळे यात आव्हानात्मक काहीच नाही. हेच मला सातत्याने पुढे नेत राहिलं. आव्हानं, वेगळ्या गोष्टी, नव्या गोष्टी सातत्याने करत राहणं.

आणि लक्षात ठेवा, पेराल ते उगवेल, हा नियम शेतीसाठी जितका खरा आहे तितकाच आयुष्यात प्रत्येक गोष्टीसाठीही.

चांगलं बीज पेरा, तुम्ही त्याच्या काही पट उगवाल.

जुबान

स्वत:ला व्यक्त करण्यासाठी सर्जनशील व्यक्तींना हवं असतं, एक व्यासपीठ! जेव्हा त्यांची सर्जकता ही अगदी वेगळी... एकमेवाद्वितीय असते, तेव्हा तिच्यासाठी व्यासपीठही नव्यानं तयार करायला लागतं. त्या व्यासपीठाची निर्मिती करत असताना, तो कलाकारही एक 'उद्योजक' बनतो.

गोष्टी वेल्हाळ

अभिजित बनसोड
स्टुडिओ एबीडी

'एनआयडी' ग्रॅज्युएट असलेल्या तरुण अभिजितला नेहमीच आश्चर्य वाटायचं, देशी डिझायनर्सना पाश्चिमात्य कल्पनाच का आकर्षित करतात? भारतीय टायटनच्या 'हेरिटेज' आणि 'रागा' कलेक्शनचा तो जन्मदाता बनला आणि आता तो चालवतो आहे स्वतःची प्रॉडक्ट डिझाइन कंपनी.

जेव्हा अभिजितनं मला त्याच्या ऑफिसचा पत्ता ई-मेल केला तो वाचून माझं कुतूहल चाळवलंच.

'लेक व्ह्यू फार्म, ऑफ व्हाइटफिल्ड - ओल्ड एअरपोर्ट रोड'.

बंगळुरूच्या त्या कर्णकटू ट्रॅफिकबरोबर दोन तास शौर्याने लढत मी त्या शांतीच्या प्रदेशात पोहोचले. माझं स्वागत केलं ते नैसर्गिक प्रकाशानं, भरपूर ऑक्सिजनयुक्त हवेनं आणि जमिनीवर ठामपणे उभ्या असलेल्या डिझायनरनं.

"तुमचं घड्याळ दाखवा मला? हे 'रागा'चं आहे!" तो आनंदानं उद्गारला.

काय योगायोग होता - एका डिझायनरला त्यानं डिझाइन केलेली कलाकृती नुकत्याच ओळख झालेल्या व्यक्तीच्या मनगटावर दिसते.

मी त्याला सांगत होते, मला किती आवडतं हे घड्याळ, ब्रेसलेट स्टाइलचं.

तो मान डोलावतो. जणू यापूर्वी लाखो वेळा ऐकूनही त्याचं मन अद्याप भरलेलं नाही अशा रीतीनं.

आणि का नसावं! तो अभिजित बनसोडचा द्रष्टेपणाच होता. त्यानं 'टायटन'ला डिझाइन सेंट्रिक कंपनीत रूपांतरित केलं आणि नवीन भारतीय यशोगाथाच लिहिली; आणि तेही जाहिरातीतूनच नाही तर त्यानं 'टायटन'चा डीएनएच बदलून टाकला.

एक ध्येयवादी तरुण संपूर्ण व्यवस्थेवरच कसा प्रभाव टाकू शकतो, याचं उत्तम उदाहरण म्हणजे अभिजित.

जबरदस्त यशासाठी तुम्हाला संयम राखून योग्य संधीची वाट बघावी लागते. सर्जनशील आणि व्यावसायिक व्यक्ती परस्परपूरक आणि परस्पराधारीत असतात; एक नवीन आर्थिक 'राग' निर्माण करण्यासाठी!

गोष्टी वेल्हाळ

अभिजित बनसोड
स्टुडिओ एबीडी

अभिजित बनसोड जन्मला आणि वाढला नागपूरमध्ये. पहिला क्रमांक मिळवायचाच, असलं काहीही ध्येय नसलेलं त्याचं काळजीमुक्त बालपण.

"ऐंशी जणांच्या वर्गात माझा नंबर ५० नंतरचाच असायचा. पण त्यामुळेच मला जे हवं ते करायला खूप स्वातंत्र्य मिळालं."

अभिजितच्या घराशेजारी एक तळं होतं आणि इंग्रजकालीन बराकीही.

"मी आणि माझा भाऊ या तलावात खूप उड्या मारायचो, पोहायचो. अगदी काहीही, कुठलीही गोष्ट करायचो, सगळं घराबाहेर."

आई-बाबा दोघंही सरकारी नोकरीत होते. आई एम्प्लॉयमेंट एक्स्चेंजला तर वडील आयुक्तांच्या कार्यालयात.

"त्यामुळे सुदैवानं दुपारच्या वेळी आमचं घर रिकामंच असायचं." तो हसतो.

मुलांकडे काहीही करायला नसणं आणि त्यांना बघायला कुणी नसणं, हे आजच्या आधुनिक पालकांसाठी खरं तर भीतिदायकच असतं, पण अभिजित त्यासाठी कृतज्ञ आहे.

"त्यामुळे आम्हाला खूप अनुभव घेता आले. लोकांशी वागण्यात, परिस्थिती हाताळण्यात, अधिक चांगली करण्यात. मुलांना स्वतः विचार करू द्या, त्यांचे उपाय ते स्वतः शोधून काढतील!"

पण तरीही 'काय करावं आयुष्यात' हा प्रश्न राहिलाच.

हाताशी मिळणाऱ्या विविध गोष्टी घेऊन नानाविध वस्तू बनवणं, मला आवडायचं. पण मी चित्रकार किंवा डिझायनर बनेन, अशी कल्पना कधीच केली नव्हती. मी खरं तर चित्रकलेची, जी प्राथमिक परीक्षा असते - एलिमेंटरी - ती सुद्धा नापास झालो होतो. आणि आई म्हणालीसुद्धा, 'हा तुझा प्रांत नाही, असं मला वाटतं.'

त्याशिवाय नागपूरमध्ये राहणाऱ्या मुलाला, तेही ऐंशीच्या दशकात 'डिझायनिंग' हा करिअरचा पर्याय असू शकतो, याची जाणीव असणंही शक्य नव्हतं. त्या वेळी तीनच क्षेत्रं महत्त्वाची होती. अभियांत्रिकी, वैद्यकीय किंवा प्रशासकीय.

त्यामुळे दहावीनंतर खरोखरच अभिजित आपल्या आयुष्याबद्दल गंभीर झाला आणि चांगले गुण मिळवले. कऱ्हाडच्या शासकीय अभियांत्रिकी महाविद्यालयात प्रवेश मिळवण्यापुरते. पण मेकॅनिकल इंजिनिअरिंगऐवजी त्याचा ओढा डिझायनिंग आणि सर्जनशील गोष्टींकडेच जास्त होता.

"मी पोस्टर तयार करायचो. माझ्या मित्रांनी गेम्ससाठी सॉफ्टवेअर तयार केलं आणि मी इंटरफेस."

यामुळे अभिजित डिझाइनच्या अभ्यासाकडे वळणं साहजिकच होतं. त्याला दोन्हीकडे आयडीसी (इंडस्ट्रिअल डिझाइन सेंटर, आयआयटी, मुंबई) आणि 'एनआयडी' (नॅशनल इन्स्टिट्यूट ऑफ डिझाइन, अहमदाबाद) प्रवेश मिळाला.

आयडीसी त्याला या प्रशिक्षण कालावधीतलं मानधनही देणार होतं, पण जेव्हा तो 'एनआयडी' मध्ये गेला तेव्हा त्याला जाणवलं, मी इथेच असायला हवं. त्यानं शैक्षणिक कर्ज घेतलं. इंजिनिअरिंगच्या शिक्षणाचा शेवटचा दिवस संपला आणि दुसऱ्या दिवशी पालडी येथील कॅम्पसमध्ये एका प्रकल्पावर तो वर्ग घेत होता. तो शिकवत असलेला पहिला वर्ग.

'एनआयडी' म्हणजे एकदाच घेतलेला, पण आयुष्यभराचा अनुभव होता. काय शिकलो आणि काय शिकलो नाही, याचा होता; आणि इतकं करूनही उरत होतं ते, या सगळ्यात 'मी कोण आहे'चं सार!

"मी जरा अति आशावादी माणूस आहे. मी नेहमीच खूप शक्यता पाहतो आणि माझ्याकडे काय नाही, या विचारानं सगळं घालविण्यापेक्षा माझ्याकडे जे आहे, त्यातून काहीतरी तयार करतो!"

यात सादरीकरण आणि रेखाटनांचाही समावेश होता, जे अभिजित वयाच्या २३ व्या वर्षी पहिल्यांदा शिकत होता.

त्यामुळे 'एनआयडी'चा काळ संघर्षाचा होता. त्यात भर म्हणजे, अभिजितला तिथे सांस्कृतिकदृष्ट्या उपरं वाटत होतं. सगळं काही इतकं पाश्चिमात्य होतं, की भारताचा आम आदमी त्याच्याशी जुळवून घेऊ शकत नव्हता.

याशिवाय, विक्रीशास्त्र हा तर डिझायनिंगचा शत्रूच होता जणू!

वरिष्ठ सांगायचे,"कंपन्यांमध्ये तुम्हाला पुढे जायचं असेल तर मार्केटिंगबरोबरची लढाई अपरिहार्य आहे."

"कल्पना स्वीकारण्यासाठी वेळ लागतो. मी कधीही धीर सोडत नाही. माझं दुसरं हत्यार म्हणजे माझी कल्पनाशक्ती. ज्याच्यासाठी मला काहीही पैसे मोजावे लागत नाहीत फक्त डोक्यात उमटलेलं चित्र जसंच्या तसं कागदावर उतरवणं एवढंच काम करावं लागतं."

एखादं उत्पादन ही वेगळी गोष्ट असायची तर त्याचा 'ब्रँड' त्यापेक्षा वेगळी गोष्ट असायची. अभिजितला हीच गोष्ट गोंधळात टाकायची.

दरम्यान, देशी प्रवृत्तीच्या अभिजितनं 'एनआयडी'मध्ये काही नैसर्गिक वस्तूंच्या मदतीनं काही वेगळे प्रकल्प सादर केले.

''मी 'प्रॉडक्ट डिझाइनिंग'मध्ये खासियत मिळवली. मला खरोखरच अशी गोष्ट करायची होती ज्याची प्रेरणा भारत असेल. पण माझा हेतू कलेला केवळ कला म्हणून वापरण्यापेक्षा त्यात आंतरराष्ट्रीय अभिरुचीचंही एकत्रीकरण असेल हा होता.''

असं काहीतरी घडवावं, जे भावनिक आहे, आवाहन करणारं आहे आणि ज्याला स्वत:ची ओळख आहे.

'एनआयडी'मुळे अभिजितला टेक्स्टाइल, ग्राफिक्स डिझाइन, ॲनिमेशन, व्हिडिओ, सिरॅमिक्स आदी क्षेत्रांचा अनुभव घेता आला. ती नुसतं पाहूनही अनेक गोष्टी तुम्ही शिकू शकता; मात्र अभिजितला त्याच्याही पुढे जात त्या सगळ्यांना एकत्र करणं आवडत होतं.

''रंगांसाठी मी टेक्स्टाइल डिझायनिंगची मदत घ्यायचो, तर प्रॉडक्ट रचायला ग्राफिक डिझायनिंगची मदत घ्यायचो.... त्यामुळे माझ्या लक्षात आलं, की प्रत्येक गोष्ट वेगळा विचार त्यात आणते आणि तरीही कोणावरही अन्याय होत नाही.''

उलट खरं तर जादू घडते.

अभिजितमध्ये काहीतरी वेगळं करून दाखवायचा किडाच होता. पदविका प्रकल्पासाठी ऑटोरिक्षाच्या तंत्रावर 'लोकांसाठी कार' करण्याची कल्पना घेऊन त्यानं 'बजाज'शी संपर्क साधला.

पण कंपनीनं त्यात अजिबात रस दाखवला नाही.

''ते घडलं नाही.'' तो हसतो. ''पण कदाचित ती माझ्यासाठी चांगली गोष्ट झाली. ऑटो इंडस्ट्री खूपच संथ आहे. एखादं नवं उत्पादन तयार करायला ती नऊ ते दहा वर्षे घेते.''

त्याऐवजी अभिजित 'टायटन'मध्ये आला -भिंतीवरल्या घड्याळांवर काम करण्यासाठी. इथे पुन्हा तीच कल्पना, नवीन आणि जुन्याचा संगम करण्याची. या मौल्यवान उद्योगात पारंपरिक कलात्मकता आणण्याची!

त्यासाठी त्यानं निवड केली -एटिकोपाकाची. आंध्र प्रदेशमधल्या याच नावाच्या गावात, याच नावानं ओळखल्या जाणाऱ्या लाकडी खेळण्याची.

अभिजित तिथे गेला. तिथल्या कारागिरांमध्ये राहिला आणि त्यांची कला बारकाईने अभ्यासली.

''इतके विस्मयकारी रंग झाडांपासून तयार करण्याची कला मी त्यांच्याकडून शिकलो. त्यांचं हे मॉडेल पूर्णत: सांभाळून, त्याची प्रतिकृती कशी तयार करता

येईल - तेही वेगळ्या प्रमाणात आणि वेगळ्या उद्योगामध्ये, हा त्या मागचा विचार होता.''

एखादी सुंदर कलाकृती निर्माण करणं, एवढीच त्यामागची कल्पना नव्हती तर ती सरसकट सर्वांना आवडेल, अशी बनवायची होती. कारण सौंदर्य परवडू शकतं, त्याचं मोठ्या प्रमाणात उत्पादन करता येऊ शकतं. पण हातानं तयार केल्या जाणाऱ्या एखाद्या सुंदर शिल्पाचं उद्योगात रूपांतर करणं हे खरं आव्हान होतं!

एटिकोपाकाच्या प्रत्येक दौऱ्यानंतर अभिजित मूळ नमुना घेऊन यायचा आणि कारखान्याच्या इंजिनिअरबरोबर बसायचा आणि त्या वस्तूला हवा तो आकार देत छिन्नीकाम करत राहायचा.

परिश्रमाचं फळ गोड असतंच. अभिजितच्या या कठोर परिश्रमाचं फळ मिळालं ते आंतरराष्ट्रीय डिझायनिंग स्पर्धेत. त्याच्या या भारतीय स्फूर्तिस्थान असलेल्या एकमेव कलाकृतीला दुसरं पारितोषिक मिळालं; आणि ती केवळ एक दिखाऊ वस्तू राहिली नाही तर त्या डिझाइनवरून तयार केल्या गेलेल्या घड्याळांची विक्री झाली - तब्बल चार हजार! साहजिकच पुलकित झालेल्या कंपनीनं त्याला नोकरी ऑफर केली. कायमस्वरूपी!

ते वर्ष होतं १९९८ आणि 'टायटन'ची पाच प्रकारची डिझायनर उत्पादने बाजारात होती.

मात्र ती खऱ्या अर्थानं डिझायनिंग प्रकारची नव्हतीच. पुरुषांची घड्याळं स्विस मार्केटमधल्या घड्याळांवरून प्रेरणा घेऊन तयार केलेली असायची आणि स्त्रियांची घड्याळं म्हणजे फक्त त्याच्या छोट्या आकारातल्या प्रतिकृती असायच्या. अगदी बोअरिंग!

डिझायनिंग फक्त आधार द्यायचं काम करत होतं. कंपनी मार्केटिंगच्या तत्त्वानं चालत होती. अर्थात एक तरुण डिझायनर म्हणून इतकं सगळं सुरुवातीलाच माहीत असणं शक्य नव्हतं. अगदी प्राथमिक गोष्ट करायची होती, ती म्हणजे घड्याळ निर्मितीतील 'बाराखडी' समजून घेणं.

''घड्याळ हे खूप छोटं, मौल्यवान आणि तुम्ही शरीरावर वागवत असल्यानं खूप वैयक्तिक असतं. साहजिकच त्याबद्दल काही संकेत ठरलेले असतात, जे तुम्हाला पाळावेच लागतात. ते मान्य करूनच तुम्हाला त्यात नावीन्य आणावं लागतं, पूर्णतः कायापालट न करता!''

अभिजित पाच वर्षे सगळं बारकाईनं निरीक्षण करत आणि सगळं समजून घेत होता.

''आणि मग मी अशा स्थितीत पोहोचलो, जेव्हा मी खऱ्या अर्थी काहीतरी योगदान करू शकेन. मी सांगू शकेन की हे असंच असायला हवं आणि त्यांनीही

ते ऐकायला हवं.''

अभिजितनं २००२ मध्ये 'हेरिटेज कलेक्शन' तयार केलं; आणि त्याला त्याचा पहिला मोठा ब्रेक मिळाला. असंख्य वर्षांपासून चालत आलेल्या भारतीय शिल्पकलेतून स्फूर्ती घेऊन तयार झालेली ऐटबाज, आकर्षक आणि महागडी हाय-एंड घड्याळं!

''इतिहासाचा प्रभाव खूपच मोठा आहे. शुद्ध हिंदू (मंडल) पासून ते अशोककालीन बौद्ध प्रभावापर्यंत. त्यानंतर तुम्ही येता राजपुताना – इस्लामी संगमाकडे आणि अर्थातच वसाहत कालखंडाकडे.''

ही घड्याळं मार्केटिंगच्या गरजेतून घडलेली नाहीत तर ती जन्मली एका पूर्णत: एका प्रेरणेतून. एका तरुण डिझाइनरच्या द्रष्टेपणातून!

पण थोड्याच काळात मार्केटिंग टीमला त्यातल्या 'गोष्टी वेल्हाळपणा'च्या शक्तीची जाणीव झाली. जेव्हा तुमच्याकडे काहीतरी अद्वितीय आणि चटकदार सांगण्यासारखं असतं, तेव्हा तुम्हाला कोट्यवधी रुपये खर्च करण्याची गरज नसते. तुम्ही फक्त २० ते २५ लाख रुपये खर्च करून परिणाम साधू शकता.

''माझ्या दृष्टीनं कामातलं कौशल्य ही काही महत्त्वाची गोष्ट नाही, ते मिळवता येतं. गरजेचा असतो तो योग्य ॲटिट्यूड.''

हे स्पष्ट करण्यासाठी या घड्याळाचं लाँचिंग करताना आजच्या संगीताला जोडीला घेतलं.

तौफिक कुरेशी यांना या कार्यक्रमासाठी आमंत्रित केलं गेलं. प्रत्येक घड्याळाला संगीत अर्पण केलं गेलं.

कार्यक्रम आणि घड्याळं खूपच लोकप्रिय झाली. साहजिकच या घड्याळांच्या विक्रीने कायम वरतीच झेप घेतली

(आजच्या घडीला या कलेक्शनमधून २० कोटी रुपयांच्या वर रेव्हेन्यू मिळवला आहे.)

'हेरिटेज' कलेक्शनची वाढती लोकप्रियता हा केवळ अभिजितसाठीच नव्हे तर कंपनी म्हणून 'टायटन'साठीही महत्त्वाचं वळण होतं. मार्केटिंगच्या प्रयत्नांमध्ये डिझायनिंग महत्त्वाची भूमिका बजावू लागली. लोकांपर्यंत पोहोचण्याचा, लोकांना दुकानापर्यंत आणण्याचा हा वेगळा मार्ग त्यातून मिळाला होता.

याचंच पुढचं पाऊल होतं, 'रागा'. भारतीय स्त्रियांसाठीचं खास कलेक्शन.

''आम्ही ठरवलं की ही घड्याळं म्हणजे नेहमीच्या पठडीतील, 'मला-सुद्धा' प्रकारातली नसावीत. तर 'रागा'च्या रूपानं भारतीय दागिन्यांचा सन्मान करता येईल. जगात कुठेही अशा प्रकारची घड्याळं नाहीत.''

आणि यातून जन्माला आली एका वेगळ्याचं धाटणीतल्या घड्याळांची मालिका, 'रागा'. नेहमीच्या चामड्यांच्या पट्ट्यांची जागा बांगड्या आणि ब्रेसलेटने घेतली. भारतीय संवेदनक्षमता घड्याळाच्या डायलमध्ये प्रतिबिंबित होत होती. पारंपरिक कपड्यांचं डिझाइन आणि रंग यांच्याशी संगती साधणारी ही घड्याळं पटकन डोळ्यात न भरणारी आणि तरीही आपला उच्च वर्ग सांभाळणारी होती.

त्यानंतर आम्ही 'डिजिटल लाइफ'कडून प्रेरणा घेऊन 'ब्लॅक' नावानं घड्याळं बाजारात आणली, खास मुलांसाठी. कॅसिओ पद्धतीच्या घड्याळांची पुढील आवृत्ती असलेली ही घड्याळं ऐटबाज आणि सुंदर होती.

अर्थात ही काही पूर्णत: सर्जनशील प्रक्रियेतील घड्याळं म्हणता येणार नाहीत.

डिझाइन टीम आणि मार्केटिंग टीम एकत्र बसून, या प्रकारची घड्याळं कुठल्या वर्गातील लोकांना आवडू शकतील याचा आढावा घेत ध्येय निश्चित करतात. त्यानंतर येतं ते डिझाइन ब्रिफ.

त्यानुसार तुम्ही कोणती स्टोरी सांगणार आहात ते स्पष्ट होतं. अशी स्टोरी जी त्या उत्पादनाला वरच्या स्तरावर घेऊन जाईल. अनुभवांच्या स्तरावर!

प्रत्येक टप्प्यावर खूप संवाद घडतो. कल्पनांची देवाणघेवाण केली जाते आणि मग सर्वांत शेवटी जबाबदारी येते डिझायनिंग टीमवर, ती आपली 'गोष्ट' सादर करते.

''सर्वसाधारणपणे डिझायनर्सना अनेक पर्याय समोर ठेवण्यास सांगितलं जातं, पण इथे त्यांनी जर चार मागितले तर आपल्याला पाच देता आले पाहिजेत. एवढा आत्मविश्वास मी माझ्या टीमला दिला आहे. आम्ही ती पद्धत म्हणून स्वीकारतो, आणि आम्हाला माहीत असतं - आम्ही काय करतो आहोत.''

एकदा का डिझाइन नक्की झालं की मग 'मार्केटिंग' विभाग कामाला लागतो आणि ते पोहोचतात जाहिरात विभागाकडे. यासाठी कोणत्या प्रकारचं प्रमोशन करता येईल, याचा विचार आता जाहिरात विभाग करू लागतो. त्यामुळे जोपर्यंत ती घड्याळं उत्पादन प्रक्रियेमध्ये असतात त्यादरम्यान जाहिरातीसाठीची साधनं आणि विक्री कौशल्याचे आराखडे तयार झालेले असतात.

''अगदी शेवटच्या क्षणी, अगदी चित्रीकरण चालू असताना - तुम्ही काहीतरी क्रिएटिव्ह नाव सुचवताय - असं इथे कधी होत नाही. पूर्वी व्हायचं असं. अगदी आजही अनेक कंपन्यांमध्ये होत असतं हे.''

नंतरच्या पाच वर्षांत डिझायनिंग टीमने एका मागोमाग एक कलेक्शनची निर्मिती केली. तीही स्वतंत्र, वेगळं व्यक्तिमत्त्व असलेली.

'फास्ट ट्रॅक' घड्याळांनी तर त्यांचा ओल्ड फॅशन लूक बदलून एकदम तरुणांचा ब्रॅंड म्हणून लोकप्रियता मिळवली. 'फास्ट ट्रॅक'च्या अंतर्गत 'मसाला' या

नावानं आलेल्या कलेक्शनमध्ये तर 'एमटीव्ही' स्टाइलच्या पूर्व -पश्चिम संगमाची धमाल होती.

''मी जॅपनीज डिझाइन फिलॉसॉफी, स्कॅन्डिनेव्हियन डिझाइन फिलॉसॉफी, इटालियन डिझाइन फिलॉसॉफी शिकलो. मला आश्चर्य वाटायचं, भारतीय डिझाइन फिलॉसॉफी कुठे आहे?''

''मला वाटतं, 'हेरिटेज' लोकांना आवडलं, कारण त्याची वेळ आली होती. सगळ्यांचं लक्ष भारताकडे होतं, बॉलिवूड, करी, अरुंधती रॉय. ज्यांना ज्यांना 'देशी' लेबल लावलं गेलं ते आवडलं.''

आम्ही तर चक्क पूर्णत: भारतीय घटकाचा, मराठी चड्डीचा वापर करून त्याची स्टाइल स्टेटमेंट तयार केली. पण अर्थातच अतिरंजित पद्धतीनं नाही.

एका बाजूला हे तर दुसऱ्या बाजूला याच टीमने 'नेब्युला'सारखी लक्झरी घड्याळही आणली.

''घड्याळांमध्ये सोनं किंवा हिऱ्यांचा केवळ वापर करून चालत नाही. त्यातल्या प्रत्येक घटकाला काही अर्थ द्यावा लागतो, भावनिक नातं जोडावं लागतं.'' अभिजित स्पष्ट करतो.

अर्थात त्यातले तपशीलही तितकेच महत्त्वाचे असतात. त्याच्या टीमनं जसं 'नेब्युला कलेक्शन'साठी प्रसिद्ध सुलेखनकार अच्युत पालव यांच्याबरोबर काम केलं होतं.

''आम्ही विचार केला, या दोन्ही गोष्टी एकत्र आणल्यास विलक्षण परिणाम साधू शकतील. डिझाइनची प्रेरणा मिळण्यासाठी त्यात बुडून जाणं गरजेचं असतं.''

'हेरिटेज कलेक्शन' म्हणजे विविध ठिकाणांना भेटी देणं, तिथला प्रभाव टिपणं आणि त्यातला अतिमहत्त्वाचा घटक वेचणं. जसं राजपुतानाचं स्वत्व टिपणारे हवामहलमधले 'झरोखे'.

''जेव्हा आम्ही 'चॉकलेट कलेक्शन'वर काम करत होतो तेव्हा आम्ही चॉकलेट शॉप्स, चॉकलेट स्पाना भेटी दिल्या. तुम्ही जेव्हा एखादी गोष्ट डिझाइनद्वारा व्यक्त करणार असाल तर तुम्ही तो अनुभव घेणं महत्त्वाचं ठरतं.''

आणि एकदा का ते तुम्ही केलं, की फॅक्टरी लेव्हलला तुम्हाला आवश्यक सगळा पाठिंबा लागतो.

उत्पादनासाठी लागणाऱ्या यंत्रसामग्रींसाठी खूप मोठी गुंतवणूक केली गेलेली असते. त्यामुळे तुम्हाला खूप तपशिलात जावं लागतं. शिवाय निर्मिती प्रक्रियेच्या

बाबतीतही त्यांनी यापूर्वी जे कधीही केलेलं नाही ते त्यांच्याकडून तुम्हाला हवं तसं करून घ्यायचं असेल तर सतत त्यांच्या मागे राहावं लागतं.

"इतर ठिकाणी कदाचित 'सॉरी, आम्हाला हे शक्य नाही', असं ऐकायला मिळू शकतं."

पण इथे अशक्य गोष्ट शक्य करावीच लागते, कंपनीचं भवितव्य त्यावर अवलंबून असतं.

याचा अर्थ आंत्रप्रेनर होणं आहे? मी विचारलं.

'होय', तो उत्तरतो. "तुमचं काम ड्रॉइंग बोर्डपुरतंच मर्यादित नसतं. तुम्हाला स्वप्नांपासून वास्तवापर्यंतचा प्रवास करावाच लागतो."

आणि हो, फार क्वचित मिळणारा सन्मान त्याला मिळाला आहे. 'टायटन'नं अभिजितचं नाव प्रत्येक 'हेरिटेज' घड्याळामागे दिलेलं आहे.

"त्यांचा माझ्यावर असणारा हा विश्वास अविश्वसनीय आहे....स्वातंत्र्य आणि संपूर्ण विश्वास यांची ही संस्कृती आहे."

खरं तर अगदी सुरुवातीपासूनच 'टायटन'नं डिझायनर्सना कंपनीव्यतिरिक्त इतर कामं करण्याची मुभा दिली होती.

"मी दुसऱ्या कोणत्याही कंपनीसाठी फ्रि-लान्सिंग करत नव्हतो, पण मी माझं स्वतःचं काम करायचो. घरगुती ॲक्सेसरीजची लाइन डेव्हलप केली आणि ते सगळं गोष्टी सांगण्याबद्दलचं होतं. खरोखरच गमतीदार स्टफ." अभिजितनं त्या वस्तूंचं प्रदर्शन बंगळुरू, चेन्नई, दिल्ली येथे भरवलं. पण तो त्या बिझिनेसबाबत कधीही गंभीर नव्हता. त्यानं जर 'टायटन'लाच चिकटून न राहता आपली सगळी ऊर्जा याकडे केंद्रित केली असती तर मात्र तो चांगला उद्योजक बनू शकला असता. पण अभिजितला त्याचा पश्चात्ताप नाही.

"कॉर्पोरेट्सकडे जास्तीत जास्त लोकांपर्यंत जाण्याची ताकद असते, जी माझ्याकडे कधीच नव्हती."

दहा वर्षे कंपनीबरोबर काम केल्यानंतर मात्र अभिजितला दुसरीकडचे, जगाला शोधण्याचे वेध लागले.

"घड्याळांमध्ये अगदी प्लास्टिकपासून प्लॅटिनमपर्यंत सगळ्यात मी काम केलं. आता मला वाटू लागलं, दुसरी स्वप्न खरी करण्याची वेळ आलेली आहे."

"घरात तुम्ही भारतीय असता आणि बाहेर मात्र तुमचा चेहरा पाश्चिमात्य असतो. म्हणून जर ते 'कॉर्पोरेट कलेक्शन' असेल तर तुमच्या घड्याळाच्या डायलवर तुम्ही रोमन आकडे घालता."

दोन वर्षांपूर्वीच तो व्यवस्थापनाशी बोलला होता. त्यांनी त्याला वर्षभर थांबण्याची विनंती केली होती. त्यांनी त्याला नवीन टीम तयार करायला आणि 'हेरिटेज - कलेक्शन २' पूर्ण करायला सांगितलं, जे त्याला खूप प्रिय होतं.

अभिजितनं अधिकृतरीत्या 'टायटन' सोडलं ते २००८ मध्ये, आठ डिझायनर्सची टीम मागे ठेवून. त्यानं आता सुरू केला आहे, त्याचा स्वत:चा स्टुडिओ, 'अभिजित बनसोड डिझाइन्स' अर्थात एबीडी - एक अशी कंपनी जी प्रॉडक्ट डिझाइनमध्ये आणि 'भारतीय गोष्टी'मध्ये पारंगत आहे.

एका वर्षाच्या आत 'एबीडी'ने बीपीएलसाठी एक संस्मरणीय टेबल लॅम्प बनवला.

हे उत्पादन करण्यासाठी त्याला जे ब्रिफिंग दिलं गेलं, त्यानुसार त्यांना मुलांसाठी असा एक दिवा हवा होता जो परीक्षांच्या दिवसात लाइट्स गेले तरी किमान सहा तास चालू राहील. 'यात स्टोरी कशी आणणार' या विचारापासून या गोष्टीचा विचार सुरू झाला. अगदी सगळ्याचा, त्याचा आकार कसा असावा इथपासून.

''सर्वांत आधी मला त्यांना लहान बॅटरीज् वापरायला भाग पाडायला लागलं; कारण तुम्ही बसण्याच्या टेबलवर मोठा इन्व्हेंटर लावू शकत नाही.''

नंतर आली गोष्ट 'हेलो'ची. तो लॅम्प जणू तुमची मदत करायला आलेला तुमचा मित्रच आहे. जणू अंधारात हळूच आलेला तो प्रकाश म्हणतोय, 'हॅलो'.

''हा मुलांसाठी असल्यामुळे त्याला मी सॉफ्ट कॉर्नर्स दिले आणि जेलीसारखा ॲनिमेटेड आकार. हा लॅम्प असा तयार केला जणू आपलं नाक वाकवून तो मुलांशी बोलतोय, असा भास व्हावा. त्याशिवाय आम्ही नव्या प्रकारची 'एलइडी' लायटिंग वापरली. साधे बल्ब उष्णता निर्माण करतात. या लाइटला 'शंकर नेत्रालय'नं क्वालिटी लाइटचं प्रमाणपत्र दिलं आहे.''

तंत्रज्ञान आणि कल्पनाशक्ती यांचा हा विलक्षण संगम होता. आश्चर्य म्हणजे हे उत्पादन मार्केटमध्ये पोहोचायला फक्त सात महिने लागले आणि दुसरी आश्चर्यकारक गोष्ट म्हणजे याचं उत्पादन 'बीपीएल'च्या स्वत:च्या केरळ येथील कारखान्यात झालं.

''मला कल्पना नव्हती की, मी कधी डिझायनर बनू शकेन. खरं तर मी चित्रकलेची एलिमेंटरी परीक्षा नापास झालो होतो. आणि आई म्हणाली होती, हे तुझ्यासाठी नाही!''

त्यांच्या व्यवस्थापकीय संचालकांकडून मला माझ्या मनासारख्या गोष्टी करायचे सगळे अधिकार दिले होते. त्यांचा पूर्ण विश्वास होता.

फॅक्टरीला सांगण्यात आलं होतं, "अभिजित जे सांगतो ते बरोबर आहे. ते कसं करायचं त्याचा मार्ग शोधून काढा."

मिळालेला प्रतिसाद एकदम चकित करणारा होता. 'हॅलो' लॅम्पला जगभरातून प्रशंसा मिळाली. त्याचे फॅन्स वाढतच चालले आहेत. (BPL ने हे दिवे Studylite या ब्रॅंडनेमखाली विकले)

कोरिया, जपान, स्पेन सगळ्याच ठिकाणांहून जवळजवळ २०० ब्लॉग्सवर याविषयी लिहिण्यात आलं होतं. ही फक्त डिझाइनची किमया होती. एलईडी लॅम्प्स वापरून तयार करण्यात आलेले अनेक लॅम्प्स तिथे होते, पण हे एक संस्मरणीय उत्पादन होते.

आयपॉडसारखं....

नक्कीच!

बंगळुरुमधला डून स्कूलमध्ये शिकायला जाणारा एक मुलगा आपल्या मित्रांना द्यायला विविध रंगांचे दहा लॅम्प्स घेऊन गेला.

आपण जे काही निर्माण करतो त्याच्याशी एक समुदायच जोडला गेलाय, हे बघणं खरंच खूप विलक्षण आहे. म्हणून तर ॲपल हा ॲपल आहे आणि इतर केवळ उत्पादनं.

आता प्रश्न उद्‌भवतो, तुम्ही ही प्रक्रिया पुन:पुन्हा कशी वापरणार? मग ती मोठी इंडस्ट्री असो वा छोटी. 'एबीडी'तील चार जणांची टीम सातत्याने त्यावर अभ्यास करत असते.

डिझाइनच्या अभ्यासाचा विचार करता त्या उत्पादनाचं डिझाइन ही खूपच छोटी गोष्ट आहे. कारण या अभ्यासात निरीक्षण करणं, ते आत्मसात करणं, नवीन साधनांवर प्रयोग करणं अशी खूप मोठी चेन असते. आम्ही प्रयत्न करत होतो. विविध महोत्सव, प्रदर्शनं, अंतर्गत सजावट महोत्सव, क्राफ्ट महोत्सव, घड्याळ महोत्सव जेवढं शक्य आहे तिथे तिथे.

'एबीडी स्टुडिओ' काही खास प्रोजेक्ट्सवर काम करताना एक्झिबिशन डिझायनर, कॉपीरायटर सगळ्यांतल्या उत्तम लोकांबरोबर काम करतो आणि सीएडी -सीएएम टेक्नॉलॉजी अवगत केल्यानं ही कामं अधिकच सोपी होऊन गेली आहेत.

"आम्ही एक डमी वस्तू तयार करतो जी हुबेहूब खऱ्या वस्तूसारखीच असते. आमचे ग्राहक या डमी वस्तू बघतात आणि ऑर्डर देतात. आम्ही ज्या डमी वस्तू तयार करतो त्या ग्राहकांनी तपासलेल्या, विक्रेत्याला दाखवलेल्या असतात. असं चालूच राहतं."

आणि आता तर हाय-टेक मशिन्स उपलब्ध आहेत. ज्याच्या मदतीनं अगदी तीन दिवसांत डमी रेफरन्स घेऊन खरंखुरं उत्पादन तयार करतो.

इतर लक्षणीय कामांबरोबरच 'एबीडी'ने 'आयपीएल'ची ट्रॉफी डिझाइन केली आणि खूप साऱ्या वस्तू. काही त्याच्या ऑफिसमध्ये विखुरलेल्या होत्या, तर काही त्यानं मला त्याच्या पीसीवर दाखवल्या.

टेरॉकोटा कॅम्प्युटर स्पीकर्स,

जीभ भोसकून घेणाऱ्या भक्तांवरून प्रेरित होऊन तयार केलेला एक वाद्य, एक अशी धूपदाणी जी त्याची विभूती खाली पडून पसरू देत नाही. देवासमोरची विभूती इतस्तत: विखरू न देता त्याची जागा निर्माल्यातच असावी, ही समजूत आहे. एका धार्मिक विधीची जागा अशी उत्पादनानं घेतली.

व्यवस्थेबाबत बोलायचं तर अभिजितनं कर्म चक्राच्या प्रेरणेवरून नवी डिझाइन प्रक्रिया तयार केली आहे.

आज डिझायनर्स त्यांनी तयार केलेल्या वस्तूच्या जन्मापासून त्याच्या मृत्यूपर्यंतच्या घडामोडींना जबाबदार नसतात. तथापि, भारतीय तत्त्वज्ञानात कोणतीही वस्तू वाया न जाता त्याचा पुनर्वापर होतो. त्याचंच प्रतिबिंब या प्रक्रियेत पडावं ही या मागची कल्पना आहे.

"आम्हाला संस्मरणीय वस्तू तयार करायची संधी द्या. फक्त बाहेरचं कवच बदलायला सांगू नका. कारण जे येतं ते खूप आतून आलेलं असतं."

भविष्यात 'आरएफआयडी' तंत्रज्ञान वापर करून त्या वस्तूच्या निर्मितीपासून त्याच्या अंतापर्यंतचा ट्रॅक ठेवता येणं शक्य होणार आहे.

व्यावहारिक पातळीवर 'एबीडी'ने वाढ आणि मिळकत दोन्हींचे लक्ष्य ठरवलं आहे.

आत्तापर्यंतचा व्यवसाय हा मुख्यत: माऊथ पब्लिसिटीतून होत होता आणि अर्थातच अभिजितची प्रतिष्ठा, लोकप्रियताही त्यामागे होतीच.

त्याच्या लक्षात आलं, की जर उद्योग वाढवायचा असेल तर कुणीतरी त्याकडे लक्ष केंद्रित करणं गरजेचं आहे.

"मला विश्वास आहे, मला एक दिवस अशी व्यक्ती सापडेल, ज्यामुळे माझं लक्ष मी सर्जनशील कामांकडे केंद्रित करू शकेन. मला डिझाइन सेवा पुरवणारी कंपनी व्हायचं नाहीये, तर लोकांनी आम्हाला डिझाइन सल्लागार म्हणून ओळखावं, अशी आमची इच्छा आहे. जी कंपन्यांसाठी डिझाइन्सची निर्मिती करील आणि स्टोरी टेलिंगच्या माध्यमातून लोकांशी जोडलेली राहील.

याचा अर्थ कंपनीसाठी हा प्रोजेक्ट असू शकेल किंवा 'एबीडी' कुणालाही

डिझाइन्सचं लायसन्स देईल. ज्याला कुणाला त्यातून मोठ्या प्रमाणावर उत्पादन करायचं असेल तो ते करू शकतो. याचं व्यवस्थापन हातात घेऊन ते नीट सांभाळून कुणी खूप पैसे मिळवले तरी हरकत नाही. आम्ही फक्त त्याचा एक भाग म्हणून राहू.''

अर्थात अभिजितला स्वत:चा ब्रँड बनवायचा आहे. त्यासाठी तो गुंतवणूकदार बघतो आहे. पण आता तो जे काही करतो आहे त्याबद्दल तो पूर्ण समाधानी आहे. त्यानं लेकव्ह्यू फार्मवर केलेल्या छोट्या सुंदर स्वर्गासह. (त्याला कुणी ऑफिस म्हणू शकेल?)

''जर हे डिझाइन तुम्ही जे करता त्याचा गाभा म्हणून बघायला सुरुवात केली, तर तुम्ही ज्या पद्धतीनं व्यवसाय करता तो बदलेल. जसं 'टायटन'नं केलं, 'टाटा मोटर्स' करतंय.''

''तुम्हाला काय करायचं आहे हे तुमच्या हृदयातून आणि पोटातून यायला हवं.''

अभिजित हसतो, जणू मी काय म्हणतेय ते त्याच्या अचूक लक्षात आलंय. ''आमचा स्टुडिओ यापूर्वी एक बेडरूम फ्लॅटमध्ये होता आणि मी नेहमी माझ्या बायकोला- अमृताला म्हणायचो, कल्पना कर, जर आपल्याला या लेकव्ह्यू फार्मवर जागा मिळाली तर.....!'' मला जाणवलंय, ''दिलसे मांगो तो मिल जाता है.'' खिडक्या उघड्या आहेत. - छान शीतल हवा वाहते आहे. ''मला रात्री छान झोप लागते आणि खूप सारा ऑक्सिजनही मिळतो.'' मला खात्री आहे... आणि गोड, बघत राहावीत अशी स्वप्नंही!

◆

तरुण उद्योजकांना सल्ला

आपण कुठून आलो, याचा आपल्याला खरोखरच अभिमान असला पाहिजे. आणि मला वाटतं, आपल्या कामात आपला सच्चेपणा प्रतिबिंबित व्हायला हवा. तुमच्या कामाची नोंद भारतीय डिझायनर्सच्या शब्दभांडारामध्ये झाली पाहिजे.

तुम्ही कोण आणि काय आहात, याचं भान तुम्हाला असलं पाहिजे. मग तुम्ही खूप छोटे असाल किंवा मोठे.

स्पेसशिपसारख्या दिसणाऱ्या एखाद्या व्हॅक्युम क्लीनरपेक्षा भारतीय घरांना योग्य ठरेल, अशी दुसरी हाय टेक 'जादू' का देता येऊ नये?

अनेक डिझायनर्स त्यांच्या कामात खूप चांगले असतात, पण जर तुम्हाला काही परिणाम घडवायचा असेल, अनेक लोकांपर्यंत पोहोचायचं असेल तर तुम्हाला या व्यवसायाचं व्यवस्थापन जमायला हवं. याचा अर्थ तुम्ही एखाद्या उद्योजकांबरोबर भागीदारी करू शकता. जो तुमची 'दृष्टी' विकेल आणि तुमच्या वस्तूंना बाजारपेठ मिळवून देईल. कारण डिझायनर्स या कामात चांगले नसतात.

खणखणीत सत्य

परेश मोकाशी
'हरिश्चंद्राची फॅक्टरी'

परेश मोकाशीला अभिनेता बनायचं होतं, पण त्याच्या लक्षात आलं त्याचं सामर्थ्य आहे, मराठी रंगभूमीवर नाटक लिहिण्यात आणि दिग्दर्शित करण्यात. अचानक वाचनात आलेल्या दादासाहेब फाळके यांच्या चरित्रानं त्याला एक नवीन साहस करायला भाग पाडलं. सर्वदूर लोकप्रियता मिळालेली एक फिचर फिल्म, जी ठरली २००९ची ऑस्करच्या नामांकनासाठीची भारताची अधिकृत एन्ट्री!

परेश मोकाशीचा चेहरा त्याच्या शब्दांइतकाच मोठ्यानं बोलतो.त्याच्या भुवयांच्या कमानी बनतात, डोळे नृत्य करतात आणि तोंड सातत्याने विशाल हास्यात परिवर्तीत होतं.

स्वत:वर खूश होण्याचं एक कारण या माणसाकडे आहे. मराठीतील त्याची पहिली फिचर फिल्म 'हरिश्चंद्राची फॅक्टरी', ज्यात कुणीही मोठे कलाकार नव्हते, गाणी नव्हती, नृत्य नव्हतं-ठरली २००९ची ऑस्करच्या नामांकनासाठीची भारताची अधिकृत प्रवेशिका!

अर्थात या 'एका रात्रीतल्या यशा'साठी परेशची वीस वर्षे खर्ची पडली आहेत.कॉलेज विद्यार्थी असताना थिएटर आणि अभिनयाकडे तो खेचला गेला, पण मराठी रंगभूमीवर लेखक आणि दिग्दर्शक म्हणून स्वत:लाप्रस्थापित करण्यापूर्वी परेशनं खूप वर्षे संघर्ष केला होता. पर इस बंदे में कुछ किडा था, कुछ अलग था. त्यानं केलेलं प्रत्येक नाटक तऱ्हेवाईक आणि वेगळं म्हणूनच ओळखलं गेलं. परेश 'विक्षिप्त प्रज्ञावंत' आहे. म्हणूनच त्यानं जेव्हा दुसऱ्या एका'विक्षिप्त प्रज्ञावंता'वर चित्रपट तयार करण्याचं ठरवलं तेव्हा त्यात आश्चर्य वाटण्यासारखं काही नव्हतंच. त्यानं ज्यांच्यावर चित्रपट काढायचं ठरवलं होतं, ते होते भारताच्या चित्रपट निर्मितीचे पितामह- दादासाहेब फाळके!

फाळके एक उद्योजक होते. आपलं स्वप्न सत्यात आणण्याचं धाडस त्यांनी केलं. भारताची पहिली फिचर फिल्म तयार करण्याचं प्रचंड मोठं साहस करण्यासाठी लागणारा पैसा त्यांनी उभा केला. एकदाही शंका न घेता की 'हा वेडेपणा आहे' किंवा 'ये नहीं हो सकता है!'

अगदी तशाच धाडसानं ९६ वर्षांनंतर परेशनं बनवली, 'हरिश्चंद्राची फॅक्टरी'. वर्ष कोणतंही असो, कोणतंही युग, तुम्ही तुमचं आयुष्य एखाद्या चित्रपटासारखं घालवू शकता.तुमची पटकथा तुम्ही लिहा आणि दिग्दर्शित करा, पूर्ण आत्मविश्वासानं!

एके दिवशी तुम्ही तुमच्या नातवंडांना भाषण देऊ शकाल, आयुष्य किती छान जगलात त्याबद्दल.आणि ते ऑस्कर मिळवल्यासारखंच असेल.

खणखणीत सत्य

परेश मोकाशी
'हरिश्चंद्राची फॅक्टरी'

परेश मोकाशी पुण्यात जन्मला, पत्रकाराचा पुत्र. ''मी माझं शिक्षण लोणावळ्याच्या डॉ. बी. एन. पुरंदरे बहुविध विद्यालयात पूर्ण केलं. दहावीनंतर पुढच्या शिक्षणासाठी पुन्हा पुण्यात परतलो.''

पण त्यानं त्याचा अधिक तर वेळ मराठी रंगभूमीवर घालवला. ''मी जेव्हा शाळेत होतो तेव्हा अभिनय करायचो. सारे जण तेच करतात. पण जेव्हा मी पुण्यात आलो ते खूप मोठं, वेगळं जग होतं. अनेक गोष्टींशी माझी तिथे ओळख झाली. त्यातली एक होती व्यावसायिक रंगभूमी!''

परेश 'थिएटर अकादमी'शी जोडला गेला. एक नामवंत थिएटर ग्रुप जिथे 'घाशीराम कोतवाल', 'महानिर्वाण', 'महापूर', 'बेगम बर्वे' आणि 'तीन पैशांचा तमाशा' ('ब्रट्रॉंड ब्रेख्तच्या' थ्री पेनी ऑपेरावर आधारित) नाटकं केली गेली. जब्बार पटेल, मोहन आगाशे आणि सतीश आळेकर ही थिएटर अकादमीशी संबंधित नावांपैकी महत्त्वाची नावं.

''मी त्यांच्या नवीन प्रयोगात छोट्या छोट्या भूमिका करायला लागलो. त्याचबरोबर वेशभूषा आणि वस्तूंसाठी बॅक स्टेजलाही मदत करू लागलो.''

१९९० मध्ये अकादमीने बर्लिनच्या जीआरआयपीएस थिएटरला साहाय्यक म्हणून काम करायला सुरुवात केली. या लोकप्रिय जर्मन थिएटर ग्रुपने मुलांकडे लक्ष केंद्रित केलं होतं. जी टिपिकल फँटसी जादू किंवा राक्षस अशा प्रकारच्या गोष्टींवर विश्वास ठेवत नव्हती. त्यांचे प्रयोग वास्तव घटनांवर बेतलेले असतात. जसे एक पालकत्व वा सिंगल पॅरेन्टिंग, पण मुलांच्या नजरेतून!

''ही नाटकं मस्त मजेदार तर होतीच, पण शिक्षण देणारीही होती - मुलं आणि पालकांनाही. 'जीआरआयपीएस'ची अशी नाटकं घेऊन ती मराठी रंगभूमीवर सादर करण्याच्या चळवळीत मी मुख्य कलाकार होतो.''

त्याच वेळी परेशनं कॉलेजचं शेवटचं वर्षही पूर्ण केलं. पदवी परीक्षेनंतर त्यानं 'पूर्ण वेळ' थिएटर अकादमीला द्यायला सुरुवात केली. पण त्यांचा सेटअप

व्यावसायिक नव्हता. थिएटर अकादमी आपल्या कलाकारांना पैसे देत नव्हती. ते सगळे तिथे येत होते ते केवळ रंगभूमीच्या प्रचंड ध्यासापोटी. पण मग रोजी-रोटीचा प्रश्न आलाच.

म्हणजे मग रंगभूमी केवळ एक छंद राहील आणि तुम्ही तुमची नोकरी मिळवायच्या मागे लागणार?

"मीही माझ्या कुटुंबीयांच्या आग्रहाखातर युपीएससी परीक्षा दिली. कॅम्प्युटरही शिकलो. पण माझं मन त्यात रमत नव्हतं. त्याच वेळी स्वत:ला अभिनेता म्हणून प्रस्थापित करण्यासाठी आवश्यक तेवढे प्रयत्नही करत नव्हतो. साहजिकच माझे कुटुंबीय या काळात कुठल्या मन:स्थितीतून गेले असतील याची कल्पनाच केलेली बरी."

नव्वदीच्या प्रारंभी परेश मुंबईत आला. सुदैवानं दादरमध्ये त्याच्या कुटुंबीयांचं स्वत:चं घर होतं. तिथेच त्यानं आपलं बस्तान बांधलं.

"त्याच दरम्यान माझी संजना कपूरशी मैत्री झाली. ती पृथ्वी थिएटर चालवते. थिएटरच्या वार्षिकोत्सवाचं काम करणाऱ्या महत्त्वाच्या ग्रुपचा मी हिस्सा झालो. अर्थात त्याच वेळी रंगभूमीवर भूमिका मिळावी यासाठीही माझे प्रयत्न सुरूच होते. फारसं यश न मिळता..."

एक समस्या होती ती म्हणजे त्याच्या ऑडिशन्स चांगल्या होत नव्हत्या. ज्या निर्माता वा दिग्दर्शकांनी त्याला रंगभूमीवर पाहिलं होतं, तेवढ्यांनीच त्याला भूमिका देऊ केल्या. त्यामुळे इतरत्र त्याला यश नव्हतं.

"मी काही मराठी चित्रपट आणि टीव्ही मालिकेतील काही भाग केले; पण मी समाधानी नव्हतो. मला जाणवायला लागलं की आपण या क्षेत्रात फार काही दूर जाऊ शकत नाही. कारण त्यासाठी लागणारा अत्यंत महत्त्वाचा गुण म्हणजे सेल्फ प्रमोशन. तो माझ्याकडे नव्हता."

तो काळ कोडी घालणारा होता. तिथे प्रश्न अनेक होते, उत्तरं मात्र थोडीच होती. शेवटी जगण्याला आवश्यक तेवढं तो कमावू लागला खरा, पण भविष्यकाळाचं काय? स्वत:च्या आयुष्याच्या रंगपटावर काय घडतंय ते निमूट पाहणारा तो फक्त एक प्रेक्षक असणार होता.

"माझ्या यशाचं सगळं श्रेय माझ्या कुटुंबीयांना जातं. त्यांनी मला खूप मोठा काळ सांभाळून घेतलं. मी कमवायला, स्वत:च स्वत: जगायला लागलो ते विशीच्या उत्तरार्धात."

आणि शेवटी १९९९ ला नियतीने त्याच्यासाठी नवीन दार उघडलं. 'पृथ्वी

थिएटर' एक आंतरराष्ट्रीय नाट्य महोत्सव भरवणार होतं आणि त्यात त्यांना समकालीन भारतीय नाटकंही सामील करायची होती. त्याच वेळी संजना कपूरला कळलं, की परेशनं काही नाटकं लिहिली आहेत. आपल्या थिएटर अकादमीच्या काळात - गंमत म्हणून!

त्या वेळी तो अभिनयातच इतका व्यग्र होता, की त्यानं लिहिलेल्या संहितातून काहीच निष्पन्न होऊ शकलं नव्हतं. लेखक-दिग्दर्शक रामू रामनाथन यांनी 'मला वाचून दाखव', असा आदेश सोडला. 'संगीत देबूंच्या मुली' आणि 'वाटाण्याची उसळ' या दोन्ही ब्लॅक कॉमेडीज होत्या. रामूंना दोन्ही आवडल्या. त्यांनी फर्मान सोडलं, 'परेश, दोन्हींत खूपच चांगला आशय आहे. त्यांचा महोत्सवात समावेश असलाच पाहिजे. तूच ठरव यातलं कुठलं नाटक घ्यायचं ते आणि त्याचं दिग्दर्शनही तूच करायचंस.'

'संगीत देबूंच्या मुली' हे नाटक म्हणजे उपहासिका होती. यात दोन मुली कीर्तनाच्या माध्यमातून आपल्या विविध प्रश्नांची चर्चा करतात, अशी रचना होती. परेशनं ही उपहासिका करायचं ठरवलं.

"पुरुष आणि स्त्री यांच्यामध्ये जी विभागणी आहे, तीच या पृथ्वीवरच्या सगळ्या प्रश्नांच्या मुळाशी असल्याचा निष्कर्ष या मुली काढतात. ही विभागणी जर नाहीशी झाली तर सगळं काही छान होईल. मग कसं करायचं हे? तर सर्व पुरुषांना स्त्रीमध्ये रूपांतरित करून."

ही कल्पनाच भन्नाट होती. साहजिकच नाटक हिट झालं. अभिनेता परेश मोकाशी मागे पडला आणि जन्म झाला तो लेखक-दिग्दर्शक परेश मोकाशीचा!

'संगीत देबूंच्या मुली' हे ६० मिनिटांचं प्रायोगिक नाटक असूनही त्याचे महाराष्ट्रभर १०० च्या वर प्रयोग झाले. त्यानंतर आलेलं परेशचं नाटक आणखीनच यशस्वी झालं.

'मुक्काम पोस्ट बोंबीलवाडी'चा काळ होता १९४२ चा. जेव्हा भारताची स्वातंत्र्य चळवळ जोमात होती आणि त्याच वेळी दुसऱ्या महायुद्धानं जगाला कवेत घेतलं होतं.

"मी या दोन घटनांना एकत्र केलं. हिटलर अपघातानं कोकणच्या एका समुद्रकिनाऱ्यावरील गावात उतरतो आणि त्याच वेळी काही लोक बोंबीलवाडीतील एकमेव पोलीस स्टेशन जाळायचा प्रयत्न करतात." (काश्मीर आणि पंजाबमध्ये एकाच वेळी बॉम्बस्फोट झाल्याच्या एका बातमीवरून त्याला ही ब्लॅक कॉमेडी सुचली. जर त्यातल्या एखाद्या बॉम्बचा स्फोटच झाला नसता तर काय झालं असतं?)

"ही खूप मजेशीर घटना होती. पण मला ती आत्ताच्या काळात मांडायची

नव्हती. कारण मराठी रंगभूमीसाठी ती नवीन नव्हती. खरं तर आम्ही आमच्या एकपात्री प्रयोगांच्या स्पर्धेत नेहमीच अशा प्रकारची पद्धत वापरतो.''

म्हणून मग परेशनं इतिहासाचा आधार घेतला आणि १९४२ चा काळ निवडला. ५०० प्रयोग करून 'मुक्काम पोस्ट बोंबीलवाडी'नं इतिहास घडवला. अशा प्रकारची नाटकंही इतका चांगला बिझिनेस करू शकतात ह्य कित्येक जणांसाठी धक्का होता.

टीकाकार म्हणाले, ''आम्हाला तर आवडलंच नाटक. पण सामान्यांनाही अशा प्रकारचं नाटक आवडेल, असं कधी वाटलं नव्हतं. खरं तर परेशलाही ते नाटक व्यावसायिकदृष्ट्या फायद्याचं ठरेल असं वाटलं नव्हतं. त्यानं सहज आपल्या काही मित्रांना हे नाटक वाचून दाखवलं होतं. त्याच्या निर्मितीचा विचारही त्या वेळी त्याच्या डोक्यात नव्हता. पण लोकांमध्ये, रंगभूमीच्या वर्तुळात यावर चर्चा व्हायला लागली.''

एके दिवशी संतोष कणेकर आणि अभिजित साटम हे दोन तरुण परेशकडे आले. ''आम्हाला 'मुक्काम पोस्ट बोंबीलवाडी' नाटकाची निर्मिती करायचीय.'' त्यांनी सांगितलं. परेशनं धोक्याची सूचना केली, ''मला माहिती नाही लोक याला किती प्रतिसाद देतील. तुम्हाला कदाचित २-४ प्रयोग करून नाटक बंद करावं लागेल. आहे तयारी?''

''आम्हाला नाटक आवडलंय. आम्हाला ते करायचं आहे.'' त्यांनी उत्तर दिलं. अभिजित आणि संतोष दोघंही त्या वेळी कॉलेजमध्ये होते. पण दोघंही नाटकाशी प्रामाणिक आणि उत्साही. हे ते पैशासाठी नव्हे तर केवळ नाटकाच्या ध्यासासाठी करत होते.

अर्थात नाटकाच्या निर्मितीसाठी त्यांना २ लाख रुपये उभारावे लागले. २००१ मध्ये त्याची किंमत खूप होती. पण खेळलेला जुगार यशस्वी झाला. नाटकाचे ५०० प्रयोग झाले. प्रत्येक शोचे २५ ते ३० हजार रुपये मिळत होते. निर्मात्याला चांगला नफा मिळालाच. कलाकार आणि साहाय्यकांनाही प्रत्येक प्रयोगाची रॉयल्टी मिळत होती.

त्यानंतर याच निर्मात्यांनी परेशचं दुसरं विनोदी नाटक केलं 'लग्नकल्लोळ'. या नाटकाचेही २०० च्या वर प्रयोग झाले.

विनोदाच्या क्षेत्रात चांगलं नाव कमावल्यानंतर २००५ मध्ये परेशनं पूर्णतः वेगळा प्रयोग केला. 'सायन्स फिक्शन मिस्ट्री' अर्थात विज्ञानावर बेतलेली गूढकथा, 'समुद्र'. ही पुराणातील समुद्र मंथनावर आधारित होती. काहीशी 'दा विंची कोड' सारखीच. पण समकालीन.

''लोकांना माझ्या या विषयाचं खूप आश्चर्य वाटलं. पण खरं तर महाभारत,

रामायण, वेद, उपनिषद या आपल्या पौराणिक पुस्तकांवर वस्तुनिष्ठ संशोधन करणं, हा माझा फार दिवसांचा ध्यास आहे. खरं तर काही वेळा मी म्हणतो, हे माझं मुख्य करिअर आहे. इतर सगळ्या गोष्टी म्हणजे एक्स्ट्रा-करिक्युलर!''

१९९२ मध्ये अयोध्या प्रकरण तापलं आणि त्यानंतर परेशला या विषयात रुची निर्माण झाली.

''जेव्हा मी तो सगळा वेडेपणा पाहत होतो– अयोध्येचा, बॉम्बस्फोटाचा. का लोक एखाद दुसऱ्या विचारधारेचा स्वीकार करून आंधळेपणानं तेच खरं मानून पुढे जात राहतात? मग मी ठरवलं, आपल्या धर्मग्रंथाचा वस्तुनिष्ठ अभ्यास करायचा आणि माझा निष्कर्ष मीच काढायचा.''

प्रथम ग्रंथाधिष्ठित सत्य वा पुस्तकातील सत्य शोधायचं. मूळ पुस्तक घ्यायचं, त्यात काय लिहिलंय ते पाहायचं. अर्थात मूळ प्रत किंवा त्याचं इतर भाषांतील रूपांतर वाचायचं म्हणजे काही आरामात खुर्चीवर बसून करायचं संशोधन नव्हतं.

''याकडे पाहण्याचा दुसरा मार्ग म्हणजे मी पुराणवस्तू संशोधनासाठी एक दौरा आयोजित करतोय. पुस्तकामधील 'ऐतिहासिकता' पडताळणं महत्त्वाचं आहे. कोणता खरोखरचा इतिहास आहे आणि कोणता कल्पनारम्य आणि त्यात ज्या विज्ञानाचा समावेश केला त्यातलं किती विज्ञान आहे आणि किती चमत्कार आहे?''

'हा विक्षिप्त टाइमपास' आहे, तुम्ही म्हणू शकाल. पण असे अनेक विषय परेश मनात चघळत असतो. एक माणूस, जो वेगळा विचार करतो, वेगळं लिहितो, वेगळं जगतो.

म्हणूनच असेल कदाचित, जेव्हा त्यानं विक्षिप्त प्रज्ञावंत असणाऱ्या दादासाहेब फाळके यांचं चरित्र वाचलं तेव्हा तो ताबडतोब त्यांच्याशी जोडला गेला.

''जेव्हा मी फाळकेंवरचं बापू वाटवे यांचं पुस्तक वाचलं, तेव्हा तो विषय माझ्या मनात इतका खोलवर रुतला, की त्यातले प्रसंग माझ्या डोळ्यांसमोर दिसू लागले. २०० पानांचं ते पुस्तक मी चार तासांत वाचून काढलं आणि तिथेच, त्याच क्षणी ठरवलं – माझी पहिली फिचर फिल्म याच विषयावर बनवायची.''

तो क्षणार्धात घेतलेला अंतिम निर्णय होता. यावर पटकथा लगेच लिहून झाली. या विषयाचं पुढचं संशोधन सुरू झालं ते फिल्म इन्स्टिट्यूट, द नॅशनल फिल्म आर्काइव्ह, इतर काही पुस्तकं आणि तज्ज्ञांकडून घेतलेल्या माहितीवर.

आणि फक्त फाळकेच नव्हे तर चित्रपट बनवण्याची पूर्ण प्रक्रियाच खूप प्राथमिक होती.

''अंतिम पटकथा दोन महिन्याच्या काळात तयार झाली. मी भावनिकदृष्ट्या त्यात फारच गुंतलो होतो आणि आता साहसी प्रकल्पाला सुरुवात झाली आणि मी पैशांची जुळवाजुळव करायला लागलो.'' तो विस्तृत हसतो.

तो म्हणतो, “पण हे खूपच टिपिकल साहस होतं. प्रत्येक चित्रपट निर्मात्यानं पहिल्या वेळी अशा अनुभवातून जावंच लागतं.

लोकांना तुमच्याबद्दल विश्वास नसतो. तुमच्यात ती क्षमता आहे की तुम्ही ते सगळं बिघडवून टाकाल, याबद्दल त्यांना काहीच माहिती नसते. त्यात खूप मोठी गुंतवणूक असते. त्यामुळे मी त्यांना दोष देणार नाही. शिवाय मी खूप हेकेखोरही होतो.”

परेश एका गोष्टीवर ठाम होता, त्याला हा चित्रपट जसा 'दिसत' होता अगदी तसाच्या तसा काढायचा होता. मराठीतील मोठे कलाकार नाहीत, गाणं नाही, नृत्य नाही, खूप साधी ट्रिटमेंट.

आणि हेच निर्मात्यांना घाबरवत होतं.

“परेश, तू हिंदीत हा चित्रपट कर. तिथे खूप पैसा आहे.” ते सांगत.

“फक्त एक गाणं टाक. फक्त टायटल ट्रॅक.” दुसरा सांगायचा.

पण कोणत्याही तडजोडीला परेश तयार नव्हता. “जो मला माझ्या मनाप्रमाणे चित्रपट करू देईल त्याची वाट पाहायला मी तयार होतो,” तो म्हणाला. तीन वर्षांच्या प्रतीक्षेनंतर मात्र या चित्रपटाची निर्मिती स्वतःच करायची, असा निर्णय त्यानं घेतला आणि त्यानं त्यासाठी त्यांच्या कुटुंबीयांचं दादरचं घर गहाण ठेवलं.

“मी काय सांगू? माझ्या आधी कित्येक जणांनी हे केलंय आणि मला खात्री आहे की, मी काही शेवटचा असणार नाही. एखाद्या गोष्टीचा जेव्हा तुम्ही ध्यास घेता आणि स्वतःला वाहून घेता तेव्हा यासारख्या 'मूर्ख' गोष्टी करताच.”

या गोष्टी दिग्दर्शक परेशच्या ग्लॅमरमध्ये भर टाकतात. पण तो मात्र पटकन विषय बदलतो आणि चित्रपटाबद्दल बोलायला लागतो.

'हरिश्चंद्राची फॅक्टरी' ४ कोटी रुपये बजेट असलेला मराठीतील पहिला आणि सर्वांत महागडा चित्रपट.

“यासाठी जास्त बजेट लागणार होतं. कारण हा ऐतिहासिक चित्रपट होता. त्या काळातील वातावरण निर्मिती करणारे सेट्स तर बनवायला लागणार होतेच पण त्याचबरोबर चित्रपट निर्मितीसाठी जी साधनं त्या काळी वापरली जात होती तीही जमवावी लागणार होती.”

चित्रपटाचे चित्रीकरण मुख्यतः पुणे, मुंबई, कर्जत आणि लंडन (जिथे फाळके चित्रपटतंत्र शिकायला गेले होते.) येथे झालं. २००८ च्या एप्रिलमध्ये 'हरिश्चंद्राची फॅक्टरी'चं चित्रीकरण सुरू झालं आणि संपलं ते त्याच वर्षी डिसेंबरमध्ये आणि मग पहिल्यांदा दाखवला गेला तो देशभरातील विविध चित्रपट महोत्सवांत.

पहिल्या दिवसापासून 'हरिश्चंद्राची फॅक्टरी'ला प्रशंसा मिळू लागली. प्रत्येक महोत्सवात पुरस्कार मिळू लागले. उत्कृष्ट चित्रपट, उत्कृष्ट दिग्दर्शक, उत्कृष्ट कथा.

गंमत म्हणजे चरित्रकथा असून चित्रपट 'जड' झाला नाही. उलट झाला तो अगदी परेश स्टाइलचा! उत्तम विनोदाची पखरण असलेला.

"अर्थात काही काळ प्रतिकूलताही होती. काहींना तो आवडला नाही. जेव्हा गंभीर चित्रपटांचे निर्माते मणी कौल यांनी परीक्षक म्हणून केरळमध्ये २००९ मध्ये या चित्रपटाला उत्कृष्ट चित्रपटाचा पुरस्कार दिला, तेव्हा लोकांना माझा दृष्टिकोन कळला."

हास्यरस असणं याचा अर्थ असा नव्हे की त्यात फार्सिकल किंवा अतिशयोक्ती असते. सर्वांचे योग्य प्रमाणात मिश्रण हवंच. 'हरिश्चंद्राची फॅक्टरी'मधला विनोद हा 'लाइफ इज ब्युटिफुल'च्या जातकुळीतला आहे.

'लाइफ इज ब्युटिफुल'ला तुम्ही विनोदी म्हणू शकता, पण त्याच वेळी तो 'कॉन्सन्ट्रेशन कॅम्प' मधील लोकांचं आयुष्य कसं होतं हेही दाखवतो. जो गंभीर विषय आहे. लक्षात घ्या, काही तेजस्वी व्यक्तिमत्त्वं परिस्थितीचा जमाखर्च मांडत बसत नाहीत.

"माझं लेखन कधीही लिहा - खोडा - दुरुस्त करा अशा पद्धतीचं नसतं. कथा आणि त्यातील पात्रं यांनी माझ्या डोक्यात काही ठरावीक पद्धतीनं आकार घेतल्यानंतरच मी लिहायला घेतो."

आयुष्याकडे बघण्याच्या त्यांच्या विशिष्ट दृष्टिकोनाने ते परिस्थितीवर मात करतात.

दादासाहेब फाळके हे व्यक्तिमत्त्व अगदी तसंच होतं. आता सगळ्यांना माहीत आहे, की दादासाहेब फाळके यांनी पहिला भारतीय चित्रपट केला, 'राजा हरिश्चंद्र'. पण प्रत्यक्षात त्यांनी हे सगळं कसं केलं?

"अरे बाप रे?" परेश सांगतो, "ती टेरिफिक गोष्ट आहे."

"कल्पना करा. नाशिकमधल्या त्र्यंबकेश्वर या तीर्थस्थळी १८७० मध्ये जन्मलेला एक मुलगा, मुंबईत जे.जे.स्कूल ऑफ आर्टमध्ये शिकण्यासाठी येतो.

एक शहरात राहिलेला श्रीमंत घरातला मुलगा १८९० साली जे.जे. मध्ये प्रवेश घेतो यात आश्चर्य नाही. पण गावातला आणि तेही संस्कृत पंडिताच्या घरी जन्मलेला मुलगा जेव्हा इथे येतो ते नक्कीच असाधारण होतं."

फाळके बडोद्याच्या 'कलाभवन'मध्ये शिकायला गेले आणि तिथेच त्यांनी स्थिर छायाचित्रांचा स्टुडिओ सुरू केला. जेव्हा तो चालला नाही तेव्हा त्यांनी भारताच्या दौऱ्यावर आलेल्या एका जर्मन जादूगाराकडून काही जादूचे प्रयोग शिकून घेतले आणि प्रोफेसर केळफा (फाळके यांच्या नावाची उलट आद्याक्षरे) या नावानं प्रयोग

करायला सुरुवात केली.

ते असे विक्षिप्त आणि चमत्कारिक वृत्तीचे होते. आपली आर्थिक स्थिती, कौटुंबिक पार्श्वभूमी, उद्याचं जेवण कुठून येणार... भावनिक चढउतार... कसली कसलीही पर्वा न करता करणारे, पण अशा प्रकारची माणसंच काहीतरी वेगळं करण्याचं धाडस दाखवू शकतात.

खरं तर आपल्या किफायतशीर प्रिंटिंग व्यवसायातील भागीदाराशी न पटल्यानं त्यातून बाहेर पडले होते आणि ते अडखळले ते एका तंबू थिएटरवर 'द लाइफ ऑफ ख्राईस्ट' हा मूकपट तिथे दाखवला जात होता. ते थांबलेच तिथे.

"आपण भारतीय का नाही बनवत आणि दाखवत आपल्या देवदेवतांवर असे चित्रपट?" त्यांनी स्वत:लाच विचारलं.

वयाच्या ४१व्या वर्षी दादासाहेबांनी ठरवलं, लंडनला जायचं आणि चित्रपट निर्मिती शिकायची. त्यांनी पैसे जमा केले– पहिला भारतीय चित्रपट 'राजा हरिश्चंद्र' बनवायला.

फाळके, त्यांची पत्नी आणि त्यांच्या दोन मुलांसाठी हे असामान्य साहस होतं आणि हेच 'असामान्य धाडस' दाखवायचा प्रयत्न केला गेला तो 'हरिश्चंद्राची फॅक्टरी'तून.

या थीममध्ये काहीतरी वैश्विक होतं म्हणूनच ज्यांनी ज्यांनी हा सिनेमा पाहिला त्यांना त्यांना तो स्पर्शून गेला. मूळ 'राजा हरिश्चंद्र' बनवला गेला त्याच्या शंभर वर्षांनंतर त्याची विलक्षण कथा लोकांपर्यंत पोहोचली. परेशसाठी तेच मोठं बक्षीस होतं.

भारताची अधिकृत एन्ट्री म्हणून २००९ मध्ये 'हरिश्चंद्राची फॅक्टरी' ची 'ऑस्कर'साठी निवड झाली आणि या चित्रपटाला सर्वांत मोठी ओळख मिळाली.

हे असं घडलं, फिल्म फेडरेशन ऑफ इंडिया'नं आपली निवड पद्धत बदलायचं ठरवलं आणि फक्त नामवंत निर्माते आणि दिग्दर्शक यांनाच आमंत्रण न पाठवता सर्व भाषांतील सगळ्यांना बोलावलं गेलं.

स्थानिक फिल्म फेडरेशननं त्यांच्या त्यांच्या भाषेतील चांगल्या पहिल्या तीन चित्रपटांचं नामांकन पाठवायचं. अशा रीतीने 'हरिश्चंद्राची फॅक्टरी'ची निवड झाली आणि शेवटी ज्युरींनी हा चित्रपट निवडला. चित्रपटाला त्याच क्षणी उंची मिळाली आणि अनेक वितरक कंपन्यांनी या चित्रपटाच्या प्रदर्शनासाठी परेशकडे हक्क मागायला सुरुवात केली.

चार-पाच वेगवेगळ्या कंपन्यांशी 'बोलणी' केल्यानंतर शेवटी परेशनं 'युटीव्ही' आणि 'पाप्रिका मिडिया'शी व्यवहार नक्की केला.

पण याचा अर्थ असा नाही, की कुणाला तरी आपला सिनेमा विकायला देऊन

टाकायचा आणि त्यातून अंग काढून घ्यायचं. परेश त्यांचा भागीदार राहिला, नफ्यातला हिस्सेदार!

"यातील सगळे पैसे माझे आहेत. त्यामुळे हा चित्रपट लवकरात लवकर प्रदर्शित व्हावा आणि त्यातून पैसा मिळवावा, असं काही माझ्यावर बंधन नव्हतं. सगळ्या गोष्टी 'पक्व' होईपर्यंत मी थांबू शकत होतो."

२९ जानेवारी २०१० ला देशभर 'हरिश्चंद्राची फॅक्टरी' प्रदर्शित झाला. जरी हा चित्रपट ऑस्कर मिळवू शकला नाही तरीही लोकांनी तो उचलून धरला. मौखिक प्रसिद्धीनं लोकप्रिय होत गेला.

एका नाट्यमय प्रकरणाला 'द एन्ड'चा शिक्का मिळाला. कुणाला माहीत पुढे काय? पण मागे बघताना परेशच्या अनेक गोष्टी दिसतात. प्रत्येक अनुभव, प्रत्येक प्रभाव, संघर्षाचा प्रत्येक क्षण!

"अगदी माझी बेकार असतानाची वर्षे सुद्धा." तो सांगतो.

"मी कुठल्याही चित्रपटाच्या शाळेतला नाही की कुणाला साहाय्यक म्हणूनही कधी काम केलं नाही. मी दिग्दर्शक म्हणून पहिल्यांदा चित्रीकरणाच्या सेटवर उभा राहिलो तो माझा स्वत:चा चित्रपट होता. पण जेव्हा पुण्यात होतो, त्या वेळी चांगल्या चित्रपटांशी, जागतिक चित्रपटांशी माझी ओळख झाली. ते जे संस्कार माझ्यावर झाले तेच हे आहेत."

परेशला चांगला चित्रपट कसा बनवायचा हे माहीत होतं, तसं वाईट चित्रपट कसा असतो हेही माहीत होतं. म्हणूनच जेव्हा त्याला या चित्रपटाची कल्पना सुचली तेव्हा त्यानं ती संधी घ्यायचं ठरवलं.

"मी खूप महत्त्वाकांक्षी माणूस नाही. घटना घडायची मी वाट पाहतो. पण हो, जेव्हा मी काही करायला घेतो तेव्हा मी माझं सर्वस्व देतो.

आणि हो, हे सगळं कुटुंबीयांच्या, मित्रमंडळींच्या पाठिंब्याशिवाय शक्यच झालं नसतं. जसं 'इंडियन मॅजिक आय' जे माझे थिएटर अकादमीतले मित्र, जे 'हरिश्चंद्राची फॅक्टरी'चे कार्यकारी निर्माते होते."

"त्यांनी सगळी काळजी घेतली...!"

याहीपेक्षा गर्वाची गोष्ट म्हणजे प्रत्येक टप्प्यावर त्याच्या बरोबरीने उभे राहिलेले त्याचे पालक आणि भाऊ, ज्यांनी जवळजवळ दोन दशकं त्याच्या सर्जनशील प्रक्रियेला साथ दिली.

"अर्थातच त्यांच्यामुळेच मी हा चित्रपट बनवू शकलो. त्यांनी जर घर गहाण टाकायला परवानगी दिली नसती तर मी हा चित्रपट बनवू शकलो नसतो."

दादासाहेब फाळकेंप्रमाणेच परेश मोकाशीसाठीसुद्धा हे खूप मोठं धाडस होतं आणि काहीतरी मला सांगतंय .... यापुढेही खूप काही असणार आहे.

कारण आयुष्य सुंदर आहे, उदार आहे आणि श्वास रोखून धरायला लावणाऱ्या शक्यतांनी भरलेलं आहे.

जेव्हा तुझा स्व स्वत:बरोबर असतो तेव्हा सत्य खणखणीत असतंच!

◆

तरुण उद्योजकांना सल्ला

'कुणाचा सल्ला घेऊ नका' हा माझा सल्ला.

कुणाच्या सल्ल्याची वाट बघू नका. तुम्हाला वाटेल तशाच पद्धतीनं जगा, हा सुद्धा सल्लाच आहे. पण नाही, मला इतकंच सांगायचंय, मी कुणाचं कधी ऐकलं नाही, मग त्यांनी माझं ऐकावं असं मी कसं सांगू शकतो!

अवतार

कृष्णा रेड्डी
प्रिन्स डान्स ग्रुप

ओरिसामधलं एक छोटंसं गाव. कृष्णा रेड्डीनं तिथल्या रोजंदारीवर काम करणाऱ्या मजुरांना एकत्र केलं आणि तयार झाला 'प्रिन्स डान्स ग्रुप'. पौराणिक कथेवर आधारित त्याच्या स्वतंत्र शैलीतल्या कोरिओग्राफीनं लोकांना अचंबित करून टाकलं आणि त्यांनी जिंकला, प्रचंड स्पर्धा असलेला 'इंडिया गॉट टॅलेन्ट'चा किताब!

पहिल्यांदा जेव्हा मी 'प्रिन्स डान्स ग्रुप'ला 'इंडिया गॉट टॅलेन्ट' स्पर्धेत पाहिलं तेव्हा उडालेच!

कोण होते हे चांदीचा रंग ल्यायलेले अतिवास्तववादी नर्तक? कुठून आलेत हे आणि कुणी शिकवल्या त्यांना या मोहक हालचाली?

या प्रश्नाचं उत्तर होतं, सव्वीस वर्षांचा कृष्णा रेड्डी! त्यानंच हा 'प्रिन्स' ग्रुप तयार केला होता. ओरिसामधलं एक झोपाळू शहर असणाऱ्या बेहरामपूरमधला हा मुलगा. नृत्याचं कोणतंही शास्त्रशुद्ध शिक्षण न घेतलेला. त्याच्याकडे होता एकच ध्यास... नृत्य.

त्याचं शिक्षण म्हणजे एकलव्यासारखं स्वयंअध्ययन होतं. फक्त निरीक्षणातून शिकलेलं. त्यात कौशल्य मिळवलं ते सततच्या सरावातून आणि मग स्वत:च्या कल्पनाशक्तीच्या साहाय्याने त्याला एका वेगळ्याच पातळीवर नेऊन पोहोचवलं.

क्षुल्लक कमाई करत, छोटे छोटे शोज करत सात वर्षांच्या अथक संघर्षानंतर त्याच्या मनानं घेतलं, बस्स! आता स्वत:ला सिद्ध करायचंच. गर्दीमध्ये, स्वत:चं अस्तित्व ठळकपणे उभारायचंच.

हे करण्यासाठी अर्थातच त्याच्यातली व्यावसायिक वृत्ती जागी झाली आणि एक वेगळीच कल्पना चमकली. आपल्या टीमला सर्वोत्कृष्ट बनवणं आणि 'मार्केट' ताब्यात घेणं. मतं देणाऱ्या लोकांच्या मनाचं आणि हृदयाचंही!

कृष्णाची गोष्ट मला सांगत होती, टॅलेन्ट तिथे असतं जिथून हे सुरू होतं.

पण सर्वोत्कृष्ट बनायची इच्छा, स्वत:च्या मर्यादांपलीकडे स्वत:ला नेणं आणि पूर्वी कधीही घडलं नाही, असं घडविण्याची ईर्षा यासाठी आतून प्रेरणा निर्माण होते, ज्यामुळे सामान्य जनातून प्रिन्स निर्माण होतो.

अनेक कृष्णाचे, त्याच्या अनेक अवतारांचे दर्शन घडत राहो....

अवतार

कृष्णा रेड्डी
प्रिन्स डान्स ग्रुप

कृष्णा रेड्डी जन्माला आला बेहरामपूरमध्ये.

"आम्ही मूळचे आंध्र प्रदेशमधले. माझ्या वडिलांची बदली ओरिसामध्ये झाली. ते विद्युत विभागात काम करायचे."

एक कामगार, राज्य विद्युत मंडळातला.

मोठ्या कुटुंबातला कृष्णा शेंडेफळ. चार भाऊ आणि तीन बहिणींनंतरचा. अभ्यासात त्याला फारशी रुची नव्हती. पहिल्यापासून त्याचा एकच ध्यास होता, नृत्य. पण त्यासाठी त्याच्याकडे कोणतंही शास्त्रशुद्ध शिक्षण नव्हतं, पण 'देख देख कर सीख लिया.'

"माझा एक मोठा भाऊही डान्स करायचा. त्याला बघायचो, त्याच्या स्टेप्स कॉपी करायचो. त्या वेळी प्रभुदेवा खूपच लोकप्रिय होता. तो माझा 'हिरो' होता." कृष्णाला नृत्याची संधी मिळाली ती गणपतीच्या वार्षिक पूजेच्या वेळी. बेहरामपूरमधल्या आणि बाहेरच्या छोट्या छोट्या स्पर्धांमध्ये. जेव्हा त्याच्या भावानं डान्स ग्रुप तयार केला तेव्हा तो त्याचा हिस्सा बनला. आता त्याला मोठा प्लॅटफॉर्म मिळाला होता. हे जग त्याच्या छोट्या शहरापेक्षा कितीतरी मोठं होतं!

"आम्ही भुवनेश्वर, पुरी, हैदराबादला जायचो, डान्स करायला. कधी छोटे कप, शिल्डस् जिंकायचो. ते खूप एक्सायटिंग असायचं! 'प्रिन्स' या नावाखाली मलाही स्वतंत्रपणे डान्स करायला मिळायचा."

बारावीची परीक्षा दिली आणि त्याच्या थिरकणाऱ्या पायांनी सांगितलं, बस्स झालं शिक्षण!

त्यानं ठरवलं, स्वत:चा डान्स ग्रुप तयार करायचा - 'प्रिन्स डान्स ग्रुप.' पण एकटा माणूस काय करू शकणार होता? कुठे मिळणार होती इतर मंडळी?

कृष्णानं सरळ प्रत्येक घरात जायला सुरुवात केली- विद्यार्थ्यांच्या शोधात. शंभर रुपये दर महिना देणारी. आठ मुलं लगेचच तयार झाली आणि दोन वर्षांत ही संख्या वाढून झाली वीस!

'खर्चा चल जाता था' तो आठवतो. पण कृष्णा खूश नव्हता. त्याला त्या मध्यमवर्गीय पालकांकडूनच पैसे मिळत होते, मात्र त्यांच्यासाठी नृत्य हे काहीतरी साध्य करण्याचं अजून एक माध्यम होतं.

"जर मी स्टेजवरच्या शोसाठी एका विद्यार्थ्याची निवड केली तर दुसऱ्याचा पालक माझ्या मुलाला का नाही, म्हणून हटून बसायचा. त्यांच्यातलं शत्रुत्व आणि मत्सर मला अस्वस्थ करायचा."

२००४ मध्ये त्यानं निर्णय घेतला, क्लास बंद करण्याचा, मध्यमवर्गीयांच्या मुलांना न शिकवण्याचा. त्याऐवजी त्यानं बेहरामपूरपासून ३०-४० किलोमीटर परिसरात बसनं जायला सुरुवात केली. नृत्यासाठी आसुसलेल्या तरुणाईच्या शोधात.

पण पुन्हा एकदा...ही सफरसुद्धा सोपी नव्हती.

"टाटा कॉलनीमध्ये मी सात आठ जणांचा ग्रुप तयार केला. सब अच्छा चल रहा था, पर फिर लोग परेशान करने लगे. ते म्हणायचे, 'तुम्ही इथे प्रॅक्टिस करू शकत नाही.' अशा छोट्या छोट्या समस्यांना मला तोंड द्यावं लागत होतं."

२००५ मध्ये त्याची सर्वस्वी वेगळ्या लोकांशी भेट घडली. त्याने मजुरांच्या गटाला-रोजंदारीवरील कामगारांना शिकवायला सुरुवात केली. मगर क्यूँ?

"मला नेहमीच अशा लोकांना भेटायला आवडायचं. मी लहानपणापासून या माणसांना पाहायचो. किती कष्ट करतात ही माणसं! सुबह से शाम तक काम करते हैं मगर फिर भी मस्त रहते हैं। अगर मैं उनके खुशी के लिए कुछ कर सकता हूँ तो मुझे भी अच्छा लगेगा।"

कृष्णा अम्बोपूर गावातल्या मजुरांना भेटला आणि विचारलं, "डान्स सिखोगे?" ते लगेच तयार झाले.

त्यानंतर प्रत्येक रात्री, काळोख पडल्यानंतर ते आपलं मजुरीचं काम संपलं की काली मंदिरात जमायचे- देवळालगतच्या छोट्याशा खोलीत आणि नृत्यशक्तीला शरण जायचे.

"आम्ही पहाटे दोन-तीनपर्यंत प्रॅक्टिस करायचो. कुछ भी अपने स्टाइल का। जो भी मुझे आता था... मैं उनको सिखाता था।" आणि हे सगळे तरुण उत्कृष्ट विद्यार्थी होते.

"मुझे लगा, इतने दिन से हम डान्स मैं हैं, लेकिन कुछ हासिल नहीं हुआ.... जो भी हो, मुझे ये कॉम्पिटिशन जीतकर दिखाना है!"

"वो मेरी बात मानते थे. त्यांना नृत्यातलं काहीही माहीत नव्हतं त्यामुळे त्यांनी

माझ्याबरोबर कधीच वाद घातला नाही.''

पण का ही डझनभर मुलं रात्रभर आपले पाय नाचवत होते? दुसऱ्या दिवशी सकाळी पुन्हा एकदा कन्स्ट्रक्शन साइटवर जाऊन केवळ आपले हात कामात बुडवण्यासाठी?

....कारण कृष्णा रेड्डीनं त्यांना दिल्या होत्या चांगल्या भविष्याच्या आशा! जेव्हा जेव्हा तो लोकप्रिय 'बुगी वुगी' कार्यक्रम पाहायचा तेव्हा तेव्हा स्पर्धकांच्या जागी त्याला तोच दिसायचा. भविष्यातला!

''जेव्हा जेव्हा मी 'बुगी वुगी' पाहायचो तेव्हा तिथल्या डान्सर्सना पाहून शिकायचो आणि विचार करायचो, त्यांच्याशी स्पर्धा करण्यासाठी आणि जिंकण्यासाठी मला काय करावं लागेल?''

कृष्णा आपल्या मुलांना सांगायचा, 'डान्स से तुम भी कुछ बन सकोगे। मगर उसके लिए मेहनत तो करनी पडेगी।' आणि त्यांनी त्याच्यावर विश्वास ठेवला. त्याला सीडी वा टीव्हीच्या मोठ्या आवाजात नृत्य करण्यासाठी एकटं सोडून देणाऱ्या-त्याच्या कुटुंबीयांसारखाच!

''माझे सगळे भाऊ काम करायचे. मी सर्वांत लहान असल्यामुळे मला नोकरीचं कधीच दडपण नव्हतं.''

फक्त आई कधी कधी सुनवायची, ''या डान्सच्या वेडामुळे तुला काय मिळणार आहे? काही शिकलास तर पुढे मागे तुलाच उपयोगी पडणार आहे.''

पण कृष्णाला ठाम विश्वास होता. 'एक न एक दिन डान्स मेंही कुछ करके दिखाऊँगा' आणि तो आपल्या नृत्य कौशल्याला नानाविध पैलू पाडत राहिला. अम्बोपूरच्या मुलांबरोबरच त्यानं आजूबाजूच्या हुशार मुलांनाही नृत्य शिकवायला सुरुवात केली.

''त्यांचं बस भाडं मी भरायचो किंवा ते सायकलवरून यायचे. तीन चार महिन्यांतून एखाद दुसरा छोटा कार्यक्रम करायचो. कधी पाचशे, कधी हजार रुपये जिंकायचो. खूप असायचे ते त्या वेळी!''

२००६ मध्ये 'बुगी वुगी'मध्ये नशीब अजमावयाचा विचार करून तो आपल्या १६ सदस्यांच्या ट्रूपसह कोलकत्याला आला. त्यासाठी लागणारा खर्च भरून काढण्यासाठी त्याने आपली मोटारबाईक गहाण ठेवली. मुंबईत होणाऱ्या दुसऱ्या फेरीसाठी त्यांची निवड झाली खरी; पण त्यासाठी त्यांना १५०० स्पर्धकांशी टक्कर द्यावी लागली.

पुन्हा एकदा प्रवासासाठी कृष्णाला पैशांची जमवाजमव करावी लागली. या वेळी त्याने आपल्या ट्रूपमध्ये एका तरुणीला (आणि तिच्या आईला) बरोबर घेतलं. तसं केल्यानं स्पर्धा जिंकण्याची संधी अधिक वाढेल, असं त्याला सांगण्यात आलं

होतं.

बेहरामपूरवरून ते आधी हैदराबादला गेले आणि तिथून ते मुंबईच्या गाडीत चढले.

कृष्णानं पोलिसाला विचारलं, "दादर कब आएगा?" तो म्हणाला, 'सहा वाजता सकाळी. काळजी करू नको. झोपून जा.'

पण कृष्णाला झोप कसली लागतेय! तो जागाच होता. पहाटे चारला जेव्हा गाडी थांबली तेव्हा सहज म्हणून तो बाहेर डोकावला तर ते दादरच होतं.

आणि मग व्हायचा तो गोंधळ झाला. अर्धे जण उतरले, अर्धे गाडीतच राहिले.

"मैं दौड़ दौड कर सबको नीचे उतार रहा था. ते सामान बाहेर फेकत एकामागोमाग एक खाली उड्या मारत होते. सर्वांत शेवटी सगळे उतरले या भ्रमात मीही उतरलो, पण जेव्हा शिरगणती केली तेव्हा दोन जण कमी होते आणि गाडीनं वेग धरला होता. गाडीतला एक जण दारात आला. 'जिथे आहेस तिथेच थांब' ग्रुपमधले सगळे त्याला ओरडून सांगत होते. पण त्याने खाली उडी मारली आणि चांगलाच दुखावला गेला. एक मुलगा अजूनही ट्रेनमध्ये राहिला होता." ग्रुपला जिथे उतरवले होते तिथेच थांबायला सांगून कृष्णानं त्याच्या मागची त्याच दिशेने जाणारी गाडी पकडली आणि तो छत्रपती शिवाजी टर्मिनसला उतरला. तिथे डझनभर गाड्या उभ्या. अखेर तो मुलगा सापडला आणि त्याला घेऊन तो दादरला परतला. पण बघतो तो काय, जागेवर कुणीच नव्हतं. तिथल्या एका माणसानं सांगितलं, 'पोलीस त्यांना घेऊन गेले.'

"हे सगळं जुलै २००६ च्या बॉम्बस्फोट मालिकेनंतर बरोबर एक महिन्यानं झालं असल्यानं सगळ्याच स्टेशनवर हाय ॲलर्ट होता."

रेल्वे पोलिसांनी विचारलं, 'तुम्ही कुठून आला आहात? तुमचं ओळखपत्र दाखवा.'

कृष्णाकडे कसलीच कागदपत्रं नव्हती. असं काहीच नव्हतं की त्यामुळे अधिकाऱ्याचं समाधान होईल. तो 'बुगी वुगी'च्या आयोजकांचा नंबर ट्राय करत होता, पण प्रतिसाद शून्य. शेवटी त्यानं बेहरामपूरमधल्या एका मित्राला फोन केला आणि विचारलं, 'आम्ही संकटात आहोत. आम्हाला मदत करेल, असं तुझ्या ओळखीचं कुणी मुंबईत आहे का?'

त्या मित्रानं एकाच्या मदतीनं त्यांची सुटका करण्याची व्यवस्था केली. त्यांची सुटका झालीही. पण अजूनही संकटं यायची होतीच.

"कसंतरी करत आम्ही 'बुगी वुगी'च्या ऑफिसमध्ये पोहोचलो. पण तिथे आमच्या राहण्याची काहीच सोय नव्हती."

आयोजकांनी जे हॉटेल आरक्षित केलं होतं ते प्रचंड महागडं होतं. दर दिवशी

दरडोई ५०० रुपये. ते यांना परवडणारं नव्हतं. शेवटी कृष्णानं अधिक स्वस्त जागा शोधायचं ठरवलं.

"मी एका बस्तीवर पोहोचलो. अशा ठिकाणी यायची ही माझी पहिलीच वेळ होती. लोक फुटपाथवरच झोपत होते. फुटपाथवरच खात होते. मी घाबरलो. आमचं गाव यापेक्षा कितीतरी चांगलं होतं. जिथे प्रत्येकाला स्वत:चं म्हणता येईल असं घर तरी होतं."

त्याला एका 'मेस' मध्ये नेण्यात आलं. तिथे एका छोट्याशा खोलीत १५० माणसं पाठीला पाठ लावून झोपलेली होती. हे चालणारं नव्हतं. रात्री दहा वाजेपर्यंत कृष्णा जागेच्या शोधात सर्वत्र फिरत होता. शेवटी मात्र त्यानं हात टेकले आणि म्हणाला, 'मैं हार गया हूँ!'

त्यानं ठरवलं, झालं तेवढं बस झालं. पुढची ट्रेन पकडू आणि घरी जाऊ. पण जेव्हा कृष्णानं 'बुगी वुगी'च्या आयोजकांना कळवलं तेव्हा ते म्हणाले, "तुमच्यामुळे 'बुगी वुगी'चा चेहरा हरवेल. तुम्हाला तसं झालेलं चालेल का?"

कठीण अंत:करणाने त्याने ट्रूपसह हॉटेलमध्ये ५०० रुपये रूम -आठ हजार रुपये रोज, या हिशेबानं राहायचं ठरवलं, पुढचे आठ दिवस.

"पैसे वाचवावेत म्हणून आम्ही दिवसातून एकदाच जेवायचो," तो आठवतो.

काहीतरी करून दाखवण्याच्या तीव्र इच्छेमुळेच कृष्णाचा ग्रुप अंतिम फेरीत पोहोचला. अर्थात एक प्रश्न निर्माण झालाच. त्यांच्या डान्सची सीडी आणि कॉस्च्युम असलेली बॅग गाडीतच राहिली होती. स्पर्धेच्या दिवशी सकाळी कृष्णानं संगीताचा दुसरा तुकडा मिळवला आणि नेहमीच्या पद्धतीनं संगीत तयार केलं. कपड्यांच्या जागी चांदीचा रंग वापरायचं ठरवलं. अशा कामचलाऊ पद्धतीनं ते स्टेजवर पोहोचले.

"आमची मन:स्थिती खूपच वाईट होती. हॉटेलचे उरलेले पैसे द्यायलाही आमच्याकडे पैसे नव्हते की खायलाही पैसे शिल्लक नव्हते. मगर भगवानने मेरी सुन ली."

त्या दिवशी प्रिन्स ग्रुपनं ती स्पर्धा जरी जिंकली नसली तरी त्या स्पर्धेतले परीक्षक जावेद जाफरी त्यांच्या नृत्याने इतका प्रभावित झाला, की त्यानं तिथल्या तिथे त्यांना उत्तेजनार्थ ७५ हजार रुपयाचं रोख बक्षीस दिलं.

'बुगी वुगी' मधल्या त्याच्या नृत्यानं त्यांना लोकप्रियता मिळाली. त्यांना विविध शोज्साठी विचारणा सुरू झाल्या. अनेक ठिकाणी लग्न, कॉलेजेस् आणि सांस्कृतिक कार्यक्रमात 'प्रिन्स डान्स ग्रुप'चे कार्यक्रम होऊ लागले आणि त्यांना पैसाही चांगला मिळू लागला.

"आम्हाला एकेका शोचे दहा - बारा हजार मिळू लागले. पण आमचा प्रवास

आणि खाण्यातच तो पैसा खर्च होऊ लागला. त्यामुळे शिल्लक काहीच उरत नव्हती.''

मिळत असलेल्या या छोट्या मोठ्या यशाचा फायदा घेत याचा अधिक मोबदला मागण्याची धिटाई ना त्याच्यात होती ना प्रवासासाठी जादा पैसे मागण्याचे धैर्य. 'अभी तुम स्टार नहीं बने हो, आम्ही तुला का जादा पैसे द्यायचे,' असं कोणी म्हटलं तर त्यावर ताडकन प्रत्युत्तर द्यायचं धाडसही नव्हतं त्याच्यात.

पैसे कमी मिळत असल्यानं हळूहळू चांगले चांगले डान्सर्स 'प्रिन्स डान्स ग्रुप' सोडून गेले.

''मी माझ्या मुलांना दर महिन्याला पैसे देऊ शकत नव्हतो. साहजिकच अनेक जण कामासाठी हैदराबाद आणि मुंबईला जायला लागले. त्यामुळे साहजिकच नवीन मुलांना शोधून त्यांना तयार करावं लागायचं.''

नवीन काही सुरू करणाऱ्या प्रत्येकाप्रमाणे कृष्णालाही ही झीज सोसून पुढे जाणं भाग पडलंच. पण आता प्रिन्स ग्रुप 'बुगी वुगी'मध्ये नियमित आपले परफॉर्मन्स देत होता. २००६ ते २००९ पर्यंत दरवर्षी ते नृत्य सादर करत होते. दोनदा ते दुसऱ्या क्रमांकापर्यंत सुद्धा पोहोचले होते आणि नेहमीच लोकांच्या मनात घर करत होते.

खरं तर, या शोमधला एक परीक्षक रवी बहलनं कृष्णाला ट्रूपसाठी एका खोलीची व्यवस्था करून मदत केली होती.' किसीको मत बताना, सिर्फ तुम्हारे लिए करते हैं!' त्यानं सांगितलं होतं.

थोडी ओळख मिळत होती, लोकांचा पाठिंबा होताच, पण त्यावर निभावत नव्हतं. प्रवासखर्च, जेवणाचा खर्च आणि प्रत्येक दिवसाचा मेहनताना म्हणून द्यावे लागणारे ८० ते १०० रुपये यातच सारे पैसे खर्च होत होते. याशिवाय त्यांना वापराव्या लागत असलेल्या झगझगीत कॉस्च्युमसाठीही खूप पैसे मोजावे लागत होते.

पर गाडी चल रही थी, धिमे धिमे, आणि एका सुंदर सकाळी त्याला त्याचं आयुष्यच बदलवणाऱ्या 'कलर्स वाहिनी'वरच्या 'इंडिया गॉट टॅलेन्ट'ची माहिती मिळाली. यातील अंतिम विजेत्याला मिळणार होते, पन्नास लाख रुपये!

कृष्णाला माहीत होतं, त्याच्यासाठी ही खूप मोठी संधी होती. कुछ करके दिखाना है. मगर क्या? नेहमीचं झटका, मटका इथे चालणारं नव्हतं. या स्पर्धेसाठी येणारा प्रत्येक जण वेगवेगळ्या ताकदीचा, वेगवेगळ्या प्रतिभेचा असणार होता. त्यामुळे त्याला असं काहीतरी करून दाखवावं लागणार होतं, जे सगळ्यांमध्ये ठळकपणे उठून दिसेल.

''मी रात्रभर विचार करत बसलो होतो. माझी जर निवड व्हायला हवी असेल,

मला जर जिंकायला हवं असेल तर मला असं काहीतरी करून दाखवायला हवं जे आपल्या संस्कृतीशी, आपल्या देशाशी नातं सांगणारं असेल. अपने देशपर, अपनी संस्कृतीपर कुछ करना है.''

कृष्णानं एक वेगळाच, यापूर्वी कुणीही न पाहिलेला डान्स संकल्पित केला. यात प्रत्येकाच्या हालचाली स्वतंत्र नव्हत्या तर त्या सगळ्यांच्या एकत्र येण्यातून तयार होणारा वेगळाच परफॉर्मन्स!

आणि अशा पद्धतीनं 'कृष्णा' नृत्याचा जन्म झाला. रुपेरी रंगातल्या शरीरांच्या मोहक, नाजूक हालचाली आणि त्याच्या मध्यभागी पावा वाजवणारा नीलकांती कृष्ण याने एक रोमहर्षक समा बांधला गेला. ते बघणं ही नजरेला रम्य मेजवानी होती. (यातील रूपेरी रंग हा पांढऱ्या रंगातील पावडर होती, तर निळा रंग हा डिस्टेम्पर होता. सुमारे एक ते दीड तास हा रंग लावायला लागे. तर २-३ तास तो काढायला लागत.)

जेव्हा या ग्रुपनं एलिमिनेशन राउंडला आपली कला सादर केली, तेव्हा सगळ्या प्रेक्षकांनी उभं राहून टाळ्या वाजवल्या. परीक्षक शेखर कपूर यांनी तर 'जगाला जिंकणारी कलाकृती' या शब्दात त्यांना नावाजलं. एवढंच नव्हे तर ते म्हणाले, की 'कलाकार असण्यासाठी खूप काही साधनं असायला हवीत, व्यावसायिक प्रशिक्षण हवंच, हे तुम्ही खोटं सिद्ध करून दाखवलं आहे. दिल चाहिए, कला चाहिए!'

या निवडीनंतर पुढच्या प्रत्येक फेरीत परफॉर्म करण्यासाठी एक महिन्याचा वेळ दिला गेला होता. त्यानं 'सारे जहाँसे अच्छा' या धूनवर ध्वजनृत्य बसवलं.

या वेळी पांढऱ्या, हिरव्या आणि भगव्या रंगात स्वत:ला रंगवून घेतलेल्या या डान्सर्सनी आपल्या नृत्याने साऱ्यांनाच दिङ्मूढ केलं. त्यातही पद्मनाभ साहू (२४), आणि तेलू तारीनी (१३) या अपंगाचा समावेश सगळ्यांनाच अचंबित करून गेला. हे नृत्य जेव्हा संपलं तेव्हा परीक्षक, प्रेक्षक सगळ्यांच्याच डोळ्यांत पाणी होतं.

अंतिम फेरीसाठी आता या प्रिन्स ग्रुपकडून फारच अपेक्षा होत्या आणि पुन्हा एकदा त्यांनी कुणालाही निराश केलं नाही.

या वेळी त्यांनी सादर केलं, विष्णूच्या दहा अवतारांवर आधारित 'दशावतार'. हाही एक अलौकिक अनुभव ठरला.

पण एखादी स्पर्धा जिंकण्यासाठी प्रेक्षकांकडून भरपूर एसएमएस येण्यासाठी हे पुरेसं होतं?

सुदैवानं ओरिसाचे मुख्यमंत्री नवीन पटनाईक यांच्या नजरेत 'प्रिन्स डान्स ग्रुप' भरला. त्यांनी कृष्णाला बोलावून घेतलं आणि सांगितलं, 'तू फक्त तुझ्या परफॉर्मन्सकडे लक्ष केंद्रित कर. संपूर्ण ओरिसा राज्य तुझ्यासाठी वोट करेल.'

पटनाईक यांनी व्यक्तिगतरीत्या प्रिन्स ग्रुपसाठी प्रचार केला आणि उडिया प्रसार माध्यमांनीही त्यांना उचलून धरलं. आणि अखेर वीटभट्टीतल्या या मुलांना सर्वाधिक वोट्स मिळाले आणि 'प्रिन्स ग्रुप'ने सगळ्यांना मागे सारत 'इंडिया गॉट टॅलेन्ट'ची स्पर्धा जिंकली.

आणि बक्षिसाचं काय झालं? कृष्णानं मिळालेली मारुती रिट्झ कार अम्बोपूर गावाला देऊन टाकली. आणीबाणीच्या प्रसंगी गावाला वापरता यावी म्हणून.

"त्यांनी मला पाठिंबा दिला, माझी काळजी घेतली, मला भरवलं. माझ्यावर विश्वास ठेवला. मी विचार केला, जर ही कार त्यांना उपयोगी पडू शकत असेल तर का नाही?"

रोख पन्नास लाख रुपयांमधले २० लाख रुपये टॅक्समध्ये गेले. कृष्णानं आपल्या ग्रुपमधल्या प्रत्येकाला एक एक लाख रुपये दिले आणि उरलेले कालिमातेच्या मंदिराच्या जीर्णोद्धारासाठी दिले, जिथे ते एके काळी प्रॅक्टिस करत असत.

"यह सब भगवान का आशीर्वाद है" कृष्णा सांगतो. "खरं तर मी देवाला मानतही नव्हतो. मगर धीरे धीरे मुझे यह एहसास हुआ-मैं पहले कहाँ था और आज कहाँ हूँ."

कृष्णा आणि त्याचा ग्रुप आज ओरिसातील स्टार झाले आहेत.

"आज आम्हाला ओळख मिळाली आणि आदरही. आणखी काय हवं?"

अधिक शोज, सादरीकरणासाठी अधिक प्लॅटफॉर्मस् - आणि हे सर्व घडत आहे. 'सोनी म्युझिक'ने प्रिन्स ग्रुपबरोबर दोन वर्षांचं कॉन्ट्रॅक्ट केलं आहे. तेच या ग्रुपला प्रमोट करणार, मानधन ठरवणार, प्रवास, राहण्या-खाण्यासारख्या गोष्टींची काळजी घेणार आहेत.

"त्यांना कमिशन मिळतंय आणि आम्हाला महिन्याला फी. मी खूश आहे. आता मी माझं पूर्ण लक्ष नृत्यावरच केंद्रित करू शकतो."

आणखी काय, ओरिसा सरकारनं रोख एक कोटी रुपयांचं रोख पारितोषिक जाहीर केलंय आणि या ग्रुपला आपली डान्स अकादमी उघडण्यासाठी चार एकर जमीन देऊ केलीय.

"मेरे लिए सबसे खुशी की बात यह है, की मेरी वजह से बीस पच्चीस लोगों की जिंदगी बन सकी है! माझ्या गावात आजही शेकडो तरुण असे आहेत ज्यांच्याकडे गुणवत्ता आहे, क्षमता आहे; पण संधी नाही. अगर मैं उनको रास्ता दिखा सकू तो और भी अच्छी बात है."

जर तुम्ही एखादी गोष्ट कल्पनेत आणू शकता, तर ती प्रत्यक्षातही आणू शकता.

हा कृष्णा रेड्डी - कष्टांचा गुलाम - हृदयाचा राजपुत्र.

◆

तरुण उद्योजकांना सल्ला

फक्त तुमचे कठोर परिश्रमच तुम्हाला पुढे घेऊन जातात. इतर कुणी तुम्हाला मार्ग दाखवतील म्हणून त्यांच्यावर अवलंबून राहू नका. पैसा कधीही अडथळा असत नाही. मेहनत करनेवालों को, दिलसे काम करनेवालों को सब कुछ मिलता है!

जंगलाची हाक

कल्याण वर्मा
वाइल्ड लाइफ फोटोग्राफर

वयाच्या बाविसाव्या वर्षी कुणालाही हेवा वाटेल असा त्याचा जॉब होता, 'याहू'मधला. पण एका प्रसन्न सकाळी त्यानं तो सोडला आणि निघाला आपल्या पॅशनकडे - वाइल्ड लाइफ फोटोग्राफीकडे. स्वतःला मनापासून जे आवडतं तेच करणारा... आपलं स्वप्न जगणारा आणि त्यालाच आपलं जगणं बनवणाऱ्या एका खऱ्याखुऱ्या 'इडियट'चं हे उदाहरण.

जेव्हा माझा भाऊ लहान होता, त्याला 'बेस्ट' बसचा कंडक्टर बनायचं होतं. जेव्हा मी लहान होते, तेव्हा ॲस्ट्रोनॉट बनायचं स्वप्न बघत होते.

जेव्हा कल्याण लहान होता....त्यानं स्वत:ला सांगितलं, मला जंगलात राहून दिवसभर प्राणी बघत राहायचंय. आज माझा भाऊ एका मल्टिनॅशनल कॉर्पोरेशनमध्ये ब्रँड मॅनेजर आहे.

आणि मी लेखिका. जी वर आकाशातल्या तारकांकडे बघत म्हणते, कदाचित - कधीतरी पण हो, कल्याण मात्र खरोखरच जंगलात राहून तिथल्या प्राण्यांचे फोटो घेतोय.

कल्याण वर्मा.... छोट्या माणसाच्या मोठ्या स्वप्नांचं प्रतिनिधित्व करतोय. ती स्वप्नं, जी आपण मोठं होत वास्तव जगात जातो तसतशी बाजूला पडत जातात. पण आपण त्यांना प्रत्यक्षात आणू शकतो. आपल्याला हवं तसं जगू शकतो.

आपल्या अपेक्षांच्या आणि मर्यादांचं जंगल साफ करत करत आपल्या खऱ्याखुऱ्या क्षमतेच्या बळावर टारझन बनून या फांदीवरून त्या फांदीवर झोके घेऊ शकतो.

पण प्रत्यक्षात काय घडतं? जसं मी आयकॉनिक कोशीचं चवहीन शाकाहारी कॉन्टिनेन्टल जेवण घेते आहे आणि विचार करतेय, अनेकांचं आयुष्यही असंच या कॉलीफ्लॉवरसारखं आहे... रीच व्हाइट सॉसमध्ये घोळलेलं. मग आपण त्याला चविष्ट बनवण्यासाठी 'टबॅस्को' घेतो. पण आपण जर आपल्या यशाची रेसिपी कल्याणसारखी स्वत: बनवली तर? त्यानं फक्त आपलं पोटच तृप्त होणार नाही तर आपलं हृदय, आपलं मन आणि आपला आत्माही तृप्त होईल.

जंगलाची हाक

कल्याण वर्मा
वाइल्ड लाइफ फोटोग्राफर

कल्याण वर्मा जन्मला विशाखापट्टणममध्ये.

"माझे वडील पब्लिक सेक्टरमध्ये नोकरीला होते. साहजिकच आम्ही खूप प्रवास केला.

वेगवेगळी ठिकाणं पाहिली. वेगवेगळ्या माणसांना भेटलो."

कल्याण शिकला तो सरकारी शाळा -केंद्रीय विद्यालयात. त्याबद्दल तो म्हणतो, "ही चांगली गोष्ट होती, पण दर तीन वर्षांनी वेगवेगळ्या केंद्रीय शाळेत फिरत नवनवीन मित्र बनवणंही होतं, ते चांगलं नव्हतं."

विझागपासून गुलबर्गा, नंतर विजयवाडा व एक वर्ष कॅनडा आणि शेवटी कल्याण स्थिरावला तो बंगळुरुला, दहावीनंतर.

"मी माझं कॉलेजही इथेच केलं आणि नोकरीही. त्यामुळे थोड्याफार प्रमाणात बंगळुरुलाच मी माझं मूळ गाव मानतो." तो सांगतो.

कल्याण तसा अभ्यासात फार हुशार नव्हता -त्याच्याही आयुष्यात इतर मुलांसारखं यश-अपयश होतेच, पण त्याच्याकडे 'स्वप्नं' होती.

"तुम्ही जेव्हा लहान असता तेव्हा तुम्हाला नेहमीच काहीतरी बनायचं असतं. कुणाला अंतराळवीर, कुणाला पायलट. मला गायचं होतं. मी प्रयत्नही केला होता, पण अपयशी ठरलो. आणि मला जंगलामध्ये राहायचं होतं. नॅशनल जिऑग्राफिक - विशेषत: जेन गुडाल बघत असताना मी नेहमी म्हणायचो, मला जंगलातच राहायचं, कायमचं. प्राण्यांना पाहत."

पूर्ण दिवस - हा! जंगलात राहू इच्छिणाऱ्या कल्याणला जंगलाच्या सर्वाधिक निकट जाता आलं ते त्याचं कुटुंब एलटीसीवर उटीच्या ट्रिपला गेलं तेव्हाच!

"टीव्ही तक ठीक है बेटे, आगे पढाई करो, कुछ बनो!" काळजीत पडलेल्या वडिलांचं म्हणणं होतं.

पण सुदैवानं त्याच दरम्यान, कल्याणही कॅम्प्युटरच्या प्रेमात पडला. तो नव्वदीच्या सुरुवातीचा काळ होता. त्या क्षेत्रात बऱ्याच काही एक्सायटिंग घटना

घडत होत्या. विशेषत: हॅकर्सनी तेव्हाच्या तरुणांचं लक्ष वेधून घेतलं होतं.

"खूप लवकर कॅम्प्युटर इंडस्ट्री वाढत होती आणि त्याच वेळी तुमच्या पालकांचंही तुम्हाला प्रोत्साहन असेल तर मला वाटतं, कॅम्प्युटरसारखी सोपी गोष्ट नव्हती."

शिवाय वाइल्ड लाइफ हे करिअर म्हणून कसं शक्य होतं?

कल्याणने बंगळुरुमधल्या पीईएस कॉलेज ऑफ इंजिनिअरिंग (पीईएसआयटी) मध्ये नाव घातलं. कॉलेज चांगलं होतं, पण उत्तम नव्हतं. त्यातच भर म्हणजे त्याला कॅम्प्युटर सायन्सला प्रवेश मिळाला नाही.

"पीईएसआयटी मध्ये मेकॅनिकल इंजिनिअरिंग घेतलं. मला रोबोटिक्सही खूप आवडत होतं, साहजिकच मी विचार केला त्या दोन्ही गोष्टी एकत्रितपणे करू शकतो - कदाचित!"

मनासारखी शाखा -कॉलेज न मिळणं हा एखाद्या विद्यार्थ्यासाठी उद्विग्न करणारा अनुभव असू शकतो. मात्र कल्याणनं त्या आंबट लिंबाचं, गोड सरबत करून ते तो घटाघटा प्यायलासुद्धा.

"कॉलेज म्हणजे मस्त मजा होती. तो काळ लिनक्स आणि ओपन सोर्समुळे हॉट होता. कॅम्प्युटरचं क्षेत्र वाढत होतं. इंटरनेटचं जाळंही पसरू लागलं होतं. मीसुद्धा कॉलेज बंक करत होतो, पण कॅन्टीनमध्ये वेळ घालवण्यासाठी नव्हे तर कॅम्प्युटरच्या लॅबमध्ये या नानाविध गोष्टी शिकण्यासाठी."

कॉलेजच्या दुसऱ्या वर्षापासूनच कल्याण पार्ट -टाइम नोकरी करू लागला होता. काम होतं, लिनक्स कन्सल्टिंग आणि नेटवर्किंगचं!

"हे काम म्हणजे मजा होतीच, पण विचित्र! कारण मी मेकॅनिकलचा विद्यार्थी होतो आणि काळजी घेत होतो कॅम्प्युटर सायन्सच्या लॅबची. फनी!"

तुम्हाला पदवी मिळते. तुम्ही त्या क्षेत्रातले तज्ज्ञही होता. पण ते वरवरचं असतं. मात्र जेव्हा तुम्ही ज्ञानासाठी आसुसलेले असता, तुमचा जेव्हा तो ध्यास वा पॅशन होतं तेव्हा मात्र तुमच्या असण्याचा, तुमच्या जगण्याचा तो भाग होतो. म्हणूनच कल्याण वर्मा, एक मेकॅनिकल इंजिनिअर 'याहू'चा एक भाग बनतो.

"कॉलेजच्या तिसऱ्या वर्षाला असताना त्यांनी मला जॉब ऑफर केला. मला सिक्युरिटी आवडते. त्यांनीही मला याहूच्या सिक्युरिटी डिपार्टमेंटचंच काम देऊ केलं त्यामुळे मी खूश होतो. त्या वेळी 'याहू इंडिया'ला नुकतीच सुरुवात झाली होती. त्यामुळे काम करण्यासाठी ती अतिशय उत्तम कंपनी होती."

"मी माझ्या कॅम्प्युटर सिक्युरिटी करिअरला ना धड न्याय देत होतो, ना वाइल्ड लाइफला.
मला त्यांच्यात निवड करावीच लागली."

"आणि मला त्याचे पैसेही उत्तम मिळत होते."

"बंगळुरुमधून आलेल्या त्या बॅचमधल्यांपैकी मला सर्वांत जास्त पगार मिळत होता. सुमारे साडेपाच लाख रुपये, एका नवागताला."

ते वर्ष होतं २००१

अर्थात 'याहू'मध्ये काम करणं म्हणजे सतत सतर्क असणं होतं.

"आमच्या आजूबाजूच्या माणसांकडून 'याहू' सिक्युरिटी सिस्टीमला खिंडार पाडण्याचे प्रयत्न सुरू होते. सिस्टिमला धोका होता, त्यामुळे आम्हाला सतत सजग राहावं लागत होतं."

डॉट कॉम कंपनी असल्यानं तिथे कुणी 'बॉस' नव्हता. एक बावीस वर्षाचा तरुण सिक्युरिटीचा इनचार्ज होऊ शकत होता.

"मी माझे स्वत:चे प्रोजेक्ट बनवत होतो. माझी स्वत:चीच आव्हानं तयार करत होतो. मला माझं काम खूप आवडत होतं. क्रिप्टोग्राफी किंवा तत्सम इतर गोष्टींमध्येही ढवळाढवळ करत होतो. हे सगळं करत असताना मला एक वेगळाच अभिमान वाटत असायचा. कारण 'याहू'मधलं छोटंसं कामसुद्धा वेगळा परिणाम घडवून आणायचं."

जेव्हा जेव्हा तुम्ही 'याहू'वर जाल -अगदी आजही -तुम्हाला कल्याणनं केलेला एखादा कोड दिसेल जो आजही तिथे उपयोगी पडतो आहे.

"डोमेन की सारखी गोष्ट जी ई-मेल सिक्युरिटीसाठी महत्त्वाची मानली जाते, मी त्या डिझाइन टीमचा भाग होतो. अगदी जी-मेल सुद्धा आता हाच प्रोटोकॉल वापरतो."

बोलताना त्याच्या आवाजातला सार्थ अभिमान आपल्याला सहज जाणवतो.

"खरं तर जेव्हा मी नोकरी सोडली तेव्हा अनेकांना वाटलं की साचेबद्ध नोकरीनं भ्रमनिरास होऊन मी ती सोडली, पण ते खरं नव्हतं. मी माझं काम खूप एन्जॉय करत होतो. मनापासून आवडत होती मला ही नोकरी. २००३ मध्ये मी 'याहू'चा जागतिक स्तरावरचा बेस्ट पुरस्कार 'सुपरस्टार याहू अॅवॉर्ड,' जिंकला होता."

वंडरफुल! तरीही त्यानं ही नोकरी सोडली. का? त्याला अनेक कारणं होती.

२००४ च्या अखेरपासून 'याहू'नं प्रचंड यश कमवायला सुरुवात केली. ती प्रचंड वाढू लागली. एका छोट्या रूममध्ये जिथे कल्याण पाचवा माणूस होता ते वाढत जाऊन आता तिथे १००० माणसं काम करायला लागली आहेत. आता ती स्टार्ट अप नव्हती, तर ते एक कॉर्पोरेशन बनलं होतं.

"तिथे आता अधिकार परंपरा येऊ लागली होती. लोक अनेक गोष्टी मॅनेज करायला लागले. 'याहू इंडिया' एका पारंपरिक सॉफ्टवेअर कंपनीच्या व्यवस्थापनाच्या दिशेनं चालू लागली होती आणि मी अस्वस्थ होऊ लागलो. मला ते अजिबात

आवडत नव्हतं.''

म्हणजे नऊ वाजताच हजर व्हायचं. ड्रेस कोड सांभाळायचे.

''मी माझ्या मनाचा राजा होतो. शॉर्ट्‌समध्ये वावरायचो. सकाळी ६ वाजता यायचं. कधी २२ तास काम करायचं तर कधी फक्त ३ तास. पण मी माझं काम पूर्ण करायचो. पण आता त्यांना वेगळ्याच प्रकारची....''

शिस्त?

''विनाकारण शिस्त! मलाही शिस्त आवडते. पण शिस्त जेव्हा तुमची कार्यक्षमता वाढवते तेव्हा ती योग्य असते, केवळ शिस्तीसाठी शिस्त मला मान्य नाही.''

कल्याणचा पूर्ण भ्रमनिरास झाला होताच, पण शेवटची काडी तेव्हा पडली जेव्हा त्याच्यासमोर दोन पर्याय ठेवण्यात आले. एक तर अमेरिकेला शिफ्ट व्हायचं किंवा दुसऱ्या डिपार्टमेंटमध्ये बदली घ्यायची. हे दोनही पर्याय भावणारे नव्हते.

त्यानं 'याहू 'इंडिया' सोडलं ते वर्ष होतं २००४, आणि त्याचं वय होतं २४ वर्षे.

त्या वेळी त्याला 'गुगल'सारख्या कंपन्यांतून ऑफर येत होत्या, पण या वेळी त्याला ठामपणे माहीत होतं, त्याला काय करायचं नाहीये. 'जे मला आधीच माहीत होतं.' त्यापेक्षा वेगळं,

त्यापेक्षा जास्त काहीतरी करायचं होतं.''

''कॉलेज संपल्यानंतर मी एका आठवड्यात काम करायला सुरुवात केली होती. तो असा काळ होता जेव्हा मला इतर कसल्याच जबाबदाऱ्या नव्हत्या. साहजिकच विचार केला होता, चला आयुष्यात असं काहीतरी करू या जे पूर्णतः भिन्न असेल.''

आणि ते पूर्णतः वेगळं होतं, वाइल्ड लाइफ फोटोग्राफी!

''मी चांगल्या प्रतीचा एक एल आर कॅमेरा विकत घेतला. त्या वेळीसुद्धा त्याची किंमत एक लाखापेक्षा जास्त होती, पण तेव्हा मला परवडत होतं.''

इतर यप्पी सॉफ्टवेअर इंजिनिअरप्रमाणे त्याचाही वीकएंडचा कार्यक्रम ठरलेला होता, गाडी काढायची आणि शहराबाहेर निघायचं. कल्याणच्या ट्रिप्स असायच्या बंदिपूर आणि नागरहोळच्या अभयारण्यांमध्ये. तिथे जायचं आणि फोटो घ्यायचे.

''वाइल्ड लाइफ फोटोग्राफी म्हणजे माझ्या दोन्ही पहिल्या प्रेमांचा संगम होता. मला फोटोग्राफी खरंच आवडत होती आणि वाइल्ड लाइफही तितकंच आवडत होतं. पण मला कशातही प्राथमिक प्रशिक्षण नव्हतं. कशातही!''

निरीक्षणातून, प्रत्यक्ष कृतीतून कल्याणच्या आयुष्यात सातत्याने घडत गेलेली ही शिक्षणप्रक्रिया होती.

''मी कॅम्प्युटर सायन्समधलं फॉर्मल एज्युकेशन घेतलेलं नाही. फोटोग्राफीसुद्धा

स्वयंअध्ययनातूनच शिकलोय. अगदी जंगलविषयक माहितीही. मी काही जीवशास्त्रज्ञ नाही. तेही स्वयंअध्ययनातूनच आलेलं.''

म्हणूनच २००४ मध्ये कल्याणनं एक क्रांतिकारी निर्णय घेतला.

''मला वाइल्ड लाइफ आवडत होतं. मला फोटोग्राफी आवडत होती. चला आता काही काळ जंगलात घालवू या.''

नोकरी सुटल्यानंतर दोन तीन महिन्यांत त्या नोकरीकडे वळता येतं. व्हॉट द हेल!

कल्याणनं इको-टुरिझम रिसॉर्टशी संपर्क साधला आणि सांगितलं, 'मला तुमच्या रिसॉर्टमध्ये तीन महिने राहायचं आहे.'

ते म्हणाले, ''काहीच हरकत नाही. तुम्हाला त्याचे पैसे भरावे लागतील इतकंच.''

मी म्हणालो, ''मी पैसे देणार नाही. आपण काय करू शकतो.''

ते म्हणाले, ''तू आमच्यासाठी काम का नाही करत? तू चांगलं इंग्लिश बोलू शकतोस. तुला वाइल्ड लाइफची चांगली जाण आहे, तू आमच्या पर्यटकांना सफारीची सैर का नाही घडवून आणत? त्यांचीही ट्रिप होईल.''

डील झालं - पगार नाही. फक्त जेवण आणि राहणं.

मी म्हणालो, ''ग्रेट. हे माझ्यासाठी परफेक्ट आहे.''

कल्याणनं आपली बॅग पॅक केली आणि निघाला म्हैसूरजवळील बी.आर.हिल्स या वाइल्ड लाइफ सेंच्युरीतल्या जंगल लॉज आणि रिसॉर्टच्या दिशेनं...

कल्याण कंपनीचा पगार घेत नसल्यानं त्याच्याकडे कोणतीही इतर महत्त्वाची जबाबदारी नव्हती.

''मी सकाळी जीप घेऊन सफारीवर निघायचो आणि संध्याकाळी पुन्हा जीप सफारीवर. मधल्या काळात मी माझी गाडी काढायचो आणि जंगल भटकायचो. तो माझ्या आयुष्यातला सर्वोत्तम काळ होता.''

जंगलातच चोवीस तास राहायचं म्हणजे तेवढा काळ प्रत्यक्ष जंगल पाहायचं नि अनुभवायचंही.

''मी तिथल्या एखाद्या आदिवासी मुलाला बरोबर घ्यायचो आणि दोन-तीन दिवस फक्त वाघाचा पाठलाग करायचो. बिबट्याने केलेल्या शिकारीचा शोध घ्यायचो, हत्तीचा पाठलाग करायचो, पक्ष्यांविषयी शिकायचो, माकडांशी मस्ती करायचो. मी त्यांच्यात खूप वेळ घालवायचो. याचं कारण मला त्यांनी ओळखायला हवं होतं. त्यांनी मला त्यांच्या मधलाच एक असं म्हणून वागायला, स्वीकारायला हवं होतं.''

वॉव!

आणि त्याच वेळी प्राण्यांशी अतिशय जवळून, अगदी अत्यंत धोकादायक संघर्षही झाले.

"जेव्हा मी पहिल्यांदा वाघ पाहिला, तेव्हा मी माझा कॅमेरा उचलूही शकलो नाही. माझे पाय प्रचंड कापत होते. हे नंतर दोन तीनदा घडलं."

दुसऱ्या वेळी कल्याण 'कॅमेरा ट्रॅप' सेट करत होता अर्थात झाडाला कॅमेरा अडकवत होता. म्हणजे जेव्हा कॅमेरा एखादी हालचाल डिटेक्ट करायचा तेव्हा तिथून जाणारा प्रत्येक प्राणी ऑटोमॅटिकली टिपला जायचा.

"त्या दिवशी मी असाच कॅमेरा झाडाला ॲडजस्ट करत होतो. त्याच नादात असताना अचानक कसलासा आवाज झाला म्हणून वर पाहिलं तर वरती दोन फुटांवर, एका झाडाच्या फांदीवर बसलेला एक बिबट्या माझ्याकडे बघून स्माइल करत होता. माझ्या आयुष्यातला हा सर्वांत भीतिदायक प्रसंग होता."

"माझ्या आयुष्यातली एक गोष्ट मला नेहमीच पुढे नेत गेली, ते म्हणजे स्वयंअध्ययन. मला खरंच ते आवडतं - अगदी मुळापासून सुरुवात करायची. नवीन क्षेत्रात जात राहायचं."

कल्याण तेथून पळाला आणि ही घटना सांगायला जिवंत राहिला. अर्थात त्यानंतर असे अनेक फिअर फॅक्टर क्षण आले, पण त्यामुळे तो जंगलाच्या अधिकाधिक जवळ गेला.

तीन महिने चुटकीसरशी संपले, पण कल्याणचं मन भरलं नव्हतं. त्याला हे जगणं इतकं आवडू लागलं होतं, की ते संपूर्ण वर्ष तो तिथेच राहिला.

पण वास्तवाचे चटके तीव्र असतात. त्यानं जी काही पुंजी जमा केली होती त्यामुळे तो वर्षभर तिथे आरामात राहू शकला खरा, पण ते काही आयुष्यभर पुरणारं नव्हतं. पण म्हणून काही तो पुन्हा कडक इस्त्रीचा जॉब स्वीकारणार नव्हता. (तशा ऑफर्स त्याला तेव्हाही येत होत्याच.)

"मी ठरवलं, आयटी सिक्युरिटी कन्सल्टंट व्हायचं. कारण मला वाटलं, आपण या कामामुळे पन्नास टक्के वेळ शहरात आणि पन्नास टक्के वेळ जंगलात घालवू शकू."

हे ऐकायला खूपच छान होतं, पण निष्पन्न झालं ते भयंकरच होतं!

"२००८ चं संपूर्ण वर्षभर मी असं काम केलं, पण माझ्यासाठीचा तो सर्वांत कठीण काळ होता. मी ना कन्सल्टिंगच्या कामाला न्याय देऊ शकत होतो, ना जंगलाच्या."

कल्याण जंगलाच्या अगदी मध्यभागी असायचा आणि फोन वाजायचा. क्लाएंट

म्हणायचा, "उद्या ऑडिट आहे. तुला सकाळी इथे हजर राहावंच लागेल."

तर कधी ऑडिटमध्ये मग्न असताना जंगलामधून कुणाचा तरी फोन यायचा, आत्ताच वाघाने शिकार केलीय आणि त्याचा फोटो घ्यायला तू नाहीस.

पैसे कमवण्यासाठी काँक्रिटचं जंगल त्याला एका बाजूला साद घालत होतं तर दुसरीकडे खरंखुरं जंगल त्याला खुणावत होतं. या दोघांमधला तोल सांभाळण्याचा त्याचा झगडा सहा-आठ महिने चालू होता.

"मी निराश झालो नव्हतो, पण उत्साहही नव्हता. जंगलात राहण्याची किंमत मी काही कामं टाळून, काही क्लाएंट्स गमावून चुकवली"

२००६ च्या शेवटी त्याला 'बीबीसी'चं बोलावणं आलं.

"मला यासाठी कशाचा फायदा झाला तर तो सोशल मीडियात सतत असण्याचा. मी फार पूर्वीपासून म्हणजे १९९९-२००० पासून त्यात होतो."

२००० पासूनच तो ब्लॉगिंग करायचा. त्याचा तेव्हापासून ब्लॉग होता, जिथे तो ऑनलाइन फोटो टाकायचा.

"मी पैशासाठी फोटोग्राफी करत नव्हतो, साहजिकच माझे सारे फोटो माझ्या ब्लॉगवर होते आणि जंगलामध्ये असताना तर जीपीआरएसमुळे अगदी लाइव्ह ब्लॉगिंग करायचो. म्हणजे मी लिहायचो, 'हे! माझ्या खिडकीखाली आता वाघ डरकाळ्या फोडतोय.' आणि लगेच मी प्रत्यक्ष त्याचे फोटो घ्यायचो आणि पाच दहा मिनिटांत अपलोडही करायचो."

या ब्लॉगचे (www.kalyanvarma.nct/journal) खूप फॅन आणि फॉलोअर्स होते. भारतात आणि अगदी परदेशांतही! त्याचे काही फोटो लोकप्रिय वेबसाइट 'बोईंग बोईंग'नंही प्रदर्शित केले होते.

त्याच्या अनेक फोटोंपैकी कल्याण सातत्याने पोस्ट करत होता ते बेडकांचे फोटो. 'बीबीसी'ला बेडकांवर एक फिल्म करायची होती आणि त्यासाठी त्यांनी 'गुगल'ची मदत घेतली होती, चांगल्या व्यक्तीचं नाव शोधण्यासाठी! कल्पना करा, गुगलनं कुणाचं नाव दाखवलं असेल...

अर्थात परवानगीच्या कारणास्तव बेडकावरची ती फिल्म काही तयार होऊ शकली नाही. पण कल्याणसाठी ते एक पाऊल होतं, पुढे पडू पाहणारं. काही महिन्यांतच साधारण २००७ च्या सुरुवातीला संदेश कंदूरला बरोबर घेऊन मान्सून आणि पश्चिम घाटांवर 'बीबीसी' एक फिल्म तयार करत होती. संदेश त्याचा मित्र होता.

ते म्हणाले, "तुला या जागा माहीत आहेत आणि तुझे फोटोग्राफ्स आम्ही पाहिलेले आहेत. तू काय करत आहेस याची आम्हाला माहिती आहे, मग आमच्याच बरोबर काम का नाही करत?"

"मला मान्य आहे, की वाइल्ड लाइफ फोटोग्राफीमध्ये तुमचं नशीबही महत्त्वाचं काम करतं. पण तुम्ही जेवढं जास्त काम कराल, तितकं तुमचं नशीब तुम्हाला साथ देतं."

ते सुचिन्ह होतं. जे करायचं होतं त्यासाठीची योग्य दिशा मिळाली होती. कल्याणनं आपला कन्सल्टिंगचा व्यवसाय बंद केला आणि आता पूर्ण वेळ जंगल आणि फोटोग्राफी!

"ते मला त्याचे फार पैसे देत नसत; पण मला माहीत होतं, मला ब्रेक मिळाला आहे आणि त्यासाठी आणखी काही वर्षे घाम गाळायला मी तयार होतो. मला वाटतं, लोकांचा हाच प्रश्न असतो- त्यांना सगळं लवकर व्हायला हवं असतं...."

वास्तव हे आहे, की तुम्हाला तेवढा वेळ द्यावाच लागतो.

तुम्हाला स्वत:ला सिद्ध करावं लागतं.

संयमी राहून शेवट गाठावा लागतो.

"मी प्रॉडक्शन असिस्टंट म्हणून सुरुवात केली. ट्रायपॉड वाहून न्यायला सुरुवात केली."

तो हसतो. "पण ते खूप ग्रेट होतं. इंग्लंडचे चित्रपट निर्माते यायचे. जेव्हा ते फिल्म करत नसायचे, तेव्हा मी त्यांचा कॅमेरा घ्यायचो आणि काहीतरी छोटं मोठं शूट करायचो आणि त्यांना माझं काम आवडायचं."

काही काळानंतर तर असं झालं, की इंग्लंडवरून इथे येण्याऐवजी ते तिथूनच सांगायचे, "कल्याणला सांगा ते फुटेज शूट करायला."

"मला वाटतं, काळाबरोबर तुम्ही लोकांचा विश्वास आणि त्यांच्याशी नातंही छान जोडू शकता."

यात कळीचा शब्द म्हणजे काळ.

तांत्रिक कौशल्य महत्त्वाचं असतंच, पण ते पन्नास टक्के. उरलेलं, तुमचे क्लाएंट्स तुम्ही कसे टिकवू शकता, यावर अवलंबून असतं. तुम्ही त्यांना आवडता का? तुमच्यावर त्यांचा विश्वास आहे का? त्यांना हवं ते तुम्ही डिलिव्हर करता का?

क्रिएटिव्ह क्षेत्रात तुम्ही सुशिक्षित आहात की नाही हे महत्त्वाचं नसतं. महत्त्वाचं असतं, ते तुम्ही अगदी तळापासून सुरू केल्यावर वरपर्यंत कसं पोहोचता ते!

"पण अनेक जण हे करायला तयार नसतात. त्यांना थेट वर उडी मारायची असते. जसं नॅशनल जिओग्राफिककडे फक्त ४० फोटोग्राफर आहेत, पण जगातल्या ४० लाख लोकांना फोटोग्राफर व्हायचं आहे."

मग या लाखो लोकांमधून ते एकालाच कसं काय निवडणार?

"मला आता नॅशनल जिओग्राफिकमधली लोकांची मानसिकता माहीत झाली आहे." ते म्हणतात, 'यापुढे आम्ही तांत्रिक गुणवत्ता बघत बसू शकत नाही. आम्हाला असा फोटोग्राफर हवा ज्याने यापूर्वीच वेगळं केलेलं आहे.' "

अशी व्यक्ती जी सातत्याने काहीतरी वेगळं करत आली आहे. एक काहीतरी चमकदार गोष्ट केली आणि संपलं, असं नकोय.

"लोकांना वाटतं की मी काही कूल फोटो घेतले आणि नॅशनल जिओग्राफिक ते विकत घेणार. असं नाहीये ते. तुम्हाला सातत्याने तुमची वाट काढत पुढे चालावं लागतं. विश्वास कमवावा लागतो. जसं एखादा पत्रकार सातत्याने काही काळ वेगळ्या प्रकारचं लिहितो आणि मगच त्याचं नाव होतं." अर्थात आजच्या दिवसात आणि आजच्या युगात तो काळ तीस वर्षांचा असण्याची गरज नाही. कल्याणनं हे तीन वर्षात कमावलं.

"बीबीसीला आता माझ्यावर पूर्ण भरवसा आहे. ते आता त्यांच्या परदेशी क्रूबरोबर मला काम करायला पाठवतात. आणि आता मला इंग्लंडसारखाच रेट मिळतो. म्हणजे दिवसाला ३०० पौंड (२४ हजार रुपये रोज). सुरुवातीला मला दिवसाला फक्त २० पौंड मिळायचे. नंतर ५० पौंड मिळायला लागले. पण तुम्हाला तो विश्वास संपादन करावा लागतो, तुम्हाला तो भरवसा मिळवून द्यावा लागतो. आता त्यांना माहीत आहे, त्यांना हवं ते मी देऊ शकतो."

आणि एका चांगल्या फोटोसाठी अनेकदा शंभराच्या वर फोटो काढावे लागतात. अर्थात असा काही नियम नाही.

"माझे काही उत्कृष्ट फोटो अगदी दोन ते तीन शॉट्समध्ये निघालेले आहेत. कारण तुम्हाला माहीत असतं, काही तरी नुकतंच घडलेलं आहे आणि तुम्ही तिथे असता आणि शॉट घ्यायला तयार असता. पण नेहमीच असं घडतं असं नाही. तुम्ही थांबता, अनेकदा प्रयत्न करता आणि मग कधीतरी तुम्हाला जे हवंय ते मिळतं."

व्हिडिओच्या बाबतीतही हेच होतं. एका तासाच्या चांगल्या प्रतीच्या फुटेजसाठी 'बीबीसी' जवळजवळ शंभर तासांचं फुटेज घेते.

सर्वोत्कृष्टता ही सातत्याच्या आणि अदृश्य प्रयत्नांतून येते. अगदी कुठेही जा. कुठलंही काम करा.

हे म्हणजे जेव्हा तुम्ही तुमच्या आयुष्यातलं एक प्रकरण संपवून दुसरं लिहायला घेता, तेव्हा आधी लिहिलेलं 'फुकट' गेलेलं असतं. पण सत्य असं की, माणूस त्याच्या छोट्या छोट्या अनुभवाची बेरीज असते आणि ती तुकड्यांपेक्षा नेहमीच मोठी असते.

"मला वाइल्ड लाइफ फोटोग्राफीकडे वळण्यामागे माझी टेक्नॉलॉजी बॅकग्राउंडही कामी आलीच. त्याच्या मदतीमुळेच मी त्यांच्यासाठी वेब पोर्टल बनवून दे किंवा

त्याच्या प्रॉडक्शनसाठी लाइव्ह ब्लॉगचा सेट अप करून दे यासारखी कामं करू शकलो.''

'याहू', 'सुपरस्टार'साठी जरी हा 'बायें हात का खेल' असला तरी 'बीबीसी'साठी त्याचं महत्त्व फार मोठं होतं आणि विशेषत: तेव्हा जेव्हा ते पूर्णत: फुकट होतं.

''बीबीसी'मधल्या कुणालाही हे कसं करायचं माहीत नव्हतं. त्यांना त्यासाठी अमेरिकेतील एखाद्या महागड्या कंपनीकडे ते सगळं काम सोपवावं लागलं असतं. त्यामुळेच सगळे एकदम थ्रील्ड होते.''

जादा अंतर कापत जाणं म्हणजे स्वत: काही गोष्टींची सुरुवात करणं, 'मला यात काय मिळणार' याची विचारणाही न करता चालत राहणं. मात्र त्याच वेळी हेही माहीत असणं, की तुम्हाला जे मिळणार आहे ते खूप काळ टिकणारही आहे.

'बीबीसी'कडे त्यांच्या कार्यक्रमासाठी प्राथमिक कॅमेरामन होते तरीही त्यांच्या वेबसाइटसाठी स्थिर फोटो काढण्याकरिता ते कल्याणलाच बोलवायचे. 'माऊंटन्स ऑफ द मान्सून' आणि 'क्रॉकडाइल ब्ल्यू' या त्यापैकी दोन मालिका.

''बीबीसी प्रॉडक्शन'साठी वेबवर मी जंगल संरक्षण प्रकल्पासारखे विविध कार्यक्रम केले. निधी जमवणारे विविध ऑनलाइन कार्यक्रम आणि दूरचित्रवाणीवरून प्रसारित होणाऱ्या त्यांच्या विविध कार्यक्रमांचा फॉलोअप घेणारे कार्यक्रमही केले.''

कल्याण सध्या बीबीसीवरील 'चेसिंग द मान्सून' ही मालिका करीत आहे. त्यानं किंग कोब्राच्या शूटच्या साहाय्याने 'नॅशनल जिऑग्राफिक'मध्ये शिरायचा मार्गही तयार केला आहे. पण तरीही कुणाला प्रश्न पडू शकतो. कुणी इथे, भारतात, वाइल्ड लाइफ फोटोग्राफी करून करिअर करू शकतो? कल्याणला अनेकदा हा प्रश्न विचारला जातो आणि त्याचं उत्तर असतं, हो नक्कीच!

भारतात अधिकांश वाइल्ड लाइफ फोटोग्राफर आहेत, मोठ्या इंडस्ट्रीचे मालक आहेत. तुम्ही वाघाचा एखादा कूल फोटो घेऊन मित्रांना दाखवू शकता. त्यांच्यासाठी हे फोटो ट्रॉफी मिळवण्यासारखे आहेत.

भारतात अगदी हाताच्या बोटावर मोजता येतील इतकेच फोटोग्राफर आहेत, ज्यांनी अनेक परदेशी नियतकालिकांना फोटो विकून वाइल्ड लाइफ फोटोग्राफीला उदरनिर्वाहाचा मार्ग बनवला आहे.

दुसऱ्या बाजूनं ही एक छुपी संधी असते.

तुम्ही बाजारात जेव्हा पहिले असता तेव्हा तुम्हीच तो बाजार निर्माण करू शकता आणि फोटोग्राफीसाठी माझी तीच पद्धत आहे.

पारंपरिक पद्धती लक्षात घेता, जर तुम्हाला वाघ किंवा चित्ता यांचे फोटो घ्यायचे असतील तर वाइल्ड लाइफ फोटोग्राफर आफ्रिकेला जातो.

मुळात तिथलं सगळंच सोपं असतं. ते एका फुटबॉल मॅचसारखं असतं. तुम्ही

वाघापर्यंत पोहोचता आणि वाघ झोपलेले असतात. तुम्ही त्याचे फोटो घेऊ शकता आणि परतू शकता.

अशा प्रकारे दहा दिवसांची ट्रिप करून श्वास रोखून धरणारे फोटो घेऊन तुम्ही परतू शकता.

"भारतात तुम्ही या दहा दिवसांत अगदी वाघाचे अगदी ओझरते जरी फोटो मिळवलेत तरी खूप काही मिळवल्यासारखं असतं. त्यामुळे भारतात खूप काही आहे -अगदी आफ्रिकेसारखं जंगल नसलं तरीही -पण तरीही खूप कमी दस्तऐवज तयार केला गेला आहे."

उदाहरणच द्यायचं झालं तर पश्चिम घाटात नरवानराच्या पाच जाती सापडतात. त्यातल्या फक्त तीन जातींचेच आत्तापर्यंत योग्य पद्धतीनं फोटो काढले गेलेत आणि फिल्म तयार केली गेली आहे.

"नॅशनल जिऑग्राफिकचे फोटोग्राफर्स यासाठी फारसे प्रयत्न करणार नाहीत. कारण त्यासाठी त्यांना स्थानिकांशी बोलावं लागणार, त्यासाठी वेळ घालवावा लागणार, विविध ठिकाणांची माहिती घ्यावी लागणार. पण आपल्यासाठी -आपण भारतातच राहतो. आपल्याच अंगणात आहे हे, म्हणूनच मला वाटतं, हे आपल्यासाठी मोठं आव्हान आणि मोठी संधी आहे."

मुख्य मुद्दा हा, की जर तुम्ही कठोर परिश्रम करणारे आणि हिकमती असाल तर तुम्हाला योग्य मार्ग मिळू शकतो आणि तुम्ही त्या कामातून पैसे मिळवू शकता, एकापेक्षा जास्त मार्गांनी!

उदाहरणार्थ, कल्याणला आपले फोटो लोकल मार्केटमध्ये विकण्याचा मार्ग मिळाला होता. पण आपल्या देशात एक विलक्षण गोष्ट आहे, ती म्हणजे आपल्याकडे फोटो विकत घेण्याची संस्कृतीच नाही. आजच्या डिजिटल कॅमेरा आणि फ्लिकर्सच्या जमान्यात तर लोक विचार करतात, इसमें कौनसी बडी बात है!

"मी पुन्हा एकदा सॉफ्टवेअर लिहितोय ते मला त्यात मजा येते म्हणून. क्लाएंट मला त्याचे तासाला २० डॉलर्स देणार म्हणून नाही. ती बालिश उत्सुकता माझ्यात पुन्हा निर्माण झालीय."

"भारतात कुणीही फोटोग्राफ्स विकत घेत नाहीत आणि मॅगझिनवाले तर एका फोटोला दोनशे किंवा पाचशे रुपये देतात, ते म्हणजे अगदीच चिंधी!"

म्हणूनच जेव्हा तुम्ही एखादा फोटो घेता आणि त्याचं प्रॉडक्ट वा उत्पादनात रूपांतर करता तेव्हाच लोक ते विकत घेतात. म्हणूनच कल्याणनं कधी फोटो विकले नाहीत. त्यानं त्याचा उपयोग कॅलेंडर बनवण्यासाठी केला. साहजिकच ते

हॉटकेकसारखे विकले गेले.

"प्रत्येकालाच कॅलेंडरची गरज असते. 'स्टेट बँक ऑफ इंडिया'नं दिलेल्या वैताग आणि निरस गोष्टींपेक्षा वाइल्ड लाइफचे मस्त फोटो लावणे केव्हाही चांगलंच. मी टी-शर्टसाठी सुद्धा काही प्रिंट्स विकले."

विविध प्रॉडक्ट्सव्यतिरिक्त (जी कल्याणनं स्वत:च तयार केली होती.) पैसे मिळवण्याचं दुसरं साधन होतं, ज्यांना फोटोग्राफी शिकायची आहे त्याच्यासाठी शिबिरं भरवणं.

"बीबीसी'चं काम वर्षातून फार तर तीन महिने असायचं. ते तीनही महिने मी पूर्णत: त्याच्याबरोबर असायचो. त्याचे मला पैसेही भरपूर मिळायचे. पण उरलेले आठ-नऊ महिने मी अशा इतर कामांमध्ये बिझी असायचो."

आणि पैसे मिळणं चालू राहायचं. विविध प्रॉडक्टस् आणि शिबिरं यांच्यातून त्याला त्याच्या एकूण उत्पन्नातले पन्नास टक्के मिळतात.

आणि या शिबिरांची माहिती फक्त त्याच्या वेबसाइटवरूनच दिली जाते. ज्यांना त्यात रस आहे त्यांनी साइनइन व्हायचं. ही शिबिरं साधारण महिन्यातून एकदा होतात आणि यात काही वेळा प्रत्यक्ष फिल्ड ट्रीप असते, जसं वर्षा वन सहल किंवा वाघाचं छायाचित्रण. या ट्रीप्स आठवड्याच्या अखेरीसच होतात आणि त्याही बंगळुरुमध्ये. कारण त्याच वेळी लोक वेळ काढू शकतात. आणि कल्याणचं शिकवणं म्हणजे काही पुस्तकातले उतारे वाचून दाखवणं नसतं. सगळं काही प्रात्यक्षिकांसह. थिअरी नाही. जसं त्यानं स्वत:ला शिकवलं होतं.

"लोकांना आवडतं ते. इतर शाळा पारंपरिक असतात. प्राथमिक गोष्टी शिकवतात आणि तेवढंच. कुणाकडेही फार वेळ देऊन शिकवायची फुरसत नाही. ते डिजिटल एसएलआर कॅमेरा आणतात आणि तांत्रिक गोष्टी शिकवतात. खरं तर त्यांना चांगले फोटो काढण्यासाठी काय गरजेचं आहे, हे सांगणं महत्त्वाचं असतं."

याशिवाय हे फोटोग्राफी क्लासेस डिजिटल फोटोग्राफीचा नेमका कसा उपयोग करून घ्यायचा हेही शिकवत नाहीत. याद्वारे छायाचित्र काढण्याची नेमकी प्रक्रिया काय आहे? ते कॅम्प्युटरवर कसे अपलोड करायचे? तुमच्या फोटोची ऑनलाइन जाहिरात कशी करायची?

"माझ्या फोटोसाठीचं माझं तत्त्वज्ञान आहे 'ओपन सोर्स फोटोग्राफी.' माझ्या वेबसाइटवर जा. तिथे तुम्हाला माझे सगळे फोटो मिळतील. सगळ्यांसाठी मोफत."

हा एक प्रकारचा धक्काच आहे! कलाकार आणि सर्जनशील लोक आपल्या कलाकृतीच्या कायम प्रेमात असतात. त्यामुळे आपल्या कामाच्या मालकीविषयीही. कारण अनेकदा तुम्ही तुमच्या निर्मितीच्या वापराची परवानगी देणे म्हणजे त्यापासून पैसे मिळवण्याचा एक पारंपरिक मार्ग उघडून देणं असतं.

पण काळ बदलतो आहे. या संदर्भात कल्याणचं मत खूपच वेगळं आहे.

"लोक पुन्हा माझ्याकडे येतात. त्यांना माझे फोटो खूप आवडतात. त्यातले काही सांगतात, आम्ही तुझ्या कामाचे पैसे देऊ. काही माझी प्रॉडक्ट्स विकत घेतात."

कल्याणच्या या सांगण्यात सगळ्याच सर्जनशील माणसांसाठी धडा आहे. तुम्ही कुणालाही तुमचं संगीत, तुमचा चित्रपट किंवा तुमचं पुस्तक इंटरनेटवरून डाऊनलोड करून घेण्यापासून रोखू शकत नाहीत. म्हणूनच त्यापेक्षा वेगळा मार्ग म्हणजे त्यांना जर तुमचे चाहते, तुमचे अभ्यासक, तुमचे मित्र करून घेतलंत तर तुम्हाला त्यापासून पैसा मिळवण्याचा मार्ग मिळू शकतो-अगदी सहजपणे.

"तुम्ही एक मनमोहक वनजीवन पाहता आणि पुढल्या वर्षी पुन्हा येता तेव्हा तेथे काही राहिलेलं नसतं. तुम्हाला त्याविषयी नक्की काहीतरी करावंसं वाटतंच."

"या बाबतीत माझी भूमिका थोडी तत्त्वज्ञानाची आहे. मी फोटो का घेतो तर इतरांना त्याचा अनुभव मिळावा म्हणून. मी जेव्हा तिथे 'असतो' तेव्हाच मी ते फोटो घेऊ शकतो. लोकांना तिथे 'असण्याचा' अनुभव त्यामुळे घेता येतो."

"मी जर या फोटोंवर निर्बंध घातले तर मग त्याचा काहीच उद्देश राहणार नाही. शिवाय ते दिवस गेले जेव्हा मी म्हणायचो, मी हॉटशॉट फोटोग्राफर आहे. माझ्याकडे मोठा स्टुडिओ आहे. माझ्याकडून प्रत्येक जण फोटो विकत घेताहेत. ते सगळं गेलंय."

"मंदीचा काळ माझ्यासाठी नाहीच," तो सांगतो. बंगळुरुमधला एखादा तीस वर्षीय व्यावसायिक फोटोग्राफर जेवढं कमावेल त्याच्यापेक्षा जास्त कल्याण कमवतो.

"मी इतका मुक्त झालेलो आहे, पण जुन्या विचारसरणी मात्र मागेच अडकून पडल्या आहेत. मी मुक्तपणे माझे फोटो, माझे मालकी हक्क देतो. मी म्हणतो, 'माझे फोटो खुशाल घ्या. तुम्हाला आवडले तर मला पैसे द्या.' 'मला माझ्या फोटोचे पैसे दिले नाहीत तर मी माझा फोटो देणार नाही,' असं म्हणणाऱ्या कोणत्याही फोटोग्राफरपेक्षा मी वीस पट जास्त कमावतो."

या वीस फ्री डाऊनलोड करणाऱ्यांपैकी दोन ते तीन खरंच पैसे देतात, म्हणजेच पारंपरिक फोटोग्राफरपेक्षा तो नक्कीच जास्त कमावतो.

"मी आज खूश आहे. मी जर आयटीमध्ये आजही असतो तर जेवढे कमावले असते तेवढे नक्कीच कमावतो. फोटोग्राफी क्षेत्राला हे ऐकणं जरा जडच आहे." पण कल्याण नुसता फोटोग्राफर नाही, तो एक उद्योग आहे. नवीन बाजारपेठेच्या शोधात

असणारं आणि एक असं नवीन बिझिनेस मॉडेल तयार करणारं ज्यातून त्याला त्याच्या कामाचे पैसेही मिळतील आणि त्याचं कामही लोकप्रिय होईल.

जास्त द्याल, जास्त मिळवाल, या कल्पनेबरोबरच लिनक्सच्या ओपन सोर्स प्लॅटफॉर्मवर सातत्याने असण्याचा त्याला यासाठी खूप उपयोग झाला.

"मला माझं काम इतरांमध्ये वाटायला, मोफत द्यायला आवडतं. मला वाटतं, तुम्ही चांगले असाल तर तुम्हाला त्याचा परतावा मिळतोच; आणि माझ्यासाठी चांगलं असणं हे पैसे मिळवण्यापेक्षा जास्त महत्त्वाचं होतं. कारण तुम्ही चांगले असाल तर पैसा आपोआप येतोच."

हे सर्व ठीक असलं तरीही सगळं काही नक्कीच आपोआप येत नाही. निदान जग तरी तुमच्या सगळ्या गोष्टी सहज मान्य करत नाहीच. निदान सुरुवातीच्या काळात जेव्हा तो जंगलामध्ये भटकंती करायचा, तेव्हा याच लोकांनी नक्कीच त्याला वेडं ठरवलं असणारच.

"हो. माझ्या मित्रांना वाटायचं मी वेडा झालोय. माझे पालकही प्रचंड निराश झाले होते. माझं घरही त्याच घर, गाडी आणि चांगली नोकरी या भारतीय साच्यातलंच होतं. आणि ज्या वेळी माझी आई 'बच्चे का मेट्रोमोनियल'मध्ये काय लिहायचं, या विवंचनेत होती तेव्हाच मी स्थिर जगणं सोडून दिलं होतं."

हा ताण त्यानं कसा सोसला?

"मी सरळ सांगितलं, की हे माझ्या आयुष्यातले प्राधान्यक्रम नाहीत. मी आंध्रचा असल्यानं लोक या गोष्टीबद्दल - हुंडा - बोलायचे. ज्याला मूल्यांकन म्हणायचे आणि माझं मूल्यांकन तर एकदम मातीला मिळालं होतं."

कल्याणचा हा निर्णय स्वीकारायला त्याच्या पालकांना दोन वर्षे लागली आणि आता त्यांना त्याच्या या कामाचा अभिमान वाटतो. पण ती दोन वर्षे म्हणजे या मुलाला आपल्या पालकांची काळजी नाही... लोक काय म्हणतात याचे महत्त्व नाही.... हे सातत्याने ऐकणं.

मग पुढे काय?

"मी अनेक गोष्टी करत होतो. मी अर्धवेळ फोटोग्राफर आहे. अर्धवेळ फिल्ममेकर. मी अनेक वाइल्ड लाइफ एनजीओबरोबर कामही करतोय. त्यांना मी अनेक प्राणिजातींची माहिती जमा करण्यासाठी, प्राणी संवर्धन संदेशासाठी मदत करतोय. अनेकदा तर मी वन खात्याबरोबर प्रत्यक्ष जंगलातही काम करतो."

खरं तर फोटोग्राफीच नव्हे तर जंगलातील प्रत्येक गोष्टीविषयी त्याला असलेल्या उत्कट प्रेमामुळे, ध्यासामुळेच हे सर्व शक्य झालं होतं.

-मला त्यात पूर्णत: मिसळून त्याचा भाग बनायचं होतं. कल्याण आता 'नॅशनल जिऑग्राफिक'ची कव्हरस्टोरी करण्याचं स्वप्न पाहतोय आणि देवाच्या

कृपेने ते लवकरच पूर्ण होईल.

दरम्यान त्याची 'बीबीसी अर्थ एक्सप्लोरर' म्हणून निवड झालीय. याचा अर्थ आता 'बीबीसी'च्या विविध फिल्म्स् करण्यासाठी त्याला जगभर फिरण्याची संधी मिळणार आहे आणि त्याचा सगळा खर्च 'बीबीसी' करणार आहे.

आता यापुढची त्याची दोन, पाच वर्षे कशी असणार आहेत, याकडे दोन पद्धतीनं बघता येईल. ''मी आता जे काम करतोय ते पुढची दहा वर्षे जरी मला करायला मिळालं तरी मी खूप खूप आनंदी असेन. मला बढतीची अजिबात गरज नाही.''

कल्याणनं आपलं वेळापत्रक ठरवलेलं आहे. त्याला हवं तेव्हा तो प्रवास करतो. त्याला आवडेल ते करतो. हे सगळं सोडून तो काही वेगळंच करेल याच्या शक्यता अगदीच धूसर आहेत.

''मला वाटतं, तुम्हाला एखादी गोष्ट आवडत असेल तर ती घडण्यासाठी तुम्ही प्रयत्न करताच. उद्या जर मी अंतराळवीर व्हायचं ठरवलं तर मी अंतराळविषयक क्लब सुरू करेन. मी एचएएलमध्ये काम करायला जाईन किंवा मग मी अवकाश पर्यटक होईन. मी म्हणेन, मी मेकॅनिक बनू शकलो तर पुढची पाच वर्षे फुकट काम करेन.''

तुमच्या नशिबाचं दार तुम्हीच शोधायचं आणि तुमचं पाऊल ठामपणे पुढे टाकायचं!

ते नक्कीच उघडेल, माझ्यावर विश्वास ठेवा.

◆

तरुण उद्योजकांना सल्ला

लोकांना काहीही बोलू देत; पण भारतात वाइल्ड लाइफ सायन्टिस्ट, वाइल्ड लाइफ फोटोग्राफर बनण्यासाठी खूप चांगल्या संधी आहेत. अर्थात तुम्ही त्याकडे कसं बघता हेच महत्त्वाचं.

दुसरं म्हणजे तुम्ही दुसऱ्या कसल्याही गुणवत्तेपेक्षाही सर्वांत महत्त्वाचं असतं, तुम्ही त्याचा ध्यास घेणं. माझ्याकडे अनेक तरुण येतात आणि सांगतात, "हा बघा, मी फिल्म्समधला डिप्लोमा केला आहे. आता मला सांगा, मी बीबीसी किंवा नॅशनल जिऑग्राफिकसाठी कसं काम करू शकतो? मला जंगलावर फिल्म तयार करायची आहे."

मग मी विचारतो, "तुम्ही आत्तापर्यंत किती जंगलांत जाऊन आला आहात?"

ते सांगतात, "एकाही नाही."

त्यांना भारतातल्या दहा पक्ष्यांची नावं विचारली तर एकाही पक्ष्याचं नाव सांगता येत नाही. तुमचा विश्वास बसो अथवा नाही; पण 'बीबीसी' आणि 'नॅशनल जिऑग्राफिक'साठी काम करणारे बहुसंख्य चित्रपट निर्माते किंवा बायोलॉजिस्ट प्रशिक्षित नाहीत. ती सगळी वेगवेगळी कामं करणारी माणसं, पण इथे एकत्र आली ती फिल्म आणि वाइल्ड लाइफच्या वेडानं प्रेरित होऊनच!

तुम्हाला काय आवडतं याचा शोध तुम्हीच घ्यायला हवा आणि ते घडवून आणणंही. स्वत:ला तयार करण्यासाठी मी तीन वर्षे विनावेतन काम केलं आहे. मोठ्ठं घर घेणं किंवा कार घेणं हे माझ्या वैयक्तिक आयुष्यातले मैलाचे दगड कधीच नव्हते.

अर्थात जंगलामधल्या फोटोग्राफीसाठी लागणारी साधनं आणणं गरजेचं असतंच. पण तुम्ही त्याची सुरुवात ५० हजारच्या बजेटमध्ये साधा कॅमेरा, स्वस्त झूम लेन्सने करू शकता. हे कॅम्प्युटरसारखंच आहे. चांगला प्रोग्रामर बनण्यासाठी तुम्हाला मॅक बुक किंवा चार जीबी रॅमची आवश्यकता नसते. तुम्ही तुमच्या मोबाइल फोन किंवा अगदी जुन्या धूळ खाणाऱ्या कॅम्प्युटरवरही काम करू शकता. माझे काही सर्वोत्कृष्ट फोटो हे जुन्या स्वस्त लेन्सनं काढलेले आहेत. लोकांना आजही ते फोटो आवडतात.

आणि शेवटी तुम्ही 'वेगळा विचार' केला पाहिजे. हे प्रत्येक क्षेत्राला लागू होतं. संगीत असो, कला असो वा साहित्य. तुमची शैली जर पूर्णत: वेगळी असेल तर एकतर तुम्ही त्यात पूर्णत: अयशस्वी होता किंवा मग तुम्ही त्याला एक वेगळ्याच स्तरावर नेऊ शकता, कारण लोकांना ते आवडतं. यशाचा आणि ताठपणे उभं राहायचा तो एकमेव मार्ग आहे.

Email ID

१. प्रेम गणपती, डोसा प्लाझा : g.dosaplaza@gmail.com
२. कन्वर सचदेव, सू-काम : kunwersachdev@gmail.com
३. गणेश राम, वेटा : ganeshram@velaglobal.com
४. सुनीता रामनाथकर, फेम : sunitaramnathkar@hotmail.com
५. एम. महादेवन, ओरिएन्टल क्विझीन : madico55@gamil.com
६. हणमंत गायकवाड, बीव्हीजी इंडिया : gaikwad.hr@gmail.com
७. रंजीव रामचंदानी, तंत्रा : tantratshirts@gamil.com
८. सुरेश कामत, लेझर सॉफ्ट : kamath@lasersoft.co.in
९. रघू खन्ना, कॅश यूर ड्राइव्ह : raghu@cashurdrive.com
१०. आर श्रीराम, क्रॉसवर्ड : sriram@nextpracticeretail.com
११. सौरभ व्यास आणि गौरव राठोड, पोलिटिकल एज : saurabh.vyas@gmail.com & gaurav.rathore@gmail.com
१२. सत्यजित सिंग, शक्ती सुधा : info@shaktisudha.com
१३. सुनील भू, फ्लॅन्डर्स डेअरी : sunil@flandersdairy.com
१४. चेतन मायनी, रेवा : cmaini@reva-ev.com
१५. महिमा मेहरा, हाथी छाप : pooper@elephantpoopaper.com
१६. समर गुप्ता, त्रिकाया अॅग्रिकल्चर : samar@trikaya.net
१७. अभिजित बनसोड, स्टुडिओ एबीडी : abhijitbansod@studioabd.in
१८. परेश मोकाशी, हरिश्चंद्राची फॅक्टरी : pareshmokashi@hotmail.com
१९. कृष्णा रेड्डी, प्रिन्स डान्स ग्रुप : pabitraforever@gmail.com
२०. कल्याण वर्मा, वाइल्ड लाइफ फोटोग्राफर : mail@kalyanvarma.net